பாரதியின்

பாஞ்சாலி சப

உரை

ஹரி கிருஷ்ணன்

ஹரி கிருஷ்ணன் பிறவிக் கவிஞர். மதுரை பாரதி யுவ கேந்திராவின் 'பாரதி புரஸ்கார்' விருது, சென்னை ஸ்ரீ அன்னை சக்தி யோகாலயத்தின் 'செந்தமிழ் இலக்கிய வித்தகர்' பட்டம் மற்றும் சென்னை வைஷ்ணவ மஹா சங்கத்தின் 'ஸ்ரீவைணவ நூலாசிரியர்' பட்டம் பெற்றவர். பெங்களூருவில் கம்பராமாயண முற்றோதலுக்குத் தலைமையேற்று நடத்தி முடித்தது இவரது சமீபத்திய சாதனை.

பாரதியாலும், தாகூராலும் ஒருசேர ஈர்க்கப்பட்ட ஹரி கிருஷ்ணன் தமிழைப் போலவே ஆங்கிலத்திலும் புலமையுள்ளவர். 'நாகநந்தி' என்றழைக்கப்பட்ட பேராசிரியர் திரு. தி. வேணுகோபாலன் அவர்களின் நட்பு இவரை எதையும் ஆழ்ந்து கற்று, ஆய்ந்து, மற்றவர் பயனுறும் வண்ணம் எழுதுவதில் வல்லவராக்கிற்று. கம்பனின் கதாபாத்திரங்களைப் பற்றி இவர் ஆயிரம் பக்கங்களுக்கு மேல் எழுதிய ஆங்கிலக் கட்டுரைகள் உட்பட, இணையத்தில் இவர் எழுதிக் குவித்திருக்கிறார்.

கோப்பை தேநீரும் கொஞ்சம் கவிதையும்', 'ஓடிப் போனானா பாரதி?', 'அனுமன் வார்ப்பும் வனப்பும்' 'நினைவில் நின்ற சுவைகள்' 'பாரதியின் பாஞ்சாலி சபதம் - உரை' போன்றவை இதுவரை வெளிவந்த இவரது நூல்கள்.

யாப்பிலக்கணம், சங்க இலக்கியம், திருக்குறள் எதுவானாலும் சுவாரசியமாக, ஒரு கதைசொல்லியின் நிதானத்துடன் எழுதும் ஹரி கிருஷ்ணன் பெங்களூரில் தன் மனைவியுடன் வாழ்கிறார்.

பாரதியின்

பாஞ்சாலி சபதம்

உரை

ஹரி கிருஷ்ணன்

கிழக்கு

பாரதியின் பாஞ்சாலி சபதம்
Bharathiyin Panchali Sabadham
Hari Krishnan ©

First Edition: January 2016
424 Pages
Printed in India.

ISBN 978-93-84149-65-9
Kizhakku - 885

Kizhakku Pathippagam
177/103, First Floor,
Ambal's Building, Lloyds Road,
Royapettah, Chennai 600 014.
Ph: +91-44-4200-9603

Email : support@nhm.in
Website : www.nhm.in

Author's Email : harikrishnan@vsnl.net

Kizhakku Pathippagam is an imprint of New Horizon Media Private Limited.

வாணியைச் சரண்புகுந்தேன் - அருள்
    வாக்களிப்பாள் எனத்திடமிகுந் தேன்.
பேணிய பெருந்தவத்தாள் - நிலம்
    பெயரளவும் பெயர் பெயரா தாள்
பூணியல் மார்பகத்தாள் - ஐவர்
    பூவை திரௌபதி புகழ்க்கதை யை
மாணியல் தமிழ்ப்பாட்டால் - நான்
    வகுத்திடக் கலைமகள் வாழ்த்துக வே!

முன்னுரை

இந்த நூலை நான் எப்படி எழுத நேர்ந்தது என்று நினைத்துப் பார்க்கிறேன். ஒரு பதினைந்தாண்டுகளுக்கு முன்னர் 'மரத்தடி' என்ற மின்மடலாடல் யாஹூ குழுமம் இயங்கிக் கொண்டிருந்தது. பெரும்பாலும் 25-30 வயதுக்குள் அடங்கிய இளைஞர்களின் குழு அது. இணையத்தில் இப்போது மதி கந்தசாமி என்றறியப்படும் சந்திரமதியின் தலைமையில் இயங்கிக் கொண்டிருந்தது. 'இந்தக் குழுமத்தில் நீங்கள் எழுதவேண்டும்' என்று மதிதான் என்னை அழைத்தார். நிறைய தமிழிலக்கிய, இலக்கண விளக்கங்களை இந்தக் குழுமத்தில் எழுதிக் கொண்டிருந்தேன். இந்தக் குழுமத்தில் தான் நான் பேரும் மாறி 'ஹரியண்ணா'வாக அறியப்பட்டேன்.

இந்தச் சமயத்தில்தான், குழுவிலிருந்த பரிமேலழகரும் ஹரன் பிரசன்னாவும் என்னிடம் அடிக்கடி பாஞ்சாலி சபதத்திலிருந்து பல சொற்களைக் காட்டி பொருள் கேட்பார்கள். இது தொடர்ந்து கொண்டே வந்தது. 'இளைஞர்களுக்குப் பாஞ்சாலி சபதம் புரிய வில்லையோ' என்ற எண்ணம் என்னுள் எழத் தலைப்பட்டது. அப்போதுதான் பிரசன்னா, 'அண்ணா, பேசாமல் பாடல் பாடலாகப் பொருள் சொல்லி உரை எழுதிவிடுங்களேன்' என்று கோரிக்கை வைத்தார். அதற்கிணங்க தொடங்கிய முயற்சிதான் இது. தொடங்கி-நின்று, தொடங்கி நின்று கண்ணாம்பூச்சியாடிக் கொண்டிருந்த முயற்சி, பதினைந்தாண்டுகளுக்குப் பிறகு இப்போதுதான் முற்றுப் பெற்றிருக்கிறது. இந்த உரையை ஏன் எழுதுகிறேன் என்று இந்த முயற்சியைத் தொடங்கிய நேரத்தில் ஒரு முன்னுரை எழுதியிருந்தேன். அதிலிருந்து ஒரு பகுதியை இங்கே தருகிறேன்:

'பாரதிக்கு உரை எழுதும் காலம் நெருங்கிக் கொண்டிருக்கிறது' என்று சில ஆண்டுகளுக்கு முன்னால் எழுதினேன். அது இவ்வளவு விரைவில் என்னாலேயே செய்யப்படும் என்று நினைக்கவில்லை. ஹரிஹர பிரசன்னாவும், பரிமேலழகரும் அவ்வப்போது பாரதி பாடல்களில் ஏதாவது - சொல்லின் பொருள் தொடர்பான - ஐயங்களை எழுப்பிக்கொண்டே இருப்பார்கள்.

'பாரதியின் பாடல்கள் மிக எளிமையானவை; பாமரருக்கும் புரியக் கூடியவை' என்று பரவலாக ஒரு கருத்து நிலவுகிறது. உண்மைதான். அதை மறுக்க முடியாது. மறுக்கக் கூடாது. அரண்மனைகளிலும் ஜமீன்தாரர்களின் மாளிகைகளிலும் அவர்களுடைய அந்தப்புரக் கனவுகளை அலங்கரித்துக்கொண்டிருந்த தமிழைப் பொது மக்களிடம் எடுத்து வந்தவன் பாரதிதான். 'தெருவெங்கும் தமிழ் முழக்கம் செழிக்கச் செய்வீர்' என்று சேமமுற வேண்டுமெனில் என்ன செய்யவேண்டும் என்று சொன்னவன்தான். 'ஓரிரண்டு வருஷத்து நூற்பழக்கம் உள்ள தமிழ் மக்கள் எல்லோருக்கும் நன்கு பொருள் விளங்கும்படி எழுதுவதுடன், காவியத்துக்குள்ள நயங்கள் குறைவுபடாமலும் நடத்துதல் வேண்டும்' என்று பாஞ்சாலி சபதத்துக்கு எழுதிய முகவுரையில் சொன்னவன்தான்.

அவன் சொன்னது 'ஓரிரண்டு வருஷத்து நூற்பழக்கம்.' நம் பெருமக்கள் புரிந்துகொள்வது 'ஓரிரண்டு வருஷத்துத் தமிழ்ப் பழக்கம்.' நம்முடைய சமகாலத்தில் 'ஓரிரண்டு வருஷத்துத் தமிழ்ப் பழக்கம்' உள்ளவர்கள் எழுத்துக் கூட்டி ஆனந்த விகடன், கல்கி, குமுதம் வாசித்தாலே அதிகம். அனா ஆவன்னா பயிற்சிதான் ஓரிரண்டு ஆண்டுகளில் இப்போதெல்லாம் சாத்தியம். நூற்பழக்கமே என்றால் கூட, என்ன நூற்பழக்கம் என்பதற்கும் ஒரு வரையறை இருக்கிறதில்லையா? அவன் 'நூற்பழக்கம்' என்னும்போது குறிப்பிட்டிருக்கக் கூடிய நூல்களும், இப்போதைய 'ஓரிரண்டு வருஷத்து நூற்பழக்கமும்' ஒன்றாகி விடாதல்லவா? அவன் காலத்துத் 'தமிழ் நூல் பழக்கம்' என்பதற்கான வரைவு வேறு, நம் காலத்தில் அது சுத்தமாக வேறல்லவா?

ஆகவே, சுருக்கமாக, பாரதி பாடல்களுக்கு நிறைய விளக்கக் குறிப்புகளும், ஓரளவுக்குச் சொற் பொருளும் தேவைப்படுகின்றன என்பது மறுக்க முடியாத உண்மை. இன்றைய இளைஞர்கள் பலர் இதை உணர்ந்தே இருக்கின்றனர்.'

இதுதான் நான் இந்த உரையை எழுதத் தொடங்கியதன் நோக்கம். 'பாரதி மரபை உடைத்துவிட்டான்' என்றொரு கருத்து பரவலாக இருப்பதால், 'அப்படி எந்த மரபையும் உடைத்துவிடவில்லை. மாறாக மரபு அவனுக்குள்ளே ஆழமாக ஊறியிருந்தது; அவனிடம்

அடிமைப்பட்டுக் கிடந்தது' என்பதைக் காட்டுவதற்காக பாஞ்சாலி சபதத்தில் ஒவ்வொரு பாட்டுக்கும் யாப்புக் குறிப்பு கொடுத்தேன். இதற்காக தஞ்சைத் தமிழ்ப் பல்கலைக் கழகம் வெளியிட்ட 'பாரதி பாடல்கள்-ஆய்வுப் பதிப்பைப்' பயன்படுத்திக் கொண்டேன். ஆனால் அவர்கள், 'சிந்துப்பாவில் தனிச்சொல்லைக் கணக்கில் எடுத்துக் கொள்ளும் வழக்கமில்லை' என்ற முறைமைக்கு மாறாக, தனிச்சொற்களையும் கணக்கிலெடுத்துக்கொண்டு அறுசீர்ச் சிந்தை எழுசீர் என்றும் எண்சீர் என்றும், பத்துச்சீரை பதினோரு சீர் என்றும் பலவிதமாகக் குறித்திருக்கிறார்கள். அவையெல்லாவற்றையும் மாற்றி, புலவர் குழந்தை சிந்துப்பா பற்றி சொல்லியிருப்பதன் அடிப்படையில் தனிச்சொல்லைச் சேர்க்காமல் யாப்புக் குறிப்புகளைக் கொடுத்திருக்கிறேன்.

இந்தவகையில் எனக்கு வழிகாட்டியவர்கள் இணையத்தில் சந்த வசந்தம் என்ற பெயரில் இயங்கும் மரபுக் கவிதைக் குழுவின் தலைவர் கவிமாமணி இலந்தை இராமசாமி, 'கவிதை இயற்றிக் கலக்கு' என்ற யாப்பியல் நூலை எழுதிய கனடாவைச் சேர்ந்த பேராசிரியர் கவிஞர் பசுபதி, பேராசிரியர் கவிஞர் அனந்த நாராயணன் போன்ற பெரியோர்கள். அவர்களுக்கு என் நன்றியைத் தெரிவித்துக் கொள்கிறேன். இந்த நூலிலுள்ள பாடல்களை, நான் மதுரைத் திட்டத்தின் 91ம் வெளியீடான 'பாஞ்சாலி சபதத்துக்கு'த் தட்டித் தந்த மின்பதிப்பையே அடிப்படையாகப் பயன்படுத்திக் கொண்டேன். இது, நான் மனப்பாடம் செய்த சக்தி வை.கோவிந்தன் பதிப்பை அடிப்படையாகக் கொண்டது. அண்மையில் வெளிவந்த சீனி. விசுவநாதன் பதிப்புக்கும் இதற்கும் ஏராளமான பாடபேதங்கள் இருந்தன. அவை எல்லாவற்றையும் பார்த்து, கால்புள்ளி, அரைப் புள்ளி, முற்றுப்புள்ளி உட்படத் திருத்தி ஒரே நாளில் கொடுத்தவர் சென்னையைச் சேர்ந்த கவிஞர் சிவசூரி எனப்படும் சூரிய நாராயணன் அவர்கள். அவருக்கும் என்னுடைய நன்றியைத் தெரிவித்துக் கொள்கிறேன்.

பாரதியைப் பாஞ்சாலி சபதத்தை எழுதத் தூண்டியது எது என்றொரு கேள்வி பல ஆண்டுகளாக உலவிக்கொண்டிருக்கிறது. 'பாரத தேவியே பாஞ்சாலி, நம்மை ஆண்ட அன்னியர்களே துரியோதனாதியர்' என்றெல்லாம் பாரதியிடத்திலேயே விரித்துச் சொன்னதாக 'பாரதி நான் கண்டதும் கேட்டதும்' நூலில் (திருவல்லிக்கேணி ஸ்டார் பிரசுரம், ஆகஸ்ட் 1966ல் வெளியிட்ட) நூலில் சொல்லியிருக்கிறார். இந்தச் சிந்தனை சிலம்புச் செல்வர் மபொசி-யைப் போன்றவர்களால் மிகவும் விரிக்கப்பட்ட ஒன்று.

ஆனால் இவர்கள் கண்ட 'பாரத சக்தியோடு' பாரதியின் கருத்தில் உதித்திருந்த புதுமைப்பெண்ணும் பிரிக்கமுடியாதபடி கலந் திருப்பதுதான் உண்மை. இது வியாச பாரதத்திலேயே இப்படித்தான் இருக்கிறது. பாரதி இந்தப் பகுதியை ஏன் தேர்ந்தெடுத்துக் கொண்டான் என்பதற்கான விடையின் முக்கிய முடிச்சு இதில் இருக்கிறது. ஒவ்வொரு பாடலுக்கும் வியாச பாரதத்திலிருந்து இணையான இடத்தை எடுத்து, வியாச பாரதத்தின் எந்தெந்த வரிகளை, ஸ்லோகங்களைக் கவிதையாக்கியிருக்கிறான் என்று தொகுத்துக் காட்டியிருக்கிறேன். 'இதை ஒரு மொழிபெயர்ப் பென்றே கருதிவிடலாம்' என்று பாரதி சொல்லியிருப்பது உபசார வழக்கன்று; உண்மை என்பதை இந்த நூல் முன்வைக்கிறது. வரிக்கு வரி, வார்த்தைக்கு வார்த்தை மூலநூலில் இருப்பதை நான் மேற்கோள் காட்டியிருக்கும் தமிழ், ஆங்கில மொழிபெயர்ப்புகள் சுட்டுகின்றன. தமிழிலுள்ள மேற்கோள் 'கும்பகோணம் பதிப்பு' என்றறியப்படும் தி.ஈ. ஸ்ரீநிவாஸாசாரியார் மொழிபெயர்த்து, ம.வீ. இராமானுஜசாரியாரால் தொகுக்கப்பட்ட (ஸ்ரீசக்ரா பப்ளிகேஷன்ஸ் வெளியீடு) தமிழ் மொழிபெயர்ப்பு. ஆங்கிலத்திலிருப்பது, கிஸாரி மோஹன் கங்கூலியின் மொழிபெயர்ப்பு.

இரண்டு மொழிபெயர்ப்புகளையும் மேற்கோள் காட்டி ஒப்பிட்டுக் கொண்டே வந்ததில் ஒன்று புலப்பட்டது. மிக முக்கியமான 'பாஞ்சாலி சபதம்' கிஸாரி மோஹன் கங்கூலியின் மொழி பெயர்ப்பில் இல்லை. தமிழ் மொழிபெயர்ப்பில் இருக்கிறது. கிஸாரி மோஹன் கங்கூலியுடையது மும்பை, வங்காள பாரதப் பதிப்புகளின் அடிப்படையில் அமைந்தது. தமிழ் மொழிபெயர்ப்பு, Southern recension எனப்படும் தென்னகப் பதிப்பின் - அல்லது சுவடியின் - அடிப்படையில் அமைந்தது. எனவே, பாரதி பின்பற்றியது தென்னகப் பதிப்பையே என்பது தெளிவாகிறது. அதுவும் வடமொழி மூலத்திலிருந்தே மொழிபெயர்த்திருக்கிறான் என்பது கருத்தில் இருத்தவேண்டிய ஒன்று.

தென்னகப் பதிப்பிலும், பாஞ்சாலி 'இன்னின்னாரை இன்னின்னார் கொல்வார்கள்' என்பதை ஒத்துப் பேசுவதாகத்தான் வருகிறதே தவிர,

> பாவி துச்சாதனன் செந்நீர்; - அந்தப்
> பாழ்த்துரி யோதனன் ஆக்கை இரத்தம்,
> மேவி இரண்டும் கலந்து - குழல்
> மீதினிற் பூசி நறுநெய் குளித்தே
> சீவிக் குழல்முடிப்பேன்

என்ற கோரமான சபதம் இல்லை. இந்தக் கோரமான சபதம், பட்ட நாராயணர் இயற்றிய வேணி ஸம்ஹாரம் என்ற வடமொழி நாடகத்திலிருந்து வடிவம்பெற்ற ஒன்று என்பதைக் காட்டியிருக்கிறேன்.

பாரதிக்கு எதிலெல்லாம் புலமை இருந்திருக்கிறது என்று நினைக்க நினைக்க வியப்பாய் இருக்கிறது. வில்லி பாரதத்திலிருந்தும் ஆங்காங்கே சிலவற்றை எடுத்துக் கொண்டிருக்கிறான். எல்லா வடிவங்களிலும், வில்லனே ஆனாலும் எங்கெல்லாம் நாகரிகமற்ற சொற்களைப் பயன்படுத்தியிருக்கிறார்களோ, அவற்றையெல்லாம் ஒதுக்கியிருக்கிறான். 'நீ ஒற்றையாடையில்தானிரு, அல்லது ஆடையே இல்லாமலிரு' என்று துச்சாதனன் பேசும் வியாசபாரதப் பேச்சும், தன்னிடம் அடைக்கலம் புகும் பாஞ்சாலியிடம் வில்லி பாரத காந்தாரி 'உன் மைத்துனன்தானே கூப்பிடுகிறான். போயேன்' என்று பேசுவதும், 'ஜயித்தாயிற்றா, ஜயித்தாயிற்றா' என்று கண்ணற்ற திரிதிராட்டிரன் பாஞ்சாலி பணையம் வைக்கப் படுகையில் தவிப்பதும் சில எடுத்துக்காட்டுகள். இவற்றை யெல்லாம் நூலில் சொல்லியிருக்கிறேன். ஆக, வியாசர், வில்லி, பட்ட நாராயணரின் வேணி ஸம்ஹாரம் எல்லாம் கலந்தே பாஞ்சாலி சபதம் உருவாகியிருக்கிறது.

சொல்ல இன்னும் எவ்வளவோ இருந்தாலும் நீண்டுவிட்டதால் இந்த அளவில் நிறுத்திக் கொள்கிறேன். பாரதத்திலிருந்து குறிப்பாக இந்தப் பகுதியை பாரதி எடுத்துக் கொண்டதன் காரணம் என்ன என்பதை ஆய்பவர்களுக்கும் இந்த நூல் உதவியாக இருக்கும் படியாக, எதுஎதையெல்லாம் மூலத்திலிருந்து எடுத்திருக்கிறான், எதையெல்லாம் சொந்தமாகப் படைத்திருக்கிறான் என்று ஒவ்வொரு பாடலிலும் குறித்திருக்கிறேன். இலக்கணக் குறிப்பு, சொற்பொருள் என்று பலவிதங்களிலும் இந்நூல் வாசகர்களுக்கு ஒரு புதிய உலகத்தைத் திறந்துவிடும் என்று நினைக்கிறேன். இந்த நூலை நான் எழுதக் காரணர்களாக இருந்த புத்துலகத்தின் இளைஞர்கள் அனைவருக்கும் என் நன்றி.

- ஹரி கிருஷ்ணன்

ஓம் சக்தி

முதற் பாகம்

பாஞ்சாலி சபதம்

முதலாவது அழைப்புச் சருக்கம்

பிரம ஸ்துதி

ஓமெனப் பெரியோர்கள் - என்றும்
 ஓதுவ தாய்வினை மோதுவதாய்த்
தீமைகள் மாய்ப்பதுவாய் - துயர்
 தேய்ப்பது வாய்நலம் வாய்ப்பதுவாய்
நாமமும் உருவுமற்றே - மனம்
 நாடரி தாய்ப்புந்தி தேடரிதாய்
ஆமெனும் பொருளனைத்தாய் - வெறும்
 அறிவுடன் ஆனந்த இயல்புடைத் தாய் (1)

இலக்கணம்

புந்தி: புத்தி என்பதன் மெலித்தல் விகாரம்

யாப்பு

இது சிந்துப் பா என்ற வகையில் நொண்டிச் சிந்து என்ற உட்பிரிவைச் சேர்ந்தது. சிந்துப் பா பெரும்பாலும் நாட்டுப்புறப் பாடல்களில் பயில்வது என்றாலும், இதற்கும் இலக்கண வரையறைகள் உண்டு. 'படிக்காதவனுக்கு எப்படி யாப்பு: தெரியும்' என்று தோன்றலாம். இசைக் கணக்கு பிசகாத வரையில் யாப்பு: பிசகவே பிசகாது. இது உண்மை. இதெல்லாம் பாரதி யோசித்துச் செய்ததில்லை, ஓசையமைதி தானாகவே உண்டாக்கிக் கொடுத்தது என்பதை வரப்போகும் பாடல்களில் காணவிருக்கிறோம். சந்த ஓட்டம் தாளலயம் ஆகியவற்றில் பாரதிக்கு இருந்த ஆளுமைக்கு இவையெல்லாம் சான்றுகள்.

இந்தப் பாடல் குளகம் என்று அறியப்படும் தரவு வகை. கவிதையில் ஒரு பத்தியைப் பத்தி என்று சொல்வதில்லை. அதற்குத் தரவு என்று பெயர். ஆங்கிலத்திலும் paragraph என்று சொல்வதில்லை; stanza என்றே சொல்கிறார்கள்.

ஒரு பாடல் நான்கு அடிகளுக்குள் (கவிதையில் பயில்வதை வரி என்று சொல்வதில்லை. அடி என்று சொல்ல வேண்டும்) பொருள் முடிந்துவிட்டால், வாக்கியம் முடிந்துவிட்டால் அதை 'முத்தகம்' என்று சொல்வோம். அப்படி முடிவடையாமல், அடுத்த பாட்டுக்குத் தொடர்ந்தால் அதைக் 'குளகம்' என்போம். இந்தப் பாடலில் பயிலும் வாக்கியம் இன்னும் முடிவடையவில்லை. அடுத்த பாடலுக்குத் தொடர்கிறது. ஆகவே இது குளகம். அடுத்த பாடலில் வரும் 'நின்றிடும் பிரமம் என்பார்' என்னும் இடத்தில் பாடலின் ஒரு பகுதி முடிவடைகிறது. அது முத்தகம். 'பிரமம்' என்பதே இங்கே எழுவாய்.

பாடல் சொல்வது

ஓம் என்று பெரியோர்கள் என்னாளும் உரைப்பதும், வினைகளை மோதி அழிப்பதும், தீமைகளைக் கொல்வதும், துயரங்களைக் களைவதும், நன்மையைச் செய்வதும், ஒரு பெயரோ ஓர் உருவமோ இல்லாததும், மனத்தால் நாட முடியாததும், புத்தியால் தேட முடியாததும், எதுவெல்லாம் இருக்கிறதோ, அத்தனை 'ஆம்' எனும் பொருட்களாகவும்... (பொருள் அடுத்த பாடலில் தொடர்கிறது.)

'ஆம் எனும் பொருள் அனைத்தாய்.' எதுவெல்லாம் உள்ள பொருளோ, எதுவெல்லாம் 'இருக்கிறது' என்று அறியப்படுகிறதோ அதுவெல்லாம். இந்த 'ஆம் என்னும் பொருளே' 'ஓம்' என்னும் சொல்லுக்குப் பொருள். இதனால்தான் வேதத்தில் பிரமத்துக்கு இந்தப் பெயர். இது பாரதியே சொல்லும் குறிப்பு.

●

நின்றிடும் பிரமம் என்பார் - அந்த
    நிர்மலப் பொருளினை நினைத்திடு வேன்
நன்றுசெய் தவம்யோகம் - சிவ
    ஞானமும் பக்தியு(ம்) நணுகிட வே
வென்றிகொள் சிவசக்தி - எனை
    மேவுறவே இருள் சாவுற வே
இன்றமிழ் நூலிதுதான் - புகழ்
    ஏய்ந்தினிதாய் என்று(ம்) இலகிட வே. (2)

சொற் பொருள்

நிர்மலப் பொருள்: *மலம் என்றால் அழுக்கு; குற்றம். நிர்மலம் என்றால் அழுக்கற்றது; குற்றமற்றது.*

பிரமம்: *பிரமம் அல்லது பிரம்மம். பிரம்மன் எனப்படும் படைத்தல் தொழிலை மேற்கொண்ட இறைவன் வேறு, இந்த அடியில் வரும் பிரமம் வேறு.*

மேவுறவே: *மேவுதல்: 1. அடைதல் 2. விரும்புதல் 3. நேசித்தல், 4. ஓதுதல் 5. உண்ணுதல் 6. நிரவி, சமம் ஆக்குதல் 7. மேலிட்டுக் கொள்ளுதல் 8. வேய்தல்.*

இந்த இடத்தில் 'வெற்றிகொள்ளும் சிவசக்தி என்னை வந்து அடையட்டும்' என்று பொருள். 'வீணையடி நீயெனக்கு மேவு விரல் நான் உனக்கு' என்ற இடத்தினைப் போல்.

ஏய்ந்து: *ஏய்தல் என்ற வினைச் சொல்லில் இருந்து பிறந்த சொல். இந்த நூல் புகழ் பொருந்தியதாய், புகழுக்குத் தக்கதாய் விளங்கட்டும் என்ற வேண்டுதலுடன்.*

இலக்கணம்

வென்றி: *வெற்றி என்பதன் மெலித்தல் விகாரம்.*

யாப்பு

நொண்டிச் சிந்து.

பாடல் சொல்வது

நிர்மலப் பொருளாக விளங்கும் பிரமத்தை நான் என் மனத்தில் இருத்துகிறேன். தவமும், யோகமும், சிவஞானமும், பக்தியும் என்னால் நன்றாகச் செய்யப்படட்டும். சிவசக்தி என்னை அடையட்டும். இன் தமிழில் செய்யப்படும் இந்த நூல் புகழுள்ளதாக என்றும் விளங்கட்டும்.

•

சரஸ்வதி வணக்கம்

வெள்ளைக் கமலத்திலே - அவள்
  வீற்றிருப் பாள்புகழ் ஏற்றிருப் பாள்
கொள்ளைக் கனிஇசைதான் - நன்கு
  கொட்டுநல் யாழினைக் கொண்டிருப் பாள்.
கள்ளைக் கடலமுதை - நிகர்
  கண்டதொர் பூந்தமிழ்க் கவிசொல வே
பிள்ளைப் பருவத்திலே - எனைப்
  பேணவந்தாள் அருள் பூணவந் தாள். (3)

இலக்கணம்

கொட்டுநல்: கொட்டும் நல். வருமொழி முதலில் ந-கரம் வரின், நிலைமொழி ஈற்று மகரம் கெடும். அதாவது, இரண்டாவது சொல் 'ந' வர்க்கத்தில் தொடங்கியிருந்து, அதே சமயத்தில் அந்த இரண்டாவது சொல்லுக்கு முன்னால் இருக்கும் சொல் 'ம்' என்ற எழுத்தில் முடிந்திருந்தால், அந்த முதற் சொல்லின் கடைசி எழுத்தான 'ம்' ஒலிக்கப்படாது; எழுதப்படாது. 'கொட்டும்' என்று முதற் சொல் 'ம்' என்ற எழுத்தில் முடிந்திருக்கிறது. அடுத்த சொல் 'நல்' என்று ந-கரத்தில் தொடங்குகிறது. எனவே கொட்டுநல்.

இந்த விதியைப் பின்பற்றுவது 'எளிமை நாடுவோருக்குச் சற்றுக் கடினம்' என்று குறிப்பிடுகிறார் பேராசிரியர் ம.ரா.போ.குருசாமி அவர்கள். இருந்தாலும் இந்த விதியை நெடுகிலும் போற்றியிருக் கிறான் பாரதி. எல்லா இடங்களிலும் இந்த விதி பின்பற்றப் பட்டிருப்பதைக் காணலாம்.

கள்ளைக் கடலமுதை - கள்ளையும், கடல் அமுதையும் என்று 'உம்'மை தொக்கி நிற்பதால் உம்மைத் தொகை.

கண்டதொர்: கண்டதோர் என்பதன் குறுக்கல் விகாரம்.

யாப்பு

நொண்டிச் சிந்து.

பாடல் சொல்வது

'சரஸ்வதி வணக்கம்' என்று வாணியைத் துதித்துத் தொடங்கிய சில கவிஞர்களுள் பாரதி ஒருவன். இங்கே மட்டுமின்றி, பாஞ்சாலி

சபதத்தின் 'இரண்டாவது சூதாட்ட சருக்கம்' தொடங்கும் போதும் 'தெளிவுறவே அறிந்திடுதல்' என்று தொடங்கி 'ஒளி வளரும் தமிழ் வாணி' என்று வாணி வணக்கம் செய்திருப்பதைக் காணலாம். பாஞ்சாலி சபதத்தின் இரண்டாம் பாகம் பராசக்தி வணக்கத்தோடு தொடங்குகிறது.

'பிள்ளைப் பருவத்திலே எனைப் பேண வந்தாள் - அருள் - பூண வந்தாள்' என்ற இடம், 'சிறு வயதில் வாணியே தன்னை நேரில் ஆட்கொண்டாள்' என்று கவிஞன் சொல்வதாகக் கருதுவோர் உண்டு. பிள்ளைப் பருவ நிகழ்ச்சிகளைச் சொல்லும் போதெல்லாம் பாரதி இப்படி ஒரு சம்பவத்தைக் குறிப்பிடுகிறான் என்பது நோக்கத் தக்கது.

ஆதிரைத்திரு நாளொன்றில் சங்கரன்
    ஆலயத்தொரு மண்டபம் தன்னில்யான்
சோதி மானொடு தன்னந் தனியனாய்ச்
    சொற்களாடி யிருப்ப மற்று அங்கு அவள்
பாதி பேசி, மறைந்து பின் தோன்றித்தன்
    பங்கயக் கையில் மை கொணர்ந்தே 'ஒரு
சேதிநெத்தியில் பொட்டு வைப்பேன்' என்றாள்.
    திலதமிட்டனள். செய்கை அழிந்தனன்

என்று 'கனவு' என்ற தலைப்பில் செய்யப்பட்ட தன் வரலாற்றில் சொல்வது, வாணியின் அருள் பெற்ற நிகழ்வையா அல்லது இளம் பருவத்தில் ஏற்பட்ட காதலையா என்ற ஐயத்தைத் தந்தாலும், இன்னோர் இடத்தில் மிகத் தெளிவாகவே சொல்கிறான்.

'மூன்று காதல்' என்று சரஸ்வதி, லக்ஷ்மி, பார்வதி தேவியரின் மீது கொண்ட காதலை விவரிக்கும் கவிதை சரஸ்வதியைக் குறித்துத் தொடங்குகிறது.

'பிள்ளைப் பிராயத்திலே - அவள்
    பெண்மையைக் கண்டு மயங்கிவிட்டேன் - அங்குப்
பள்ளிப் படிப்பினிலே - மதி
    பற்றிடவில்லை...
'ஆற்றங் கரைதனிலே - தனி
    ஆனதோர் மண்டப மீதினிலே - தென்றற்
காற்றை நுகர்ந்திருந்தேன் - அங்குக்
    கன்னிக் கவிதை கொணர்ந்து தந்தாள்...'

பாரதியின் வாழ்க்கைச் சம்பவக்கோவையான சின்னச் சங்கரன் கதையிலும் இந்தப் பிள்ளைப் பருவக் காதல் இதே இடத்தில் நின்றுவிடுவதைப் பார்க்கலாம். இது சிந்திக்கத் தக்கது.

●

வேதத் திருவிழியாள் - அதில்
மிக்கபல் லுரையெனும் கருமையிட் டாள்.
சீதக் கதிர்மதியா(ம்) - நுதல்
சிந்தனையே குழல்என்றுடை யாள்.
வாதத் தருக்கமெனும் - செவி
வாய்ந்தநற் றுணிவெனும் தோடணிந் தாள்.
போதமென் நாசியினாள் - நலம்
பொங்குபல் சாத்திர வாயுடை யாள். (4)

சொற் பொருள்

சீதக் கதிர்: குளிர்ச்சியான ஒளி. சந்திரன் அல்லது மதியின் கிரணங்களுக்கு நிலா என்பது பெயர். சூரியனின் கிரணங்களுக்குக் கதிர் என்று பெரும்பாலும் வழங்கும். ஆனால் சூரிய, சந்திரருக்கே கூட 'கதிர்' என்ற பெயர் உண்டு. 'சீத' என்ற அடைமொழியோடு சொன்னதற்கு இந்தக் காரணம் இருந்திருக்கலாம்.

போதம்: ஞானம்; அறிவு. அறிவின் மேல் நிலையே ஞானம்.

யாப்பு

நொண்டிச் சிந்து.

பாடல் சொல்வது

வாணிக்கு வேதமே விழி; வேதங்களுக்குக் காணப்பட்ட உரை, அந்த விழிகளுக்கு இடப்பட்ட மை. ('மை கண்ணுக்கு நல்லது. அழகுங் கூட. ஆனால், அளவுக்கு மிஞ்சிப் பூசினால் விகாரமாகத் தோன்றுவதுடன் கண்ணே போனாலும் போய்விடும்' என்று பாரதி இந்த இடத்துக்குக் குறிப்பு எழுதியிருக்கிறான். உரையாசிரியர்கள் ஒவ்வொருவரும் கவனத்தில் கொள்ள வேண்டிய குறிப்பு. குளிர்ச்சியான ஒளி விடும் சந்திரனே அவளுடைய நெற்றி. சிந்தனையே அவளுடைய குழல்.) வாதம், தருக்கம் என்பன அவளுடைய செவி. அந்தச் செவிக்கு அலங்காரமான தோடு எதுவோ என்றால், துணிவு.

துணிவில்லாத வாதமோ, தருக்கமோ அழகில்லாமல், ஒளிவிடாமல் போகும் என்பது குறிப்பு. ஞானமும், அறிவுமே சுவாசிக்கவும், உயிர் தரிக்கவும் தேவையான மூச்சைப் பெற்றுத் தரும் நாசி. பல விதமான சாத்திரங்களே அவளுடைய வாய்.

‘சாத்திரங்களென்றாலே அருவருப்புக் கொள்பவன்’ பாரதி என்றொரு கருத்துண்டு. ‘கோத்த பொய் வேதங்களும், மதக் கொலைகளும் அரசர்தம் கூத்துகளும்’ என்றும் ‘சாத்திரங்கள் பல தேடினேன், அங்குச் சங்கையில்லாதன சங்கையாம்’ என்றும் சொல்வதால் இப்படியொரு கருத்தை உருவாக்கிக் கொண்டுள்ளனர். பாரதி உண்மையில் சாத்திரங்கள் எல்லாவற்றையும் வெறுத்தவனல்லன். ‘சந்தி தெருப் பெருக்கும் சாத்திரம் கற்போம்’ என்று அவன் சொல்லும்போது, மிகுந்த பக்தி சிரத்தையுடன் ‘சாத்திரம்’ என்ற சொல்லை உச்சரிக்கிறான். (வேதங்கள், பற்றிய பாரதியின் கருத்தில் ஒரு சிறிது, ‘கண்ணன் - என் தந்தை’யில் வெளிப்படக் காணலாம்.)

சாத்திரங்களை முற்றிலும் வெறுத்தவனாக இருந்திருந்தால், அவனுடைய வாணியை ‘நலம் பொங்கு பல் சாத்திர வாய் உடையாள்’ என்று சொல்லியிருக்க மாட்டான்.

●

கற்பனைத் தேனிதழாள் - சுவைக்
    காவிய மெனுமணிக் கொங்கையி னாள்.
சிற்பமுதற் கலைகள் - பல
    தேமலர்க் கரமெனத் திகழ்ந்திருப் பாள்.
சொற்படு நயமறிவார் - இசை
    தோய்ந்திடத் தொகுப்பதின் சுவையறி வார்
விற்பனத் தமிழ்ப்புலவோர் - அந்த
    மேலவர் நாவெனு மலர்ப்பதத் தாள். (5)

சொற் பொருள்

தேமலர்க் கரமென: தேனை உடைய மலர்களைப் போன்ற கரம் என. சிற்பம் முதலான பல கலைகளே வாணியின் கரங்கள். மலர்க் கரங்கள். தேன் கொண்ட மலர்க்கரங்கள்.

யாப்பு

நொண்டிச் சிந்து.

பாடல் சொல்வது

கவிதைக்கு இசை தேவையா இல்லையா? இந்தப் பாடலில் பாரதியின் கருத்து என்ன என்பது தெளிவாக வெளிப்படுகிறது. 'சொற்படு நயம் அறிவார்.' சொல்லுக்குள் உறைந்திருக்கும் நயத்தை அறிவார். 'இசை தோய்ந்திடத் தொகுப்பதன் சுவை அறிவார்.' அந்தச் சொல் இசையில் தோய்ந்திருக்குமாறு தொகுக்கின்ற வேலைப்பாட்டினால் விளைவதாகிய சுவையை அறிவார். யார்? விற்பனத் தமிழ்ப் புலவோர். தமிழ்க் கவிதையை இசையோடு ஒத்துச் செய்வதன் சுவையை அறிந்தவர்கள் தமிழ்ப் புலவர்கள். கவிஞர்கள், பாவலர்கள், புலவர்கள் எல்லாம் ஒன்றுக்கொன்று சமமான பொருளுடைய சொற்களே.

•

வாணியைச் சரண்புகுந்தேன் - அருள்
வாக்களிப்பாள் எனத்திடமிகுந் தேன்.
பேணிய பெருந்தவத்தாள் - நிலம்
பெயரளவும் பெயர் பெயரா தாள்
பூணியல் மார்பகத்தாள் - ஐவர்
பூவை திரெளபதி புகழ்க்கதை யை
மாணியல் தமிழ்ப்பாட்டால் - நான்
வகுத்திடக் கலைமகள் வாழ்த்துக வே! (6)

சொற் பொருள்

பேணிய: பேணுதல் என்ற சொல்லுக்குப் பதினான்கு தனித் தனிப் பொருள் உண்டு. இங்கே 'போற்றுதல்', 'மதித்தல்', 'அலங்கரித்தல்' என்பன பொருந்தும்.

பூண்: அணிகலன்

மாண் இயல்: மாண் என்றால் மாண்பு; மாட்சிமை. தமிழ்ப் பாட்டு - தான் இயற்றும் இந்தக் காவியம் - மாண் இயன்றது என்ற பெருமிதம் தோன்றச் சொல்வதைக் காணலாம்.

யாப்பு

நொண்டிச் சிந்து.

பாடல் சொல்வது

பூமி உள்ள அளவும் தன் பெயர் நிலைத்திருக்கும் தன்மையுடைய வளும், நல்ல அணிகலன்களை மார்பின் மீது அணிந்தவளுமாகிய, ஐவர் தேவியான திரௌபதியின் புகழைச் சொல்லும் இந்தக் கதையை, நல்ல ஒளி நிறைந்த பாடல்களால் நான் சொல்ல வேண்டும் என்பதற்காக வாணியைச் சரண் புகுந்தேன். அவள் எனக்கு அருள் நிறைந்த வாக்கினை அளிப்பாள் என்ற திடம் அதனால் எனக்கு உண்டாயிற்று.

('வாணியைச் சரண்புகுந்தேன், அருள் வாக்களிப்பாளென திடமிகுந்தேன்' என்பதோடு வாணியைப் பற்றிய குறிப்பு முடிகிறது. அதன் பின்வருவன எல்லாம் பாஞ்சாலியைக் குறிப்பன.)

●

நூல்

அத்தின புரமுண்டாம் - இவ்
　　அவனியி லேஅதற் கிணையிலை யாம்.
பத்தியில் வீதிகளாம் - வெள்ளைப்
　　பனிவரை போற்பல மாளிகை யாம்
முத்தொளிர் மாடங்களாம் - எங்கு
　　மொய்த்தளி சூழ்மலர்ச் சோலைக ளாம்.
நத்தியல் வாவிகளாம் - அங்கு
　　நாடுமி ரதிநிகர் தேவிக ளாம். (7)

சொற் பொருள்

பத்தி: *ஒன்பது வேறுபட்ட பொருள் உண்டு இந்தச் சொல்லுக்கு. இந்த இடத்தில் வரிசை என்று பொருள்.*

பனிவரை: *பனி மலை*

அளி: *வண்டு*

நத்து: *நத்தை; சங்குப் பூச்சி*

வாவி: *நீர் நிலை*

இலக்கணம்

எங்கும் மொய்த்து என்னாமல் 'எங்கு மொய்த்து' என்றெழுதியிருப் பதைப் பார்க்கவும். முதல் சொல் 'ம்' என முடிந்து அடுத்த சொல்

மகரத்தில் தொடங்கினால், முதல் சொல்லின் கடைசி எழுத்தான 'ம்' கெடும். ஒலிக்கப்படாது. எழுதப்படாது. இது நிலைமொழி ஈற்று மகரம் கெடுவது எப்போது என்னும் விதிகளில் இன்னொன்று. இதையும் பாரதி நெடுகிலும் போற்றியிருக்கிறான்.

யாப்பு

நொண்டிச் சிந்து.

பாடல் சொல்வது

அத்தினபுரம் உலகத்திலே தனக்கு நிகரான வேறு நகரம் ஏதுமில்லாதது. அங்கே வீதிகள் வரிசை வரிசையாக இருக்கும்; வெள்ளைப் பனி சூழ்ந்த மலை(யான இமய மலையைப்) போன்ற மாளிகைகள் எங்கும் நிறைந்திருக்கும். முத்துப் போல் ஒளிவிடும் மாடங்கள் அந்த மாளிகைகளில் உண்டு. எந்தத் திசையில் பார்த்தாலும் வண்டுகள் சூழ்ந்த மலர்களைக் கொண்ட சோலைகளும், சங்கினங்கள் நிரம்பிய நீர்நிலைகளும், இரதியைப் போன்ற அழகு வாய்ந்த தேவியரும் நிறைந்திருக்கும் ஊர் அத்தினபுரம். (ஹஸ்தினாபுரம்.)

குரு (Kuru) வம்சம் அரசாண்ட இடம் ஹஸ்தினாபுரம். ஹஸ்தி என்ற குரு வம்ச அரசன் உருவாக்கிய நகரமானதாலே அவனுடைய பெயர் சூட்டப்பட்டு விளங்குகிறது. இதனை அஸ்தி-ந-பூர் - அழிவற்ற ஊர் என்றும் விளக்குபவர்கள் உண்டு. அஸ்தி (அழிவு) என்ற சொல்லும் ஹஸ்தி என்ற பெயரும் வேறு வேறு. எனவே இந்த விளக்கம் பொருந்தாது.

●

அந்தணர் வீதிகளாம் - மறை
    ஆதிக ளாம்கலைச் சோதிக ளாம்
செந்தழல் வேள்விகளாம் - மிகச்
    சீர்பெறும் சாத்திரக் கேள்விக ளாம்
மந்திர கீதங்களாம் - தர்க்க
    வாதங்க ளாம்தவ நீதங்க ளாம்
சிந்தையில் அறமுண்டாம் - கலி
    சேர்வதைக் காட்டவன் மறமுமுண் டாம். (8)

சொற் பொருள்

செந்தழல் வேள்வி: முத்தீ வளர்த்து அன்றாட வழிபாடு செய்தல் அந்தணர் கடன். 'அந்தி அந்தணர் அருங்கடன்

இறுக்கும் முத்தீ விளக்கு' என்று புறநானூறு (இரண்டாம் பாடல்) சொல்கிறது. ஆகவனீயம், காருகபத்தியம், தக்கிணாக்கினி என்பன மூன்று தீக்களின் பெயர்கள்.

தவ நீதங்களாம்: நீதம் - தகுதி, நீதி, தானியம் என்று இந்தச் சொல்லுக்கு மூன்று பொருள் உண்டு. தவத்தினால் உண்டாகும் தகுதி என்பது இந்த இடத்தில் அமையும் பொருள்.

நாங்கள் முப்பது கோடி ஜனங்களும்
நாய்களோ - பன்றிச் - சேய்களோ
நீங்கள் மட்டு மனிதர்க ளோவிது
நீதமோ - பிடி - வாதமோ

(கலெக்டர் வின்சுக்கு ஸ்ரீ சிதம்பரம் பிள்ளை சொல்லிய மறுமொழி) இந்த இடத்தில் நீதம் என்பதற்கு நீதி என்பது பொருள்.

யாப்பு

நொண்டிச் சிந்து.

பாடல் சொல்வது

அத்தினபுரத்தில் உள்ள அந்தணர் வீதிகள், 'வேதங்களின் ஆதி' என்று சொல்லத் தக்க விதத்தில் இருந்தன. அங்கெல்லாம் விதிப்படியான முத்தீ விளங்கும்; புகழத் தக்க சாத்திரப் பயிற்சி - சொல்லுதல், கேட்டல், விவாதித்தல் என்று இவ்வண்ணமாக - எப்போதும் நடை பெறும். மந்திர கீதங்கள் முழங்கிக் கொண்டே இருக்கும். தர்க்க வாதங்கள் நடைபெற்றுக் கொண்டே இருக்கும். தவத்தினால் ஏற்படும் தகுதியை உடையவர்கள் வசிக்கும் வீதிகள் அவை.

அனைவர் சிந்தையிலும் அறம் இருந்தது. ஆனாலும், கொஞ்சம் மதி மழுங்கிப் போனவர்களும் இல்லாமல் இல்லை. கலி. கலியின் விளைவால் அங்கே அறமில்லாததை எண்ணும் சிந்தை உடையவர் களும் இருந்தனர்.

கம்பன் கண்ட கோசல நாட்டிலிருந்து கொஞ்சம் போல விலகுகிறது, இல்லையா இந்த வருணனை? இங்கேதானே பாஞ்சாலி துகிலுரியப்படப் போகிறாள்.

கௌரவ வேந்தர் சபைதன்னில் - அறங்
கண்டவர் யாவரும் இல்லையோ? - மன்னர்

சௌரியம் வீழ்ந்திடு முன்னரே - அங்குச்
சாத்திரம் செத்துக் கிடக்குமோ?

என்று இந்த நகரத்தில் நின்றுதானே பாஞ்சாலி கேட்கப் போகிறாள். அந்தச் சூழலுக்குத் தன் வாசகனைத் தயார்ப்படுத்துகிறான் கவிஞன்.

●

மெய்த்தவர் பலருண்டாம் - வெறும்
வேடங்கள் பூண்டவர் பலருமுண் டாம்.
உய்த்திடு சிவஞானம் - கனிந்
தோர்ந்திடு மேலவர் பலருமுண் டாம்.
பொய்த்தஇந் திரசாலம் - நிகர்
பூசையும் கிரியையும் புலைநடை யும்
கைத்திடு பொய்ம்மொழியும் - கொண்டு
கண்மயக் காற்பிழைப் போர்பல ராம். (9)

சொற் பொருள்

மெய்த்தவர்: மெய்யான தவம் மேற்கொண்டவர்.

ஓர்ந்திடு மேலவர்: ஓர்தல் - ஆராய்ந்து அறிதல்.

உய்த்திடு: உய்தல் என்ற சொல்லுக்கு 'வாழுதல் - ஜீவித்தல்' என்ற பொருள் உண்டு. 'அபாயங் களின்றும், துயரங்களின்றும் நீங்குதல்' என்பது இந்தச் சொல் தரும் பொருள். உய்தல் - செய்வினை. உய்த்தல் - செயப்பாட்டுவினை.

கிரியை: ஏழு வேறு வேறு பொருளுள்ள இந்தச் சொல்லுக்கு இங்கே பொருத்தமாவது: 1) செய்கை 2) சிவனை ஆகமங்களில் விதித்தவாறு அகத்தாலும் புறத்தாலும் வழிபடுவது

கைத்திடு: கைப்பதாகிய. கசப்பான.

இலக்கணம்

ஓர்ந்திடு மேலவர்: ஓர்ந்திடும் மேலவர். மகரம் கெட்டதன் விதியைப் பார்த்தோம்.

யாப்பு

நொண்டிச் சிந்து.

பாடல் சொல்வது

துறவியரில் இரு வகை எந்தக் காலத்திலும் இருந்திருக்கிறது. உண்மையான துறவு மேற்கொண்டு, உள்ளத்தால் உயர்ந்து நிற்போர் ஒரு புறமும், துறவு வேடம் புனைந்து மக்களை ஏமாற்றித் திரிபவர் இன்னொரு புறமும் இன்று நேற்றல்ல; எக்காலத்திலும் இருந்திருக்கிறார்கள். பாரதி காட்டும் அத்தினபுரத்துத் துறவியருள்ளும் இரண்டு வகையும் இருந்திருக்கின்றனர். மெய்யான தவம் உடைய மெய்த்தவரும் அங்கே இருந்தனர். வேடங்கள் புனைந்தவரும் இருந்தனர். வாழ்வின் துன்பங் களிலிருந்து விடுவிப்பதான சிவஞானத்தை 'ஓர்ந்து' ஆராய்ந்து அறிந்து, கனிந்திடும் ஞானியர் ஒருபுறம் இருந்தனர். பொய்யான இந்திரசாலமும் (கையை நீட்டினால் பொருள் கொட்டுகிறதே, அது போன்ற வித்தைகள்), அதற்கு நிகரான பூசைகளும், கிரியைகளும் (வெளித்தோற்றத்தால் சிவஞானம் பெற்றவர்போல் தோன்றி, உள்ளே நிகழ்வதால் நடிப்பதாகிய செயல் என இரண்டு பொருளையும் தரக் கூடிய சொல் என்பதை மேலே கண்டோம்), இழிவான நடத்தையும் (புலை நடை) கொண்டு, வாயைத் திறந்தாலே பொய் உதிரும்படியான கசப்பான செய்கையும் கொண்டு, கண்ணால் ஆளை மயக்கிப் பிழைப்பு நடத்தும் துறவியரும் அந்த ஊரில் இருந்தனர்.

பாரதி நிகழ்த்தும் சமூக விமரிசனம் இது.

●

மாலைகள் புரண்டசையும் - பெரு
    வரையெனத் திரண்டவன் தோளுடை யார்
வேலையும் வாளினையும் - நெடு
    வில்லையும் தண்டையும் விரும்பிடு வார்.
காலையும் மாலையிலும் - பகை
    காய்ந்திடு தொழில்பல பழகிவெம் போர்
நூலையும் தேர்ச்சி கொள்வார் - கரி
    நூறினைத் தனிநின்று நொறுக்கவல் லார். (10)

சொற் பொருள்

வரை: *மலை*

கரி: *யானை*

யாப்பு

நொண்டிச் சிந்து.

பாடல் சொல்வது

அந்தணர் வீதிகளில் தொடங்கிய அத்தினபுர நகர வருணனை, இப்போது மறவர் வீதிகளைக் காட்டுகிறது. மாலைகள் அணிந்த, மலைபோன்ற தோள்களை உடைய மறவர்கள் அவ்வீதிகளில் வேல், வாள், வில், தண்டு (கதை) போன்ற ஆயுதப் பயிற்சிகளை மேற்கொள்வார்கள். காலை தொடங்கி மாலை வரை, பகைவர் களை எதிர்ப்பதற்குத் தேவையான ஆயுதப் பயிற்சியையும், போர் நூல் பயிற்சியையும் செய்வார்கள். ஒவ்வொரு மறவனும் தனி ஒருவனாக நின்று நூறு யானைகளை வீழ்த்தக் கூடியவன்.

ஒரு போர் வீரனின் ஆற்றலை அளக்கும் அளவைகளில் ஒன்று, 'அவன் எத்தனை யானை வலுவுடையான்' என்பதும், 'எத்தனை யானைகளை வீழ்த்த வல்லான்' என்பதும். திருதிராட்டிரன் ஆயிரம் யானை வலுவுடையவன். 'நெடுங்கை வளர் யானை பலவற்றின் வலி காட்டிடும் வெந்திறல் வீமனை, உங்கள் பொய் வளர் சூதினில் வைத்திட்டேன், வென்று போ!' என்று பின்னால் சூதாடும்போது தருமன் சொல்லப் போகிறான். வீமன், துரியோதனன் போன் றோரும் இப்படிப்பட்ட 'ஆயிரம் யானை பலம்' கொண்டவர் களாகச் சொல்லப்பட்டவர்கள்.

போர் வீரர்களில் முதல் - உயர் - பிரிவைச் சேர்ந்தவர்கள் தேர் வீரர்கள். அவர்களுடைய ஆற்றலை நான்கு வகையாகப் பிரித்திருந்தனர். அர்த்த ரதன், சமரதன் (அல்லது) ரதிகன், அதிரதன், மகாரதன் என்பன அவை. மகாபாரதம், உத்தியோக பருவம், ரதாதிரத சங்கியான பருவத்தில் இதற்கான குறிப்பு காணப்படுகிறது.

அர்த்தரதன் என்பவன் தன்னை மட்டும் காத்துக்கொள்ளும் அளவுக்கு (நால்வகைப் படையில் ஏதேனும் ஒன்றைச் சேர்ந்த ஏதாவது ஒரே ஒரு வீரனை எதிர்த்துப்) போரிடும் ஆற்றல் பெற்றவன். சமரதன் அல்லது ரதிகன் என்பவன் தன்னையும், தன்னுடைய தேர், சாரதி, குதிரைகளைக் காத்த வண்ணம் ஒரு வீரனை எதிர்த்துப் போரிடும் ஆற்றல் உடையவன். மகாரதன் என்பவன், தான், தன் தேர், சாரதி, குதிரைகள், தன் சேனை ஆகியவற்றைக் காத்தவண்ணம் ஒரு சில வீரர்களோடு போர் புரியும் ஆற்றல் பெற்றவன். (அதாவது, அதிரதனின் கீழ் ஒரு படைப்பிரிவு அடங்கும். அவன் ஒரு படைப்பிரிவின் தலைவனாகவும் இருப்பான்.) மகாரதன் என்பவன், தான், தன் தேர், சாரதி, குதிரை

களையும், தன் சேனையையும் காத்துக் கொண்டு, பலரோடு ஒரே நேரத்தில் போரிட வல்லவன்.

அர்ச்சுனனை மகாரதன் எனவும், கர்ணனை அர்த்தரதன் (தன்னை மட்டும் காத்துக் கொள்ள வல்லவன்; தன் தேர், சாரதி, குதிரைகளைக் கூட காத்துக்கொள்ளும் வன்மை அற்றவன்) எனவும் பிதாமகர் தரம் பிரித்த காரணத்தால், 'இவர் வீழ்ந்த பிறகே போர்க்களத்தில் நுழைவேன்' என்று சபதமிட்டான் கர்ணன்.

●

ஆரிய வேன்மறவர் - புவி
  ஆளுமொர் கடுந்தொழில் இனிதுணர்ந் தோர்.
சீரியல் மதிமுகத்தார் - மணித்
  தேனிதழ் அமுதென நுகர்ந்திடு வார்.
வேரியங் கள்ளருந்தி - எங்கும்
  வெம்மத யானைகள் எனத்திரி வோர்.
பாரினில் இந்திரர்போல் - வளர்
  பார்த்திவர் வீதிகள் பாடுவ மே. (11)

பதம் பிரித்து

வேன்மறவர் - வேல் மறவர்.

சீரியல் - சீர் இயல்.

வேரியங் கள் - வேரி அம் கள்.

சொற் பொருள்

ஆரிய வேல் மறவர்: ஆரியர் என்ற சொல் 'வடவர்' என்ற பொருளில் பெரும்பாலும் வழங்கப்படுகிறது. ஆரிய வர்த்தத்தில் வாழ்பவர்கள் என்று அறியப்பட்டது. இமயமலைக்கும் விந்திய மலைக்கும் இடைப்பட்ட பகுதி ஆரியவர்த்தம் என்று வழங்கப்பட்டது. ஆயினும், ஆரியர் என்ற சொல்லுக்கு ஏழு பொருள் உண்டு. 1) ஆரிய வகுப்பினன் 2) ஆரியவர்த்த வாசி 3) பெரியோன், உயர்ந்தவன் 4) குரு, ஆசாரியன் 5) அறிவாளி 6) உபாத்தியாயன் 7) ஐயனார் சுவாமி. இது சென்னைப் பல்கலைக் கழகப் பேரகராதி தரும் விளக்கம்.

பாரதி எங்கெல்லாம் 'ஆரியன்' என்று பயன் படுத்தியிருக்கிறானோ, அங்கெல்லாம் 'உயர்ந்தவன்' என்ற பொருளில்தான் பயன் படுத்தியிருக்கிறான். அவனுடைய உரை நடைகளில் இது வெளிப்படையாகவே காணப் படும். கம்ப இராமாயணத்திலும் 'உயர்ந்தோன்' என்ற பொருளில்தான் இந்தச் சொல் ஆளப் பட்டிருக்கிறது.

வேரி: தேன்

பார்த்திவர்: பார்த்திபர் - மன்னர். 'பல் வளம் நிறை புவிக்கே - தருமன் பார்த்திவன் என்பதினிப் பழங்கதை காண்' என்று பின்னால் சகுனி சொல்லப் போகிறான்.

இலக்கணம்

வேரியங் கள்: வேரி அம் கள். 'அம்' என்றால் அழகிய என்ற பொருள் இருந்தாலும், இங்கே அது பொருந்தாது. அம் என்பது சாரியைகளுள் ஒன்று. புளியங்காய் (புளி அம் காய்) என்பது போல்.

யாப்பு

நொண்டிச் சிந்து.

பாடல் சொல்வது

புவியை ஆள்வதான கடினமான செயலை, இனிமையான ஒன்றாகக் கருதி ஏற்றவர்களான வேற்படையை உடைய சிறந்த மறவர்கள் அந்த வீதிகளில் இருந்தனர். போர்த்தொழில் படித்த, பழகிய நேரம் போக மற்ற நேரங்களில் அழகிய முகத்தை உடைய பெண்களின் இதழ்களை அனுபவித்தவாறும், கள்ளைக் குடித்தவாறும் வாழ்பவர்கள். சினங் கொண்ட மதயானைகளைப் போல் அந்த வீதிகளில் திரிந்துகொண்டிருப்பார்கள். இத்தகைய மன்னர்கள் வாழும் வீதிகளைப் பாடுகிறேன்.

•

நல்லிசை முழக்கங்களாம் - பல
    நாட்டிய மாதர்தம் பழக்கங்க ளாம்
தொல்லிசைக் காவியங்கள் - அருந்

தொழிலுணர் சிற்பர்செய் ஓவியங் கள்
கொல்லிசை வாரணங்கள் - கடுங்
குதிரைக ளொடுபெருந் தேர்களுண் டாம்.
மல்லிசை போர்களுண்டாம் - திரள்
வாய்ந்திவை பார்த்திடு வோர்களுண் டாம். (12)

சொற் பொருள்

இசை என்ற சொல்லை மாற்றி மாற்றி வேறு வேறு பொருளில் பயன் படுத்தியிருப்பதைக் காணலாம். பாரதிக்கு (கம்பனுக்கும் வள்ளுவருக்கும்கூட) இது மிகவும் பிடித்த விளையாட்டு. 'தொல்லை வினைதரு தொல்லையகன்று சுடர்க தமிழ்நாடே', 'சாத்திரங்கள் பல தேடினேன்; அங்குச் சங்கையில்லாதன சங்கையாம்' என்பதைப் போல, ஒரே சொல்லைப் பல பொருளில் பயன்படுத்தும் ஆட்டத்துக்கு வள்ளுவரும் விலக்கல்லர்.

நல்லிசை: *நல்ல இசை (பாடல்).*

தொல்லிசை: *தொன்மையான, புகழ்வாய்ந்த.*

கொல்லிசை: *கொல்லும் தொழிலுக்கு ஏற்ற, பொருத்தமான (இந்த இடத்தில் 'இசை' என்பதற்கு 'இசைந்த' என்று பொருள்).*

மல்லிசை: *மல்யுத்த விதிமுறைகளுக்கு இசைவுடைய.*

பாடல், புகழ், பொருந்தி வருதல், இசைவாக என்ற நான்கு பொருளில் 'இசை' என்ற சொல் பயன்பட்டிருக்கிறது.

வாரணம்: *யானை*

மல்லிசை போர்: *மல்யுத்தம், குத்துச் சண்டை.*

யாப்பு

நொண்டிச் சிந்து. ஒவ்வோரடியும் இடது பக்கத்தில் (அதாவது முதல் சீரில்) எதுகையுடனும் (நல்லிசை, தொல்லிசை, கொல்லிசை, மல்லிசை), ஒவ்வொரு அரையடியும் தமக்குள்ளே (வலது பக்கத்தில்) இயைபுடனும் (முழக்கங்களாம், பழக்கங்களாம், காவியங்கள், ஓவியங்கள், போர்களுண்டாம், வோர்களுண்டாம்) ஆக இரு பக்கங் களிலும் ஓசைச் சிறப்புடன் விளங்கும் பா.

பாடல் சொல்வது

மறவர் வாழும் வீதிகளில் காணப்படும் காட்சிகள் தொடர்கின்றன. 'க்ஷத்திரியர்களுடைய தலைவன் ஒருவனுக்கு மாத்திரமன்றி, அக்குல முழுமைக்குமே தமிழில் மன்னர் முதலிய பெயர்கள் உண்டு. நமது நாட்டில் இப்போது 'மறவர்' என வழங்கும் கூட்டத்தார் க்ஷத்திரிய வமிசத்தவராத லுணர்க.' இது பாரதியின் குறிப்பு.

அந்த வீதிகளில் பாடல்கள் ஒலித்துக் கொண்டிருக்கும். நாட்டிய மாதர்கள்தாம் பழகிய கலைகளை வெளிப்படுத்திக்கொண்டிருப்பர். பழைய புகழ் வாய்ந்த காவியங்கள் அவ்வீதிகளில் பேசப்படும். சிற்பம் முதலான ஓவியம் சார்ந்த கலைகள் வளரும். குத்துச் சண்டைகள் நிகழும். பலர் திரளாக நின்று கண்டு களிப்பர்.

●

எண்ணரு மணிவகையும் - இவை
    இலகிநல் லொளிதரும் பணிவகை யும்
தண்ணறும் சாந்தங்களும் - மலர்த்
    தார்களும் மலர்விழிக் காந்தங்க ளும்
சுண்ணமு நறும்புகையும் - சுரர்
    துய்ப்பதற் குரியபல் பண்டங்க ளும்
உண்ணநற் கனி வகையும் - களி
    உவகையும் கேளியும் ஓங்கின வே (13)

பதம் பிரித்து

எண்ணரு: *எண்ண அரு; எண்ண அரிய.*

தண்ணறும்: *தண் நறும்*

சொற் பொருள்

இலகு: *இவை இலகி நல் ஒளி தரும் பணிவகையும் (ஒளி தோன்றும்படி) விளங்குதல்.*

'இலகு பெருங்குணம் யாவைக்கும் எல்லையாம், திலக முனிக்கொத்த அடிமைக்காரன்.' (பாரதி).

'இலகிய பனியின் முத்தை இளங்கதிர்க் கையால் உண்பாய்.' (பாரதிதாசன்)

பணி: *ஆபரணங்கள்; நகைகள். தலையில் நாகரத்தினத்தை உடைய காரணத்தால் பாம்புக்குப் 'பணாமுடி' என்று பெயர்.*

தண் நறும் சாந்தங்கள்: *குளிர்ச்சியும் வாசனையும் பொருந்திய, சாந்துக் கலவை கள். சாந்தம்: சாந்து.*

மலர்த் தார்: *மலர் மாலை.*

சுண்ணம்: *வாசனைப் பொடி. (மேனியில் பூசுவதற்கான பொடி. ஈரத்துடன் குழைத்திருப்பது சாந்துக் கலவை. உலர்ந்த பொடி சுண்ணம்.)*

சுரர்: *தேவர். அ-சுரர்: தேவர் அல்லாதவர்.*

துய்த்தல்: *அனுபவித்தல்; பயன்படுத்தல்.*

யாப்பு

நொண்டிச் சிந்து.

பாடல் சொல்வது

மன்னர் வீதிகளில் காணப்படும் செல்வ வளமும், செல்வ வளம் மிக்கவர்கள் பயன்படுத்தும் பொருள்களும் பேசப்படுகின்றன.

●

சிவனுடை நண்பனென்பார் - வட
  திசைக்கதி பதிஅள கேசனென் பார்
அவனுடைப் பெருஞ்செல்வம் - இவர்
  ஆவணந் தொறும்புகுந் திருப்பது வாம்.
தவனுடை வணிகர்களும் - பல
  தரனுடைத் தொழில்செயும் மாசன மும்
எவனுடைப் பயமுமிலா - தினி
  திருந்திடும் தன்மைய(து) எழினக ரே. (14)

பதம் பிரித்து

தவனுடை: தவன் உடை(ய);

தரனுடை: தரன் உடை(ய);

எழினகர்: எழில் நகர்.

கடைசி அடியை 'எவனுடைப் பயமும் இலாது இனிது இருந்திடும் தன்மையது எழில் நகரே' எனப் பிரித்துக் கொள்ளவும்.

சொற் பொருள்

அளகேசன்: குபேரன். அட்ட திக்கு பாலகர்களைப் பற்றி முன்னரே கண்டோம். வடக்கு திசையின் அதிபதி குபேரன். அளாகாபுரியை ஆள்பவன் என்பதனால் அளகேசன் என்பதும் அவனுடைய பெயரே.

மாசனம்: பெருமக்கள்

ஆவணம்: இன்றைய பொருள் document, பழைய பொருள் கடைவீதி.

இலக்கணம்

தவன், தரன் ஆகியவை முறையே தவம், தரம் ஆகிய சொற்களின் வேறு வடிவங்கள்.

எவன்செய இனிய இவ் அழகை எய்தினான்
அவம் செயத் திரு உடம்பு அலச நோற்கிறான்
நவம் செயத் தகைய இந் நளின நாட்டத்தான்
தவன் செயத் தவன்செய்த தவனென்.

சூர்ப்பனகை இராமனைப் பார்த்த பார்வையில் அவன் மீது கொண்ட காதலில் தனக்குள் சொல்லிக் கொள்வது இது. 'என்ன காரியத்தைக் கருத்தில் கொண்டு, இந்த அழகு வீணாகும்படி, தன் உடலை வருத்திக் கொண்டு, தவ வடிவம் தாங்கி, தவம் மேற் கொண்டிருக்கிறான்? புதிய தாமரை மலர்களைப் போன்ன அழகான கண்களை உடைய இவன் தவம் செய்ய வந்திருப்பது, 'தவம்' என்பதாகிய செயல் செய்திருக்கும் தவம்.'

யாப்பு

நொண்டிச் சிந்து.

பாடல் சொல்வது

அந்தணர் வீதிகள் ஆயின. அடுத்ததாக மறவர் வீதிகள். இப்போது வணிகர் வீதிகள். அத்தினபுரத்தில் இருக்கும் வணிகர்களிடம் புரளும் செல்வம் எப்படிப்பட்டதென்றால், குபேரனுடைய செல்வம் எவ்வளவோ, அவ்வளவு செல்வமும் இவர்களுடைய ஒவ்வொரு

ஆவணத்திலும் சர்வ சகஜமாகப் புழங்குமாம். குபேர சம்பத்து எவ்வளவோ, அவ்வளவுதான் இவர்களுடைய ஆவணங்களில் புழங்கும் குறைந்தபட்சத் தொகையே. (பாரதி document என்ற புதுப்பொருளில்தான் இங்கே ஆண்டிருக்கிறான் என்பது தெளிவு.)

வணிகர் வீதிகளையும், நான்காவது வருணத்தவர் வீதிகளையும் இந்தப் பாடலில் பேசுகிறான் கவி. 'பறையருக்கும் இங்கு தீயர் புலையருக்கும் விடுதலை' என்று பெருமிதம் ததும்பப் பேசுதலன்றி, மற்ற தருணங்களில் அந்தச் சொல்லைப் பயன்படுத்தப் பெரிதும் தயங்கியவன் பாரதி. 'பல தரனுடைத் தொழில் செயும் மாசனமும்' பல வகையான தொழில்களைச் செய்யும் பெருமக்களும் என்று நான்காவது வருணத்தைக் குறிக்கின்றான்.

வேத மறிந்தவன் பார்ப்பான் - பல
　　வித்தை தெரிந்தவன் பார்ப்பான்
நீதி நிலைதவ றாமல் - தண்ட
　　நேமங்கள் செய்பவன் நாய்க்கன்.
பண்டங்கள் விற்பவன் செட்டி - பிறர்
　　பட்டினி தீர்ப்வன் செட்டி

என்று மூன்று வருணங்களையும் குறிப்பிட்டவன், நான்காவது வருணத்தைச் சொல்ல நேர்ந்த சமயத்தில்:

'தொண்டர் என்று ஒரு வகுப்பு இல்லை. தொழில் சோம்பலைப் போல் இழிவு இல்லை' என்று ஒரே போடாகப் போடுவதைக் காணலாம்.

'பல தரனுடைத் தொழில் செயும் மாசனமும்' என்ற தொடருக்குக் குறிப்பெழுதும் போது, 'மஹா ஜனங்கள். பொதுப்படையான குடிகள். இவர்களே தேசத்திற்கு உயரிராவர். இவர்களைச் 'சூத்திரர்' என்பது தற்கால வழக்கு. 'சூத்திரர்' என்ற பெயரைச் சில மூடர் இழிவான பொருளில் வழங்குவது பற்றி நூலில் அப்பெயர் தரவில்லை.'

பாரதி வைத்திருந்த, திருத்தம் செய்த, முதற் பதிப்பின் அச்சுப்படியில், 'இவர்களைச் சூத்திரர்... தரவில்லை' என்ற வரி (பாரதியால்) நீக்கப்பட்டிருப்பதாகத் தஞ்சைப் பல்கலைக் கழக ஆய்வுப் பதிப்பு சொல்கிறது.

●

துரியோதனன் சபை

கன்னங் கரியதுவாய் - அகல்
    காட்சிய தாய்மிகு மாட்சிய தாய்
துன்னற் கினியதுவாய் - நல்ல
    சுவைதரு நீருடை யமுனையெ னும்
வன்னத் திருநதியின் - பொன்
    மருங்கிடைத் திகழ்ந்தவம் மணிநக ரில்
மன்னவர் தம்கோமான் - புகழ்
    வாளர வக்கொடி உயர்த்துநின் றான். (15)

பதம் பிரித்து

துன்னற் கினியதுவாய்: துன்னற்கு இனியதுவாய்.

திகழ்ந்தவம் மணிநகர்: திகழ்ந்த அம் மணி நகர்.

சொற் பொருள்

துன்னல்: *1) நெருங்கி இருத்தல்; அருகில் இருத்தல்; அடைதல்.*
2) சிறு துளி; திவலை.

மருங்கு: *பக்கத்தில், பக்கவாட்டில். இந்த இடத்தில் கரையில் என்று பொருள்படும்.*

வாள்: *ஒளி பொருந்திய, கொடிய. வாள் அரவம் என்ற காரணத்தால், 'கொடிய' என்ற பொருளே பொருந்தும்.*

யாப்பு

நொண்டிச் சிந்து.

பாடல் சொல்வது

கருப்பு வண்ணமுடையது; அகன்றது; பெருமை உடையது; (கரையில்) அருகில் இருக்க இனியது; சுவையான நீரை உடையதான யமுனை நதியின் கரையில் மன்னவர்களுக்கெல்லாம் மன்னவனான துரியோதனன் கொடியதான பாம்பைக் கொடியாக உயர்த்தி நின்றான்.

யமுனா நதிக்கு யமி என்றும் பெயர் உண்டு. சூரியனுக்கும் சுவாகா தேவிக்கும் தோன்றியவள். சூரியன் யமனுக்குத் தந்தையான படியால், யமுனை யமனுக்குத் தங்கை. யமி என்றும், காளிந்தி என்றும் பெயர் கொண்ட நதி. கரிய வண்ணத்தில் நீர் ஓடும் என்பர்.

துரியோதனனை மன்னவர் தம் கோமான் என்று கவிஞன் அறிமுகப் படுத்தினாலும், அவன் முழு அதிகாரமும் கொண்ட அரசனாய் இயங்கினவனில்லை. பல விஷயங்களுக்குத் தந்தையையும், சில விஷயங்களுக்கு வீட்டுமரையும், பொருள் செலவுசெய்ய வேண்டிய முடிவுகளுக்கு விதுரரையும் சார்ந்தே நின்றிருந்தான். அவன் காலம் முழுவதும் சக்ரவர்த்தியாக திருதிராட்டிரன் வீற்றிருக்கையில், சக்ர வர்த்தியைச் சார்ந்தே இயங்க வேண்டிய இளவலாகப் பல இடங்களில் காட்சி தருகிறான். உண்மையில் அவனுக்கு முறைப் படியான இளவரசுப் பட்டமும் சூட்டப்படவில்லை.

●

துரியோ தனப்பெயரான் - நெஞ்சத்
துணிவுடை யான்முடி பணிவறி யான்
கரியோ ராயிரத்தின் - வலி
காட்டிடு வோன்என்றக் கவிஞர்பி ரான்
பெரியோன் வேதமுனி - அன்று
பேசிடும் படிதிகழ் தோள்வலி யோன்
உரியோர் தாமெனினும் - பகைக்
குரியோர் தமக்குவெந் தீயனை யான். (16)

யாப்பு

நொண்டிச் சிந்து.

பாடல் சொல்வது

முதல் பாடல் யாரைச் சொல்கிறது என்பது விளக்கம் பெறுகிறது. துரியோதனன் நெஞ்சத்தில் அசாத்தியத் துணிவும், வணங்குதற்கு உரியாரையும் வணங்காத அகங்காரமும் கொண்டவனாக இருந்தான். 'ஆயிரம் யானைகளின் வலிமையைக் கொண்டவன்' என்று வேதங் களைத் தொகுத்தவரும், பாரதத்தை இயற்றிய கவிஞருமான வியாசர் போற்றும்படியாகத் திகழ்ந்த வலிமையை உடையான். உறவினரே என்றாலும், பகைக்கு உரியவராய் நிற்கும்போது அவர்களுக்கெல்லாம் வெம்மையான தீயைப் போன்றவன்.

●

தந்தைசொல் நெறிப்படியே - இந்தத்
தடந்தோள் மன்னவன் அரசிருந் தான்

மந்திரம் உணர்பெரியோர் - பலர்
வாய்த்திருந் தாரவன் சபைதனி லே
அந்தமில் புகழுடையான் - அந்த
ஆரிய வீட்டுமன் அறமறிந் தோன்
வந்தனை பெறுங்குரவோர் - பழ
மறைக்குல மறவர்கள் இருவரொ டே, (17)

சொற் பொருள்

குரவோர்:	*தாய், தந்தை, தனயன், அரசன், குரு என்பவர் ஒருவனுக்கு ஐம்பெருங் குரவர்களாகின்றனர். இந்த இடத்தில் குரு என்று பொருள்படும்.*
மறைக்குல மறவர்:	*கிருபர், துரோணர்.*
வீட்டுமன்:	*பீஷ்மர்*

யாப்பு

நொண்டிச் சிந்து.

பாடல் சொல்வது

துரியோதனன், தன் தந்தை சொல்லும் வழியில் ஆட்சி செலுத்தி வந்தான். மந்திரம் (ஆலோசனை) வல்ல பெரியவர்கள் அவன் சபையில் இருந்தனர். முடிவற்ற புகழை உடைய பெரியவனான வீட்டுமன் இருந்தான். வணக்கத்துக்கு உரிய ஆசிரியர்களான, மறை ஓதும் குலத்தில் பிறந்து வில் பிடிக்கும் தொழிலைச் செய்யும் மறவர்களான கிருபரும், துரோணரும் அங்கே இருந்தனர்.

சரத்வான் என்ற முனிவருக்குக் காட்டில் பிறந்தவர்கள் கிருபரும் அவருடைய தங்கை கிருபியும். பிறந்த சில தினங்களிலேயே சந்தனுவால் கண்டெடுக்கப்பட்டு அரண்மனைக்குக் கொண்டு வரப்பட்டு அங்கே வளர்ந்தவர்கள். கிருபர் ஆயுதப் பயிற்சி பெற்றது இவ்வாறுதான். பரத்துவாஜ முனிவரின் மகனான துரோணருக்கு கிருபியை மணமுடித்தனர். எனவே துரோணர், கிருபருக்கு மைத்துனர் முறை. துரோணர் அத்தினபுரத்துக்கு வந்து சேரும் வரையில் கிருபரே கௌரவர்களுக்கும் பாண்டவர்களுக்கும் ஆயுதப் பயிற்சி முதலானவற்றைக் கற்றுத் தந்தவர். ஆகவே இவர்கள் இருவருமே பாண்டவர்களுக்கும், கௌரவர்களுக்கும் ஆசிரியர்கள்.

●

மெய்ந்நெறி உணர்விதுரன் - இனி
வேறுபல் லமைச்சரும் விளங்கிநின் றார்
பொய்ந்நெறித் தம்பியரும் - அந்தப்
புலைநடைச் சகுனியும் புறமிருந் தார்
மைந்நெறி வான்கொடையான் - உயர்
மானமும் வீரமு மதியுமு ளோன்
உய்ந்நெறி யறியாதான் - இறைக்
குயிர்நிகர்க் கன்னனும் உடனிருந் தான். (18)

சொற் பொருள்

புலை நடை: கீழான வழிகளை மேற்கொண்டு நடக்கும் இழிகுணம்.

மைந்நெறி: மை - கருமேகம். சூல்கொண்ட மேகம் போன்ற கொடையை உடையவன்.

யாப்பு

நொண்டிச் சிந்து.

பாடல் சொல்வது

மெய்வழியை உணர்ந்தவனான விதுரன் அங்கே இருந்தான். மற்ற அமைச்சர்கள் இருந்தார்கள். இவனுக்கு நேர் மாறாக, பொய் வழியே தம் வழி என்று நடக்கும் துச்சாதனன் முதலான தம்பியர்கள் அங்கே இருந்தார்கள். கருக் கொண்ட மேகம் போல் பொழியும் கொடையும், மானமும், வீரமும் அறிவும் நிறைந்தவனும்; இத்தனை இருந்த போதிலும் தீயவர்களின் வழியையும் நட்பையும் விட்டு விலகும் வழியை அறியாதவனுமான கர்ணன் அங்கே இருந்தான். துரியோதனனின் உயிரல்லவா அவன்.

மாண்டவ்யர் என்றொரு முனிவர் இருந்தார். மிகவும் போற்றப் பட்ட அவர் ஒருநாள் நிஷ்டையில் இருக்கும்போது, அரசியின் நகைகளைத் திருடிக் கொண்டு வந்த திருடன் ஒருவன் அந்த வழியாக ஓடி வந்தான். வீரர்களால் துரத்தப்பட்ட அவன், மாண்டவ்யரின் பர்ணசாலைக்குள் நகைகளைப் போட்டுவிட்டு ஓடிப் போனான். நகைகளைப் பர்ண சாலையில் கண்டெடுத்த வீரர்கள், ‘இவை எவ்வாறு இங்கே வந்தன’ என்று மாண்டவ்யரைத் திரும்பத் திரும்பக் கேட்டனர். நிஷ்டையில் இருந்த மாண்டவ்யரின் காதில் இந்தக் கேள்வி விழவில்லை. ‘திருடன் நடிக்கிறான்’ என்றெண்ணி நகைகளை மீட்டுக்கொண்டு அரசனிடம் சென்று விவரத்தைக் கூறினர்.

மாண்டவ்யரைக் கழுவேற்றச் சொல்லி உத்தரவிட்டான் அரசன். உலக்கையைத் திருப்பி வைத்து நட்டாற் போன்ற வடிவத்தில் இருக்கும் தண்டனை பெற்றவனைக் கழு மரத்தின் கூர் முனையில் அமர்த்தி விடுவார்கள். குதத்தின் வழியாக உள்ளே நுழையும் கழு மரத்தின் கூர் முனை, கழுத்தின் அருகே துளைத்துக் கொண்டு வெளி வரும். இது நடந்து முடிய இரண்டு நாளாகலாம். மெதுவானதும், வேதனை நிரம்பியதுமான சாவு. மாண்டவ்யரைக் கழுவேற்றிய நெடு நேரம் கழித்து, மக்கள் அவரை இன்னார் என்று அடையாளம் கண்டுகொண்டு, அரசனிடம் சென்று விவரம் சொல்லி, அரசன் ஓடி வந்து பார்ப்பதற்குள் கழுமரம் பாதி உடலைத் துளைத்துக் கொண்டு வந்திருந்தது. கழுவிலிருந்து கீழே இறக்கி மன்னிப்புக் கேட்டான் மன்னன். அவ்வாறு இறக்கும்போது, கழு மரத்தின் ஒரு பகுதி (ஆணி) ஒடிந்து அவர் உடலிலேயே தங்கிவிட்டபடியால் அவருக்கு 'ஆணி மாண்டவ்யர்' என்ற பெயர் ஏற்பட்டது.

கழுமரத்திலிருந்து இறக்கப்பட்ட மாண்டவ்யர், மன்னனிடம் ஏதும் பேசவில்லை. நேராக தரும தேவதையிடம் சென்றார். 'எனக்கு இது ஏன் நேரிட்டது?' என்று கேட்டார். 'சிறு வயதில் நீர் தும்பிகளைப் பிடித்து, அவற்றின் வால் நுனியை வெட்டி, சிறு குச்சிகளைச் செருகி, அதில் நூல் கொண்டு கட்டி அவற்றைப் பறக்கச் செய்து விளையாடினீர். ஆகவே, இந்தத் தண்டனை நேர்ந்தது' என்றது தரும தேவதை.

'அறியாத வயதில் செய்த செயலுக்கு இவ்வளவு கடுமையான தண்டனை வழங்குவதா? உனக்கு தரும நெறிமுறையின் அளவு தெரியவில்லை. மண்ணுலகத்தில் என்னைப் போல் மனிதனாய்ப் பிறப்பாய். நான் எவ்வாறெல்லாம் கழுமரத்தில் துன்பப்பட்டேனோ, அவ்வாறெல்லாம் மனத்தளவில் துன்பப்பட்டு புண்பட்டு வருந்துவாய்' என்று சாபமிட்டார் மாண்டவ்யர்.

அந்தச் சாபத்தினால் பூமியில் வந்து பிறந்த தரும தேவதைதான் விதுரர். யுதிஷ்டிரனாவது தரும புத்திரன். கௌரவர்கள் பக்கம் தரும தேவதையே வந்து நின்றுகொண்டிருந்தது. அதனால்தானோ என்னவோ அவர்களுடைய பக்கம் சற்று உயர்ந்தே கோலோச்சிக் கொண்டிருந்தது.

●

எங்கெல்லாம் பாடலின் சந்தமோ, யாப்போ மாறுகிறதோ அங்கெல்லாம் 'வேறு' என்று தலைப்பிடுதல் எல்லா மரபுக் கவி நூல்களிலும் வழக்கம்.

சந்தமோ யாப்போ இதற்கு முந்தைய பாடல்களிலிருந்து வேறுபடுகிறது என்று பொருள்.

வேறு

எண்ணி லாத பொருளின் குவையும்
 யாங்க ணுஞ்செலும் சக்கர மாண்பும்
மண்ணி லார்க்கும் பெறலரி தாமோர்
 வார்க டற்பெருஞ் சேனையு மாங்கே
விண்ணி லிந்திரன் துய்ப்பன போன்று
 வேண்டு மின்பமும் பெற்றவ னேனும்
கண்ணி லாத்திரி தாட்டிரன் மைந்தன்
 காய்ந்த நெஞ்சுடன் எண்ணுவ கேளீர். (19)

சொற் பொருள்

வார்கடல்: நெடுங் கடல்.

வார்: நீண்ட, நேரான, நெடும்.

யாப்பு

எண்சீர் விருத்தம் என்று பாரதி குறித்திருக்கும் கட்டளைக் கலிப்பா. கட்டளைக் கலிப்பாக்களுக்கு எழுத்துக் கணக்கு உண்டு. (கட்டளை என்று தொடங்கும் எல்லா வகைப் பாவினமும் ஒவ்வொரு அடியிலும் ஒரே அளவான எழுத்துகளோடு இருக்கும்.) எண்சீர் விருத்தத்துக்கும் கட்டளைக் கலிப்பாவுக்கும் உள்ள ஒரே வேற்றுமை, 'சந்தத்ததால் அளவொத்து வருவது விருத்தம்; எழுத்தால் அளவொத்து வருவது கட்டளைக் கலிப்பா.' மற்றபடி இவை இரண்டும் ஒரே மாதிரியான அமைப்பை உடையவைதாம். மேற்படிப் பாவில் எழுத்தெண்ணிப் பார்க்கலாம். எண்ணும் போது, ஒற்று ஒழித்து எண்ண வேண்டும். அதாவது க், ச், ப், ந், ய், ல், போன்ற எல்லாப் புள்ளி எழுத்துகளையும் விட்டுவிட்டு எண்ண வேண்டும். 'கடுகு' என்ற சொல்லில் இருப்பது மூன்றெழுத்துகள். 'கண்ணுக்குள்' என்ற சொல்லில் இருப்பதும் மூன்றே எழுத்துகள்தாம்.

இப்படி எண்ணினால், மேற்படிப் பாடலில் ஒவ்வோர் அடியிலும் இருபது எழுத்துகள் இருப்பதைக் காணலாம். ஒவ்வோர் அரை அடியிலும் பத்துப் பத்து எழுத்துகள் இருக்கின்றன. (பதம் பிரிக்காத வடிவத்தில் எண்ணவும்.) ஓர் அடி என்பது இரண்டு பாகங்களாகப் பிரிந்திருக்கிறது. 'எண்ணி லாத' என்று தொடங்கி, 'குவையும்'

என்பது வரை அரை அடி. அதற்கு அடுத்ததாக 'யாங்கணும்' என்று தொடங்குவதும் அதே முதல் அடிதான்; சற்றே உள்ளே மடக்கிப் போட்டிருப்பதால் இதனை 'மடக்கடி' என்று சொல்வார்கள். இது முதல் அடியின் இரண்டாவது அரை அடி. ஒரே நீண்ட அடியாகவும் இந்தப் பாடலை எழுத முடியும். அதாவது இப்படி:

எண்ணி லாத பொருளின் குவையும் யாங்க ணுஞ்செலும் சக்கர மாண்பும்
மண்ணி லார்க்கும் பெறலரி தாமோர் வார்க டற்பெருஞ் சேனையு மாங்கே
விண்ணி லிந்திரன் துய்ப்பன போன்று வேண்டு மின்பமும் பெற்றவ னேனும்
கண்ணி லாத்திரி தராட்டிரன் மைந்தன் காய்ந்த நெஞ்சுடன் எண்ணுவ கேளீர்.

ஐந்து சீர்களுக்கு மேல் போகும் எல்லா விருத்தங்களிலும், சிந்துப் பா வகைகளிலும் ஓரடியை இரண்டாகப் பிரித்து, இரண்டாவது அரை அடியை மடக்கி எழுதுவார்கள். பார்வைக்கு எடுப்பாக இருக்கும் என்பதுதான் இதன் பயன். வேறு எந்தவிதமான நோக்கமோ, அமைப்புக் கட்டுப்பாடோ கிடையாது. இது ஒரு பதிப்புச் சௌகரியம். அவ்வளவுதான்.

மேற்படி கட்டளைக் கலிப்பா 'எண்' என்று நேரசையில் தொடங்கி யிருக்கிறது. அடிக்கு இருபது எழுத்துகள் பயிலும். நிரையசையில் தொடங்கும்போது அடிக்கு இருபத்தோரு எழுத்து இருக்கும். பேராசிரியர் ம.ரா.போ.குருசாமி அவர்கள் கொடுத்திருக்கும் குறிப்பிலிருந்து:

'எண்சீர் கொண்ட நாலடிப் பாடல்களில் இரண்டு வகை உண்டு. ஒன்று எண்சீர்க் கழி நெடில் அடி ஆசிரிய விருத்தம். மற்றொன்று, கட்டளைக் கலிப்பாவாகும். இக் கட்டளைக் கலிப்பாவினை இனம் காணும் முறை: நேரசையில் தொடங்கும் அரையடியில் ஒற்று நீக்கி எண்ணுமிடத்துப் பதினோரெழுத்து இருக்கும்; நிரையசையில் தொடங்கும் அரையடியில் பன்னிரண்டு எழுத்து இருக்கும். காப்பியங்களில் இவ்வகையைக் காணலாம். பாரதியாரிலும் இப் பாடல்கள் பல... மரபு வழிப்பட்ட இவையேயன்றி நேரசையில் தொடங்கும் அரையடிக்குப் பத்தெழுத்தும், நிரையசையில் தொடங்கும் அரையடிக்குப் பதினோரெழுத்தும் கொண்ட புதுவகையான கட்டளைக் கலிப்பாக்களும் பாரதியாரில் உள்ளன.'

பாடல் சொல்வது

எண்ணில் அடங்காத பொருட்களின் குவியலும், எல்லா இடத்திலும் செல்லுபடியாகும் அரச அதிகாரத்தின் பெருமையும், உலகத்தில் வேறு யாருக்கும் கிடைப்பதற்கு அரிதான நீண்ட கடலை ஒத்த சேனையையும், இந்திர போகம் என்று சொல்லத்தக்க எல்லா

வகையான இன்பங்களையும் அனுபவிப்பவனே ஆனாலும், கண் இல்லாதவனான திருதிராட்டிரனின் மகன் நெஞ்சில் ஈரம் இல்லை; பசை இல்லை. வற்றிக் காய்ந்த நெஞ்சை உடையனாக இருந்தான் - பாண்டவரிடத்தில். அப்படிப்பட்ட காய்ந்த நெஞ்சோடு அவன் எண்ணுவதைக் கேளுங்கள்.

●

வேறு

பாண்டவர் முடியுயர்த்தே - இந்தப்
    பார்மிசை உலவிடு நாள்வரை நான்
ஆண்டதோர் அரசாமோ - என
    தாண்மையும் புகழுமொர் பொருளா மோ
காண்டகு வில்லுடையோன் - அந்தக்
    காளை யருச்சுனன் கண்களி லும்
மாண்டகு திறல் வீமன் - தட
    மார்பிலும் எனதிகழ் வரைந்துள தே. (20)

சொற் பொருள்

காண்டகு: *(காண்தகு) காணத் தகுந்த.*

மாண்டகு: *(மாண்டகு) மாண்பினால் தகுதி வாய்ந்த.*

மிசை: *மேல், இடத்தில். பார்மிசை: உலகத்தின் மேல், உலகத்தில்.*

யாப்பு

சந்தம் முந்தைய பாடலினின்று மாறுபடுவதைப் பார்க்கலாம். மறுபடியும் நொண்டிச் சிந்து வடிவத்துக்கு வந்திருக்கிறது. இனி, பாடல் 37 வரை நொண்டிச் சிந்துதான்.

பாடல் சொல்வது

அரசர்கள் என்ற தகுதியோடு பாண்டவர்கள் ஆட்சி செய்யும் வரையில் நான் ஆண்டது ஓர் அரசா? என் ஆண்மை, புகழ் எல்லாம் ஒரு பொருளா? காணத் தகுந்தவனும் வில்லாளுமான அருச்சுனன் கண்களிலும், பெருமை பொருந்திய திறலுடைய வீமனின் மார்பிலும் என் அவமானம் எழுதி வைக்கப்பட்டிருக்கிறதே!

எங்கேயோ காட்டில் பிறந்து வளர்ந்தவர்கள் பாண்டவர்கள். குரு வம்சத்தினரின் அரசு பாண்டுவிடம் ஒப்படைக்கப்பட்டிருந்தது,

அண்ணன் திருதிராட்டிரன் பார்வையற்றவன் என்ற ஒரே காரணத்தால். ஆகவே, பாண்டுவின் அரசு - ஒரு வகையில் பார்த்தால் - காபந்து அரசு. ஆனால், குரு வம்சத்தின் ஆட்சி மிக விரிவாகப் பரவுவதற்குப் பாண்டு பெரிய காரணனாய் இருந்தான். குரு வம்சத்தின் சாம்ராஜ்ஜியத்தைத் தன் போராற்றலால் விரிவு படுத்தினான். ஆகவே, பாண்டுவின் வம்சம் ஆட்சிக்கு உரிமையுடை யதாக ஆகிறது. ஆட்சிப் பொறுப்பை திருதிராட்டிரனிடத்தில் ஒப்படைத்துவிட்டு பாண்டு வனவாசம் மேற்கொண்டிருந்தாலும், துரியோதனனுக்கு ஒரு வருடத்துக்கு முன்னால் பிறந்துவிட்ட படியால், தருமனுக்கு ஆட்சி உரிமை தானாகவே வந்து அமைகிறது. எனவே நியாயப்படி அரசு சேர வேண்டியது பாண்டவர்களுக்கே. காலம் பலவகைகளில் நிலைமைகளை மாற்றியிருந்தது.

பாண்டவர் பிறந்து வளர்ந்ததெல்லாம் எங்கோ காட்டகத்தில். பாண்டு இறந்து, குந்தியும் பாண்டவர்களும் அத்தினபுரத்துக்குத் திரும்பியபோது தருமருக்குப் பதினாறு வயது. வீமனுக்கும் துரியோதனனுக்கும் பதினைந்து வயது. பிறந்தது முதல், ‘இவர்கள் வரமாட்டார்கள்; ஆட்சி முழுவதும் தன்னுடையது மட்டுமே’ என்ற எண்ணத்தில் வளர்ந்தவனானபடியாலே துரியோதனனுக்கு, ‘குரு வம்சத்தின் மகுடத்தை இவர்களோடு பகிர்ந்துகொள்ள வேண்டும்’ என்ற எண்ணம் தாங்க முடியாத சினத்தையும், பொறாமையையும் விளைத்தது.

அவனுடைய எண்ணத்தில் தருமன் ஒரு கோழை. எப்போது பார்த்தாலும், எடுத்ததற்கெல்லாம் அற வழியைப் பற்றிப் பேசுபவன் கோழையாகவும், கையாலாகதவனாகவும்தானே இருக்க முடியும்! ‘இவனுக்குப் போய் ஆட்சியா’ என்று கொதித்துக் கொண்டிருந்தவன் திருப்தி அடையுமாறு காண்டவ வனத்தைப் பாண்டவர்களுக்குக் கொடுத்தான் திருதிராட்டிரன். குரு வம்சப் பேரரசில் அளவினால் பாதி அளவுக்கு விரிந்து கிடந்தது காண்டவ வனம். பாதி ராஜ்ஜியம் கொடுத்ததாகக் கணக்கு. கொடுத்தது என்னவோ, ஒன்றுக்கும் உதவாத, மக்கள் யாரும் வாழாத காடு. அந்தக் காட்டைத் திருத்தி நாடாக்கி, இந்திரப் பிரஸ்தம் செய்து, திக்குவிஜயங்களால் தங்களுடைய ஆட்சியை விரிவுபடுத்திக் கொண்டனர் பாண்டவர். அதுவே பொறுக்க முடியவில்லை துரியோதனனுக்கு. தருமன் செய்த ராஜசூய யாகத்துக்குச் சென்று திரும்பியிருக்கிறான் துரியோதனன். அங்கே தருமனுக்குச் செய்யப்பட்ட சிறப்புகளைக் காணக் காணப் பொறுக்க முடியாமல் வெதும்பிக்கொண்டிருந்தான். தன் மாளிகைக்குத் திரும்பியவுடன், தனிமையில் அந்த வெப்பம் வெளிப்படுகிறது.

அவனை வருத்தியதெல்லாம் தருமனின் உயர்வுமட்டுமல்ல. தருமன் ஒரு கோழை. அவனைப் பற்றி ஏதுமில்லை. இருந்தாலும் இப்படிப்பட்ட, ஆற்றலில்லாத ஒருவனைப் போய் அத்தனை மன்னர்களும் விழுந்து விழுந்து வணங்கினர் என்பது சொல்ல வொண்ணா சினத்தை ஏற்படுத்தியது. 'இவன் என்ன, தன்னுடைய தோள் வலியினாலா, தகுதியினாலா அத்தனை சிறப்புகளையும் பெற்றான்? அங்கே இரண்டு பேர் இருக்கிறார்களே, அவர் களலல்லரா இத்தனைக்கும் காரணம்? சிறப்பு வாய்ந்த வில்லை உடைய அருச்சுனனுடைய கண்களிலும், கதாயுதப் பிரயோகத்தில் ஆற்றல் மிகுந்தும் திகழ்ந்த வீமனின் மார்பிலுமல்லவா இவனுடைய அவமானம் வரைந்து வைக்கப்பட்டிருக்கிறது!

தருமன் ஒரு பொருட்டில்லை. துரியோதனனைப் பொருத்தமட்டில் நகுல சகதேவர்கள் சிறுவர்கள். அவனுடைய கவலையெல்லாம் இந்த இருவரைச் சுற்றித்தான். கதாயுதப் பயிற்சியில் சிறந்த வீமனுக்குத் தானே மாற்று என்றாலும், வில் பயிற்சியில் தேர்ச்சியுள்ள ஒருவன் அவனுக்குத் தேவைப்பட்டான். 'அர்ச்சுனனுக்கு மாற்று இவனே' என்று பார்த்த பார்வையில் கர்ணனைத் தன் நண்பனாக்கிக் கொண்டதற்குக் காரணம் இதுதான். (கர்ணன், ஆரம்ப காலத்தில் துரோணரிடம் பயிற்சி பெற்றவன்தான்.)

●

பாரத நாட்டிலுள்ள - முடிப்
    பார்த்திவர் யார்க்குமொர் பதியென் றே
நாரதன் முதன்முனிவோர் - வந்து
    நாட்டிடத் தருமனவ் வேள்விசெய் தான்
சோரனவ் வெதுகுலத்தான் - சொலுஞ்
    சூழ்ச்சியும் தம்பியர் தோள்வலி யும்
வீரமி லாத்தருமன் - தனை
    வேந்தர்தம் முதலெனப் புரிந்தன வே. (21)

பதம் பிரித்து

சோரனவ் வெது குலத்தான்: சோரன் அவ் எது (யது) குலத்தான்.

யாப்பு

நொண்டிச் சிந்து.

பாடல் சொல்வது

'பாரத நாட்டில் உள்ள அத்தனை மன்னவருக்கும் மன்னன் இவனே' என்று நாரதர் முதலான முனிவர்கள் வந்து சொல்லும்படியாக தருமன் இராஜசூய வேள்வியைச் செய்தான். இவனுக்கு என்ன தகுதியிருக்கிறது? இவன் கொஞ்சமும் வீரமற்றவன். யது குலத்தைச் சேர்ந்த அந்தத் திருட்டுப் பயலின் சொல்லும் சூழ்ச்சித் திறனும் தம்பியருடைய தோள் வலிமையும் இந்தத் தகுதியற்ற வனை வேந்தர்க்கெல்லாம் வேந்தன் என்று செய்திருக்கின்றன. (இவ்வளவு தகுதி எனக்கிருக்கிறதே, என்ன பயன்!)

யது குலம் என்பது யயாதியின் ஐந்து பிள்ளைகளில் ஒருவனான யதுவின் வம்சம். யதுவின் முதல் மனைவி, சுக்கிராசாரியாரின் மகளான தேவயானி. இரண்டாவது மனைவி, சுக்கிராசாரியார் அரச குருவாக இருந்த விருஷபர்வா என்ற அசுர மன்னனின் பெண்ணான சர்மிஷ்டை. யயாதிக்கும் தேவயானிக்கும் பிறந்தவர்கள் யது, துர்வசு என்ற இருவர். யயாதிக்கும் சர்மிஷ்டைக்கும் பிறந்தவர்கள் த்ருஹ்யு, அனு, பூரு என்ற மூவர். இவர்களில் யயாதிக்குத் தன் இளமையைத் தந்தவன் பூரு என்ற சர்மிஷ்டை மைந்தன்.

யதுவின் குலமே யது குலம். துர்வசுவின் வம்சம் யவனர்கள். திருஹ்யுவின் பரம்பரை போஜர்கள் என்றறியப்பட்டது. அனுவின் குலம் மிலேச்சர்கள். பூருவின் வம்சமே பௌரவ வம்சம். பௌரவ வம்சத்தில் வந்தவர்கள்தாம் துஷ்யந்தன், பரதன் போன்ற மாமன்னர்கள். இந்த வம்சத்தில்தான் பரதனுக்குப் பிள்ளையாக குரு (Kuru) தோன்றினான். குருவின் மகன் பிரதீபன்; பிரதீபனின் மகன் சந்தனு; சந்தனுவின் பிள்ளைகள் தேவ விரதன் (பீஷ்மர்), சித்திராங்கதன், விசித்திர வீரியன். 'நீ எப்படி என் பெயரை வைத்துக் கொள்ளலாம்' என்று சித்திராங்கதனை, அதே பெயருள்ள ஒரு கந்தர்வன் வம்புக்கிழுத்து, போர் புரிந்து கொன்றான். விசித்திர வீரியன் க்ஷயரோகத்தால் இறந்தான். பின்னரே திருதிராஷ்டிரன், பாண்டு, விதுரர் ஆகியோர் பிறந்தனர்.

குருவின் வம்சமானபடியால் இது கௌரவ (Kaurava) வம்சமானது. பாண்டவர்களும் கௌரவ வம்சத்தினரே. பாண்டுவுக்குப் பிறந்த கௌரவர்கள் அவர்கள்.

●

ஆயிர முடிவேந்தர் - பதி
னாயிரம் ஆயிரம் குறுநிலத் தார்

மாயிரும் திறை கொணர்ந்தே - அங்கு
    வைத்ததொர் வரிசையை மறந்திட வோ
தூயிழை ஆடைகளும் - மணித்
    தொடையலும் பொன்னுமோர் தொகைப்படு மோ
சேயிழை மடவாரும் - பரித்
    தேர்களும் கொடுத்தவர் சிறுதொகை யோ? (22)

பதம் பிரித்து

மாயிரும்: *மாஇரும்*

தூயிழை: *தூஇழை*

சொற் பொருள்

இரு (மாயிரும்): *பெரிய, மிகப் பெரிய*

திறை: *கப்பம்*

தொடையல்: *மாலை. மணிகளால் ஆன மாலை. தொடை என்றால் மாலை. தொடுக்கப்படுகின்ற காரணத்தால் தொடை. இது மணிகளால் தொடுக்கப்பட்ட மாலை.*

இலக்கணம்

மாயிரு: *மா என்றாலும், இரு என்றாலும் பெரிய என்று பொருள் வருவதால் இது ஒருபொருட் பன்மொழி. (ஒரே பொருளில் ஒன்றுக்கு மேற்பட்ட சொற்களைப் பயன்படுத்துதல்.)*

யாப்பு

நொண்டிச் சிந்து.

பாடல் சொல்வது

ஆயிரக்கணக்கான அரசர்களும், பத்தாயிரக் கணக்கான குறுநில மன்னர்களும் பெரிய பெரிய அளவில் தருமனுடைய வேள்விக்குக் கப்பமாகப் பொருள் கொண்டுவந்து கொட்டினார்கள். அந்த வரிசையை என்னால் என்றேனும் மறக்க முடியுமோ? ஒரு பக்கத்தில் சிறந்த ஆடைகளின் குவியல்; இன்னொரு பக்கத்தில் வைர வைடூரியங்களால் ஆன மாலைகளின் குவியல். இன்னொரு

பக்கத்தில் மன்னர்கள் கொண்டு வந்து அளித்த தாதிப் பெண்களின் வரிசை. குதிரைகள், தேர்கள்... இப்படிக் கொண்டுவந்து கொடுத்தவர்கள் கொஞ்சமா?

நினைக்க ஆரம்பித்ததும், அங்கே இருந்த பரிசுப் பொருளெல்லாம் கண்முன்னால் தோன்றுகிறது துரியோதனனுக்கு. தொடர்கிறான்.

●

ஆணிப்பொன் கலசங்களும் - ரவி
 அன்னநல் வயிரத்தின் மகுடங்க ளும்
மாணிக்கக் குவியல்களும் - பச்சை
 மரகதத் திரளுநன் முத்துக்க ளும்
பூணிட்ட திருமணிதாம் - பல
 புதுப்புது வகைகளில் பொலிவன வும்
காணிக்கையாக் கொணர்ந்தார் - அந்தக்
 காட்சியை மறப்பது மெளிதா மோ? (23)

சொற் பொருள்

ஆணிப்பொன்: உயர்ந்த மாற்றுப் பொன். ஆங்கிலத்தில் தங்கத்தின் தரத்தை காரட் அளவில் குறிப்பதைப் போல், பொன்னின் உயர் தரத்தைக் குறிக்கப் பயன்படும் சொல். 'ஆணி' என்ற சொல்லுக்கு 'உரைகல்' என்றும் ஒரு பொருள் உண்டு. ஆகவே, ஆணிப் பொன், ஆணிமுத்து ஆகியவை உயர்ந்த தரத்தைக் குறிக்கின்றன. 'ஆணித்தரம்' என்று சொல்வார்கள். ஆணித்தரமாகப் பேசினார். முதல் தரமான பேச்சு என்று பொருள். சிறப்பான பேச்சு.

பூணிட்ட திருமணி: திருமணி என்றால் முத்து என்பது பொருள். திருமணி குயிற்றுநர் என்றால் முத்துக் கோப்பவர்.

மரகதத் திரளும் நன் முத்துக்களும் என்று சொல்லிவிட்ட பிறகு இன்னொரு முறை எதற்கு இதைச் சொன்னான் என்றால், அது

முத்து மட்டும். இது பூண் இட்ட முத்து. பொன்னால் பூண் பிடிக்கப்பட்ட முத்து.

யாப்பு

நொண்டிச் சிந்து.

பாடல் சொல்வது

மிகச் சிறந்த பொன்னால் செய்யப்பட்ட குடங்கள்; சூரியனைப் போல் ஒளிவிடும் வைரங்கள் பதித்த மகுடங்கள், மாணிக்கக் குவியல், மரகதத் திரள், நல் முத்து, பொன்னில் பதித்த முத்து என்று புதுப்புது வகைகளாகச் செய்யப்பட்டு ஒளிவிடும் ஆபரணங்கள் என்றிவற்றை எல்லாம் காணிக்கையாகக் கொண்டுவந்தார். அந்தக் காட்சி என் மனக்கண்ணை விட்டு அகலுமோ?

●

நால்வகைப் பசும்பொன்னும் - ஒரு
நாலா யிரவகைப் பணக்குவை யும்
வேல்வகை வில்வகையும் - அம்பு
விதங்களும் தூணியும் வாள்வகை யும்
சூல்வகை தடிவகையும் - பல
தொனிசெயும் பறைகளும் கொணர்ந்துவைத் தே
பால்வகை மன்னவர்தாம் - அங்குப்
பணிந்ததை என்னுளம் மறந்திடு மோ? (24)

சொற் பொருள்

நால்வகைப் பசும்பொன்: *தங்கத்தை நான்கு வகைகளாகப் பிரித்திருந்தனர். சாதரூபம், கிளிச்சிறை, ஆடகம், சாம்பூநதம் என்பவை தங்கத்தின் நான்கு வகை.*

பால்வகை: *'பால் வகை மன்னவர்' - பால்=பகுதி. பல பகுதிகளாக வகுக்கப்பட்ட அரசர் (க்ஷத்திரியர்) கூட்டங்கள்.' இது பாரதியே தந்திருக்கும் குறிப்பு. 'பால்வகை' என்பதைப் 'பால்வளர்' என்று பாரதியே திருத்தியு மிருப்பதால், பல பதிப்புகளில் இந்த இடத்தில் பால்வளர் என்றும் காணப்படும்.*

யாப்பு

நொண்டிச் சிந்து.

பாடல் சொல்வது

நான்கு வகையான பசும்பொன்னையும், நான்காயிரம் விதமான பணக் குவியல்களையும் (பாரத நாட்டுக்குள்ளேயே பல பேரரசர்கள் இருந்தபடியால், ஒவ்வொரு தேசத்திலும் ஒவ்வொரு வகையான பணம் புழக்கத்தில் இருந்திருக்குமில்லையா?) வேல், வில், அம்பு, சூலம், தடி (தண்டு அல்லது கதை), பலவிதமான ஒலிகளை எழுப்பக் கூடிய வேறுபட்ட பறைகளையும், மன்னர்கள் கொண்டுவந்து கொட்டி, தருமனுடைய பாதத்தில் பணிந்தார்கள். அதை என் உள்ளம் என்றேனும் மறக்க முடியுமா?

●

கிழவியர் தபசியர்போல் - பழங்
    கிளிக்கதை படிப்பவன் பொறுமை யென்றும்
பழவினை முடிவென்றும் - சொலிப்
    பதுங்கிநிற் போன்மறத் தன்மையி லான்
வழவழத் தருமனுக்கோ - இந்த
    மாநில மன்னவர் தலைமை தந்தார்?
முழவினைக் கொடிகொண்டான் - புவி
    முழுதையும் தனியே குடிகொண் டான். (25)

சொற் பொருள்

'வழவழத் தருமன்':(உலக வழக்கு). உக்கிரத் தன்மை முதலிய மறவர் குணங்களில்லாத தருமன். இது பாரதி எழுதியிருக்கும் குறிப்பு.

யாப்பு

நொண்டிச் சிந்து.

பாடல் சொல்வது

இந்தத் தருமன், மறவர்களுக்கு உரிய குணங்கள் எதுவும் இல்லாதவன். (ஒரு காரியமும் செய்ய முடியாத) கிழவிகளைப் போலவும் (கிழவர்களைப் போல் கூட இல்லை!) (சும்மா அமர்ந்தபடி பேசிக்கொண்டிருக்கும்) தபசியர்களைப் போலவும்

எப்போது பார்த்தாலும் (எப்படிப்பட்ட துன்பம் நேர்ந்தாலும்) 'பொறுமை, பொறுமையைக் கைக்கொள்ள வேண்டும்' என்றும், 'இவையெல்லாம் முன் வினையின் பயனால் விளைந்தது' என்றும் திரும்பத் திரும்ப கிளிப்பிள்ளையைப் போல் சொன்ன பழங்கதையையே சொல்லிக்கொண்டிருப்பவன். எந்தக் காரியத்திலும் இறங்காமல் பதுங்கிக் கொள்பவன். மறவர்களுக்கு உரிய தன்மைகள் ஏதும் அற்றவன்.

இப்படிப்பட்டவனுக்குப் போய் இந்த மாநில மன்னர்கள் எல்லோரும் சேர்ந்து தலைமையைத் தந்திருக்கின்றனர்! முரசினைத் தன் கொடியில் பறக்கும் சின்னமாகக் கொண்டவன், இந்த உலகம் முழுமையையும் தன் குடியாகவும் கொண்டுவிட்டான்.

தருமனின் கொடியில் இருந்த சின்னம் முரசு. வீமனுக்கு சிங்கத்தின் வால். பார்த்தனுக்கு அனுமன். துரோணருக்கு யாக வேதிகை. இப்படி ஒவ்வொருவருக்கும் ஒரு சின்னம் இருந்ததைப் போல், ஒவ்வொரு விதமான சங்கும் உண்டு. அநந்தவிஜயம் என்பது தருமனுடைய சங்கின் பெயர்; பௌண்ட்ரம் என்பது பீமனுடையது; தேவதத்தம் அர்ச்சுனனுக்குரியது; ஸுகோஷம் என்பது நகுலனுடையது; மணிபுஷ்பகம் என்பது சகதேவனுடையது. கிருஷ்ணனுடையதுதான் எல்லோராலும் சொல்லப்படுவது - பாஞ்சஜன்யம்.

போர்க்களத்தில் தேரில் பறக்கின்ற கொடியாலும், கேட்கின்ற சங்கின் வேறுபட்ட, தனிப்பட்ட ஒலியினாலும், 'இன்னார் இந்தக் களத்தில் இருக்கிறார்கள்' என்று உணர்த்துவதற்கான ஏற்பாடு. மற்ற பயன்கள் ஒரு புறம்.

●

தம்பியர் தோள்வலியால் - இவன்
　　சக்கர வர்த்தியென் றுயர்ந்தது வும்
வெம்பிடு மதகரியான் - புகழ்
　　வேள்விசெய் தந்நிலை முழக்கிய தும்
அம்புவி மன்னரெல்லாம் - இவன்
　　ஆணைதம் சிரத்தினில் அணிந்தவ ராய்
நம்பரும் பெருஞ்செல்வம் - இவன்
　　நலங்கிளர் சபையினில் பொழிந்தது வும் (26)

பதம் பிரித்து

மதகரியான்: மத கரியாகிய யான். மத யானையைப் போன்ற நான்.

யாப்பு

நொண்டிச் சிந்து.

பாடல் சொல்வது

இவன் என்ன தன் முயற்சியால், தன் வலிமையால் ஆட்சித் தலைமைக்கு வந்தவனா? இவனுடைய இரண்டு தம்பிகள் கெட்டிக்காரர்களாய் இருக்கிறார்கள்; அந்தக் காரணத்தால் இவன் சிறந்திருக்கிறான். என்னால் இதைப் பொறுத்துக் கொள்ளவே முடியவில்லை. இப்படி இவன் உயர்ந்து ஒரு பக்கம் என்றால், இவன் செய்தானே ஒரு புகழ் வாய்ந்த வேள்வி, அந்த வேள்வியின் சமயத்தில், இவன் வேள்வி செய்கின்ற செயலை அறிவித்து, முழக்கமிடும்படியான காரியத்தை, உள்ளுக்குள்ளே வெம்பிக் கொண்டிருக்கின்ற மதங்கொண்ட யானையைப் போன்ற நான் செய்ய நேர்ந்ததும், எல்லா மன்னர்களும் இவனுடைய ஆணை எல்லாவற்றையும் சிரமேற்று நின்றதும், நம்ப முடியாத அளவு பெரிய செல்வத்தை இவனுடைய சபையில் கொண்டுவந்து கொட்டியதும் எப்படிப் பொறுத்திடுவேன்?

தருமன் செய்தய ராஜசூய யாகத்தின் ('ராய சூழ வேள்வி' என்பது வில்லிபாரதம் தரும் பெயர்) போது, ஒவ்வொருவரிடமும் ஒவ்வொரு பொறுப்பு ஒப்படைக்கப்பட்டது. சமைத்தல், பரிமாறுதல் போன்ற காரியங்களை துச்சாதனன் கவனித்தான். வருகின்ற அரசர்களுக்கு மரியாதை செய்வதை சஞ்சயன் கவனித்துக் கொண்டான். பொற்காசுகளைக் கணக்கு வைத்துக்கொள்வது, தட்சிணை தருவது போன்றவற்றை கிருபரும், விதுரரும் கவனித்தனர். வில்லி சொல்கிறார்:

தானமும் தியாகம் தானும்
        தபனன்மா மதலை யான
மானவன் கொடுக்க என்றான்;
        வரம்பிலா நிதிகள் யாவும்
கானலம் கடல்சூழ் வையம்
        காவலன் காவல் என்றான்.
ஏனையோர் பலரும் வேந்தன்
        ஏவலின் முறைநின் றாரே.

தானங்களையும், தியாகங்களையும் வழங்குவதற்கு உரியவனாக கர்ணன் நியமிக்கப்பட்டான். (தபனன்: சூரியன், தபனன் மா மதலை: கர்ணன்) மன்னர்கள் கொண்டுவந்து தருகின்ற அளவில்லாத பெருஞ்செல்வத்தை வாங்கிக் கொள்வதும், கணக்கு வைத்துக் கொள்வதுமான காரியத்தைத் துரியோதனன் செய்தான். இதைப் போல் தருமபுத்திரன் (ஒவ்வொரு மன்னருக்குக் கொடுத்த ஒவ்வொரு) ஏவலின்படி மன்னர்கள் வினையாற்றினர்.

வருகின்ற திறைப் பொருளை (இந்த நாள் வழக்கில் சொல்வதென்றால், மொய்ப் பணம்) வாங்கிக் கணக்கு வைக்கும் காரியத்தைச் செய்தவன், ஆகையினாலே அவ்வப்போது தருமனின் வேள்விப் பெருமையை முழக்க வேண்டிய நிலைமையை மேற்கொண்டவன் துரியோதனன். எவ்வளவு வந்தது என்பது அவனுக்கு நேரடியாகத் தெரியும். அவனுடைய உள்ளக் கொதிப்பு அப்போதே தொடங்கிவிட்ட ஒன்று.

●

எப்படிப் பொறுத்திடுவேன் - இவன்
இளமையின் வளமைகள் அறியே னோ?
குப்பைகொ லோமுத்தும் - அந்தக்
குரைகட னிலத்தவர் கொணர்ந்துபெய் தார்
சிப்பியும் பவளங்களும் - ஒளி
திரண்டவெண் சங்கத்தின் குவியல்க ளும்
ஒப்பில்வை டூரியமும் - கொடுத்
தொதுங்கி நின் றார்இவன் ஒருவனுக் கே. (27)

பதம் பிரித்து

கட னிலத்தவர்: கடல் நிலத்தவர்

சொற் பொருள்

குரைகடல்: குரை என்ற பெயர்ச் சொல்லுக்கு, ஒலித்தல் என்றும், பரந்த, விரிந்த, பெரிய என்றும் பொருள் உண்டு. ஒலிக்கும் கடல் என்றும் சொல்லலாம். பெரிய கடல் என்றும் சொல்லலாம்.

யாப்பு

நொண்டிச் சிந்து.

பாடல் சொல்வது

இப்படிப்பட்ட சிறப்புகள் எல்லாம் இவனுக்கு அமைந்ததை என்னால் பொறுத்துக் கொள்ள முடியவில்லையே! எப்படி பொறுப்பேன்! இவன் சின்ன வயதில் எப்படி இருந்தான் என்பது எனக்குத் தெரியாதா! முத்தென்ன குப்பையா! குப்பையைக் கொண்டு வந்து கொட்டுவதைப் போல் அந்தக் கடல் நாட்டுக் காரர்கள் முத்தையும், சிப்பியையும், பவளங்களையும், வெண்சங்கு களையும் கொண்டு வந்து கொட்டினார்களே! ஒப்பில்லாத வைடூரியத்தையும் அதே மாதிரி வாரி இறைத்தார்களே! அத்தனையையும் கொடுத்துவிட்டு வணக்கமாக ஒதுங்க வேறு ஒதுங்கி நின்றார்களே! இத்தனைப் பெருஞ்செல்வமும் இவன் ஒருத்தனுக்கேயா! எப்படி என்னால் இதைப் பொறுக்க முடியும்!

●

மலைநா டுடையமன்னர் - பல
    மான்கொணர்ந் தார்புதுத் தேன்கொணர்ந் தார்
கொலைநால் வாய்கொணர்ந்தார் - மலைக்
    குதிரையும் பன்றியும் கொணர்ந்துதந் தார்
கலைமான் கொம்புகளும் - பெரும்
    களிறுடைத் தந்தமும் கவரிக ளும்
விலையார் தோல்வகையும் - கொண்டு
    மேலும்பொன் வைத்தங்கு வணங்கிநின் றார். (28)

சொற் பொருள்

நால்வாய்: *நாலுகின்ற வாய். நாலுதல் என்றால் தொங்குதல். தொங்கக் கூடிய வாயை உடைய விலங்கு - யானை. விநாயகனுக்கு உள்ள தமிழ்ப் பெயர்களில் பெயர்களில் ஒன்று நால்வாயன். 'நான்ற வாயும் நாலிரு புயமும் மூன்று முக்கண்ணும் மும்மதச் சுவடும்' என்று ஔவையின் விநாயகர் அகவல் பாடுகிறது.*

இலக்கணம்

நால்வாய்: *சினையாகு பெயர். உடல் உறுப்பில் ஒன்று ஒட்டு மொத்த விலங்குக்கும் ஆகி வந்தது.*

யாப்பு

நொண்டிச் சிந்து.

பாடல் சொல்வது

மலை நாடுகளிலிருந்த வந்திருந்த மன்னர்கள் மான்களைக் கொண்டு வந்தனர்; புதிய தேனைக் கொண்டு வந்தனர்; கொல்லக் கூடிய போர்க் குணம் கொண்ட யானைகளைக் கொண்டு வந்தனர்; மலைக் குதிரைகளையும், பன்றிகளையும் கொண்டு வந்தனர்; கலைமானின் கொம்புகள், யானைத் தந்தங்கள், விலைமதிப்பு மிக்க பலவகையான தோல் என்று இவையெல்லாம் கொண்டுவந்து, அவை போதாதென்று பொன்னும் வைத்துத் தந்தனர்.

●

செந்நிறத் தோல்கருந்தோல் - அந்தத்
    திருவளர் கதலியின் தோலுட னே
வெந்நிறப் புலித்தோல்கள் - பல
    வேழங்கள் ஆடுகள் இவற்றுடைத் தோல்
பன்னிற மயிருடைகள் - விலை
    பகரரும் பறவைகள் விலங்கினங் கள்
பொன்னிறப் பாஞ்சாலி - மகிழ்
    பூத்திடும் சந்தனம் அகில் வகை கள் (29)

சொற் பொருள்

கதலி:* ஒரு வகை மான்

அதுதான் போகட்டும் என்றால், சென்னைப் பல்கலைக் கழகப் பேரகராதி 1. வாழை, 2. கதலி வாழை (சிறிய வாழை வகை), 3. துகிற்கொடி, 4. பறக்கவிடும் காற்றாடி என்று மட்டும்தான் பொருள் சொல்கிறது. வேறு பொருளே இல்லை.

---

* *கதலி என்ற சொல்லை பாரதி எங்கிருந்து பிடித்தான் என்பதே வியப்புக்குரிய ஒன்று. (வியாஸ பாரதத்திலிருந்துதான் எடுத்திருக்கிறான்.) தமிழ் இலக்கியத்தின் என்சைக்ளோபீடியா என்றறியப்படும் அபிதான சிந்தாமணியில் இந்த நுழைவே இல்லை.*

‘அகராதியை வைத்துக்கொண்டு பொருள் சொல்ல வேண்டும் என்றால், ‘வாழைப் பழத் தோலைக் கொண்டு வந்தார்கள்’ என்றுதான் சொல்ல வேண்டியிருக்கும்’ என்று சொல்லிச் சிரிப்பார் என் ஆசிரியர் திரு. வேணுகோபாலன் (நாகநந்தி) அவர்கள். பாரதியோ ‘கதலி என்பது ஒரு வகை மான்’ என்று குறிப் பெழுதுகிறான். இந்தப் பொருள் எந்த அடிப்படையில், எப்படிச் சொல்லப்பட்டது என்று என் ஆசிரியர் பெரு முயற்சி செய்து கண்டறிந்தார். நாநார்த்த தீபிகை என்ற நூலில் இதற்கான குறிப்பு கிடைத்தது. ‘இருபது அங்குலமே வளர்வதும், சேற்றிலே வாழ்வது மாகிய ஒரு வகை மான்’ என்று நாநார்த்த தீபிகை சொல்கிறது.

இதில் இன்னுமொரு வியப்பு என்னவென்றால், ஒட்டுமொத்த மஹாபாரதத்திலும் ‘கதலி’ என்ற பெயர் இடம் பெற்றிருப்பது இந்த ஒரே ஒரு இடத்தில் மட்டும்தான். பாரதி, மூலத்தையே நேரடியாகப் படித்து மொழிபெயர்த்திருக்கிறான், வடமொழியில் அவனுக்கு அந்த அளவுக்குப் புலமை இருந்திருக்கிறது என்பதற்கு இதை விடவும் வேறென்ன சாட்சியம் வேண்டும்!

பன்னிற மயிருடைகள்: பல நிறங்களை உடைய மயிரால் ஆன உடைகள். கம்பள ஆடை. பலவிதமான விலங்குகளின் உரோமத்தி லிருந்து ஆடை நெய்வது மிகத் தொன்மையான பழக்கம்.

யாப்பு

நொண்டிச் சிந்து.

பாடல் சொல்வது

விலை மதிப்பிட முடியாத பல வகையான விலங்குகளின் தோல் கொண்டுவரப்பட்டதாகச் சென்ற பாடல் சொன்னது. கருநிறத் தோல், சிவந்த நிறத் தோல், கதலி என்ற மானுடைய தோல், புலித் தோல், யானைத் தோல், ஆடுகளின் தோல், பலவிதமான மயிர்களால் ஆன உடைகள் (கம்பள ஆடைகள்), மிக அரிய வகையான பறவைகள், பாஞ்சாலி மகிழத்தக்க வகையிலான சந்தனம், அகில்... (என்று இவற்றையும் கொண்டுவந்தார்.)

•

ஏலம் கருப்பூரம் - நறும்
    இலவங்கம் பாக்குநற் சாதிவ கை
கோலம் பெறக்கொணர்ந்தே - அவர்
    கொட்டி நின் றார்கரங் கட்டிநின் றார்.

மேலுந்த லத்திலுளார் - பல
வேந்தரப் பாண்டவர் விழைந்திட வே
ஓலந்த ரக்கொணர்ந்தே - வைத்த
தொவ்வொன்று(ம்) என்மனத் துறைந்தது வே. (30)

யாப்பு

நொண்டிச் சிந்து.

பாடல் சொல்வது

தருமபுத்திரனுடைய வேள்விக்கு வேந்தர்கள் கொண்டு தந்த பொருள்களின் பட்டியல் நீள்கிறது. ஏலக்காய், கர்ப்பூரம், இலவங்கம், பாக்கு, சாதிக்காய் போன்ற வாசனைப் பொருட்களை அவர்கள் கொண்டு வந்து கொட்டினார்கள்; கை கட்டி நின்றார்கள். உலகத்தின் பல பகுதிகளில் உள்ள மன்னவர்கள் அந்தப் பாண்டவர் கள் மனம் மகிழுமாறு பல பொருள்களைப் பொதிந்திருந்த பெட்டிகளைத் தரதரவென்று ஓசை உண்டாகுமாறு இழுத்துவந்து வைத்த வரிசை என் உள்ளத்தில் அப்படியே நிற்கிறது.

ஏலம், இலவங்கம், பாக்கு, சாதிக்காய் எல்லாம் விளைபொருள்கள். கருப்பூரம் எனப்படுவது, தற்காலங்களில் 'பச்சைக் கற்பூரம்' என்றறியப்படும் வாசனைப் பொருள். பெருமாள் கோவில் தீர்த்தத்தில் கலந்து விநியோகிப்பார்கள். சமையலிலும் பயன் படுத்தப்படுவது உண்டு.

●

மாலைகள் பொன்னுமுத்தும் - மணி
வகைகளில் புனைந்தவுங் கொணர்ந்துபெய் தார்
சேலைகள் நூறுவன்னம் - பல
சித்திரத் தொழில்வகை சேர்ந்தன வாய்
சாலவும் பொன்னிழைத்தே - தெய்வத்
தையலர் விழைவன பலர்கொணர்ந் தார்
கோலநற் பட்டுக்களின் - வகை
கூறுவதோ? எண்ணி லேறுவ தோ? (31)

சொற் பொருள்

வன்னம்: வண்ணம்

யாப்பு

நொண்டிச் சிந்து.

பாடல் சொல்வது

பல வகையான வேலைப்பாடுகளும் வடிவங்களும் கொண்ட பொன்னாலும் முத்தாலும் ஆன மாலைகள்; சித்திர வேலைப் பாடுகளும், தங்கச் சரிகைக் கரையிட்டதுமாக, தேவமாதர் விரும்பக் கூடிய பல நூறு வண்ணச் சேலைகள்; எண்ணிறந்த வகையிலான பட்டுத் துணிகள்... இவற்றின் வகையைக் கணக்கிட முடியுமோ?

●

கழல்களும் கடகங்களும் - மணிக்
　　கவசமு மகுடமுங் கணக்கில வாம்
நிழல்நிறப் பரிபலவும் - செந்
　　நிறத்தன பலவும்வெண் ணிறம்பல வும்
தழல்நிறம் மேகநிறம் - விண்ணிற்
　　சாருமிந் திர வில்லை நேருநி றம்
அழகிய கிளிவயிற்றின் - வண்ணம்
　　ஆர்ந்தனவாய்ப் பணி சேர்ந்தன வாய். (32)

சொற் பொருள்

கழல் - காலில் அணியக் கூடிய வீரக் கழல். கடகம்: கையில் அணியும் அணிகலன். இந்திரவில்: வானவில்

யாப்பு

நொண்டிச் சிந்து.

பாடல் சொல்வது

ஏராளமான வீரக் கழல்களும் கையணிகளும் மணிகள் பதிக்கப்பட்ட கவசங்களும் மகுடங்களும் வந்தன. நிழலை ஒத்த நிறத்திலும் சிவந்த நிறத்திலும் வெள்ளை நிறத்திலும் நெருப்பு நிறத்திலும் மேகத்தை ஒத்த நிறத்திலும் வானவில்லைப் போல் பல வண்ணங்களிலும் கிளிவயிற்றை ஒத்த நிறத்திலும் வகை வகையான குதிரைகள் வந்திறங்கின. அவை அனைத்தும் இட்ட கட்டளையை ஏற்று நடக்கும் (பணி சேர்ந்தன) பயிற்சி பெற்றவை.

சூரியனின் தேர்க் குதிரைகள் பச்சை நிறமுடையவை என்பது மரபு.

'உததியிடை கடவுமர கதவருண குலதுரக உபலளித கனகரத சதகோடி சூரியர்கள்' என்றார் அருணகிரி நாதர். கடலுக்கு நடுவிலே செலுத்தப்படுகின்ற, மரகதப் பச்சை வண்ணத்தையும், மிகுந்த அழகையும் உடைய சாதிக் குதிரைகள் இழுக்கும் பொன்னாலான தேரில் தோன்றும் நூறுகோடி சூரியர்கள் (ஒரே நேரத்தில் வந்ததைப் போன்றது முருகனின் திருவடி).

வியாஸ பாரதத்தில் சம இடம்

கிளி நிறமுள்ளவையும் வானவில் நிறமுள்ளவையும் செவ்வான நிறமுள்ளவையுமாகப் பல நிறங்களாயிருக்கும் மனோவேகமான அநேகம் காட்டுக் குதிரைகளையும் விலையில்லாத பொன்னையும் ஏகபாதர்கள் யுதிஷ்டிரனுக்கு அளித்தனர். (ஸபா பர்வம், எழுபத்தெட்டாவது அத்தியாயம், த்யூத பர்வம் தொடர்ச்சி.)

பாடலில் கிளிவயிற்றின் நிறமுள்ள, வானவில்லின் நிறமுள்ள, மேகங்களின் நிறமுள்ள குதிரைகள் என்று வர்ணித்திருப்பதன் ஒவ்வோர் அம்சமும் வியாச மூலத்தில் இருப்பதைக் காணலாம்.

•

காற்றெனச் செல்வனவாய் - இவை
 கடிதுகைத் திடுந்திறன்மறவரோ டே
போற்றிய கையினராய்ப் - பல
 புரவலர் கொணர்ந்தவன் சபைபுகுந் தார்.
சீற்றவன் போர்யானை - மன்னர்
 சேர்த்தவை பலபல மந்தையுண் டாம்
ஆற்றல்மி லேச்சமன்னர் - தொலை
 அரபியர் ஒட்டைகள் கொணர்ந்துதந் தார். (33)

பதம் பிரித்து

கடிதுகைத்திடும்: கடிது உகைத்திடும்.

சீற்றவன்: சீற்ற, வன்

சொற் பொருள்

உகைத்தல்: செலுத்துதல்.

மிலேச்சர்: அன்னியர். வெளிநாட்டவர். அரபியர், பாரசீகர் என்ற பொருள் இந்தக் குறிப்பிட்ட இடத்துக்குப்

பொருந்தும்.

'தாய்த்திரு நாட்டைத் தறுகண் மிலேச்சர்... இந்நாட் படை கொணர்ந்து இன்னல் செய்கின்றார்...' என்று 'சத்திரபதி சிவாஜி தனது சைநியத்தாருக்குக் கூறியது' என்ற கவிதையிலும் பாரதி மேற்படிப் பொருளிலேயே இச்சொல்லை ஆண்டிருத்தலைக் காணலாம்.

ஒட்டைகள்: ஒட்டகங்கள். ஒட்டகம் என்ற பெயர்சொல்லின் இன்னொரு வடிவமே ஒட்டை எனப்படுவது. சிங்கத்தைச் சீயம் என்பதுபோல். மாறாக, பன்றிக்குப் பன்றியென்றும் கேழ் என்றும் பெயர் இருப்பது வேறுவேறு பெயர்கள். ஒரு பெயர்ச்சொல்லின் மாறுபட்ட வடிவமன்று.

யாப்பு

நொண்டிச் சிந்து.

பாடல் சொல்வது

காற்றென விரைந்து செல்லும் பல வகையான வண்ணங்களை உடைய குதிரைகள் மட்டுமில்லை; அவற்றை விரைவாகச் செலுத்தக் கூடிய திறமை உடைய வீரர்களையும் சேர்த்தே தந்தனர். போரிட வல்ல யானைகளைப் பல மன்னர்கள் தந்தனர். அரபிய, பாரசீக மன்னர்கள் ஒட்டகங்களைக் கொண்டுவந்தனர்.

வியாஸ பாரதத்தில் சம இடம்

நூற்றுக் கணக்கும் ஆயிரக்கணக்குமாகப் பெண்யானைகளையும் பசுக்களையும் குதிரைகளையும் முந்நூறு ஒட்டகங்களையும் அநேக நூறு பெண்குதிரைகளையும் கப்பமாக எடுத்துக்கொண்டு ராஜ குமாரர்கள் யுதிஷ்டிரனுடைய கிருகத்தில் வந்து சேர்ந்தனர். (ஸபா பர்வம், எழுபத்தாறாவது அத்தியாயம், த்யூத பர்வம் தொடர்ச்சி.)

இந்த இடத்துக்குக் குறிப்பு எழுதுகையில் பாரதி சொல்கிறான்: 'வியாச முனிவர் அரபி தேசமென்று பெயர் குறிப்பிடாவிடினும், அவரது வர்ணனைகளைப் பார்க்குமிடத்துத் தரும புத்திரன் யாகத்துக்குக் காணிக்கையாக வந்த ஒட்டைகள் அரபி தேசத்தனவென்று தெளிவாகத் தோன்றுகிறது.'

பாரதி சொல்லியிருப்பதைப் போலவே, அரேபியாவின் பெயர் வியாஸ பாரதத்தில் குறிப்பிடப்படவில்லை என்பது கவனிக்கத் தக்கது. மூலத்தில் அவனுக்கிருந்த பயிற்சியை இது காட்டுகிறது.

●

தென்றிசைச் சாவகமாம் - பெரும்
தீவுதொட் டேவட திசையத னில்
நின்றிடும் புகழ்ச்சீனம் - வரை
நேர்ந்திடும் பலபல நாட்டின ரும்
வென்றிகொள் தருமனுக்கே - அவன்
வேள்வியில் பெரும்புகழ் விளையும்வண் ணம்
நன்றுபல் பொருள் கொணர்ந்தார் - புவி
நாயகன் யுதிட்டிர னென உணர்ந்தார். (34)

சொற் பொருள்

சாவகம் என்பது ஜாவா என்றறியப்படும் நாடு.

இலக்கணம்

வென்றி: வெற்றி என்பதன் மெலித்தல் விகாரம்.

யாப்பு

நொண்டிச் சிந்து.

பாடல் சொல்வது

தென் திசையில் ஜாவா தொடங்கி, வடக்கே சீனா வரையில் உள்ள பல நாடுகளின் மன்னர்களும் அவன் வேள்விக்குத் தேவைப்படும் பொருள்களைக் கொண்டுவந்தனர். அவர்கள் அனைவராலும் போற்றப்படும் தலைவனாக யுதிட்டிரன் விளங்குகிறான்.

ஜாவா - சாவகம் என்றும் யவத் தீவு என்றும் தமிழில் மிகப் பழைய இலக்கியங்களில் குறிக்கப்படுவது. மிகப் பழைய காலம் தொட்டே இங்கெல்லாம் தமிழ்நாட்டுக்குத் தொடர்பிருந்தது. மணி மேகலையில் ஆபுத்திரன் மணிபல்லவத்தில் இறந்த பிறகு, அரசனாக அடுத்த பிறவி அடைந்த இடம் சாவகம். இந்தப் பழைய தொடர்பை,

சிங்களம் புட்பகம் சாவகம் ஆதிய
தீவு பலவினும் சென்றேறி - அங்குத்
தங்கள் புலிக்கொடு மீன்கொடி யும்நின்று
சால்புறக் கண்டவர் தாய்நாடு

என்று பாரதி குறிக்கிறான். (செந்தமிழ் நாடெனும் போதினிலே...)

தருமபுத்திரனுடைய பெயர், மரியாதைக்குரிய அரசனாக ஜாவா முதல் சீனா வரை அறியப்பட்டிருந்தது என்பது துரியோதனின் பொறாமைக்கான காரணங்களில் ஒன்று.

வியாஸ பாரதத்தில் சம இடம்

பாஹ்லிக தேசத்திலும் சீனதேசத்திலும் உண்டானவையும் பட்டுப்பூச்சிகளினாலும் ரத்னங்களினாலும் உண்டானவையுமான பட்டுக்களையும் சுவையுள்ள கனி முதலியவற்றையும் நல்ல மணமுள்ளவற்றையும் கொணர்ந்து தெரிவித்த பிறகு வழிவிடப் பட்டனர். கர்வடர், தோமரர், சூரர், வர்தகனகரென்பவர்கள் பலவித மான வஸ்திரங்களை யெடுத்துக்கொண்டு வந்து வாயிலில் தடுக்கப் பட்டு நின்றனர்.* (ஸபா பர்வம், எழுபத்தெட்டாவது அத்தியாயம், த்யூத பர்வம் தொடர்ச்சி.)

மூலத்தில் சீனம் என்ற பெயர் காணப்படுகிறது. தென்றிசைச் சாவகம் என்று பாரதி குறிப்பிடும் நாடு, வடமொழியில் (ஆங்கில மொழிபெயர்ப்பிலும், தமிழ் மொழிபெயர்ப்பிலும்) என்ன பெயரால் குறிப்பிடப்படுகிறது என்பது தெரியவில்லை. யவனர்கள் என்ற பெயர் இந்தப் பட்டியலில் காணப்படுகிறது. இது தவிர பிற பல தேசங்களின் பெயர்களும் காணப்படுகின்றன. இவற்றில் எதை தென்றிசைச் சாவகம் என்று பாரதி குறித்திருக்கிறான் என்று விளங்கவில்லை.

●

ஆடுகள் சிலர்கொணர்ந்தார் - பலர்
ஆயிரமாயிரம் பசுக்கொணர்ந்தார்.

---

* அடிக்கடி வாயிலில் 'தடுத்து நிறுத்தப்பட்டனர்' என்ற பிரயோகத்தைப் பார்க்கிறோம். மன்னர்கள் பொருட்களைக் கொண்டு வந்து வரிசையில் நிற்கின்றனர்; ஒரு குறிப்பிட்ட எண்ணிக்கையினர் உள்ளே அனுமதிக் கப்பட்டதும், அடுத்த பகுதியினர், தாங்கள் இன்ன தேசத்தவர், இன்ன பொருள் கொண்டுவந்திருக்கிறோம் என்பன போன்ற விவரங்களைத் தெரிவித்த பிறகு அவர்கள் உள்ளே அனுமதிக்கப்படுவார்கள். அங்கே பொறுப்பில் இருந்த துரியோதனன் 'ராஜ மஹராஜ ராஜ குலேந்திர... தர்மபுத்திரன் செய்த யாகத்தின் இன்னார் செய்த காணிக்கை... இன்னின்னது என்று உரத்து அறிவித்த பின்னர் அந்த மன்னர்கள் தங்கள் காணிக்கைகளைச் செலுத்த உள்ளே நுழைவார்கள். இதையே துரியோதனன் 'வெம்பிடு மதகரியான் - புகழ் - வேள்விசெய் தந்நிலை முழக்கியதும்' என்று 26ம் பாடலில் சொல்கிறான்.

மாடுகள் பூட்டினவாய்ப் - பல
வகைப்படு தானியஞ் சுமந்தனவாய்
ஈடுறு வண்டிகொண்டே - பலர்
எய்தினர்; கரும்புகள் பலர்கொணர்ந்தார்
நாடுறு தயிலவகை - நறு
நானத்தின் பொருள்பலர் கொணர்ந்துதந்தார். (35)

சொற் பொருள்

ஈடுறு: *ஈடு உறு. மிகப்பெரிய என்று பொருள். ஈடு என்றால் 'ஒப்பான' என்ற பொருளிலும் இன்னும் ஓரிரு பொருளிலும் மட்டுமே பயன்படுத்தி வருகிறோம். ஈடற்ற, ஈடில்லா, ஈடறு என்னும் போது, 'ஒப்பில்லாத' என்ற பொருளில் பயன் படுத்துகிறோம். இங்கே 'ஈடுஉறு வண்டி' என்று சொல்வதை கவனிக்க வேண்டும். அதென்ன ஈடுறு வண்டி? ஒப்பு உள்ள வண்டி என்றால் பொருத்தமாயில்லையே! மொத்தம் பதினாறு பொருள் தருகிறது பேரகராதி, இந்தச் சொல்லுக்கு. ('இட்லி ஒரு ஈடு வைத்து எடு' என்று இட்டலி அவிப்பதைக் குறித்து அன்றாட வழக்கில் சொல்கிறோம். அங்கே, 'இடுகை' (மாவு இடுதல்) என்பது பொருள்.) 'பெரிய' என்றொரு பொருள் உண்டு இந்தச் சொல்லுக்கு. ஈடுறு வண்டி: மிகப் பெரிய வண்டி.*

நாடுறு: *நாடத் தக்க. விரும்பத் தக்க.*

தயிலம்: *தைலம்*

நானம்: *கஸ்தூரி*

யாப்பு

நொண்டிச் சிந்து.

பாடல் சொல்வது

சிலர் ஆடுகள் கொணர்ந்தனர். சிலர் ஆயிரக்கணக்கான பசுக்களைக் கொண்டுவந்தனர். மாடுகள் பூட்டப்பட்ட, பல வகை தானியங்களால் நிறைந்த பார வண்டிகளைப் பலர் கொண்டுவந்தனர். கரும்புகள் ஒரு பக்கம். கஸ்தூரி போன்ற வாசனைப் பொருட்கள் ஒருபுறம்.

●

நெய்க்குடங் கொண்டுவந்தார் - மறை
நியமங்கொள் பார்ப்பனர் மகத்தினுக் கே
மொய்க்குமின் கள்வகைகள் - கொண்டு
மோதின ரரசின மகிழ்வுற வே
தைக்குநற் குப்பாயம் - செம்பொற்
சால்வைகள் போர்வைகள் கம்பளங் கள்
கைக்கு மட்டிலுந்தானோ - அவை
காண்பவர் விழிகட்கும் அடங்குப வோ? (36)

பதம் பிரித்து

மொய்க்குமின் கள்வகைகள்: மொய்க்கும் இன் கள் வகைகள்.

சொற் பொருள்

நியமம்: முறையான.

மகம் - வேள்வி.

மொய்க்கும் இன் கள் வகை: மொய்ப்பதான இனிய கள். ('வேரியங் கள் அருந்தி' என்ற தொடரைப் பாடல் 11-ல் காணலாம்.) 'தேனீ, வண்டு' என்று வருவித்துக்கொள்ள வேண்டும். வண்டு மொய்பதாகிய கள் வகைகள். (இந்த இடத்தில் 'கள்' என்பதற்குத் தேன் என்ற பொருளைக் கொள்ள வேண்டும்.)

தைக்குநற் குப்பாயம்: தைக்கப்பட்டதாகிய நல்ல குப்பாயம்.

குப்பாயம்: சட்டை என்பது பொருள். மேலுக்குச் சட்டை அணிவது அண்மைக் காலப் பழக்கம் என்றெண்ணுகிறோம். குப்பாயம் என்ற பெயரில் (வேறு ஏதேனும் வடிவத்தில் இருந்திருக்கலாம்) அணியப்பட்ட ஒன்றுதான் அது. 'மெய்ப்பை' என்பது சட்டைக்கு இன்னொரு பெயர்.

சட்டை அணிதல் அதிகாரத்தின் அடையாளமாகக் கருதப்பட்டிருக் கலாம். தொளதொளப்பான மேல் சட்டை அணிந்தவர்களும் உண்டு. புறநானூற்றில் ஒரு கவிஞருடைய பெயர் பக்குடுக்கை நன்கணியார். 'ஓர்இல் நெய்தல் கறங்க' என்றொரு அழகான கவிதையை இயற்றியவர். அவர் அப்படிப்பட்ட தொள தொளப்பான சட்டையை அணிந்திருந்தாராம். பக்கு என்றால் பை. பை போன்ற உடுக்கையை உடுத்தியவரான காரணத்தால் பக்குடுக்கை என்ற அடைமொழி.

இதைப் போலவே நாம் உடுத்தும் காற்சட்டையும் புழக்கத்திலிருந்திருக்கிறது. Knickers, shorts என்பன போன்ற ஆடைகளும் இருந்திருக்கின்றன. காற்சட்டையின் பெயர் காழம். முனிவர்களோடு உரையாடிக்கொண்டிருந்த இராமனுக்கு, மீனையும் தேனையும் காணிக்கையாகக் கொண்டுவந்த குகன் காழம் அணிந்திருந்தானாம். 'காழம் இட்ட குறங்கினன்' என்பது கம்பன் வாக்கு.

அரசின மகிழ்வுறவே: அரசு இனம் மகிழ்வுறவே

யாப்பு

நொண்டிச் சிந்து.

பாடல் சொல்வது

மறைகளில் சொல்லப்பட்ட முறைப்படி பார்ப்பனர் வளர்க்கும் வேள்விக்காக நெய்க்குடங்களையும், தேனீக்கள் மொய்க்கின்ற தேன்குடங்களையும், அரசர் மனம் மகிழும்படியாகச் சுமந்தபடி வரிசை வரிசையாக வந்து மோதினார்கள். தைக்கப்பட்ட சட்டைகள், பொன் சரிகையிட்ட சால்வைகள், போர்வைகள், கம்பளங்கள் என்று எடுத்து வைத்து எடுத்து வைத்துக் கையே ஓய்ந்துவிட்டது. கைக்கு மட்டும்தானா, அவற்றின் வரிசை கண்ணுக்கும் அடங்கவில்லை.

●

தந்தத்திற் கட்டில்களும் - நல்ல
    தந்தத்திற் பல்லக்கும் வாகன மும்
தந்தத்தின் பிடிவாளும் - அந்தத்
    தந்தத்திலே சிற்பத் தொழில்வகை யும்
தந்தத்தி லாதனமும் - பின்னும்
    தமனிய மணிகளில் இவையனைத் தும்
தந்தத்தைக் கணக்கிடவோ - முழுத்
    தரணியின் திருவுமித் தருமனுக் கோ? (37)

சொற் பொருள்

ஆதனம்-ஆசனம்.

தமனியம் - பொன்

யாப்பு

நொண்டிச் சிந்து.

பாடல் சொல்வது

ஒற்றைச் சொல்லை வைத்து விளையாடும் விளையாட்டுக்கு இன்னொரு பாடல். தந்தத்தால் செய்யப்பட்ட கட்டில்கள், பல்லக்கு, வாகனம், தந்தப் பிடிபோட்ட வாள், தந்தத்தில் செதுக்கப்பட்ட சிற்பங்கள், இன்ன பிற கலைப் பொருள்கள், தந்தத்தினால் செய்யப்பட்ட இருக்கைகள், பொன்னும், மணியும் சேர்த்துச் செய்யப்பட்ட நகைகள் என்று அவர்கள் கொண்டுவந்து கொட்டிய பொருட்களையெல்லாம் கணக்கெடுக்க முடியுமோ? என்னையா இது! இந்த பூமியில் இருக்கும் அத்தனைச் செல்வமும் இவன் ஒருத்தனுக்கேவா! எந்த ஊர் நியாயமையா இது! அத்தனையும் இவனுக்கே இவனுக்கா!

மஹாபாரதத்தில் சம இடம்

ஓ! மகா பலசாலியே! நினைத்தபடி செய்கிறவர்களாகிய பௌண்டரர், தாமலிப்தர் என்னும் அரசர்கள் சந்தனத்தையும், வெள்ளியையும், அகிற் கட்டையாலும் பளிங்கினாலும் தந்தங்களினாலும் செய்யப்பட்ட சாமான்களையும், ஜாதிக்காய்களையும், தக்கோலம் லவங்கம் கர்ப்பூர முதலான பலவகைப் பொருள்களையும் எடுத்துக்கொண்டு வந்தனர். (ஸபா பர்வம், எழுபத்தெட்டாவது அத்தியாயம், த்யூத பர்வம் தொடர்ச்சி.)

●

வேறு

என்றிவ் வாறு பலபல வெண்ணி
    ஏழை யாகி இரங்குத லுற்றான்
வன்றி றத்தொரு கல்லெனு நெஞ்சன்
    வானம் வீழினு மஞ்சுத லில்லான்
குன்றம் ஒன்று குழைவுற் றிளகிக்
    குழம்பு பட்டழி வெய்திடும் வண்ணம்
கன்று பூதலத் துள்ளுறை வெம்மை
    காய்ந்தெ ழுந்து வெளிப்படல் போல (38)

பதம் பிரித்து

வன்றிறத்தொரு: வன் திறத்து ஒரு.

சொற் பொருள்

ஏழை: *1. அறிவிலான். 2. அறியாமை. 3. பெண். 4. தரித்திரன்.*

கன்று: *கன்றுதல்: முதிர்தல். 'பூதலத்து உள்ளுறை கன்று வெம்மை' என்று கூட்டிக் கொள்ள வேண்டும்.*

யாப்பு

கட்டளைக் கலிப்பா. 'என்றிவ்வாறு' என்று முதற்சீர் நேரசையில் தொடங்குவதால் ஒவ்வோர் அடியிலும் ஒற்று நீக்கி இருபது எழுத்துகள் இருப்பதைக் காணலாம்.

பொருள் இந்த நான்கடிகளுக்குள் முடியாமல் அடுத்த பாட்டுக்குத் தொடர்வதால், இது குளகம்.

பாடல் சொல்வது

இப்படிப் பலவிதமாக எண்ணியெண்ணி, வளர்கின்ற பொறாமை முதிர முதிர, அறிவைப் பயன்படுத்த முடியாதவன் ஆனான். இவனுக்கோ உள்ளம் கல்லால் ஆனது. போதும் போதாதற்கு, அச்ச உணர்வு என்பது (அஞ்ச வேண்டிய இடங்களில் கூட) கொஞ்சமும் இல்லாததானது. வானமே தலையில் இடிந்து விழுந்தாலும் அஞ்சாதவன் இவன். பூமிக்கு அடியில் இருக்கும் வெம்மையானது முதிர முதிர, திடமாக நிற்கின்ற மலை எப்படிக் குழைந்து போகிறதோ, எப்படி இளகுகிறதோ, எப்படிக் குழம்பாக மாறுகிறதோ, அப்படி இந்தக் கல் நெஞ்சனின் 'நெஞ்சக் கன கல்' உள்ளே கொதிக்கின்ற பொறாமையால் குழம்பு பட்டது. அப்படி இளகிய மலையின் உச்சி வெடித்து எவ்வாறு எரிமலைக் குழம்பைக் கக்குகிறதோ அவ்வாறே துரியோதனனுடைய மனம் மாறியது.

'வானம் வீழினும் அஞ்சுதல் இல்லான்' என்ற அடியும், 'உச்சிமீது வானிடிந்து வீழுகின்ற போதிலும் அச்சமில்லை' என்ற அடியும் கருத்தால் ஒன்றாயிருந்தாலும், காரணத்தால் வேறுபடுவதை உணரலாம்.

●

நெஞ்சத் துள்ளோர் பொறாமை யெனுந்தீ
நீள்வ தாலுள்ள நெக்குரு கிப்போய்
மஞ்சன் ஆண்மை மறம்திண்மை மானம்
வன்மை யாவும் மறந்தன னாகிப்
பஞ்சை யாம்ஒரு பெண்மகள் போலும்

பாலர் போலும் பரிதவிப் பானாய்க்
கொஞ்ச நேரத்தில் பாதகத் தோடு
கூடி யேயுற வெய்திநின் றானால். (39)

சொற் பொருள்

மஞ்சன்: மைந்தன். ஆண்மகன், இளைஞன்.

*'நெஞ்சஞ் சுட உரைத்தல் நேர்மையெனக் கொண்டாயோ!
மஞ்சனே! அச்சொல் மருமத்தே பாய்வதன்றோ?'*

என்று இதே பாஞ்சாலி சபதத்தில் பின்னால் விதுரர் உரையில் இந்தச் சொல்லைக் காணலாம்.

பஞ்சை: இந்தச் சொல்லுக்கான ஆறு வேறு வேறு பொருளில் இங்கே பொருந்துவது 'அற்பத்தனம் உள்ள' என்பது.

*'தஞ்சம் உலகினில் எங்கணுமின்றித் தவித்துத் தடுமாறி
பஞ்சைப் பறையன் அடிமை புகுந்தேன்
பாரமுனக்காண்டே! ஆண்டே! பாரமுனக்காண்டே'*

(கண்ணன் - என் ஆண்டான்)

இந்தப் பாடலில் 'பஞ்சை' என்ற சொல், 'தரித்திரன், பலமற்றவன்' என்ற பொருளில் பயன்படுவதைக் காணலாம்.

யாப்பு

கட்டளைக் கலிப்பா. நேரசையில் தொடக்கம். அடிக்கு ஒற்று நீக்கி இருபது எழுத்துகள்.

பாடல் சொல்வது

பூமிக்கு அடியிலிருந்த வெம்மை முற்றி முதிர்ந்து, மலையை இளக்கிக் குழம்பாக்கிச் சீறிப் பாய்ந்து வெளிப்படுவதுபோல், நெஞ்சுக்குள் இருக்கும் பொறாமை எனும் தீ நெக்குருகிப் போகச் செய்வதால், மைந்தன் எல்லாவற்றையும் மறந்தான். எதையெல்லாம்? ஆண்மை, வீரம், (நல்ல நெறியில் நிற்பதற்கான) உறுதி, மானம், ஆற்றல் எல்லாவற்றையும். அப்படி மறந்தவனாகி, அற்ப குணம் உடைய ஒரு பெண்ணைப் போலவும் சிறுவரைப் போலவும் பரிதவிக்கலானான். அப்படி அந்த நிலையில் கொஞ்ச நேரமே இருந்த போதிலும் பாதகத் தன்மையோடு அவன் உள்ளம் உறவு கொண்டது.

இவ்வளவு நேரமும் துரியோதனனைப் பொறாமை வருத்தியது. அதனால் உண்டான தீ அவனை நெக்குருகச் செய்தது. 'எப்படியாவது பாண்டவர் செல்வத்தைத் தன் வசமாக்க வேண்டும்; அதைவிடவும் முக்கியமாய் அவர்களை வறுமை எய்தச் செய்யவேண்டும்' என்று விடாப்பிடியாக ஓரெண்ணம் உள்ளே ஓடிக்கொண்டிருக்கிறது. அதனைச் செயலாக்குவது எப்படி என்று தெரியவில்லை. இப்படிப் பட்ட, 'செய்வதறியாத திகைப்பையும், செய்வதற்கான ஏது இல்லாத தவிப்பையும்' ஒருங்கே காட்டவே பெண், பாலர் ஆகியோரைச் சுட்டினான். (பெண்கள் அசக்தர்கள் என்ற பொருளிலோ, செயலாற்ற முடியாதவர்கள் என்றோ பொருளிலோ பயன்படுத்தவில்லை என்பது உணரவேண்டிய ஒன்று.)

●

யாது நேரினும் எவ்வகை யானும்
யாது போயினும் பாண்டவர் வாழ்வைத்
தீது செய்து மடித்திட எண்ணிச்
செய்கை ஒன்றறி யான்திகைப் பெய்திச்
சூதும் பொய்யும் உருவெனக் கொண்ட
துட்ட மாமனைத் தான்சர ணெய்தி
ஏது செய்வம் எனச்சொலி நைந்தான்
எண்ணத் துள்ளன யாவு முரைத்தே. (40)

யாப்பு

கட்டளைக் கலிப்பா. நேரசையில் தொடங்குவதால் ஓரடிக்கு ஒற்று நீக்கி இருபதெழுத்துகள்.

பாடல் சொல்வது

இவ்வளவு நேரமும் வாட்டிக்கொண்டிருந்த பொறாமைத் தீ வெளிப்படுகிறது. என்ன நேர்ந்தாலும் சரி, எந்த வழியை மேற்கொள்வதானாலும் சரி, நமக்கு என்ன வகையான இழப்பு நேரிட்டாலும் சரி. பாண்டவர் வாழ்வை அழிப்பதாகிய தீங்கை அவர்களுக்கு இழைத்தே ஆகவேண்டும் என்ற துடிப்பும், அதை எப்படிச் செய்வது என்றறியாத திகைப்பும் கொண்டவனாகி, சூதும் பொய்யும் ஓர் உருவம் கொண்டு வந்ததைப் போன்ற துஷ்டனான மாமன் சகுனியைச் சென்றடைந்தான். அவனைச் சரண் புகுந்தான். அவனிடம் தன் மனத்தில் தோன்றிய அனைத்தையும் சொல்லி, 'என்ன செய்வோம்!' என்று சொல்லிச் சொல்லி மனம் நைந்தான்.

●

மன்னர் மன்னன் யுதிட்டிரன் செய்த
மாம கத்தினில் வந்து பொழிந்த
சொன்னம் பூண்மணி முத்திவை கண்டும்
தோற்றம் கண்டு மதிப்பினைக் கண்டும்
என்ன பட்டது தன்னுளம் என்றே
ஈன மாமன் அறிந்திடும் வண்ணம்
முன்னம் தானெஞ்சிற் கூறிய வெல்லாம்
மூடன் பின்னு மெடுத்து மொழிந்தான். (41)

சொற் பொருள்

மா மகம்: பெரிய வேள்வி.

சொன்னம்: சொர்ணம், தங்கம்.

ஈனம்: ஹீனம், குறைவுபட்ட. ஈன மாமன் என்பதால், குறைவுபட்ட மனமுள்ள மாமன், அற்பத்தனமான என்று விரிவுபடுத்துகிறோம்.

யாப்பு

கட்டளைக் கலிப்பா. நேரசையில் தொடக்கம். அடிக்கு ஒற்று நீக்கி இருபது எழுத்துகள்.

பாடல் சொல்வது

சக்ரவர்த்தியான தருமபுத்திரன் செய்த பெருவேள்வியில் (ராஜ சூய யாகம்) மற்ற மன்னர்கள் கொண்டுவந்து கொட்டிய தங்கத்தையும், மணிக் குவியலையும், அவற்றின் மதிப்பையும் பார்த்துப் பார்த்துத் தன் மனம் எப்படியெல்லாம் வெதும்பியது என்பதை அற்பத்தன மான மாமன் அறியும்படியாக மூடனான துரியோதனன் தான் முன்னர் நினைத்ததை எல்லாம் எடுத்துச் சொன்னான்.

இந்த எல்லை வரையில், பாஞ்சாலி சபதம், வியாசரோடு பாரதியும் கலந்து கலந்து இயற்றியதாக இருக்கிறது. பல பாக்கள், தேவைக்காக பாரதியே படைத்துக்கொண்டவை. இனிவரும் பாடல்களில் வியாசபாரதம் பாடலுக்குப் பாடல் பதிந்திருப்பதைப் பார்க்கலாம்.

பல சொல்லாட்சிகளும், அனேகமாக எல்லா உவமைகளும்கூட, வியாசருடையவைதான். எனவே, 'இதை மொழிபெயர்ப்பென்றே கருதிவிடலாம்' என்று பாரதி முன்னுரையில் குறிப்பிட்டிருப்பதை வெறும் உபசாரத்துக்காகவோ, தன்னடக்கத்துக்காகவோ அன்று; முற்றிலும் உண்மை என்று உணரலாம். ஆனால், மொழிபெயர்ப்பில்

இத்தனை உணர்ச்சிமயமாகத் தன் படைப்பை நடத்த முடியும் என்று ஒருவன் செய்து காட்டியிருப்பதுதான் பாரதியின் கவிதா சக்தியுடைய சிகரம். மீனுக்கு நீரைப் போலவும் பறவைக்குக் காற்றைப் போலவும், கவிதை அவனுக்கு இயற்கையாக இருந்திருக்கிறது.

மன அளவில் அவன் ஒட்டுமொத்தமாகவே கவிதையாக மாறிப் போயிருப்பான் என்பது, இந்த மொழிபெயர்ப்பில் இத்தனை உணர்ச்சிக் கலவைகளைக் காட்டும் அவனுடைய ஆற்றலிலிருந்து தெரிகிறது.

மேற்படி இரண்டு பாடல்களும் வியாஸ பாரதத்தில் உள்ளதன் கருத்தை மட்டும் எடுத்துக்கொண்டு இட்டு நிரவியிருப்பவை. இந்தப் போக்கு மாறுவதை, இனி வரப்போவனவற்றில் பார்க்கலாம்.

●

வேறு

உலகு தொடங்கிய நாள்முத லாகநம் சாதியில் - புகழ்
    ஓங்கிநின் றாரித் தருமனைப் போலெவர் மாமனே!
இலகு புகழ்மனு வாதிமுது வர்க்கு மாமனே - பொருள்
    ஏற்றமும் மாட்சியும் இப்படி உண்டுகொல் மாமனே
கலைகள் உணர்ந்தநல் வேதியப் பாவலர் செய்தவாம் - பழங்
    கற்பனைக் காவியம் பற்பல கற்றனை மாமனே
பலகடல் நாட்டையும் இப்படி வென்றதை எங்கணும் - சொல்லப்
    பார்த்ததுண் டோகதை கேட்டதுண் டோபுகல் மாமனே (42)

சொற் பொருள்

முதுவர்: *தமர் ஆகிய மூத்தோர், முன்னோர்.*

யாப்பு

*சிந்து. பத்துச் சீர், நான்கடி. (தஞ்சைப் பல்கலைக் கழக ஆய்வுப் பதிப்பு 11 சீர் என்று குறிக்கிறது.) **

** இதில் வரும் யாப்பியல் குறிப்புகள் தஞ்சைப் பல்கலைக் கழகத்தின் பாரதி பாடல்கள் - ஆய்வுப் பதிப்பைப் பெரும்பான்மையும் அடிப்படையாகக் கொண்டவை. ஆயினும் ஒன்று. சிந்துப் பாவில் தனிச்சொல்லைக் கணக்கிடும் வழக்கமில்லை. ஆய்வுப் பதிப்பில் தனிச்சொல்லையும் கணக்கிட்டு அறுசீரை எண்சீராகவும், எழுசீராகவும் இன்ன பிறவாகவும் குறித்திருக்கிறார்கள். தனிச் சொல்லை சீர் கணக்கில் சேர்ப்பதில்லை என்ற வழக்கத்தின்படி இந்நூலில் உரிய இடங்களில் ஆய்வுப் பதிப்பிலிருந்து மாறுபட்ட குறிப்புகள் தரப்பட்டுள்ளன.*

பாடல் சொல்வது

துரியோதனன் சொல்கிறான்: 'என்றைக்கு இந்த உலகம் தொடங்கியதோ அன்று முதல் இன்று வரை நம் குலத்தில் இந்தத் தருமனைப் போல் புகழில் சிறந்து விளங்கியவர் யாராவது உண்டா மாமா! மனு முதலான பெரும் புகழ் படைத்த மன்னர்கள் நமக்கு முன்னால் இருந்தார்கள்தாம். அவர்களுக்குக் கூட இப்படியொரு பொருட் செல்வமும் உயர்வும் மாண்பும் இருந்திருக்குமா! மாமா! நல்ல கலைகளை அறிந்த பழங்காலத்து வேதியர், கவிஞர் செய்த கற்பனைக் காவியங்கள் எத்தனையோ படித்திருப்பாய் நீ! கடலால் சூழப்பட்ட பல நாடுகளை இப்படி வென்ற கதையை எங்கேயாவது படித்திருக்கிறாயா, சொல்லக் கேட்டிருக்கிறாயா, சொல் மாமா!

●

எதனை உலகில் மறப்பினும் யான்இனி மாமனே - இவர்
யாகத்தை என்று மறந்திடல் என்பதொன் றேதுகாண்
விதமுறச் சொன்ன பொருட்குவை யும்பெரி தில்லை காண் - அந்த
வேள்வியில் என்னை வெதுப்பின வேறு பலவுண்டே
இதனை எலாம்அவ் விழியற்ற தந்தையின் பாற்சென்றே - சொல்லி
இங்கிவர் மீதவ னும்பகை எய்திடச் செய்குவாய்
மிதமிகு(ம்) அன்பவர் மீதுகொண் டான்அவன் கேட்கவே - அந்த
வேள்விகண் டென்னுயிர் புண்படுஞ் செய்திவி ளம்புவாய்.(43)

சொற் பொருள்

வெதுப்புதல், வெதும்புதல்: சினம் கொள்ளுதல்; மனம் கலங்குதல்.

யாப்பு

சிந்து. பத்துச் சீர், நான்கடி. (தஞ்சைப் பல்கலைக் கழக ஆய்வுப் பதிப்பு 11 சீர் என்று குறிக்கிறது.), நான்கடி.

பாடல் சொல்வது

இனிமேல் இந்த உலகத்தில் நான் எதை மறந்தாலும், இவர்கள் செய்த யாகத்தை என்றாகிலும் மறத்தல் என்பது ஏது மாமா? ஏதோ

பல விதமான பொருளின் குவியல் அவர்களுக்கு வந்துவிட்டது என்பது ஒன்றும் பெரிய விஷயமில்லை. அந்த வேள்வியின் போது என்னைக் கோபப்படுத்தியவை இன்னும் பிற உண்டு. (நான் உனக்கு அவற்றைச் சொல்கிறேன்.) நீ போய் (நான் உன்னிடம் சொல்வதை எல்லாம்) அந்தக் குருட்டு அப்பனிடம் சொல்லி, இவர்கள் மீது அவனும் பகை கொள்ளும்படிச் செய்ய வேண்டும். அவர்கள் மீது இவனுக்கு அளவில்லாத அன்பு இருக்கிறது. அவனிடம் போய், இவர்களுடைய வேள்வியின் காரணமாக என் உயிர் எவ்வளவு புண்பட்டிருக்கிறது என்பதை எடுத்துச் சொல்வாய்.

திருதிராஷ்டிரனுக்குப் பாண்டவர்கள் மீது (இதுவரையில்) முழுமை யான அன்பிருப்பதைப் போல் பாரதி சித்திரித்திருக்கிறான். வியாஸ பாரதத்தில் இவ்வாறில்லை. வெளியில் அன்பும், உள்ளத்தில் காழ்த்த வயிரிப்பும் பாண்டவர்கள்பால் கொண்டிருந்தான் திருதிராட்டிரன். 'இந்நூலிடையே திருதிராஷ்டிரனை உயர்ந்த குணங்களுடையவ னாகவும், சூதில் விருப்பமில்லாதவ னாகவும், துரியோதனனிடத்தில் வெறுப்புள்ளவனாகவும் காட்டியிருக்கிறேன்' என்று பாரதி பாஞ்சாலி சபத முன்னுரையில் குறிப்பிடுகிறான். திருதிராஷ்டிரன் பாத்திரப் படைப்பில் சிறிய மாறுதல்களைச் செய்திருக்கிறான். ஆனாலும், இந்தக் கட்டத்தில் வியாஸ பாரதத்திலும் திருதிராஷ்டிரன் சூதை வெறுத்தே பேசுகிறான். (சூது நடக்கும் போது அவனுடைய நடத்தை வியாஸ பாரதத்தில் அருவருப்புத் தருவதாக இருக்கிறது. பாஞ்சாலியைப் பணையம் வைக்கும் கட்டத்தில் - கண்ணற்ற வனாகிய காரணத்தால் - 'ஜெயித்தாயிற்றா, ஜெயித்தாயிற்றா' என்று பக்கத்தில் இருப்பவர்களிடம் பரபரப்பாகக் கேட்கிறான். பாரதி அந்தக் கட்டத்தை விட்டுவிட்டான்.)

●

கண்ணைப் பறிக்கும் அழகுடை யார்இள மங்கையர் - பல
காமரு பொன்மணிப் பூண்கள் அணிந்தவர் தம்மையே
மண்ணைப் புரக்கும் புரவலர் தாமந்த வேள்வியில் - கொண்டு
வாழ்த்தி யளித்தனர் பாண்டவர்க் கேளங்கள் மாமனே
எண்ணைப் பழிக்கும் தொகையுடை யார்இள மஞ்சரைப் - பலர்
ஈந்தனர் மன்னர் இவர்தமக் குத்தொண் டியற்றவே.
விண்ணைப் பிளக்கும் தொனியுடைச் சங்குகள் ஊதினார் - தெய்வ
வேதியர் மந்திரத் தோடுபல் வாழ்த்துக்கள் ஓதினார். (44)

சொற் பொருள்

காமரு - விரும்பத்தக்க.

காமரு என்னும் சொல் 'காமர்' என்ற சொல்லினின்றும் வேறுபட்டது. காமர் என்ற சொல்லாட்சி இன்னும் சில பாடல்கள் கழித்து வரும்போது பார்க்கலாம்.

மஞ்சர்: மைந்தர், ஆண் மக்கள்.

யாப்பு

சிந்து. பத்துச் சீர், நான்கடி. (தஞ்சைப் பல்கலைக் கழக ஆய்வுப் பதிப்பு 11 சீர் என்று குறிக்கிறது.)

பாடல் சொல்வது

வெறும் பொன்னும் பொருளும் மட்டுமா காணிக்கையாக வந்தது அவ் வேள்விக்கு! விரும்பத் தகுந்த, ஆபரணங்களை அணிந்த, கண்ணைப் பறிக்கும் அழகுடைய இள மங்கையர் எத்தனை! மன்னர்கள் இந்தப் பெண்களைக் கொண்டுவந்து பாண்டவர்களுக்குப் பணிவிடை செய்யுமாறு அளித்தனர். எண்ணில் அடங்காத கூட்டம் கூட்டமான இளம் ஆடவர்களை இவர்களுக்குத் தொண்டு செய்யுமாறு கொண்டுவந்து கொடுத்தனர். விண் பிளக்குமாறு சங்குகளை முழக்கினர். வேதியர்கள் மந்திரங்கள் ஓதி இவர்களை வாழ்த்தினார்கள். இது மட்டுமா!

வியாஸ பாரதத்தில் சம இடம்

(முதலிரண்டடிகள் மட்டும்) அரசரே! பாருகச்ச தேசத்தரசன், உயர்ந்த ஹாரங்களையும் மற்றும் பல ஆபரணங்களையும் நூல் வஸ்திரங்களை உடுக்கின்றவரும் இளமைப் பருவத்திலிருப்பவரும் மெல்லிய தேகமும் நீண்ட கூந்தலுமுள்ளவருமாகிய நூறாயிரம் வேலைக்காரிகளையும் பிராமணோத்தமர்கள் தரிக்கத்தக்க சிறந்த சுத்தமான சால்வைகளையும் எல்லாக் காணிக்கைகளையும் கொணர்ந்து கொடுத்தான். (ஸபா பர்வம், எழுபத்தெட்டாம் அத்தியாயம், த்யூத பர்வம் தொடர்ச்சி.)

பின்னிரண்டு அடிகளும் துரியோதனன் பொறாமையுரையில் ஆங்காங்கே சிதறிக் கிடப்பவை.

•

நாரதன் தானுமவ் வேதவி யாசனு மாங்ஙனே - பலர்
நானிங் குரைத்தற் கரிய பெருமை முனிவரும்
மாரத வீரரப் பாண்டவர் வேள்விக்கு வந்ததும் - வந்து
மாமறை யாசிகள் கூறிப் பெரும்புகழ் தந்ததும்
வீரர்தம் போரி னரியநற் சாத்திர வாதங்கள் - பல

விப்பிரர் தம்முள் விளைத்திட உண்மைகள் வீசவே
சாரம றிந்த யுதிட்டிரன் கேட்டு வியந்ததும் - நல்ல
தங்கம ழைபொழிந் தாங்கவர்க் கேமகிழ் தந்ததும் (45)

சொற் பொருள்

ஆங்ஙனே: *ஆங்ஙனம், ஆங்கனம்: அங்கனம், அவ்விதம்.*

விப்பிரர்: *அந்தணர்*

யாப்பு

சிந்து. பத்துச் சீர், நான்கடி. (தஞ்சைப் பல்கலைக் கழக ஆய்வுப் பதிப்பு 11 சீர் என்று குறிக்கிறது.) பொருள் நான்கடிகளில் முடிவடையாமல் அடுத்த பாடலுக்குச் செல்வதால் குளகச் செய்யுள். 'செப்புக நீ அவ்விழி அற்ற தந்தைக்கு' என்று அடுத்த பாடலின் நான்காவது அடியில் பொருள் முற்றுப் பெறுகிறது.

பாடல் சொல்வது

நாரதன், வேத வியாசர் தொடங்கி, நான் சொல்ல ஒண்ணாத பெருமையை உடைய முனிவர்கள், பெரியபெரிய வீரர்கள் எல்லோரும் அந்த ராஜ சூய வேள்விக்கு வந்திருந்ததும், மறை முதல் ஆசிகள் கூறியதும், வீரர்களின் மற்போர், விற்போரை விடவும் அரிதான சொற்போரை கற்றறிந்த அந்தணர்கள் நிகழத்திட, அந்த வாதங்களால் பல அரிய உண்மைகள் வெளிப்பட, அவற்றின் சாரத்தை அறிந்தவனான தருமன் அவர்களுக்குப் பொன் மழை பொழிந்ததும், அவர்கள் மகிழ்ந்ததும்...

சிறு சிறு வாக்கியங்களாகத் தொடங்கும் பேச்சு, திடுமென நீண்ட வாக்கியங்களாக மாறுவதை கவனிக்கவும். உணர்ச்சி ஏற ஏற, வாக்கியங்களின் நீளம் அதிகரித்துக்கொண்டே போவது மனித இயல்பு. இந்த ஓரிடம் என்றில்லை; இனி வரும் இடங்களிலும் இவற்றைக் காண்போம். பாரதியின் பாடல்களில் உணர்ச்சியானது நெருப்பாகப் பற்றுவது எப்படி என்றால், இதோ, இதுவும் ஒரு காரணம். இவற்றையெல்லாம் எண்ணிச் செய்திருக்கிறான் என்றில்லை. படைப்பாளன் உள்ளம் ஒன்றி, தானே அதுவாகிச் செய்யும் எந்தப் படைப்பிலும் இந்த நேர்த்தி தானாகவே வெளிப்படும்.

துரியோதனன் பாத்திரத்தைப் பேசினால் பாரதி துரியோதனனாகிப் பேசுகிறான். பாஞ்சாலி பாத்திரத்துக்குள் அவனே பாஞ்சாலி யாகிறான். வீமன், அர்ச்சுனன், தருமன், ஏன், சகுனி என்று ஒவ்வொருவருள்ளும் பாரதி புகுந்து புறப்படும் ஆச்சரியத்தைக் காணலாம். கம்பனுக்கு அடுத்ததாக இப்படி ஒரு நேர்த்தியை பாரதி

யிடத்தில்தான் காண்கிறோம். இரண்டாம் பாகத்தில், துகிலுரியும் கட்டத்தில் இந்த வாக்கிய அமைப்புகளைக் கூர்ந்து கவனிப்போம். இடையிடையே மற்ற இடங்களையும் பார்க்கலாம்.

வாய்விட்டுப் படித்துப் பார்த்தால் இந்தப் பாடல்களில் என்னென்ன மாயங்கள் நிகழ்கின்றன என்பதை உணரலாம். உணர்சி ஓட்டம் மிக்க இவ்வளவு நீளமான வாக்கியத்தைப் படிக்கும்போது, அங்கங்கே நிறுத்தி மூச்சு வாங்கிக் கொள்ள இடம் இயல்பாக அமைந்திருப்பதை உணரலாம். பாரதி கவிதைகளில் உள்ள வாக்கிய அமைப்பு தனி ஆய்வுக்கு உரிய தலைப்பு.

நாரதர் இன்ன பிறர் பற்றிய பேச்சு, திருதிராஷ்டிரனிடம் துரியோதனனும் சகுனியும் சென்றபிறகு பேசப்படுவது. மூலத்தில் சகுனியுடனான தனியுரையில் இவ்வாறில்லை. அந்தப் பகுதி இங்கே எடுத்தாளப்பட்டுள்ளது.

●

விப்பிர ராதிய நால்வரு ணத்தவர் துய்ப்பவே - நல்
விருந்து செயலில் அளவற்ற பொன்செல விட்டதும்
இப்பிற விக்குள் இவைஒத்த வேள்வி விருந்துகள் - புவி
எங்கணு நாம்கண்ட தில்லை எனத்தொனி பட்டதும்
தப்பின்றி யேநல் விருந்தினர் யார்க்கும் தகுதிகள் - கண்டு
தக்கசம் மானம் அளித்து வரிசைகள் இட்டதும்
செப்புக நீஅவ் விழியற்ற தந்தைக்கு நின்மகன் - இந்தச்
செல்வம் பெறாவிடில் செத்திடுவான் என்றுஞ் செப்புவாய்.
(46)

இலக்கணம்

எங்கணு நாம்: எங்கணும் நாம். வருமொழி முதலில் நகரம் தோன்றின், நிலைமொழி ஈற்று மகரம் கெடும் என்ற விதியை நாம் முன்னமேயே பார்த்தோம். (காண்க: பாடல் 3)

யாப்பு

சிந்து. பத்துச் சீர், நான்கடி. (தஞ்சைப் பல்கலைக் கழக ஆய்வுப் பதிப்பு 11 சீர் என்று குறிக்கிறது.)

பாடல் சொல்வது

அந்தணர் முதலான நான்கு வருணத்தவர் உண்ணுமாறு விருந்தளித்ததில் பெரும் பொருளைச் செலவிட்டதும், ‘இப்படி ஒரு

வேள்வி, விருந்து, எதுவும் உலகத்தின் எந்தப் பகுதியிலும் நடந்து இந்தப் பிறவியில் நாம் பார்த்தில்லை என்று வந்திருந்த அனைவரும் பேசியதையும், வந்திருந்த அத்தனை விருந்தினர்களுக்கும் அவரவர் தகுதிக்கு ஏற்ற வகையில் தருமன் சன்மானம் அளித்ததையும், அந்தக் குருட்டு அப்பனிடம் போய்ச் சொல். இந்தச் செல்வம் எல்லா வற்றையும் உடனடியாக அடையாவிட்டால் உன் பிள்ளை செத்துப் போவான் என்பதையும் சொல்.

வியாஸ பாரதத்தில் சம இடம்

(திருதிராஷ்டிரனுடன் உரையாடும்போது வருகிறது): பிரபுவே! பாரதரே! அரிச்சந்திரனிடத்திலிருந்ததுபோல் யுதிஷ்டிரனிட மிருக்கும் ராஜ்யலக்ஷ்மியைக் கண்டபிறகு, என் உயிர்வாழ்க்கையை சிலாக்கியமாக எப்படி நினைக்கிறீர்? (ஸபா பர்வம், எழுபத் தொன்பதாவது அத்தியாயம், த்யூத பர்வம் தொடர்ச்சி.)

●

அண்ணன் மைந்தன் அவனிக்கு ரியவன் யானன்றோ - அவர்
அடிய ராகி எமைப்பற்றி நிற்றல் விதியன்றோ?
பண்ணும் வேள்வியில் யார்க்கு முதன்மை அவர்தந்தார் - அந்தப்
பாண்ட வர்நமைப் புல்லென எண்ணுதல் பார்த்தையோ
கண்ண னுக்கு முதலுப சாரங்கள் காட்டினார் - சென்று
கண்ணி லாத்தந்தைக் கிச்செய லின்பொருள் காட்டுவாய்
மண்ணில் வேந்தருட் கண்ணனெவ் வாறு முதற்பட்டான் - என்றன்
மாம னேஅவன் நம்மில் உயர்ந்த வகைசொல்வாய். (47)

யாப்பு

சிந்து. பத்துச் சீர், நான்கடி. (தஞ்சைப் பல்கலைக் கழக ஆய்வுப் பதிப்பு 11 சீர் என்று குறிக்கிறது.)

பாடல் சொல்வது

திருதிராட்டிரனல்லவோ அண்ணன்? அவனுக்கல்லவோ இந்த அவனி உரியது? அப்படி இருக்க, இடையில் வந்த தம்பியின் மகனான இவன், எனக்கு மூத்தவனாக இருந்தால் மட்டும் என்ன? இவனுக்கு எப்படி அரசுரிமை வந்தது? அண்ணன் மகன், அவனிக்கு உரியவன் நான். தம்பியின் மகன் என்ற விதத்தில், எனக்கு

அடியவர்களாகி என்னைப் பணிய வேண்டியது அவர்கள் கடன். அப்படியா நடக்கிறது இங்கே? என்ன மரியாதை இருக்கிறது நமக்கு? அந்தப் பாண்டவர்கள் நம்மைப் புல் என மதிக்கிறார்கள். போயும் போயும் கண்ணனுக்கு முதல் மரியாதை செலுத்தினார்கள். இதையும் போய் அந்தக் குருட்டு அப்பனிடம் சொல். இப்படி (எனக்கில்லாமல் இடைப் பயலான கண்ணனுக்கு) முதலுபசாரம் செய்ததன் பொருள் என்ன என்பதை எடுத்துச் சொல். அவர் நம்மை மதிக்கவில்லை என்பதை எடுத்துச் சொல். எந்தவிதத்தில் அந்தக் கண்ணன் மற்ற மன்னர்களைக் காட்டிலும் பெரியவனானான்? எந்த வகையில் அந்தத் தருமனும் மற்ற பாண்டவர்களும் என்னையும் என் தம்பியரையும் விட உயர்ந்தவர்களானார்கள்?

அண்ணன் மகன், அவனிக்கு உரியவன் என்று இவன் கொண்டாடிக் கொண்டாலும், இவனுக்கு உரிய அரசாட்சியில் அவர்கள் ஏதும் கேட்கவில்லை. (வியாஸ பாரதப்படி, இவனுக்கு அரசுரிமையே இல்லையென்பதை திருதிராட்டிரன், பீஷ்மர், துரோணர் முதலான பலரும் உத்தியோக பர்வத்தில் எடுத்துச் சொல்கிறார்கள் என்பது வேறு கதை.) அவர்களுக்கு அளிக்கப்பட்டதோ ஒரு காட்டுப் பகுதியான காண்டவ வனம். அதைத் திருத்தி, நாடு சமைத்து, அவர்கள் அவர்களுடைய அரசாட்சியை மேன்மைப்படுத்திக் கொண்டார்கள். அது பொறுக்கவில்லை இவனுக்கு. இது ஒன்று.

அடுத்ததாக இவன் சொல்வது, 'அக்ர பூசை' என்று சொல்லப்பட்ட முதல் மரியாதை. 'அக்ரம்' என்பதற்கு நுனி என்பது பொருள். தருப்பைப் புல்லின் நுனியை 'அக்ரம்' என்றும், மையப் பகுதியை 'மத்யம்' என்றும், அடிப்பகுதியை 'மூலம்' என்றும் குறிப்பிடுவது வழக்கம். எது மேற்பகுதியோ, எது முதன்மையானதோ, எது முதலில் இருக்கிறதோ அது அக்ரம்.

ஆர்கொலோ அக்ர பூசனைக்கு உரியார்
        அரசரில் அந்தணீர் உரைமின்
பாரெலாம் தத்தம் குடைநிழல் புரக்கும்
        பார்த்திபர் யாரையும் உணர்வீர்
தாருலாம் மார்பீர் என்றலும் வியாதன்
        தருமன்மா மதலையை நோக்கிக்
காரின்மா மேனிக் கரிய செந்திகிரிக்
        கண்ணனுக்கு உதவெனக் கதித்தான்

என்கிறார் வில்லிபுத்தூரார். 'இங்கே வந்திருக்கும் அத்தனை அரசர் களையும் நீங்கள் அறிவீர்கள். இவர்களில் முதல் மரியாதைக்கு உரியவர்கள் யார் என்பதைச் சொல்ல வேண்டும் அந்தணர்களே!'

என்று தருமன் கேட்டுக்கொண்டான். வியாசன் எழுந்து, தருமபுத்திரனைப் பார்த்து, 'கண்ணனுக்கே அந்தத் தகுதி' என்று கூறினார்.

யேஷ ஹோஷாம் சமஸ்தானாம் தேஜோபல பராக்ரமைஹி
மத்யே தபன்னிவாபாதி ஜ்யோதிஷமி பாஸ்கரஹ

என்று வீட்டுமன் (பீஷ்மர்) சொன்னதாக வியாசர் கூறுகிறார். 'இந்த எல்லோருடைய மத்தியிலும், தேஜஸாலும் பலத்தாலும் பராக்கிர மத்தாலும் சோதி மிக்க சூரியனைப் போல் பிரகாசிப்பவர் இவரே' என்று வீட்டுமன் சொன்னதன் பேரில் சகதேவன் கண்ணனுக்கு முதல் பூசை செய்தான். அந்தப் பூசை தனக்குச் செய்யப்படவில்லை என்பது துரியோதனனுடைய வருத்தம்.

•

சந்தி ரன்குலத் தேபிறந் தோர்தம் தலைவன்யான் - என்று
சகமெ லாம்சொலும் வார்த்தைமெய் யோவெறும்
சாலமோ?
தந்தி ரத்தொழி லொன்றுண ருஞ்சிறு வேந்தனை - இவர்
தரணி மன்னருள் முற்பட வைத்திடல் சாலுமோ?
மந்தி ரத்தில்அச் சேதியர் மன்னனை மாய்த்திட்டார் - ஐய
மாம கத்தில் அதிதியைக் கொல்ல மரபுண்டோ?
இந்தி ரத்துவம் பெற்றிவர் வாழு நெறிநன்றே! - இதை
எண்ணி எண்ணிஎன் நெஞ்சு கொதிக்குது மாமனே. (48)

சொற் பொருள்

மாமகம் - பெரு வேள்வி.

யாப்பு

சிந்து. பத்துச் சீர், நான்கடி. (தஞ்சைப் பல்கலைக் கழக ஆய்வுப் பதிப்பு 11 சீர் என்று குறிக்கிறது.)

பாடல் சொல்வது

ஏன் கண்ணனுக்கு முதல் மரியாதை செலுத்த வேண்டும். எனக்கென்ன குறை? சந்திர வம்சத்தில் தோன்றியவர்களுக் கெல்லாம் தலைவன் நான்தான் என்று இந்த உலகமெல்லாம் சொல்கிறதே அந்த வார்த்தை உண்மையா, இல்லை வெறும் வாய் சாலமா? போயும் போயும் தந்திர வித்தைகள் காட்டும் ஒரு சின்ன

அரசனை, பெரிய பெரிய நாடுகளை ஆளும் இத்தனை மன்னர்களுக் கெல்லாம் மேம்பட்டவனாக, முதல்வனாக வைத்தது சரியாகுமா? நியாயமா? அந்தச் சேதியர் மன்னனை இவர்கள் எப்படிக் கொன்றார்கள்! வேள்விக்கு வந்திருக்கும் அதிதியல்லவா அவன்! வேள்வியின்போது அதிதியை யாராவது கொல்வார்களா! இந்த அடிப்படை கூட இவர்களுக்குத் தெரியவில்லையே! நல்ல இந்திரத்துவம் பெற்றார்கள் இவர்கள்! இப்படி எந்த விதத்திலும் தகுதியில்லாதவர்கள் உயர்ந்த இடத்தில் வைத்திருக்கிறார்களே இந்த உலகத்தார்! இதை எண்ணி எண்ணி என் மனம் கொதிப்புறுகிறதே!

சேதியர் மன்னன் என்பது, சிசுபாலனை. கண்ணனுக்கு முதல் மரியாதை செலுத்தியதை எதிர்த்தான் சிசுபாலன். 'இவன் என்ன பெரிதாகச் சாதித்துவிட்டான் என்று இவனுக்கு இந்த உபசரணை?' என்று அவன் கேட்ட உரையிலிருந்து ஒரு சிறு பகுதி இது:

'பாண்டவனே! நீ தகுதியில்லாத முறையில் பிறந்தவன். தகுதியற்ற காரியத்தைச் செய்கிறாய். தாழ்ந்த இடத்தை நோக்கி ஓடும் நதியின் புதல்வன் பீஷ்மன். அவன் கூற்றுப்படி பூஜையைப் பெற்றுக் கொண்டவனோ இடையன். இந்தச் சபையில் உள்ளவர்கள் ஊமையைப் போல் இருக்கின்றனர்...... அரசன் அல்லாத இந்தக் கிருஷ்ணன் எந்த வகையில் இந்த மரியாதைக்குத் தகுதியுடையவன்? வயதில் மூத்தவனா? அப்படியென்றால் இந்தக் கண்ணனுக்கு அப்பனான வசுதேவன் இங்கேதானே இருக்கிறான்! அப்பன் இருக்கும் போது இந்த மரியாதையை இவன் எப்படி ஏற்கலாம்? இவனென்ன யாகத்தை நடத்திவைக்கும் ரித்விக்கா? அப்படியானால் இவனை விடவும் பல்வகையிலும் மேம்பட்ட வியாசர் இருக்கிறாரே! இவனென்ன உங்களுடைய ஆசாரியனா? அப்படியானால் இங்கே துரோணரும், கிருபரும் இருக்கிறார்களே! எங்களை அவமதிக்கவா இவ்வளவு தூரம் எங்களை வரவழைத் தாய்? உன் வேள்விக்குக் கப்பம் அளித்தது உன்னிடம் பயந்து கொண்டு என்று எண்ணுகிறாயா? கண்ணா! இந்தப் பூசை உனக்குத் தகுதியானதா? வேள்விக்கு உரிய அவிசை, நாய் தின்பதைப் போல் உனக்குப் பொருந்தாத இந்தப் பூசையை நீ ஏற்றுக் கொள்ளலாமா...'

நீண்ட உரையின் ஒரு சிறு பகுதிதான் இது. தர்க்க ரீதியாக சிசுபாலன் பேசும் பேச்சைக் கேட்டால், 'இவன் பக்கத்திலும் நியாயம் இருக்கிறதோ' என்று தோன்றும்படியாகச் செய்திருக்கும் நேர்த்தியை வியாசரிலும் காணலாம்; வில்லியிலும் காணலாம். பெரியவர்களுக்கும் மரியாதைக்கு உரியவர்களாகப் பெரும்

பாலோரால் ஏற்றுக் கொள்ளப்பட்டவர்களுக்கும் எந்தக் காலத்திலும் இந்த வகையான எதிர்ப்பு இருக்கத்தான் செய்திருக்கிறது.

இன்னொன்று. கண்ணனை துரியோதனன் பார்த்த பார்வை. 'தந்திரத் தொழில் உணரும் சிறு வேந்தனை' என்று இங்கே சொல்லும் இதே கண்ணனைத்தான் 'அர்ச்சுனன் உனக்கு எப்படி உறவோ அப்படியே நானும் உனக்கு உறவுமுறையாகவேண்டும்' என்று சொல்வான். கிருஷ்ணனுடைய மகன் சாம்பன் துரியோதனனுடைய மகள் லக்ஷ்மணையைத் தூக்கிக் கொண்டு போய் திருமணம் செய்துகொண்டதால் கண்ணனுக்கு துரியோதனன் சம்பந்தி உறவாகிறான்.

●

சதிசெய் தார்க்குச் சதிசெயல் வேண்டும்என் மாமனே - இவர்
    தாம்என் அன்பன் சராசந்த னுக்குமுன் எவ்வகை
விதிசெய் தார்அதை என்றும் என்னுள்ள மறக்குமோ? - இந்த
    மேதினி யோர்கள் மறந்துவிட்டார் இஃதோர் விந்தையே!
நிதிசெய் தாரைப் பணிகுவர் மானிடர் மாமனே - எந்த
    நெறியி னால்அது செய்யினு நாயென நீள்புவி
துதிசெய் தேஅடி நக்குதல் கண்டனை மாமனே - வெறும்
    சொல்லுக் கேஅற நூல்கள் உரைக்கும் துணிவெல்லாம். (49)

சொற் பொருள்

துணிவு அல்லது துணிபு: மொத்தம் பதின்மூன்று பொருள் கொண்ட சொல். இங்கே கொள்ள வேண்டிய பொருள், கொள்கை, முடிவு.

யாப்பு

சிந்து. பத்துச் சீர், நான்கடி. (தஞ்சைப் பல்கலைக் கழக ஆய்வுப் பதிப்பு 11 சீர் என்று குறிக்கிறது.)

பாடல் சொல்வது

சதி செய்தவர்களுக்குச் சதி செய்ய வேண்டும் மாமா! இவர்கள் என்ன சதி செய்தார்கள் என்று கேட்கிறாயா? என் நண்பன் ஜராசந்தனை என்ன தந்திரமாக இவர்கள் கொன்றார்கள் என்பதை என் உள்ளம் என்றாவது மறக்குமோ? ஆனால் இந்த உலகம் இதனை மறந்துவிட்டதே! இது என்ன விந்தை! வேறொன்றுமில்லை. இவர்களிடம் செல்வம் சேர்ந்துவிட்டது மாமா. பணக்காரனை எல்லோரும் பணிவார்கள். எந்த வகையில் அந்தப் பணத்தைச்

சம்பாதித்தாலும் சரி. ஒருவன் பணக்காரனாக இருந்துவிட்டால் அது போதும் இந்த உலகத்துக்கு. இவர்களைப் போல் மோசடிகள் செய்து ஒருவன் பணம் சம்பாதித்தாலும் பரவாயில்லை. இந்த உலகம் என்ன செய்யும் என்றால், இத்தகையவர்களைக் கண்டால், துதித்து, நாயைப் போல் இவர்களின் காலை நக்கும். அறமாவது புடலங்காயாவது! அறமென்று நூல்கள் சொல்வது எல்லாம் வெறும் பேச்சுக்கு; ஒப்புக்குத்தான்.

●

பொற்றடந் தேரொன்று வாலிகன் கொண்டு விடுத்ததும் - அதில்
பொற்கொடி சேதியர் கோமகன் வந்துதொ டுத்ததும்
உற்றதோர் தம்பிக்குத் தென்னவன் மார்பணி தந்ததும் - ஒளி
ஓங்கிய மாலைஅம் மாகதன் தான்கொண்டு வந்ததும்
பற்றலர் அஞ்சும் பெரும்புகழ் ஏக லவியனே - செம்பொன்
பாதுகை கொண்டு யுதிட்டிரன் தாளினில் ஆர்த்ததும்
முற்றிடும் அஞ்சனத் திற்குப் பலபல தீர்த்தங்கள் - மிகு
மொய்ம்புடை யான்அவ் அவந்தியர் மன்னவன் சேர்த்ததும்
(50)

சொற் பொருள்

வாலிகன்: வாலிகனைப் பற்றி பாரதத்தில் ஏராளமான இடங்களில் வந்தாலும் அவன் யார் என்ற குறிப்பு, பதினேழாம் நாள் போரில் வாலிகன் பீமனால் கொல்லப்படும்போதுதான் 'ப்ரதீபாத் மஜம்' (பிரதீபனுடைய மகன்) என்று வருகிறது. பிரதீபனுக்கு தேவாபி, வாலிகன், சந்தனு என்று மூன்று மகன்கள். மூன்றாம் மகனான சந்தனு பட்டத்துக்கு வருகிறான். எனவே வாலிகன், பீஷ்மருக்குப் பெரியப்பா. சேதியர் கோமகன்: சிசுபாலன்.

தென்னவன்: மலையத்துவஜ பாண்டியன், பாண்டவர்களின் நெருங்கிய நண்பனாக இருந்தான். பாரதப் போரில் பங்கு பெற்று, பதினேழாம் நாள் யுத்தத்தின்போது அஸ்வத்தாமனால் கொல்லப் பட்டான். தென்னவன் என்ற இந்தப் பெயர் மலையத்துவஜ பாண்டியனைத்தான் குறிப்பதாக இருக்க வேண்டும்.

மாகதன்:	மகத நாட்டு மன்னன் மாகதன். மகத நாட்டு மன்னன் ஜராசந்தன். ஜராசந்தனைத்தான் வீமன் மல்யுத்தம் செய்து, இரு கூறுகளாகக் கிழித்துப் போட்டுக் கொன்றான். ஆகவே மாகதன் என்பது ஜராசந்தனைக் குறிக்கவில்லை என்பது தெளிவு. இங்கே சொல்லப்பட்டிருப்பது ஜராசந்தனின் மகனான சகதேவன். இவன் இன்னொரு சகதேவன்.
பற்றலர்:	பகைவர்
ஏகலவியன்:	ஏகலவன் என்ற இன்னொரு பெயர்கொண்ட (எப்படி, யார் தமிழில் ஏகலைவன் என்று அழைக்கத் தொடங்கினார்கள் என்பதைக் கண்டறிய முடியாத) அந்த அதே கட்டை விரலை குரு தட்சிணையாகக் கொடுத்த வேடுவன்.

ஏகலவியனைப் பற்றிய குறிப்புகள் அதிகம் கிடைப்பதில்லை. பரவலான நம்பிக்கை சொல்வதைப் போல் அவன் ஓர் ஏழை வேடுவனல்லன். வேடர் குல அரசனுடைய மகன். ஏகலவியனின் தந்தை பெயர் ஹிரண்யதனுஸ் (பொன் வில்). நாயின் வாயை அம்பினால் தைத்த முதல் சந்திப்பின்போது, ஏகலவியனைப் பாண்டவர்கள், 'நீ யாவன்?' எனக் கேட்க அவன், 'வீரர்களே! நான் வேடுவன் மன்னரான ஹிரண்ய தனுஸின் மகன். துரோணரின் சீடன். தனுர் வேதம் பயில்பவன்' என்று சொல்கிறான்.

இவன் தன்னை விஞ்சியவனாக இருப்பதைக் கண்டு, சிறுவனாக இருந்த அர்ச்சுனன் குருதேவரிடம் முறையிட, துரோணர் அவனுடைய கட்டை விரலை தட்சிணையாகப் பெற்றார். துரோணருக்கு ஜாதி உணர்வு இருந்தது என்பது மகாபாரதம் சொல்லும் செய்தி. அவருடைய வருகைக்கு முன்னால் கர்ணனும் அந்த அரண்மனையில் பயிற்சி பெற்றுக்கொண்டிருந்தவன்தான். அவனை முதலில் வெளியே அனுப்பினார் துரோணர். என் சுப்பிரமணியம் போன்ற பேரறிஞர்கள், துரோணரை இந்தச் செயலுக்காகக் கண்டித்திருக்கிறார்கள்.

ஆனாலும், ஏகலவியன் சிறந்த வில்லாளிகளில் ஒருவனாகக் கருதப்பட்டிருக்கிறான் என்பது வியப்புக்குரிய ஒரு செய்தி. கமலா சுப்பிரமணியம் மொழி பெயர்த்த மகாபாரதத்தில், சிசுபாலன் கண்ணனுக்கு அர்க்க பூசை செய்தது பற்றிக் கடிந்து கொள்ளும் உரையில் இப்படி ஒரு வாக்கியம் வருகிறது: 'If you had the attention of honouring an archer, here is Ekalavya, the son of Hiranyadhanus. He is the greatest archer now. He is far better than your Arjuna.'

எனவே ஏகலைவன் என்று (தவறாக?) தமிழில் அறியப்படும் ஏகலவியன் அல்லது ஏகலவன் (அல்லது வடமொழியில் உள்ளதைப்போல் ஏகலவ்யன்) ஒரு ஏழை வேடனல்லன். வேட்டுவ குல அரசன் மகன். அவன் ராஜ சூய யாகத்தின் போது வந்திருக்கிறான். தங்கத்தினால் ஆகிய காலணியை தருமபுத்திரனுக்குப் பரிசளித்து, தன் கையாலேயே அதை அணிவித்தும் இருக்கிறான். கர்ணன், சக்தியாயுதத்தை கடோத்கஜன் மேல் தொடுத்து வீணாக்கிவிட்ட சமயத்தில், கண்ணன் உற்சாகமாகச் சங்கை எடுத்து முழங்கி, குதித்துக் கூத்தாடுகிறான். 'என்ன கிருஷ்ணா இது! இப்போதுதான் குழந்தை இறந்திருக்கிறான். இப்போது போய் நீ இப்படிச் செய்வதா? நீயா இப்படிச் செய்கிறாய்' என்று கேட்கும்போது, கண்ணன் தன் மகிழ்ச்சிக்கான காரணங்களை வரிசைப்படுத்தும்போது ஓர் உண்மை வெளிப்படுகிறது. பாண்டவர் வனவாச காலத்தில் ஏகலவ்யன் துவாரகையின் மீது படையெடுத்து வந்ததும், அவனுடன் போரிட்ட கிருஷ்ணனே அவனைக் கொன்றதும் இந்தத் தருணத்தில் தெரிய வருகின்றன. எனவே, ஏகலவ்யன் கட்டை விரலை இழந்ததால் எந்த நஷ்டத்துக்கும் ஆளாகவில்லை என்பதையும்; தொடர்ந்து வில்லாளி யாகத்தான் இருந்தான் என்பதையும்; துவாரகையின்மேல் படை யெடுத்துச் செல்லுமளவுக்குத் தன் சிற்றரசை விரிவுபடுத்திக் கொண்டே போனான் என்பதையும்; துரோணர் கட்டைவிரலைக் கேட்டதன் காரணத்தைச் சொல்லும்போது 'சிற்றரசனான இவன் வளர்ந்தால் அது குருவம்சத்துக்கே அச்சுறுத்தலாகிவிடும்' என்று சொன்னது மிகச் சரியாக பலித்தது என்பதையும் உணரலாம்.

வேடுவன் மகன் என்ற ஒற்றை வாக்கியம் தந்த கற்பனையை வைத்து, ஏகலவியனைச் சுற்றி ஏராளமான படைப்புகள் உலா வருகின்றன. எல்லாமே அடிப்படையற்றவை. பற்பலவும் விபரீத மான அளவுக்கு அபத்தமானவை; வாசகனைத் தவறான முடிவு களுக்குள் செலுத்துபவை. பாரதி தந்திருக்கும் இந்த முக்கியமான குறிப்பைப் பற்றியபடி உள்ளே நுழைந்தால், தேடி எடுக்க எவ்வளவோ விவரங்கள் இருக்கின்றன.

மொய்ம்பு: வலிமை. 'முப்பது கோடி முகமுடையாள்; உயிர்
மொய்ம்புற ஒன்றுடையாள்.'

யாப்பு

யாப்பு மாறுபடுகிறது. சிந்து. நாலடி பத்து சீர்.

பாடல் சொல்வது

வாலிகன் பொன்னால் செய்யப்பட்ட ஒரு தேரைக் கொண்டுவந்து தருமபுத்திரனுக்குப் பரிசளித்தான். அந்தத் தேரில் சிசுபாலன்

பொன்மயமான கொடி ஒன்றைப் பறக்க விட்டான். மலையத்துவஜ பாண்டியன் அர்ச்சுனனுக்கு மார்பில் அணியும் அணி ஒன்றைப் பரிசளித்தான். ஒளியை உமிழ்வதாகிய மாலையை மகத அரசன் சகதேவன் (ஜராசந்தன் மகன்) கொண்டுவந்து தந்தான். பகைவர்கள் கண்டு அஞ்சக் கூடிய ஏகலவியன், பொன்னால் செய்யப்பட்ட பாத அணிகளைப் பரிசளித்து, தன் கையாலேயே தருமனுக்குப் போட்டும் விட்டான். தருமனுக்கு மங்கல நீராட்டு செய்வதற்காக பல்வேறு புனித நதிகளினின்றும் அவந்தியர் மன்னன் கொண்டு வந்து சேர்த்தான்.

வியாஸ பாரதத்தில் சம இடம்

பாஹ்லிக* தேசத்தரசன் பொன்னினால் அலங்காரஞ் செய்யப்பட்ட ரதத்தைக் கொண்டுவந்தான். சுதக்ஷிணனென்னு மரசன் காம்போஜ தேசத்திலுள்ள வெள்ளைக் குதிரைகளை அதிற் பூட்டினான், சேதி தேசத்தரசனும் மகா பலசாலியுமான சிசுபாலன் தேர் அச்சையும் உயரமான கொடி மரத்தையும் தானாகவே கொண்டுவந்து கொடுத் தான். தென் தேசத்தரசன் கவசத்தையும் மகத தேசத்தரசன் மாலையும் கிரீடத்தையும்... ஏகலவ்யன் பாதுகையையும்... (ஸபா பர்வம், எழுபத்தொன்பதாவது அத்தியாயம், த்யூத பர்வம் தொடர்ச்சி.)

பாரதியின் இந்தச் செய்யுளிலுள்ள ஒவ்வொரு விவரமும் வியாசரோடு வரிக்கு வரி பொருந்துவதை கவனிக்கவும்.

கிஸாரி மோஹன் கங்கூலியின் மொழிபெயர்ப்பிலும் இவ் விவரங்கள் எவ்வளவு துல்லியமாகப் பொருந்துகின்றன என்பதை கவனிக்கலாம். ஆனால் இவையெல்லாம் துரியோதனனும் சகுனியும் திருதிராஷ்டிரனுடன் பேசும்போது சொல்லப்படுபவை. துரியோதனன், சகுனியிடம் பேசுவதுபோல் பாரதி மாற்றியமைத் திருக்கிறான்.

●

மஞ்சன நீர்தவ வேதவி யாசன் பொழிந்ததும் - பல
    வைதிகர் கூடிநன் மந்திர வாழ்த்து மொழிந்ததும்
குஞ்சரச் சாத்தகி வெண்குடை தாங்கிட வீமனும் - இளங்
    கொற்றவ னும்பொற் சிவிறிகள் வீச இரட்டையர்
அஞ்சுவர் போலங்கு நின்று கவரி யிரட்டவே - கடல்

---

* பாஹ்லிக என்பதே தமிழில் வாலிகன் ஆகியுள்ளது.

ஆளு மொருவன் கொடுத்ததொர் தெய்விகச் சங்கினில்
வஞ்சகன் கண்ணன் புனித முறுங்கங்கை நீர்கொண்டு - திரு
மஞ்சன மாட்டும்அப் போதில் எவரு மகிழ்ந்ததும் (51)

சொற் பொருள்

மஞ்சனம்: *மங்கல நீராட்டு*

சாத்தகி: *சாத்யகி - கண்ணனுக்குத் தம்பி முறை. அர்ச்சுனனிடம் வில் வித்தை பயின்றவன். பாரதப் போரில் பாண்டவர்களின் மிக முக்கிய படைத்தலைவர்களில் ஒருவனாக இருந்தவன். போச வம்சத்தைச் சேர்ந்தவன். சத்தியகன் குமாரன் என்பதால் சாத்யகி என்ற பெயர் வந்தது. யுயுதானன் என்றும் ஒரு பெயர் இவனுக்கு உண்டு.*

சிவிறி: *விசிறி*

கடல் ஆளும் ஒருவன்: வருணன்

யாப்பு

சிந்து. நாலடி பத்து சீர்.

பாடல் சொல்வது

அவந்தியர் மன்னன் கொண்டுவந்த மங்கல நீரைக் கொண்டு வேத வியாசன் யுதிட்டிரனுக்கு மஞ்சனம் செய்வித்தான். வேத விற்பன்னர்கள் மந்திரம் ஒலிக்க நல் வாழ்த்துகளைச் சொன்னார்கள். யானையின் பலத்தை ஒத்த பலம் உடையவனான சாத்யகி வெண்கொற்றக் குடை தாங்கி நின்றான். வீமனும், அருச்சுனனும் பொன் பிடி போட்ட விசிறிகள் வீச, நகுல சகதேவர்கள் அஞ்சியவர்கள் போல் (பய பக்தியுடன்) கவரி வீசினார்கள். வருணன் கொடுத்த தெய்விகச் சங்கைக் கொண்டு தருமனுக்குக் கண்ணன் கங்கை நீரால் மஞ்சனம் செய்வித்தான்.

வியாஸ பாரதத்தில் சம இடம்

...அவந்தி தேசத்தரசன் அபிஷேகத்துக்குரிய அநேக தீர்த்தங்களையும்... பிறகு தௌமியரும் மிகச் சறிந்த தவமுள்ள வியாஸரும் நாரதரையும் அஸிதரையும் முன்னிட்டுக்கொண்டு அபிஷேகஞ் செய்தனர். அந்த அபிஷேகத்திற்கு மகரிஷிகள் அன்புடன் வந்திருந்தனர்... தவறாத பராக்கிரமமுள்ள ஸாத்யகி தர்மராஜாவுக்குக் குடை பிடித்தான். பாண்டவர்களாகிய தனஞ்சயனும்

பீமசேனனும் இரண்டு விசிறிகளை எடுத்துக் கொண்டனர். நகுல சகதேவர்கள் இருவரும் சாமரங்களை எடுத்துக் கொண்டனர்... முன்யுகத்தில் பிரம்மதேவர் இந்திரனுக்காக எடுத்துக் கொண்டதான அந்த வருணனுடைய சங்கத்தைத் திருப்பாற்கடல் தர்மராஜாவுக்குக் கொணர்ந்து கொடுத்தது. ஆயிரம் பொன்களால் விசுவகர்மாவினால் நன்றாகச் செய்யப்பட்டதும் உறியில் வைக்கப்பட்டதுமான அந்தச் சங்கத்தினால் கிருஷ்ணன் அபிஷேகஞ் செய்வித்தான். அதனால் எனக்குத் துயரம் உண்டாயிற்று... (ஸபா பர்வம், எழுபத் தொன்பதாவது அத்தியாயம், த்யூத பர்வம் தொடர்ச்சி.)

•

மூச்சை யடைத்த தடா!சபை தன்னில் விழுந்துநான் - அங்கு
மூர்ச்சை அடைந்தது கண்டனையே என்றன் மாமனே!
ஏச்சையும் அங்கவர் கொண்ட நகைப்பையும் எண்ணுவாய் - அந்த
ஏந்திழை யாளும் எனைச்சிரித் தாள்இதை எண்ணுவாய்
பேச்சை வளர்த்துப் பயனொன்று மில்லைஎன் மாமனே - அவர்
பேற்றை அழிக்க உபாயம்சொல் வாய்என்றன் மாமனே!
தீச்செயல் நற்செயல் ஏதெனி னும்ஒன்று செய்துநாம் - அவர்
செல்வங் கவர்ந்தவ ரைவிட வேண்டும் தெருவிலே! (52)

யாப்பு

சிந்து. நாலடி பத்து சீர்.

பாடல் சொல்வது

தருமனுக்கு இத்தனை சிறப்புகள் சேர்ந்தது எனக்கு மூச்சை அடைத்தது. நான் மயக்கம் அடைந்து மண்டபத்தில் விழுந்ததைத் தான் நீ பார்த்தாயே மாமா! என்ன வகையான ஏச்சுகள்! எப்படியெல்லாம் சிரித்தார்கள்! அந்தப் பாஞ்சாலியும் என்னைப் பார்த்துச் சிரித்தாளல்லவா! இதை நீ எண்ணிப் பார்க்க வேண்டும்.

வீணே பேச்சை வளர்த்து ஒரு பயனில்லை. மாமா! அவர்கள் அடைந்திருக்கும் பெரும் பேற்றை அழிப்பதற்கு எனக்கு ஒரு வழி சொல். அது நல்ல வழியாக இருந்தாலும் சரி; யாருமே ஒப்புக் கொள்ளாத அநியாய வழியாக இருந்தாலும் சரி. எதையாவது செய்து, இவர்களுடைய செல்வம் எல்லாவற்றையும் கவர்ந்து கொண்டு இவர்களை நடுத்தெருவில் நிற்குமாறு செய்யவேண்டும். என்ன செய்யலாம் என்பதை எனக்குச் சொல்.

‘மூச்சை அடைத்ததடா’ என்ற சீர்களுடன், ‘I swooned away’ என்ற கிஸாரி மோஹன் கங்கூலியின் ஆங்கில மொழிபெயர்ப்பையும், ‘அதனால் எனக்குத் துயரம் உண்டாயிற்று’ என்ற தமிழ்மொழி பெயர்ப்பையும் கொண்டு கூட்டிக்கொள்ளவும்.

இந்தச் சிரிப்பு விஷயத்தில், பாஞ்சாலிமேல் வைக்கப்படும் குற்றச்சாட்டுகளில் முதன்மையானது, ‘குருடன் மகனுக்கும் கண் இல்லையா’ என்று சொல்லி நகைத்தாள் என்பது. இப்படி வியாஸ பாரதம் சொல்லவே இல்லை. அந்த மண்டபத்தில் இவன் தடுமாறித் திரிந்ததை வியாசர் இவ்வாறு வர்ணிக்கிறார்:

‘அந்தத் துரியோதன மகாராஜன் ஒருகால் அந்தச் சபை நடுவில் படிகத் தளவரிசையுள்ள இடத்திற்குச் சென்று ஜலமென்று நினைத்து மதிமயங்கித் தன் வஸ்திரத்தைத் தூக்கிக் கட்டிக்கொண்டான். அதனால் துயரமடைந்து யாருக்கும் முகங்கொடாமல் அந்தச் சபையைச் சுற்றித் திரிந்தான். பிறகு மேடுபள்ளந் தெரியாமல் தரையில் விழுந்ததனால் துயரமும் வெட்கமுமுற்றுப் பெருமூச் செறிந்துகொண்டு வெறுப்புடன் அந்தச் சபையில் சஞ்சரித்தான். அதன்பிறகு படிகம் போலத் தெளிந்த நீருள்ளதும், படிகத் தாமரை மலர்களால் சோபிப்பதுமாகிய வாபியைத் தரையென்று நினைத்து ஆடையோடு ஜலத்தில் விழுந்தான். அந்தத் துரியோதனன் விழுந்ததைக் கண்டு மகாபலசாலியான பீமஸேனனும் வேலைக் காரர்களும் நகைத்தனர். தர்மராஜாவின் கட்டளையினால் அவனுக்கு வேலைக்காரர்கள் உயர்ந்த வஸ்திரங்களைக் கொடுத்தனர். அவன் அவ்வாறிருக்கக் கண்டு மகாபலசாலியான பீமஸேனன் அர்ச்சுனன் நகுல சகதேவர்கள் ஆகிய அனைவரும் சிரித்தனர்.’ (ஸபா பர்வம், எழுபத்து நான்காவது அத்தியாயம், த்யூத பர்வம் தொடர்ச்சி.)

சிரித்தார்கள் என்று மட்டும்தான் இருக்கிறதே ஒழிய, ‘குருடன் மகன்’ முதலான வார்த்தைகளை யாரும் பேசவில்லை என்பது கவனிக்கத் தக்கது. அதைவிட முக்கியமானது, சிரித்தவர்கள் பட்டியலில் பாஞ்சாலியின் பெயரே இல்லை!

பாஞ்சாலி சிரித்தாள் என்பது மேற்படி அத்தியாயத்துக்கு இரண்டு அத்தியாயங்கள் கழித்து, எழுபத்தாறாம் அத்தியாயத்தில் பின்வரு மாறு குறிப்பிடப்படுகிறது. இது வியாசருடைய கூற்றாக இல்லாமல், துரியோதனன் சகுனியிடம் சொல்லும்போது சொல்லப்படுவதாகக் காட்டப்பட்டுள்ளது:

‘தாமரைக் குளத்தைச் சபையென்று நினைத்து விழுந்தேன். அப்போது பீமனும் அர்ச்சுனனும் சப்தத்துடன் சிரித்தனர். திரௌபதியும்

பெண்களுடன் சேர்ந்து என்மனம் விழுந்துபோகும்படி நகைத்தாள்' - துரியோதனன் சகுனியிடம் சொல்வது.

துரியோதனன்கூட, 'சிரித்தாள்' என்றுதான் சொல்கிறானே ஒழிய, 'குருடன் மகன்' முதலானவற்றைச் சொல்லவில்லை என்பது கவனிக்கப்படுகிறது. இது ஏதோ ஒரு பதிப்பில் காணப்படுவதன்று. கிஸாரி மோஹன் கங்கூலியின் ஆங்கில மொழிபெயர்ப்பிலும் திரௌபதியின் பெயர், சிரித்தவர்கள் பட்டியலில் இல்லை. மூன்று அத்தியாயங்கள் கழித்து, துரியோதனன் சகுனியிடம் சொல்லும் இடம் ஆங்கில மொழிபெயர்ப்பில் இவ்வாறு காணப்படுகிறது:

At that, Bhima with Arjuna once more laughed derisively, and Draupadi also accompanied by other females joined in the laughter. (Sabha Parva, Section XLIX)

எனவே, இரண்டு பதிப்புகளிலும் ஒன்றுபோலவே காணப்படும் இந்த இடத்தின் நம்பகத்தன்மை அறுதியிடப்படுகிறது. திரௌபதி சிரித்தாள் என்பது மட்டுமே குற்றமாகிவிடாது.

அவ்வளவு பெரிய கூட்டத்தில், அத்தனை மன்னர்களும் மக்களும் திரண்டிருந்த மண்டபத்தில் இவன் ஒருவனுக்கு மட்டும்தானே இந்தத் தடுமாற்றம் இருந்தது! மற்றவர்களால் தெளிவாகக் காண முடிந்த வேறுபாடுகளை இவனால் மட்டும் ஏன் காண முடிய வில்லை? தடுமாறியவன் இவன் ஒருவன்தானே! மற்றவர்கள் சரியாகத்தானே பார்த்து நடமாடிக்கொண்டிருந்தார்கள்! உள்ளத்தைப் பொறாமைக் கனல் எரித்துக்கொண்டிருந்தது. மற்ற பலவிதங்களில் மிகச் சிறந்தவனாக இருந்தவனின் கண்களைப் பொறாமைத் தீ அவித்துவிட்டது. தடுமாறினான்.

அவ்வளவு பெரிய கூட்டத்தில், சிரித்தவள் பாஞ்சாலி மட்டும் தானா? ஏதோ இவன் இயல்பாகத் தடுமாறியதைப் போலவும், அவள் ஒருத்தி மட்டும்தான் சிரித்ததைப் போலவும் காட்சிப் பட்டாலும், உண்மையில் வேலைக்காரர்கள் கூட நகைத்திருக் கிறார்கள். ஆனால் இவனுக்கோ அவள் சிரித்தது மட்டும்தான் கேட்டிருக்கிறது. மற்ற எதுவும் அவன் கவனத்தில் படவே இல்லையே!

திரௌபதியின் மீது எப்போதுமே அவனுக்கு ஆசை இருந்தது என்பதுதான் இந்த நிலைக்கான விளக்கம். 'வில்லை வளைத்து, நாண் ஏற்றி, சுழலும் இலச்சினையை அடிப்பவர் யாரோ அவருக்கே திரௌபதியைத் திருமணம் செய்து தருவோம்' என்ற அறிவிப்புக்கு இணங்கி அந்தப் போட்டியில் கலந்துகொண்டவர்களில் ஒருவன் துரியோதனன்.

மற்றவர்களால் எடுத்து நிறுத்தவே முடியாத அந்த வில்லை எடுத்து நிறுத்தினான். கீழ்ப் பகுதியைக் காலால் மிதித்துக்கொண்டு, நாண் கட்டி, தலைக்கு மேல் உயரமான மேற் பகுதியைப் பற்றி வளைத்து, நாணை மேற்பகுதியில் கட்ட இன்னும் எள் அளவு மீதம் இருக்கும் நிலையில், வில்லைப் பற்றியிருந்த பிடி நழுவிவிட்டது. வளைக்கப் பட்ட வில் என்ன செய்யும்? நிமிரும். அப்படி நிமிர்கையில் துரியோதனைத் திருப்பி அடித்தது. வில்லால் தள்ளப்பட்டு விழுந்தான் துரியோதனன். அப்போது ஏற்பட்ட அவமானம் இது. அப்போது பட்ட புண்ணில் புரையோடிப் போய் இப்போது புழுத்த குருதி கொட்டுகிறது. அவ்வளவுதான்.

அந்தப் போட்டியில் கலந்துகொண்டவர்களில் கர்ணனும் ஒருவன். வில்லை எடுக்க அவன் சென்ற போது, 'இவன் வெல்வான்' என்று மக்கள் நினைத்தார்கள். திரௌபதி 'நீ வென்றாலும் உன்னை நான் வரிக்க மாட்டேன்' என்று அவனைப் பார்த்துக் கூவினாள்.

'திரௌபதி அவனைப் பார்த்து, 'நான் ஸூதனை வரிக்க மாட்டேன்' என்று உரக்கக் கூவினாள். கர்ணன் கோபத்துடன் சிரித்துக்கொண்டு சூரியனை உற்று நோக்கிவிட்டு, பூட்டிய வில்லை எறிந்து விட்டான்.' (வியாஸ பாரதம், ஆதி பர்வம், திரௌபதி கல்யாணம், சுலோகம் 23)

பின்னால், சூதாட்டச் சருக்கத்தில் பாஞ்சாலியைத் துகில் உரியச் சொல்லிக் கர்ணன்தானே ஏவினான்!

•

சகுனியின் சதி

வேறு

என்று சுயோதனன் கூறியே - நெஞ்சம்
　　ஈர்ந்திடக் கண்ட சகுனிதான் - அட!
இன்று தருகுவன் வெற்றியே - இதற்(கு)
　　இத்தனை வீண்சொல் வளர்ப்பதேன்? - இனி
ஒன்றுரைப் பேன்நல் லுபாயந்தான் - அதை
　　ஊன்றிக் கருத்தொடு கேட்பையால் - ஒரு
மன்று புனைந்திடச் செய்திநீ - தெய்வ
　　மண்டபம் ஒத்த நலங்கொண்டே. (53)

சொற் பொருள்

ஈர்ந்திடல்: *ஈர்தல்: வாள் கொண்டு அறுத்தல்.*

யாப்பு

இனி, இது தொடங்கி பாடல் 83 வரை நாலடி அறுசீர்ச் சிந்து.★

பாடல் சொல்வது

என்று துரியோதனன் சொல்லி, தன் உள்ளம் வாள்கொண்டு அறுக்கப்பட்டதைப் போல் துடிப்பதைப் பார்த்த சகுனி, 'அட! எதற்கு இத்தனை வீண் பேச்சுப் பேசுகிறாய்! இதோ ஜெயித்துத் தருகிறேன். இங்கே வா! ஒரு உபாயம் சொல்கிறேன். அதைக் கருத்தூன்றிக் கேள். ஒரு மண்டபம் கட்ட ஏற்பாடு செய். நல்ல அருமையான மண்டபமாக இருக்க வேண்டும் அது. தேவலோகத்தில் இந்திரன் வீற்றிருப்பது போன்றதாக இருக்க வேண்டும்.

தருமர் மயனைக் கொண்டு கட்டிய மாளிகையும், நாரதர் ஆலோசனைப்படி இந்திர சபையைப் போல் அமைந்ததுதான். அதை விடச் சிறப்பாக ஒரு மண்டபம் கட்டு என்கிறான் மாமன். அவனுடைய இந்த ஆலோசனை, வியாஸ பாரதத்தில் பின்னால் வரப்போகும் பாடல்களில் உள்ள கருத்துகளோடும் கலந்து வருவதால், இதற்குச் சம இடத்தை, உரிய இடத்தில் தருகிறேன்.

●

மண்டபம் காண வருவிரென் - றந்த
　　மன்னவர் தம்மை வரவழைத் - தங்கு
கொண்ட கருத்தை முடிப்பவே - மெல்லக்
　　கூட்டிவன் சூது பொரச்செய்வோம் - அந்த

★ இதில் வரும் யாப்பியல் குறிப்புகள் தஞ்சைப் பல்கலைக் கழகத்தின் பாரதி பாடல்கள் - ஆய்வுப் பதிப்பைப் பெரும்பான்மையும் அடிப்படையாகக் கொண்டவை. ஆயினும் ஒன்று. சிந்துப் பாவில் தனிச்சொல்லைக் கணக்கிடும் வழக்கமில்லை. ஆய்வுப் பதிப்பில் தனிச்சொல்லையும் கணக்கிட்டு அறுசீரை எண்சீராகவும், எழுசீராகவும் இன்ன பிறவாகவும் குறித்திருக்கிறார்கள். தனிச்சொல்லை சீர் கணக்கில் சேர்ப்பதில்லை என்ற வழக்கத்தின்படி இந்நூலில் உரிய இடங்களில் ஆய்வுப் பதிப்பிலிருந்து மாறுபட்ட குறிப்புகள் தரப்பட்டுள்ளன.

வண்டரை நாழிகை யொன்றிலே - தங்கள்
வான்பொருள் யாவையுந் தோற்றுனைப் - பணி
தொண்ட ரெனச்செய் திடுவன்யான் - என்றன்
சூதின் வலிமை அறிவைநீ. (54)

சொற் பொருள்

வன் சூது: கடுமையான சூது என்றும் சொல்லலாம். வற்புறுத்திச் சூதாட இணங்க வைத்த காரணத்தால், 'வன்புணர்ச்சி' என்பதைப் போல், விருப்பத்துக்கு மாறாகச் சூதாட வைத்தல் என்றும் கொள்ளலாம். பொர: போரிட. சூதுப் போராம். சூதாட்டத்துக்கு நல்ல பெயர் சூட்டியிருக்கிறான் சகுனி.

வண்டரை: என்ன காரணத்தாலோ ஆதாரபூர்வமான பதிப்பில்கூட இடையின ரை தான் இருக்கிறது. இங்கே வல்லின றை இருந்திருக்க வேண்டும் என்று தோன்றுகிறது.

மாசில் வீணையும் மாலை மதியமும்
வீசு தென்றலும் வீங்கிள வேனிலும்
மூசு வண்டறை பொய்கையும் போன்றதே
ஈசன் எந்தை இணையடி நீழலே.

மொய்க்கின்ற, சிறகை மிக விரைவாக அசைக்கும் வண்டுகள் ஒலிக்கின்ற பொய்கை என்று இந்த இடத்தில் வருவதைப் போல் வல்லின றகரம் வரவேண்டிய இடம் இது. பேரறிஞர்கள் பார்த்துப் பதிப்பித்த பதிப்புகளில் கூட இன்னும் இந்தப் பிழை நேர்செய்யப் படாமல் இருப்பது வருந்தத்தக்கது.

யாப்பு

நாலடி அறுசீர்ச் சிந்து.

பாடல் சொல்வது

அப்படி ஒரு மண்டபம் கட்டுவோம். அதற்குப் பின், 'நாங்கள் கட்டியிருக்கும் மண்டபத்தை வந்து பாருங்கள்' என்று கூப்பிட்டு அனுப்புவோம். அவர்கள் வருவார்கள். அப்போது நாம் கொண்ட கருத்தை முடிக்கும் வகையில் வன் சூது பொரச் செய்வோம். இந்த

வண்டு சிறகடிக்கும் வேகத்தைப் பார்திருக்கிறாய் அல்லவா? எவ்வளவு வேகமாக அடிக்கும் அது? அது ஒரு முறை சிறகை அடிக்க எவ்வளவு நேரம் எடுத்துக்கொள்ளுமோ, அவ்வளவு நேரத்தில் அவர்கள் தங்களுடைய பெரும்பொருள் எல்லா வற்றையும் இழந்து, உனக்கு ஏவல் செய்கின்ற வேலைக்காரர் களாக்கித் தருகிறேன். நான் சூதில் எவ்வளவு கெட்டிக்காரன் என்பது உனக்கே தெரியும்.

●

வெஞ்சமர் செய்திடு வோம்எனில் - அதில்
வெற்றியும் தோல்வியும் யார்கண்டார்? - அந்தப்
பஞ்சவர் வீரம் பெரிதுகாண் - ஒரு
பார்த்தன்கை வில்லுக்கு எதிருண்டோ? - உன்றன்
நெஞ்சத்தில் சூதை இகழ்ச்சியாக் - கொள்ள
நீதமில் லைமுன்னைப் பார்த்திவர் - தொகை
கொஞ்சமி லைப்பெருஞ் சூதினால் - வெற்றி
கொண்டு பகையை யழித்துளோர். (55)

சொற் பொருள்

சமர்: போர்.

பஞ்சவர்: பாண்டவர் ஐவர்கள். 'மடந்தாழும் நெஞ்சத்துக் கஞ்சனார் வஞ்சம் கடந்தானை... படர்ந்து ஆரணம் முழங்கப் பஞ்சவர்க்குத் தூது நடந்தானை ஏத்தாத நாவென்ன நாவே...' (சிலம்பு, ஆய்ச்சியர் குரவை)

நீதம்: தகுதி, நீதி, தானியம். இந்த இடத்தில் நீதி, நியாயம் என்ற பொருள். இந்தச் சொல்லை ஏற்கெனவே விளக்கியிருக்கிறோம். காண்க பாடல் 8

பார்த்திவர்: மன்னர். பாடல் எண் 11, 21 ஆகியவற்றில் இந்தச் சொல்லைப் பார்க்கலாம்.

யாப்பு

நாலடி அறுசீர்ச் சிந்து.

'லாலல லாலல லாலலா - லல
லாலல லாலல லாலலா என்ற மெட்டு.

சம்பாஷணைகள் முதலியவற்றைத் திறமையுடனும் உண்மையுடனும் காட்டுதற்கு இப்பாட்டின் நடை மிகவும் சவுகரியமாதலைப் பாடிப் பார்த்துணர்ந்து கொள்க.' - பாரதியின் குறிப்பு.

பாடல் சொல்வது

பாண்டவர்களோடு போர் செய்யலாம் என்றால், அப்படிப் போர் செய்வதில் யார் வெற்றி பெறுவார், யார் தோல்வி அடைவார் என்று யாருக்குத் தெரியும்? (அதை விட முக்கியமான ஒன்று. போர் செய்தால் ஒரு வேளை நாம் தோற்றாலும் தோற்றுவிடுவோம்.) அந்தப் பாண்டவர்களின் வீரம் கொஞ்சம் பெரிதுதான். வேறு ஒருவரும் வேண்டாம். பார்த்தன் ஒருத்தன் போதும். அவன் கையில் வில்லை எடுத்தானென்றால் வேறு யாராவது அங்கே நிற்க முடியுமோ? (என்ன யோசிக்கிறாய்? போயும் போயும் சூதாடுவதா, சூதாடி அவர்களை வெல்வதா என்று நினைக்கிறாய், இல்லையா? எனக்குத் தெரியும்.) உன் மனத்தில் நீ சூதை இகழ்ச்சியாக எண்ணுவது நியாயமே இல்லை. பெரிய அளவில் சூதாட்டத்தை நடத்தி, தன்னுடைய பகைவர்களை அழிப்பதும் ஒரு சரியான வழிதான். இதற்கு முன்னால் இந்த வழியை மேற்கொண்ட மன்னர்கள் எத்தனை தெரியுமா? எதிரியைச் சூதாடியே தோற்கடித்திருக்கிறார்கள்.

துரியோதனன் என்னவோ, 'சூதாடி அவர் செல்வம் பறிப்பதா! நாம் அவர்களோடு மோது போர் தொடங்க எண்ணினால், மாமா என்னவோ சூது போருக்கு வழிசொல்கிறாரே' என்று நினைப்பது போலவும், மாமா அவன் மனத்தை மாற்றுவது போலவும் பேச்சு அமைகிறது. துரியோதனன் அவ்வாறு எதுவும் நினைக்கவில்லை. அவன்தான்

> தீச்செயல் நற்செயல் ஏதெனினும் ஒன்று செய்துநாம் - அவர்
> செல்வங் கவர்ந்து அவரை விட வேண்டும் தெருவிலே

என்று அப்போதே சொல்லிவிட்டானே!

இது சகுனியின் பாணி. எதிராளியை மிக உயர்ந்த இடத்தில் கொண்டு போய் வைப்பான். அடுத்த வினாடி அங்கிருந்து உருட்டிவிடுவான். 'வானளவு தூக்கியுடன் வலிக்கும்வரை தாக்குவதில் மனிதரில் நான் தெய்வமிருகம்' என்று கண்ணதாசன் பாடியது போல். பின்னால் தரும புத்திரனைச் சூதாடத்தில் இறக்கிவிடும் போதும், சூதாட்டம் நின்று போகாமல் கடைசி வரை தொடரச் செய்ய வேண்டு மென்பதற்காகவும் அவன் பேசுகின்ற பேச்சுகளைக் காணத்தானே போகிறோம்.

●

நாடுங் குடிகளும் செல்வமும் - எண்ணி
    நானிலத் தோர்கொடும் போர்செய்வார் - அன்றி
ஓடுங் குருதியைத் தேக்கவோ? - தமர்
    ஊன்குவை கண்டுக ளிக்கவோ? - அந்த
நாடுங் குடிகளும் செல்வமும் - ஒரு
    நாழிகைப் போதினில் சூதினால் - வெல்லக்
கூடும் எனில்பிறி தெண்ணலேன்? - என்றன்
    கொள்கை யிதுஎனக் கூறினான். (56)

சொற் பொருள்

தேக்கு: நீர் முதலியவற்றை ஓரிடத்தில் தேங்குமாறு கட்டுதல் என்றொரு பொருள். இந்தப் பொருளிலும், 'தடுத்தல்' என்ற பொருளிலும் மட்டும்தான் பெரும்பாலானோர் இந்தச் சொல்லை அறிவோம். பாரதி எத்தனை விதமான பொருளில் இந்தச் சொல்லைப் பயன்படுத்தி யிருக்கிறான்? இன்னும் இரண்டு இடங்களைக் காண்போம்.

சொல்ல ஒண்ணாத, திகட்டக் கூடிய சுவையை உடையது என்றொரு பொருள். துகிலுரியப்படும் சமயத்தில் கண்ணனைக் குறித்து திரௌபதி துதியாகச் சொல்லும்போது,

தேக்குநல் வான்அமுதே -
இங்கு சிற்றிடை ஆய்ச்சியில் வெண்ணெய் உண்டாய்

என்பாள். 'நீயே தெவிட்டாத அமுதாக இருந்தபோதிலும், இங்கே இவ்வளவு சிறிய ஆய்ப்பாடியில் வந்து, வெண்ணெயைத் திருடி உண்டவனே.'

'நிரம்பப் பருகுதல்' முழுக்கக் குடித்தல் என்றொரு பொருள் உண்டு, 'தேக்கு' என்ற சொல்லுக்கு.

தீஞ்சொற் கவிதையஞ் சோலை - தனில்
    தெய்விக நன்மணம் வீசும்
தேஞ்சொரி மாமலர் சூடி - மதுத்
    தேக்கி நடிப்பளெம் அன்னை.

(பேயவள் காணெங்கள் அன்னை)

சுவை மிகுந்த சொற்கள் பூத்த கவிதை என்னும் சோலையில், தெய்விக நன்மணம் வீசக் கூடிய தேன் சொரியும் பெரியதொரு

கவிதையாகிய மலர் சூடுவாள். அந்தக் கவிதையின் தேனை முற்றிலும் பருகி, வெறி கொண்டு ஆடுவாள்.

மேலே பாடல் 56ல் காண்பதும் இந்தப் பொருள்தான். முற்றக் குடித்தல்.

யாப்பு

நாலடி அறுசீர்ச் சிந்து.

பாடல் சொல்வது

நாடு, குடிமக்கள், செல்வம் என்று இவையெல்லாம் மேலும் மேலும் பெருகவேண்டும் என்ற எண்ணத்தோடு, உலகத்தில் மன்னர்கள் போர் செய்வார்கள். போர் எவ்வளவு கொடிதானது துரியோதனா! எத்தனைப் பேரைக் கொல்ல வேண்டும்! எவ்வளவு குருதி ஓடும்! என்ன செய்வது அந்தக் குருதியை? 'ஓடுங் குருதியைத் தேக்கவோ?' முற்றக் குடிப்பதா? யாருடைய குருதி துரியோதனா அது? நம்முடைய உறவினர்களுடையதல்லவா? அல்லது, 'தமர் ஊன்குவை கண்டு களிப்பதோ?' போர்க்களமெங்கிலும் வெட்டுப் பட்டு வீழ்ந்து கிடக்குமே மாமிசத் துணுக்குகளும், அங்கங்களும், அவற்றைப் பார்த்து, 'இது என் அண்ணனின் வெட்டுப்பட்ட கை' 'இது என் மாமனின் துண்டான கால்' 'இங்கே உருண்டு கிடக்கும் தலை என் பாட்டனுடையது' என்றெல்லாம் சொல்லிச் சொல்லிக் களிக்க முடியுமா?

அதை விடு. என்ன வேண்டும்? நாடு, குடிகள், தேசம். அவ்வளவு தானே? அவ்வளவு போரும், உயிர்ச் சேதமும் பொருட் சேதமும் ஆன பிறகுதான் அவற்றை அடைய முடியுமா என்ன? ஒரு நாழிகைப் போதில் அத்தனையையும் அப்படியே சிந்தாமல் சிதறாமல், யார் உயிருக்கும் ஒரு சேதமும் இல்லாமல் சூதினால் கொள்ள முடியும் என்றால் அந்த வழியெல்லாம் நமக்கெதற்கு? இது என் கொள்கையடா மருமகனே!

சாத்தான் வேதம் ஓதுகிறது. சகுனி போரெதிர்ப்புப் பிரசாரம் செய்கிறான்!

ஒன்று சொல்லவேண்டும். வியாஸ பாரதத்தில் சமஇடத்தில் சகுனி இவ்வாறெல்லாம் பேசவில்லை. பின்னால் பாடல் எண் 104ல் வரப்போகும் 'நீதித் தருமனும் சூதில் அன்புளோன்' என்பது மட்டுமே, சகுனி துரியோதனனிடத்தில் சொல்லும் முடிவுரை. அதன்பிறகு இருவரும் திருதிராஷ்டிரனிடம் முறையிடச் செல்கின்றனர். (பாடல் எண் 104, துரியோதனன், திருதிராஷ்டிரனிடம்

சொல்வதாக வருகிறது. அந்த இடத்தில் விளக்கமாகப் பார்ப்போம்.)

துரியோதனன் வெதும்பத் தொடங்கியதும், சகுனி உடனேயே அவனுக்குத் தாளம் போடவும் இல்லை. தொடக்கத்தில், 'அவர்களைப் பார்த்து ஏன் பொறாமை கொள்கிறாய்?' என்று நல்லுபதேசம்தான் சொல்கிறான். மாதிரிக்காக, நீளமான அந்தத் தொடக்க மொழியின் மிகச் சிறிய பகுதியை மட்டும் இங்கே தருகிறேன்.

சகுனி, *'துரியோதனா! நீ யுதிஷ்டிரனைப்பற்றிப் பொறாமைப்படத் தகாது. பாண்டவர்கள் எப்போதும் தங்கள் பாகங்களையே தாம் அனுபவிக்கிறார்கள். விதி பல வகைகளாக இருக்கிறது. அவர்களுக்கு விதியினால் மேன்மை உண்டாயிருக்கிறது. மகராஜனே! பகைவரை அடக்குகிறவனே! முன்னே நீ அநேக உபாயங்கள் செய்ய ஆரம்பித்தும் உன்னால் அவர்களைப் பீடிக்க முடியவில்லை. புருஷசிரேஷ்டர்களான பாண்டவர்கள அவர்கள் அதிருஷ்டத்தினாலேயே (ஆபத்துகளினின்றும்) விடுபட்டனர்...'* இப்படித் தொடங்குகிறது அந்த உரை. (ஸபா பர்வம், எழுபத்தைந்தாவது அத்தியாயம், த்யூத பர்வம் தொடர்ச்சி.) பாண்டவர்கள் அடைந்த நன்மை ஒவ்வொன்றாகப் பட்டியலிட்டு, ஒவ்வொரு நன்மையைக் குறித்துச் சொன்னதும், 'அதில் உனக்கென்ன துயரம்' என்ற கேள்வியையும் கேட்கிறான் சகுனி. இந்த 'அதில் உனக்கென்ன துயரம்' என்ற சொற்றொடர் அவனுடைய நல்லுபதேச உரைப் பகுதியில் திரும்பத் திரும்ப வருகிறது. இந்த இடத்தில் சகுனி பேசுவதன் சாயல்கூட பாரதியின் படைப்பில் இடம்பெறவில்லை.

வியாசரை அப்படியே அடியொற்றி ஓடும் பாரதி, அங்கொன்றும் இங்கொன்றுமாக நகாசு வேலைகளைச் செய்திருப்பதையும், பாத்திரங்கள் பேசும் பேச்சுகள் முன்னும் பின்னுமாக மாறியிருந்தாலும், (தொடக்கப் பகுதியில் வரும் 'நீதித் தருமனும் சூதில் அன்புளோன்' என்ற சகுனி கருத்தை, 104ம் பாடலில் கொண்டு போய் மறக்காமல் வைத்திருப்பதையும் கவனிக்க வேண்டும். That takes Bharati to the stature of an Absolute Dramatist–not just Ultimate Dramatist. கம்பனுக்கு ஒருசாண் அதிகம். இவன் எடுத்துக் கொண்டுள்ள இதிகாசத் துணுக்கில் இவனுக்குக் கிடைத்துள்ள ஸ்கோப், கம்பனுக்குக் கிடைத்ததைக் காட்டிலும் மிகச் சொற்பம். ஆனால் இந்தச் சொற்ப இடத்தில் இவன் செய்திருக்கும் வேலைகளும், கையாண்டிருக்கும் நாடக உத்திகளும் பிரமிப் பூட்டுகின்றன. அவன் கையாளும் நாடக உத்திகளை அந்தந்த இடங்களில் சுட்டுகிறேன். நாடகங்களின் உரையாடல் எழுத்தருக்கு

(Script Writers) பாரதி ஒரு ஆதர்ஸ புருஷன் என்பதில் கிஞ்சித்தும் ஐயமில்லை. இது மிகைக்கூற்றறன்று.

•

இங்கிது கேட்ட சுயோதனன் - மிக
இங்கிதஞ் சொல்லினை மாமனே! - என்று
சங்கிலிப் பொன்னின் மணியிட்ட - ஒளித்
தாமஞ் சகுனிக்குச் சூட்டினான் - பின்னர்
எங்கும் புவிமிசை உன்னைப்போல் - எனக்
கில்லை யினியது சொல்லுவோர் - என்று
பொங்கும் உவகையில் மார்புறக் - கட்டிப்
பூரித்து விம்மித் தழுவினான். (57)

சொற் பொருள்

இங்கிதம்: *1) குறிப்பு 2) கருத்து 3) இனிமை 4) சமயோசிதம் உடைமை. இந்த இடத்தில் கொள்ளவேண்டிய பொருள் இனிமை.*

தாமம்: கயிறு, சங்கிலி.

புவிமிசை: புவியில்

யாப்பு

நாலடி அறுசீர்ச் சிந்து.

பாடல் சொல்வது

சகுனி இவ்வாறு சொன்னதைக் கேட்ட துரியோதனன் உள்ளம் பூரித்தான். 'எனக்கு எது இனிமையானதோ அதைச் சொன்னாய் மாமா! உன்னைப் போல் எனக்கு இனியதைச் சொல்பவர்கள் இந்த உலகத்தில் யார் இருக்கிறார்கள்!' என்றவாறு, நல்ல பொன்னால் ஆன, ஒளி சுடர்கின்ற சங்கிலி ஒன்றை மாமனுக்குத் தன் கைகளாலேயே அணிவித்தான். அவனை மார்புற இறுகத் தழுவிக் கொண்டு, உவகையால் உடலும் உள்ளமும் பூரித்து வீங்கினான்.

இதற்கான வியாஸ பாரதக் குறிப்பு கிடைக்கவில்லை.

•

சகுனி திருதிராட்டிரனிடம் சொல்லுதல்

மற்றதன் பின்னர் இருவரும் - அரு
மந்திரக் கேள்வி உடையவன் - பெரும்
கொற்றவர் கோன்திரி தாட்டிரன் - சபை
கூடி வணங்கி இருந்தனர் - அருள்
அற்ற சகுனியும் சொல்லுவான் - ஐய
ஆண்டகை நின்மகன் செய்திகேள் - உடல்
வற்றித் துரும்பொத் திருக்கின்றான் - உயிர்
வாழ்வை முழுதும் வெறுக்கின்றான். (58)

சொற் பொருள்

மந்திரக் கேள்வி உடையவன்: *பார்வையற்றவன் சுவடியைப் பார்த்துப் படித்துப் பயிற்சி செய்திருக்க முடியாது. இவன் மந்திரக் கேள்வி உடையவன். பிறர் ஓத, அதைக் கேட்டுக் கேட்டுப் பயின்றவன். 'அறிவே கண்ணாக உடையவனும் சிறந்த புத்திசாலியுமான திருதிராஷ்டிர மஹாராஜன்' என்பது வியாசர் வாக்கு. (ஸபா பர்வம், எழுபத்தாறாம் அத்தியாயம், த்யூத பர்வம் தொடர்ச்சி.)*

ஆண்டகை: *ஆண் தகை. ஆண் தன்மை.*

யாப்பு

நாலடி அறுசீர்ச் சிந்து.

பாடல் சொல்வது

அதன் பின்னர் சகுனியும் துரியோதனனும், உரிய மந்திரங்களையும் சாத்திரங்களையும் கேட்டு உணர்ந்தவனான, மன்னர் மன்னான திருதிராட்டிரன் சபைக்குச் சென்று அவனை வணங்கினர். அருளற்றவனான சகுனி மெல்ல, திருதிராட்டிரனுக்குச் சொல்லலானான். 'ஐயா! ஆண்மை ததும்பும் உன் மகனைப் பற்றிய செய்தி ஒன்று உன்னிடம் சொல்கிறேன். கேள். அவன் இப்போது எப்படி இருக்கிறான் தெரியுமா? உடல் வற்றியிருக்கிறான். துரும்பாய் இளைத்திருக்கிறான்.உயிர் வாழ்க்கையையே வெறுத்திருக்கிறான்.'

கண்ணில்லாத தந்தைக்கு எப்படி அதிர்ச்சி ஏற்படுத்துவது? 'உன் பிள்ளை இளைத்துவிட்டான்! வருத்தத்தில் இருக்கிறான்! கொஞ்சம் என்னவென்று விசாரி...'

வியாஸ பாரதத்தில் சம இடம்

துரியோதனனது விருப்பத்தைச் செய்கிறானவனான சகுனி... திருதிராஷ்டிர மகாராஜன் வீற்றிருக்கும்போது அவனருகிற் சென்று, 'மகராஜா! மனிதர்களுக்கு அதிபதியே! துரியோதனன் நிறம் மாறி வெளுத்து இளைத்துத் துயரத்தையும் விசாரத்தையும் அடைந்திருக் கிறான்; அதனை அறியும். உமது ஜ்யேஷ்ட புத்திரனான துரியோதனனுக்குத் தாங்கக்கூடாத மனத்துயரம் பகைவரால் உண்டா யிருப்பதை நீர் விசாரிக்கவில்லை; ஏன் தெரிந்துகொள்ளாம லிருக்கிறீர்?' என்றான். (ஸபா பர்வம், எழுபத்தாறாம் அத்தியாயம், த்யூத பர்வம் தொடர்ச்சி.)

●

உண்ப சுவையின்றி உண்கின்றான் - பின்
　　உடுப்ப(து) இகழ உடுக்கின்றான் - பழ
நண்பர்க ளோடுஉற வெய்திடான் - இள
　　நாரிய ரைச்சிந்தை செய்திடான் - பிள்ளை
கண்பச லைகொண்டு போயினான் - இதன்
　　காரணம் யாதென்று கேட்பையால் - உயர்
திண்பரு மத்தடந் தோளினாய் - என்று
　　தீய சகுனியும் செப்பினான். (59)

சொற் பொருள்

கண்பசலை: *கண்பசத்தல் - கண் தன் நிறத்தையும் ஒளியையும் இழத்தல்.*

யாப்பு

நாலடி அறுசீர்ச் சிந்து.

பாடல் சொல்வது

'பையன் சாப்பிடுகிறான்தான். ஆனால் உண்பதன் சுவை உணராமல், ஏதோ உண்கிறான். உடுத்திக் கொள்ளும் ஆடையாவது ஓர் அரசகுமாரனுக்கு உரியமாதிரியா இருக்கிறது? பிச்சைக்காரனை மாதிரி, நாலு பேர் பார்த்தால் இகழும்படி உடுத்துகிறான். இப்போதெல்லாம் பழைய நண்பர்களோடு காலம் கழிப்பதில்லை. ஏதாவது காதல் நோயா என்று பார்த்தால் அதுவும் இல்லை. இள மங்கையரைப் பற்றி அவன் சிந்தை செய்வதே இல்லை. நல்ல பருத்த தோளுடைய மன்னா! உன் பிள்ளை இப்படி இளைத்துக்

கிடக்க என்ன காரணம் என்று கொஞ்சம் விசாரி' என்று தீயவனான சகுனி சொன்னான்.

பிள்ளை இப்படி இளைத்துக் கிடக்கும் போது, நீ பருமனான திண் தோள் உடையவனாய் இருக்கிறாய் என்பது இலேசான இடிப்பு. உள்ளத்தைக் கொஞ்சம் துணுக்குற வைப்பதற்கான உத்தி.

வியாஸ பாரதத்தில் சம இடம்

60ம் பாடலில் திருதிராஷ்டிரன் உரையின் தொடக்கத்தில் காணவும்.

(தமிழ் மொழிபெயர்ப்பில் இந்தப் பகுதி கிடைக்கவில்லை.)

●

தந்தையும் இவ்வுரை கேட்டதால் - உளம்
சாலவும் குன்றி வருந்தியே - என்றன்
மைந்த நினக்கு வருத்தமேன்? - இவன்
வார்த்தையில் ஏதும் பொருளுண்டோ - நினக்
கெந்த விதத்தும் குறையுண்டோ - நினை
யாரும் எதிர்த்திடு வார்உண்டோ? - நின்றன்
சிந்தையில் எண்ணும் பொருளெலாம் - கணம்
தேடிக் கொடுப்பவர் இல்லையோ? (60)

யாப்பு

நாலடி அறுசீர்ச் சிந்து.

பாடல் சொல்வது

திருதிராட்டிரன் இதைக் கேட்டான். அவனுடைய உள்ளம் மிக வருத்தமடைந்தது. 'என் மைந்த, உனக்கு என்ன வருத்தமடா கண்ணா நேர்ந்தது? இவன் சொல்வது சரிதானா? இவன் வார்த்தைக்குப் பொருள் உண்டா? உண்மையில் நீ அப்படித்தான் இருக்கிறாயா? என்ன குறையடா உனக்கு? எந்த விதத்திலாவது உனக்குக் குறை இருக்குமானால் எனக்குச் சொல். உன்னை யாராவது எதிர்க்கிறார்களா? நீ எதை விரும்புகிறாயோ, அதை உடனே, எங்கிருந்தாலும் தேடிக் கொண்டுவந்து கொடுப்பவர்கள் யாரும் இல்லையா?

வியாஸ பாரதத்தில் சம இடம்

சகுனியினால் இவ்வாறு சொல்லப்பட்ட திருதிராஷ்டிர மகராஜன் துரியோதனனை அழைத்து, சொல்லத் தொடங்கினான். 'என்

அன்புள்ள மகனே! துரியோதனா! என்ன காரணத்தினால் நீ மிகத் துயரப்படுகிறாய்? கௌரவ சிரேஷ்டனே! அந்த விஷயத்தை நான் கேட்கலாமாயின் எனக்குச் சொல்; நீ நிறம் மாறி வெளுத்திருப்பதாக இந்த சகுனி சொல்லுகிறான். நான் நினைத்துப் பார்க்கையில் நீ துயரப்படுவதற்குக் காரணம் எனக்குத் தெரியவில்லை...' (ஸபா பர்வம், எழுபத்தாறாம் அத்தியாயம், த்யூத பர்வம் தொடர்ச்சி.)
மீதத்தை அடுத்த பாடலோடு காண்போம்.

●

இன்னமு தொத்த உணவுகள் - அந்த
　　இந்திரன் வெஃகுறும் ஆடைகள் - பலர்
சொன்ன பணிசெயு மன்னவர் - வருந்
　　துன்பம் தவிர்க்கும் அமைச்சர்கள் - மிக
நன்னலம் கொண்ட குடிபடை - இந்த
　　நானில மெங்கும் பெரும்புகழ் - மிஞ்சி
மன்னும்அப் பாண்டவச் சோதரர் - இவை
　　வாய்ந்தும் உனக்குத் துயருண்டோ? (61)

சொற் பொருள்

வெஃகுறு. *வெஃகுதல்: விரும்புதல். ஆழமான விருப்பதை ஏற்படுத்தக் கூடிய, பிறர் பொருளை விரும்புவதான.*

மன்னும்: *மன்னுதல்: 1) நிலைபெறுதல் 2) நீண்டகாலம் தங்கியிருத்தல் (கருப்பையில் கரு தங்குவதைப் போல்) 3. பொருந்துதல், ஒத்துப் போதல், 4) விடா முயற்சி உடைமை 5) உறுதியாய் நிற்றல் 6) மிகுதல்.*

'மன்னும் இமய மலை எங்கள் மலையே' என்னும் போது பொருள் 1, 5 இரண்டும் பொருந்தும். இங்கே பொருள் பொருந்துதல். உன்னோடு பொருந்திய, உன்னோடு ஒத்துப் போகக் கூடிய.

யாப்பு

நாலடி அறுசீர்ச் சிந்து.

பாடல் சொல்வது

உனக்கு என்ன குறை? என்ன குறை இருக்க முடியும்? இனிய அமுதத்தை ஒத்த உணவு வகைகள் இருக்கின்றன. அந்த இந்திரனே

விருப்பப்படும்படியான ஆடைகளுக்குக் குறைவில்லை. நீ சொன்ன பணியை உடனே செய்து நிற்க பல மன்னர்கள் கை கட்டி நிற்கிறார்கள். வரக்கூடிய துன்பங்களைத் தவிர்க்கும் மதியாலோசனை சொல்லக் கூடிய அமைச்சர்கள் இருக்கிறார்கள். நல்ல, முழு நலத்துடன் திகழ்கின்ற குடி மக்கள்; அவர்களைக் காப்பதற்கு வலிமையான படை எல்லாம் இருக்கிறது. இந்த உலகம் முழுவதும் பரவிய (நம் குலப்) புகழ் இருக்கிறது. இவை எல்லாவற்றுக்கும் மேலாக உன்னோடு ஒத்துப்போகக் கூடிய அந்தப் பாண்டவர்கள் உனக்குச் சகோதரர்களாக இருக்கிறார்கள். இத்தனை இருந்தும் உனக்கு என்ன குறை? ஏன் நீ இளைத்திருக்க வேண்டும்?

ஆறுதல் சொல்கிறேன் பேர்வழி என்று, நலம் விசாரிக்கிறேன் பேர்வழி என்று, எங்கே தொட்டால் வலிக்குமோ அங்கே அன்பாகத் தட்டுவதாய் நினைத்துக்கொண்டு அடிக்கவே அடித்துவிட்டான் திருதிராட்டிரன்.

வியாஸ பாரதத்தில் சம இடம்

...உன் சகோதரர்களும் நண்பர்களும் உனக்கு விருப்பமில்லாத வற்றைச் செய்வதில்லை. உயர்ந்த ஆடைகள் உடுக்கிறாய். மாமிசத் தோடு கூடிய அன்னத்தைப் புசிக்கிறாய்; உயர்ந்த ஜாதிக் குதிரைகள் ஏறுகிறாய். எதனால் வெளுத்தும் இளைத்தும் போயிருக்கிறாய்? விலைபெற்ற படுக்கைகளும், மனத்திற்கினிய பெண்களும் சிறந்த வீடுகளும் சுகமான தோட்டங்களும் தேவர்களுக்கிருப்பது போல உனக்கிருக்கின்றன. உலகமெல்லாம் உன் சொல்லிற் கட்டுப் பட்டிருக்கிறது; சந்தேகமில்லை. யாராலும் வெல்லமுடியாத அன்புள்ள புத்திரனே! அப்படிப்பட்ட நீ ஏழைபோல் ஏன் துன்பப்படுகிறாய்?

உணவு, உடை, மனத்துக்கினிய பெண்கள், சொன்ன பணிசெய்யு மன்னவர் (உலகமெல்லாம் உன் சொல்லிற் கட்டுப்பட்டிருக்கிறது) என்று பாடல் முழுவதும் வியாசருடைய வாக்கின் பிழிவாகவே இருக்கிறது.

சம இடத்துக்கான கிஸாரி மோஹன் கங்கூலியின் ஆங்கில மொழிபெயர்ப்பில் `This vast wealth of mine is at thy control' என்ற வரி உள்ளது. 'என்னுடைய திரண்ட செல்வம் அத்தனையும் உன் கட்டுப்பாட்டில் இருக்கிறது' என்ற வாக்கியத்தை உற்றுக் கவனிக்கவும். 'என் செல்வம் உன் கட்டுப்பாட்டில்.' அதாவது, அது இன்னமும் துரியோதனனுடைய செல்வமில்லை; 'என் செல்வம்' உன் கட்டுப்பாட்டில் இருப்பது என்னவோ உண்மை. இது எதைச் சொல்கிறது? துரியோதனன் இன்னமும் மன்னனாகவில்லை.

மகுடம் சூட்டப்படவில்லை. அப்படி நடந்திருந்தால் 'உன் செல்வமோ மிகப் பெரிது' என்று சொல்லியிருக்கவேண்டும். திருதிராஷ்டிரன் 'என் செல்வம்' என்றுதான் சொல்கிறான். ஆனால், திருதிராஷ்டிரனுக்கும் முடி சூட்டப்படவில்லை. பாண்டுவுக்கு அரசு போனதன் காரணம் இவன் பார்வையற்றவன் என்பதால்தான்.

●

தந்தை வசனம் செவியுற்றே - கொடி
    சர்ப்பத்தைக் கொண்டதொர் கோமகன் - சுடு
வெந்தழல் போலச் சினங்கொண்டே - தன்னை
    மீறிப் பலசொல் விளம்பினான் - இவன்
மந்த மதிகொண்டு சொல்வதை - அந்த
    மாமன் மறித்துரை செய்குவான் - ஐய,
சிந்தை வெதுப்பத்தி னால்இவன் - சொலும்
    சீற்ற மொழிகள் பொறுப்பையால். (62)

சொற் பொருள்

வெதுப்பம்: இளஞ்சூடு என்றொரு பொருள் உண்டு. இது பற்றியே 'வெதுவெதுப்பான நீர்' என்று இளஞ் சூடான நீரைச் சொல்கிறோம். வெதும்புதல் என்ற சொல்லிலிருந்து பிறந்த சொல். பழுக்கக் காய்ச்சுதல் என்று இன்னொரு பொருள் உண்டு. துரியோதனனுடைய மனம் பழுக்கக் காய்ச்சப் பட்ட இரும்பைப் போல் கொதித்துக் கொண்டிருந்தது.

யாப்பு

நாலடி அறுசீர்ச் சிந்து.

பாடல் சொல்வது

திருதிராட்டிரன் அவ்வாறு கேட்டதும், உள்ளம் கொதித்த துரியோதனன் (துரியோதனனுடைய கொடி பாம்பு - பாடல் 15 காண்க) எரிகின்ற நெருப்பைப் போல் கோபம் கொண்டு, தந்தையிடம் பேசுகின்றோம் என்ற நினைப்பின்றி, தன் கட்டுப் பாட்டை இழந்தவனாகி, தன்னை மீறிப் பல சொற்களைச் சொன்னான். அறிவின் கூர்மை இழந்தவனாகி இவன் இப்படிப் பேசுவதைக் கேட்ட மாமன் சகுனி அவனை இடைமறித்தான்;

அவன் பேச்சை அடக்கினான். 'ஐயா! இவன் மனம் அவமானத்தால் ஏற்பட்ட சீற்றத்தால் கொதித்துப் போயிருக்கிறது. ஆகையினாலே உன்னிடம் பேசக் கூடாத வார்த்தைகளைப் பேசிவிட்டான். இவனுடைய கோபமான மொழிகளை நீ பொறுத்துக்கொள்ள வேண்டும்.'

இவ்வளவு அழகாகத் தான் தொடங்கி வைத்த காரியத்தின் நோக்கமே கெட்டுப் போய்விடும்படியாகத் துரியோதனன் கடுஞ்சொல் பேசுவதைக் கேட்டான். கடுஞ்சொல், கடுஞ்சொல்லையே பிறப்பிக்கும். வாதப் பிரதிவாதங்கள் வளருமே தவிர, நினைத்திருக்கும் காரியம் கைகூடாது. எனவே, சகுனி இடைமறித்தான்.

வியாஸ பாரதத்தில் துரியோதனும் சகுனியும் பேசுவது இரண்டு இடங்களில் வருகிறது. முதன்முறை, சகுனியும் துரியோதனனும் பேசி, திருதிராஷ்டிரன் 'சூதாட்டம் வேண்டாம்' என்று கெஞ்சி, 'தற்கொலை செய்துகொள்வேன்' என்று துரியோதனன் மிரட்டி, திருதிராஷ்டிரன் விதுரரை அழைத்து-அதை துரியோதனன் 'விதுரன் வந்தால் எல்லாம் கெட்டுவிடும். எனக்கு இசைந்த நீ, புத்தி மாறிவிடுவாய்' என்றெல்லாம் சொல்லி, விதுரர் வந்து, 'என்னால் ஏதும் செய்ய முடியவில்லை விதுரா!' என்றெல்லாம் கெஞ்சிக் கேட்டுக்கொண்டு, விதுரர் கிளம்பிச் சென்றதன் பிறகு-

வைசம்பாயனரைப் பார்த்து ஜனமேஜயர், 'இதையெல்லாம் இன்னமும் விரிவாக, இன்னொருமுறை கேட்க விரும்புகிறேன்' என்று சொல்ல, வைசம்பாயனர், இரண்டாவது முறையாக இந்த நிகழ்வுகளைச் சொல்கிறார். இரண்டாம் முறை சொல்வது, முதன்முறை சொன்னதைக் காட்டிலும் விரிவாகவும், நுணுக்க மாகவும் இருந்துதான் ஆகும். பாரதி இந்த இரண்டு இடங்களிலும் காணப்படும் செய்திகளையும் தொகுத்திருக்கிறான். இங்கே பேசப் படுபவை, முதன்முறை சகுனி, துரியோதனன், திருதிராஷ்டிரன் ஆகியோரின் உரையாடலிலிருந்தும், இரண்டாம்முறை வைசம் பாயனர், ஜனமேஜயருக்குச் சொன்னதையும் கலந்து கலந்து தரப்படு பவை. ஆகவே நேரடி மேற்கோள்கள் சாத்தியமில்லை. இங்கே காணப்படும் ஓரிரு வாக்கியங்களையும், இங்கிருந்து சில பக்கங் களுக்குப் பின்னால் வரும் சில வாக்கியங்களையும் கலந்து இந்த ஜாலத்தை உருவாக்கியிருக்கிறான் பாரதி.

●

தன்னுளத் துள்ள குறையெலாம் - நின்றன்
சந்நிதி யிற்சென்று சொல்லிட - முதல்

என்னைப் பணித்தனன் யானிவன் - தனை
      இங்கு வலியக் கொணர்ந்திட்டேன் - பிள்ளை
நன்னய மேசிந்தை செய்கின்றான் - எனில்
      நன்கு மொழிவ தறிந்திலன் - நெஞ்சைத்
தின்னும் கொடுந்தழல் கொண்டவர் - சொல்லும்
      செய்தி தெளிய உரைப்பரோ? (63)

சொற் பொருள்

நன்னயம்: இனிமையான சொற்களும்; நல்ல செயல்களும்.

யாப்பு

நாலடி அறுசீர்ச் சிந்து.

பாடல் சொல்வது

தன் உள்ளத்தில் உள்ள குறையை எல்லாம் தேவரீருடைய சந்நிதானத்தில் வந்து எடுத்துரைக்குமாறு முதலில் இவன் என்னிடம் தான் சொன்னான். நான்தான் இவனை இங்கே வற்புறுத்தி அழைத்து வந்தேன். குழந்தை நல்லதையே நினைக்கிறான். ஆனால் தான் நினைப்பதை எப்படிச் சொல்வது என்பதனை அறியாதவனாக இருக்கிறான். அதற்கு மேல் இன்னொன்று. இப்போது இவன் அவமானத்தால் கோபம் கொண்டவனாக இருக்கிறான். இப்படிப் பட்ட மனநிலையில் இருப்பர்கள் யாராலாவது தன் உள்ளத்தில் நினைத்த கருத்தைத் தெளிவாக எடுத்துச் சொல்ல முடியுமோ?

'நீங்கள் தவறாக எண்ணக் கூடாது. உங்கள் குழந்தைதான் இது. எப்போதும் நல்லதையே நினைப்பவன்தானே உங்கள் பிள்ளை! ஆனால் பாருங்கள், மற்றவர்களைப் போல் வாய்ச்சாலம் பண்ணத் தெரியாது. தன் கருத்தை யாரிடம் எப்படி எடுத்துரைப்பது என்பது தெரியாத அப்பாவி. அது போதாது என்று இப்போது மன வருத்தம் வேறு சேர்ந்துகொண்டது. ஆகவே இவனால் தன் கருத்தைத் தெளிவாக எடுத்துச் சொல்ல முடியவில்லை. இந்தக் காரணத்தால் தான், உங்களுடைய சந்நிதிக்கு முன்னால் வந்து நிற்கத் தயங்கினான். என்னிடம்தான் தன் கருத்தைச் சொன்னான். அதனை உங்களிடம் எடுத்துச் சொல்லச் சொல்லி என்னிடம்தான் சொன்னான். தான் ஒன்று கிடக்க ஒன்று பேசிவிடப் போகிறோம் என்ற அச்சம் இவனுக்கு. நான்தான் இவனை வற்புறுத்தி இங்கே அழைத்து வந்தேன். அவன் மீது எந்தத் தவறும் இல்லை.'

இதுவும் இதற்கடுத்த பாடலும் வியாச மூலத்தில் இல்லை.

●

நீபெற்ற புத்திரனே அன்றோ - மன்னர்
நீதி இயல்பில் அறிகின்றான் - ஒரு
தீபத்தில் சென்று கொளுத்திய - பந்தம்
தேசு குறைய எரியுமோ? - செல்வத்
தாபத்தை நெஞ்சில் வளர்த்திடல் - மன்னர்
சாத்திரத் தேமுதற் சூத்திரம் - பின்னும்
ஆபத்(து) அரசர்க்கு வேறுண்டோ - தம்மில்
அன்னியர் செல்வ மிகுதல்போல்? (64)

சொற் பொருள்

தேசு - ஒளி. தேஜஸ்.

> 'தேசுடைய பரிதிஉருக் கிணற்றி னுள்ளே
> தெரிவதுபோல் உனக்குள்ளே சிவனைக் காண்பாய்'
>
> *(பாரதி அறுபத்தாறு - உபதேசம்)*

சூத்திரம்: *சாத்திரங்களில் தரப்பட்டுள்ள சுருக்கமான நெறி முறைகள்.*

யாப்பு

நாலடி அறுசீர்ச் சிந்து.

பாடல் சொல்வது

'இவன் யார்? உன் பிள்ளை இல்லையா? மன்னர்களுக்கான நீதி என்ன என்பது அவனுக்கு இயற்கையாகவே தெரிகிறது. (உன்னைப் போன்ற பெரிய மகராஜனுக்குப் பிறந்தவனுக்கு யாராவது சொல்லிக் கொடுக்க வேண்டுமா?) ஒரு தீபம் இருக்கிறது. அதில் சென்று கொளுத்திய பந்தத்திலிருந்து ஒளி குறைவாகச் சிந்துமோ? செல்வம் சேர்க்க வேண்டிய ஆவலை, அடங்காத தாகத்தை, வளர்த்தல் அல்லவோ மன்னர்களுக்கு விதிக்கப்பட்ட நெறியில் முதன்மையானது? அது மட்டுமில்லை. தன்னுடைய எதிரிகள் தன்னை விடவும் அதிக அளவு செல்வச் செழிப்போடு விளங்கு வதைக் காட்டிலும் ஒரு அரசனுக்கு ஆபத்து உண்டோ?

வலிக்காமல் வாழைப்பழத்தில் ஊசி ஏற்றுவது சகுனிக்குக் கைவந்த கலை. 'உன் பிள்ளை அல்லவா! உன்னைப் போலவே கெட்டிக்காரனாய் இருப்பதில் என்ன ஆச்சரியம்!' என்று தொடங்கி, 'தீபத்தில் சென்று கொளுத்திய பந்தம் தேசு குறைய எரியுமோ?' என்று நாசூக்காக என்ன குறிப்பிடுகிறான்? மேம்போக்காகப்

பார்த்தால், 'உன்னுடைய அறிவு விசாலமானது. உன் பிள்ளை அறிவு அதிலிருந்து குறைவுபடுமோ?' என்று சொல்வது போல் தோன்றுகிறது. ஆனால் என்ன சொல்கிறான்? 'நீ சிறிய அளவில் ஒளிவிடும் தீபம். உன்னுடைய அறிவு இந்த அளவுக்குத்தான் ஒளிவிடும். இவனோ உன்னிலிருந்து கொளுத்தப்பட்ட தீப்பந்தம். கொழுந்துவிட்டு எரிகிறான். மிக அதிகமான அறிவொளி இந்தத் தீப்பந்தத்திலிருந்து வெளிப்படுகிறது' என்று. அதுவும் திருதிராட்டிரனுக்குச் சம்மதம்தானே!

இந்த உளப்பாங்கு தெரிந்தவன் சகுனி. மெல்ல இறுக்குகிறான். சந்தடி சாக்கில், 'மன்னும் அப் பாண்டவச் சோதரர்' என்று யாரை திருதிராட்டிரன் குறித்தானோ அதே பாண்டவர்களை எதிரிகளாகச் சித்திரிக்கிறான்.

●

வேள்வியில் அன்றந்தப் பாண்டவர் - நமை
    வேண்டு மட்டுங்குறை செய்தனர் - ஒரு
கேள்வியி லாதுன் மகன்தனைப் - பலர்
    கேலிசெய் தேநகைத் தார்கண்டாய் - புவி
ஆள்வினை முன்னவர்க் கின்றியே - புகழ்
    ஆர்ந்திளை யோர்அது கொள்வதைப் - பற்றி
வாள்விழி மாதரு நம்மையே - கய
    மக்கள்என் றெண்ணி நகைத்திட்டார். (65)

சொற் பொருள்

கய மக்கள் - கீழ் மக்கள்

இலக்கணம்

'மாதரு நம்மையே'. வருமொழி முதலில் ந-கரம் வரின், நிலைமொழி ஈற்று மகரம் கெடும்.

யாப்பு

நாலடி அறுசீர்ச் சிந்து.

பாடல் சொல்வது

இராஜ சூய யாகம் நடத்தினார்களே, அன்று அந்தப் பாண்டவர்கள் நம்மை எவ்வளவு தூரம் இழிவாக நடத்தினார்கள் தெரியுமா?

வேண்டிய அளவு நம்மை மட்டம் தட்டியாயிற்று. கேள்வி கேட்க நாதி இல்லை. உன் பிள்ளையை அந்தச் சமயத்தில் கேலி செய்தார்கள். ஏன்? இந்தத் துணிச்சல் அவர்களுக்கு எப்படி வந்தது? நீ இல்லையா பெரியவன்? பெரியவனுடைய பிள்ளை அல்லவா துரியோதனன்? அவனுக்குத்தானே ஆட்சி உரிமை முழுவதும்? அவர்கள் உன் தம்பியின் மக்கள்தானே! (வழக்கமில்லாத வழக்க மாக) பெரியவர்கள் இருக்கும்போது, சிறியவர்கள் - ஆட்சி உரிமையில் மூத்தோர் இருக்கும்போது இளையவர்கள் - ஆட்சி செய்வதையும், அதில் சிறந்து விளங்குவதையும் பார்த்து, உன் மகன் மற்றவர் பார்வையில் இளக்காரமாகப் படுகிறான். மற்றவர் களுக்கு இந்தக் காரணத்தால் உன் மகனிடத்தில் மதிப்பில்லை. பெண்கள் கூட நம்மை மதிப்பதில்லை. நாம் ஏதோ, 'கீழ் மக்கள்' என்பதைப் போல் எண்ணி அன்று எல்லோரும் நம்மைப் பார்த்துச் சிரித்தார்கள்.

இந்த இரு பாடல்களிலும் வியாஸ பாரத சாரம் இருக்கிறது. ஆனாலும் இவையும் பாரதி செய்திருக்கும் patchup. இப்போது போகும் துரித ஓட்டத்தை இலகுவாக்க பெருந்தச்சன் மேற் கொள்ளும் உத்தி. இளையவர்கள் பாரதியிடம் எதையெல்லாம் கற்றுக்கொள்ள வேண்டும் என்பதற்கான குறிப்புகள்.

●

ஆயிரம் யானை வலிகொண்டான் - உன்றன்
    ஆண்டகை மைந்த னிவன்கண்டாய் - இந்த
மாயிரு ஞாலத் துயர்ந்ததா - மதி
    வான்குலத் திற்கு முதல்வனாம் - ஒளி
ஞாயிறு நிற்பவு மின்மினி - தன்னை
    நாடித் தொழுதிடுந் தன்மைபோல் - அவர்
வேயிருந்(து) ஊதுமொர் கண்ணனை - அந்த
    வேள்வியில் சால உயர்த்தினார். (66)

சொற் பொருள்

மதி (இரண்டாம் அடியின் தனிச்சொல்) மதிக்கப்படும்.

மாயிரு: மிகப்பெரிய. ஒருபொருட் பன்மொழி. (பார்க்க: பாடல் எண் 22 சொற்பொருள் மற்றும் இலக்கணம்.)

வேய்: மூங்கில். இந்த இடத்தில் மூங்கிலால் ஆன குழலுக்கு ஆகி வந்தது. வேய்ங்குழல்: புல்லாங் குழல்.

யாப்பு

நாலடி அறுசீர்ச் சிந்து.

பாடல் சொல்வது

உன் பிள்ளை எவ்வளவு வலியவன்! ஆயிரம் யானை பலம் கொண்டவன். விண்ணில் உள்ள கோள்களுக்கெல்லாம் முதல் வனாகப் பரந்து விரிந்த உலகம் மதிப்பதாகிய சூரியன் இருக்கையில், அந்த இடத்தில் போய் மின்மினியைத் தொழு வதைப் போல், (உன் பிள்ளை அங்கே சூரியனைப் போல் நிற்கவும்) அவர்கள் போயும் போயும் புல்லாங்குழல் ஊதித் திரியும் கண்ணனை அந்த வேள்வியில் முதல் மரியாதைக்கு உரியவனாக்கினார்கள்.

●

ஐயநின் மைந்தனுக்கு இல்லைகாண் - அவர்
  அர்க்கிய முற்படத் தந்ததே - இந்த
வையகத் தார்வியப்(பு) எய்தவே - புவி
  மன்னவர் சேர்ந்த சபைதனில் - மிக
நொய்யதொர் கண்ணனுக்(கு) ஆற்றினார் - மன்னர்
  நொந்து மனங்குன்றிப் போயினர் - பணி
செய்யவும் கேலிகள் கேட்கவும் - உன்றன்
  சேயினை வைத்தனர் பாண்டவர். (67)

சொற் பொருள்

அர்க்கியம்: தேவர்களுக்கும் விருந்தினருக்கும் நீரினால் செய்யும் உபசாரம்.

நொய்ய: வலிமையற்ற

யாப்பு

நாலடி அறுசீர்ச் சிந்து.

பாடல் சொல்வது

ஐயா! அவர்கள் முதல் மரியாதைக்கு உகந்தவனாகத் தேர்ந்தெடுத்தது உன் மகனை இல்லை. உலகின் பல பாகங்களிலிருந்தும் வந்திருந்த

மன்னவர்கள் முன்னிலையில், மக்கள் எல்லோரும் வியப்பெய்து மாறு, ஆயிரம் யானை வலிமை கொண்ட உன் மகன் இருக்கும் போது கொஞ்சம் கூட வலிமையற்ற கண்ணனுக்குப் போய் அந்த முதல் மரியாதையைச் செய்தனர். அங்கே கூடியிருந்த மன்னர்கள் அனைவரும் இந்தச் செய்கையால் மனம் நொந்து போனார்கள். சரி. அதுதான் இருக்கட்டும். உன் பிள்ளையை என்ன செய்தனர்? அங்கே இருப்பவர்களுக்கு வேலை செய்வதற்கும், அவர்கள் வாயால் கேலி மொழிகளைக் கேட்டுக்கொள்ளவும் பயன்படுத்தினர். வேறு என்ன மரியாதை கிடைத்தது உன் பிள்ளைக்கு?

ஒவ்வொரு முறையும் 'உன் மகன்' ' உன் மைந்தன்' ' உன் பிள்ளை' என்று தவறாமல் குறிப்பிடுவதைக் காணலாம். 'துரியோதனன்' என்ற பெயரையே முற்றிலும் தவிர்த்து, 'உன்' என்று திருதிராட்டிரனையே பிரதானப்படுத்துகிறான். உணர்வுகளோடு விளையாடும் விளையாட்டு.

•

பாண்டவர் செல்வம் விழைகின்றான் - புவிப்
    பாரத்தை வேண்டிக் குழைகின்றான் - மிக
நீண்ட மகிதலம் முற்றிலும் - உங்கள்
    நேமி செலும்புகழ் கேட்கின்றான் - குலம்
பூண்ட பெருமை கெடாதவா(று) - எண்ணிப்
    பொங்கு கின்றான்நலம் வேட்கின்றான் - மைந்தன்
ஆண்டகைக் கிஃது தகுமன்றோ? - இல்லை
    யாமெனில் வைய நகுமன்றோ? (68)

சொற் பொருள்

மகிதலம்: உலகம். மகீபன்: மகிதலத்தை ஆள்பவன்; அரசன்.

நேமி: சக்கரம். ஆணைச் சக்கரம்.

வேட்கிறான்: வேட்டல்; விரும்புதல். விரும்புகிறான்.

யாப்பு

நாலடி அறுசீர்ச் சிந்து.

பாடல் சொல்வது

உன் பிள்ளை என்ன தவறான காரியத்தையா எண்ணியிருக்கிறான்? அவனுக்கு வேண்டியது எல்லாம் பாண்டவர்களுடைய செல்வம்.

அவ்வளவுதான். அதுவும் எதற்காக? பூமியைத் தாங்கும் அரச பாரத்தைத் தான் சுமக்க வேண்டிக் கேட்கிறான். பொறுப்பேற்க விரும்புகிறான். இந்த நீண்ட உலகம் முழுவதிலும் உங்கள் குலத்தின் (அதாவது, பாண்டவர்கள் வேறு குலம்; அவர்கள் குரு வம்சத்தில் வந்தவர்கள் இல்லை என்பது போன்ற தோற்றத்தை ஏற்படுத்துகிறான்.) ஆணைச் சக்கரம் செல்வதை விரும்புகிறான். உங்கள் குலம் இது வரையில் அடைந்திருக்கும் பெருமை கெடலாகாது என்று எண்ணி எண்ணி மனம் பொங்குகிறான். உங்கள் குலத்தின் நலத்தையே நாடுகின்றான். ஆண்களுக்குள் சிறந்த வனான உன் மகனுக்கு இந்த எண்ணம் தகுமில்லையா? அப்படித் தகாது என்று யாராவது சொன்னால் உலகம் சிரிக்காதா?

●

நித்தம் கடலினில் கொண்டுபோய் - நல்ல
    நீரை அளவின்றிக் கொட்டுமாம் - உயர்
வித்தகர் போற்றிடும் கங்கையாறு - அது
    வீணில் பொருளை அழிப்பதே! - ஒரு
சத்த மிலாநடுக் காட்டினில் - புனல்
    தங்கி நிற்குங்குளம் ஒன்றுண்டாம் - அது
வைத்த தன்னீரைப் பிறர்கொளா - வகை
    வாரடைப் பாசியில் மூடியே (69)

சொற் பொருள்

வாரடை: தோலால் ஆன வார். வரடை, வாரடை இரண்டும் ஒரே பொருளுள்ள சொற்கள். தோலால் ஆன பட்டையைப் போல தடித்துப் போன, எடுத்தால் பலகை பலகையாக வரக்கூடிய பாசி.

வித்தகர்: பேரறிவாளர்.

யாப்பு

நாலடி அறுசீர்ச் சிந்து. பாடலின் பொருள் முற்றுப் பெறவில்லை. அடுத்த தரவுக்குச் செல்கிறது. ஆகவே குளகச் செய்யுள்.

பாடல் சொல்வது

தினமும் அளவில்லாத நல்ல நீரைக் கொண்டுபோய்க் கடலில் கொட்டுகிறதே, பெரிய பெரிய அறிவாளிகளெல்லாம் போற்றுகிற

கங்கை ஆறு, அது என்ன தன்னுடைய பொருளை (தண்ணீரை) வீணில் அழிக்கிறதா? அதற்கு மாறாக, ஆட்களோ விலங்குகளோ யாரும் நடமாடாத காரணத்தால் எந்தவிதமான ஒலியும் இல்லாத அமைதியான காட்டுக்குள்ளே தண்ணீர் தேங்கி நிற்கின்ற குளம் ஒன்று இருக்கிறதென்று வைத்துக்கொள்வோம். அந்தக் குளத்தின் நீரை கனமான பாசி அடை அடையாகப் படர்ந்து மூடிக் கொண்டிருக்கும்.

•

சூரியன் வெப்பம் படாமலே - மரஞ்
சூழ்ந்த மலையடிக் கீழ்ப்பட்டே - முடை
நீரினை நித்தலும் காக்குமாம் - இந்த
நீள்சுனை போல்வர் பலருண்டே - எனில்
ஆரியர் செல்வம் வளர்தற்கே - தொழில்
ஆயிர நித்தம் புதியன - கண்டு
வாரிப் பழம்பொருள் எற்றுவார் - இந்த
வண்மையு நீயறி யாததோ? (70)

சொற் பொருள்

முடை: முடை என்ற பெயர்ச்சொல்லுக்குப் புலால் என்பது ஒரு பொருள். எனவே, கெட்டுப்போன மாமிசத்திலிருந்து வீசும் நாற்றம் என்ற பொருளும் இயல்பாகவே வந்தது. முடை நாற்றம். முடை என்றால் புளித்த தயிர், மோரிலிருந்து வீசும் நாற்றம் என்றும் பொருள்.

இனி, முடை என்ற வினைச் சொல்லுக்கு 'முடைதல்' என்ற பொருளும், அப்படி முடையப்பட்ட காரணத்தால் 'ஓலைக் குடை' என்ற பொருளும் உண்டு. ஓலைக் குடை முதலியவற்றைக் குறிக்கும் போது அது ஆகு பெயர் ஆகிறது.

ஆரியர்: இந்தச் சொல்லுக்கான விளக்கத்துக்குப் பதினொன்றாவது பாடலைப் பார்க்கவும்.

வண்மை: வள்ளல் தன்மை. வன்மை: வல்லவனாக விளங்கும் தன்மை. வலிமை.

யாப்பு

நாலடி அறுசீர்ச் சிந்து.

அப்படிப் பாசி படர்ந்திருக்கும் காரணத்தால், மரங்கள் சூழ்ந்த மலையடிவாரத்தில் இருக்கின்ற அந்தக் குளம் தனது நீரைச் சூரியனுடைய வெப்பம் கூடப் படாமல் காக்கும். யாரும் பயன் படுத்தாத காரணத்தாலும், ஒரே இடத்தில் தேங்கி நிற்கும் காரணத்தாலும், சூரிய ஒளி கூடப் படாத காரணத்தாலும் அந்தக் குளத்தின் நீர் கெட்ட நாற்றம் வீசுவதாக மாறிப் போகும்.

இந்தக் குளத்தைப் போல் தன் செல்வத்தை எங்கேயும் செல்ல விடாமல், பிறர் பார்வை கூடப் படாமல் பதுக்கிப் பதுக்கி வைக்கும் மக்கள் பலர் இருக்கிறார்கள். ஆனால், விரும்பத்தக்க மேன்மக்கள் தங்கள் செல்லவம் வளர்வதற்கான ஆயிரமாயிரம் புதுப்புது வழிகளை அன்றாடம் கண்டு, அந்த வகையில் புதுச் செல்வத்தைச் சேர்த்து, கையில் இருக்கும் பழஞ்செல்வத்தை எவ்வகையிலாவது செலவிடுவார்கள். இப்படிப்பட்ட வள்ளன்மை என்ன நீ அறியாத ஒன்றா?

'நம்மிடம்தான் ஏற்கெனவே ஏராளமான செல்வம் இருக்கிறதே! அப்படி இருக்கும்போது இவன் எதற்காகப் மேலும் மேலும் செல்வம் சேர்க்க வேண்டும் என்றெண்ணுகிறான் என்று ஒரு வேளை நீ நினைக்கலாம். செல்வம் ஓரிடத்திலலேயே எப்போதும் தங்கியிருத்தல் ஆகாது. ஓரிடத்தில் தங்கிப் போன செல்வம் குளத்து நீரைப் போல் பாசி மூடி நாற்றமடிக்கும். கங்கையாற்று நீரோ என்றென்றும் தன் நீரைக் கடலில் கொண்டுபோயேனும் கொட்டிக் கொண்டிருப்பதால்தான் அந்த ஆற்றில் புது நீர் எப்போதும் இருக்கிறது.'

பாரதி 69, 70 ஆகிய இரு பாக்களுக்கும் குறிப்புரை எழுதி யிருக்கிறான். அதிலிருந்து ஒரு பகுதி:

'...நித்தம் ஏராளமான செல்வத்தைத் தான முதலியவற்றால் ஒரு பக்கத்திலே செலவிட்டு, மற்றொரு பக்கத்திலே போர் முதலிய வற்றால் மிக்க பொருள் சேகரித்துக்கொண்டிருப்பதாகிய இரட்டைத் தொழில் ஆரிய மன்னர்களால் அனுசரிக்கப்படுவது. இருப்பதை மூடி வைக்க விரும்புவோன் அரசனல்லன், மூடச் செட்டி. எதுபோலெனில், கங்கை நதி நாள்தோறும் அளவில்லாத ஜலத்தைக் கடலிலே கொண்டுபோய்க் கொட்டுகிறது. என்ன வீண் செலவு! இந்த 'வீண் செலவு' செய்யாவிட்டால் ஜீவனின்றி அழுகிப் போய்விடும். மலை மீதிருந்து அதற்கு ஓயாத ஊற்று வரவிருக்கிறது. அதனை உலகிற்கெல்லாம் வழங்குவதுமன்றிக் கடலிலும் கொண்டு பொழிகிறது. ஆம்! 'மேலே' செல்வரிடமுள்ள

பொருளைக் கவர்ந்து ‘கீழே’ ஸாமான்ய ஜனங்களுக்குப் பல வகைகளிலே பயன்படுத்த வேண்டும். அப்போதுதான் ராஜா கங்கை நதியைப் போலே ‘ஜீவ நதி’ யாக இருக்கலாம்.’

●

கள்ளச் சகுனியும் இங்ஙனே - பல
　　கற்பனை சொல்லித்தன் உள்ளத்தின் - பொருள்
கொள்ளப் பகட்டுதல் கேட்டபின் - பெரும்
　　கோபத் தொடேதிரி தாட்டிரன் - அட
பிள்ளையை நாசம் புரியவே - ஒரு
　　பேயென நீவந்து தோன்றினாய் - பெரு
வெள்ளத்தைப் புல்லொன் றெதிர்க்குமோ - இள
　　வேந்தரை நாம்வெல்ல லாகுமோ? (71)

சொற் பொருள்

பகட்டுதல்: அலட்டுதல்; ஆடம்பரம் காட்டுதல் என்று பேச்சு வழக்கில் பொருளிருந்தாலும், ‘வஞ்சித்தல்’ என்றொரு பொருள் உண்டு இந்தச் சொல்லுக்கு. சகுனி நயம்பட உரைத்தாலும் வஞ்சகமாகப் பேசுகிறான் என்பதால் இது பொருந்தும்.

யாப்பு

நாலடி அறுசீர்ச் சிந்து.

பாடல் சொல்வது

தன்னுடைய உள்ளத்தில் ஆழப் பொருள்கொள்ளுமாறு, பலவித மான கற்பனையான சொற்களைக் கூறி, சகுனி வஞ்சனையாகப் பேசுவதைக் கேட்ட திரிதிராட்டிரனுக்குக் கோபம் வந்தது. ‘பிள்ளையைக் கெடுப்பதற்காகவே ஒரு பேயைப் போல நீ வந்திருக்கிறாய். பாண்டவர்களை எதிர்த்து வெல்லலாம் என்கிறாய். எங்கேயாவது ஒரு புல், வெள்ளத்தை எதிர்த்து வெல்லுமோ? பாண்டவர்கள் என்ன நாம் வெல்லக் கூடியவர்களோ?’

இந்தக் காட்சியை வில்லி அமைத்திருக்கும் விதம் வேறு. இங்கே துரியோதனன், சகுனி, திருதிராட்டிரன் ஆகிய மூன்றே பாத்திரங்களுக்கு நடுவில், தனிமையில் இந்த உரையாடல்கள் நடக்கின்றன. வில்லி பாரதத்தில் இந்தக் காட்சி எல்லோரும் கூடியிருக்கும் சபையில் நடக்கிறது.

தமையனும் தம்பி சொன்ன தன்மையை உணர்ந்து நீதி
அமைதரு தந்தை கேட்ப அவன்பெரும் தாதை கேட்பக்
கமைபெறு விதுரன் கேட்பக் கார்முகக் கன்னன் கேட்ப
இமையவன் துரோணன் கேட்ப யாவரும் கேட்பச்
சொன்னான்.

'துச்சாதனன் பேசக் கேட்ட ('துரியோதனன் பொறாமை' என்ற பகுதியில் இங்கே துரியோதனன் பேசுவதில் ஒரு பகுதி துச்சாதனனால் பேசப்படுகிறது) துரியோதனன், திருதிராட்டிரன், பீஷ்மன், விதுரன், கர்ணன், துரோணன், மற்றும் சபையிலே வீற்றிருந்தோர் அனைவரும் கேட்குமாறு சொன்னான்' என்று வில்லி தன் காட்சியைத் தொடங்குகிறார். இந்தப் பேச்சு வார்த்தைகளில் துரியோதனனுக்கும், விதுரருக்கும் நேரடி வாதங்கள் நடக்கின்றன.

பாரதியின் விவரிப்பு அப்படியே வியாசரை ஒட்டியது. ஆனால், இங்கே திருதிராட்டிரன் பேசும் பேச்சு முழுக்க முழுக்க பாரதியின் சொந்தப் படைப்பு. வியாஸ பாரதத்தில் திருதிராட்டிரன் இவ்வளவு நல்லவனாகச் சித்திரிக்கப்படவில்லை. பாரதிக்கு இந்தப் பாத்திரத்திடம் ஏதோ ஒரு காரணத்தால் ஈடுபாடு ஏற்பட்டிருக்கிறது. இது பாரதியின் ஒட்டுவேலை - patch up.

●

சோதரர் தம்முள் பகையுண்டோ - ஒரு
    சுற்றத்திலே பெருஞ் செற்றமோ - நம்மில்
ஆதரங் கொண்டவர் அல்லரோ - முன்னர்
    ஆயிரஞ் சூழ்ச்சி இவன்செய்தும் - அந்தச்
சீதரன் தண்ணருளாலும்ஓர் - பெரும்
    சீலத்தி னாலும் புயவலி - கொண்டும்
யாதொரு தீங்கும் இலாமலே - பிழைத்
    தெண்ணரும் கீர்த்திபெற் றாரன்றோ? (72)

பதம் பிரித்து

பிழைத் தெண்ணரும்: பிழைத்து, எண்அரும்.

சொற் பொருள்

செற்றம்: தீராத கோபம்; மனம் வைரம் கொள்ளுதல்; பகைமை. *செறுநர்:* செற்றம் உடையவர் செறுநர். பகைவர்.

ஆதரம்:	*அன்பு, ஆசை, உபசாரம்.*
சீதரன்:	*ஸ்ரீதரன்*
எண்ணரும்:	*எண்ண அரிய. எண்ணற்ற என்றும் கொள்ளலாம்; நினைத்துப் பார்க்க முடியாத அளவு என்றும் கொள்ளலாம். எண்ணரும் கீர்த்தி என்பதனால் நினைத்துப் பார்க்க முடியாத அளவு புகழ் என்று கொள்கிறோம்.*

யாப்பு

நாலடி அறுசீர்ச் சிந்து.

பாடல் சொல்வது

‘என்னடா! சகோதரர்களுக்குள்ளே பகையுண்டோ! சுற்றத்தாரிடம் யாராவது தீராக் கோபமும் பகையும் கொள்வார்களோ? அவர்கள் நம்மிடம் அன்பு பூண்டவர்கள் அல்லரா! அந்த நாளில் இவன் அவர்களுக்கு எதிராக எத்தனையோ சூழ்ச்சிகள் செய்தான். அப்படிச் செய்த போதிலும், கண்ணபிரான் அருளாலும், அவர்களுடைய நல்லொழுக்கத்தினாலும், அவர்களுடைய தோள் வலிமை யினாலும் அவர்கள் பிழைத்தார்கள்; மனத்தாலும் நினைக்க முடியாத அளவு பெரிய புகழையும் அடைந்தார்கள் அல்லவா?’

வியாஸ பாரதத்தில் சம இடம்

உன் பிராதாக்களின் (சகோதரர்களின்) அந்தத் தனத்தைப் பெறுவதற்காக மித்திரத் துரோகஞ் செய்யாதே. ராஜாவே! பாண்டுவின் புத்திரர்களைப் பகையாதே. அப்படியே உன் பிராதாக் களான அவர்களுடைய நிரம்பின ஐசுவரியத்தையும் வெறுக்காதே. குழந்தாய்! மித்திரத் துரோகஞ் செய்வதில் பெரும்பாவம் இருக்கிறது. உனக்கு எவர்கள் கூடஸ்தர்களோ அவர்கள்தாம் அவர்களுக்கும் கூடஸ்தர்கள்...

இப்பகுதி, மேற்படிப் பாடலில்,

> சோதரர் தம்முள் பகையுண்டோ - ஒரு
> சுற்றத்திலே பெருஞ் செற்றமோ - நம்மில்
> ஆதரங் கொண்டவர் அல்லரோ

என்பது வரைக்கான மூலம். மற்ற மூன்று அடிகளும் பாரதியின் சேர்க்கை.

•

பிள்ளைப் பருவந் தொடங்கியே - இந்தப்
பிச்சன் அவர்க்குப் பெரும்பகை - செய்து
கொள்ளப் படாத பெரும்பழி - அன்றிக்
கொண்டதோர் நன்மை சிறிதுண்டோ - நெஞ்சில்
எள்ளத் தகுந்த பகைமையோ? - அவர்
யார்க்கும் இளைத்த வகையுண்டோ - வெறும்
நொள்ளைக் கதைகள் கதைக்கிறாய் - பழ
நூலின் பொருளைச் சிதைக்கிறாய். (73)

சொற் பொருள்

பிச்சன்: பித்தன்.

நொள்ளை: பார்வையற்ற. பார்க்க இயலாத. புற விழியால் பார்க்கும் ஆற்றல் அற்றவனைப் போல், அக விழியால் எண்ணிப் பார்க்க முடியாத காரணத்தால், 'அற்பன்' என்ற பொருளிலும் வரும்.

யாப்பு

நாலடி அறுசீர்ச் சிந்து.

பாடல் சொல்வது

சிறு வயது முதல் இந்தப் பைத்தியக்காரன் அவர்கள் மீது பெரும் பகை பாரட்டி என்ன கண்டான்! யாராலும் கொள்ள முடியாத அளவு பெரிய பழி விளைந்ததே அன்றி சிறிதேனும் நன்மை விளைந்த துண்டோ? அதென்ன அப்படி எளிமையாக நினைத்துவிடக் கூடிய பகைமையா? அவர்களைப் பகைத்து வெல்லவும் முடியுமோ? அவர்கள் யாருக்காவது இளைத்ததாகவோ தோற்றதாகவோ வரலாறு உண்டா? யாரிடம் வந்து இப்படிப்பட்ட பார்வையும் கருத்துமில்லாத கதைகளைச் சொல்கிறாய்? நீ வெறும் கதை மட்டுமா சொல்கிறாய்? 'அறமே வெல்லும்' என்று பழைய நூல்கள் சொல்கின்றனவே, அந்தப் பொருளைச் சிதைக்கிறாய். மாற்றிச் சொல்கிறாய்.

●

மன்னவர் நீதி சொலவந்தாய் - பகை
மாம லையைச்சிறு மட்குடம் - கொள்ளச்
சொன்னதொர் நூல்சற்றுக் காட்டுவாய் - விண்ணில்
சூரியன் போல்நிக ரின்றியே - புகழ்

துன்னப் புவிச்சக்க ராதிபம் - உடற்
சோதரர் தாம்கொண்டி ருப்பவும் - தந்தை
என்னக் கருதி அவரெனைப் - பணிந்
தென்சொற் கடங்கி நடப்பவும் (74)

சொற் பொருள்

துன்ன: *துன்னல்: 1) நெருங்கி இருத்தல்; அருகில் இருத்தல்; அடைதல். 2) சிறு துளி; திவலை. (பாடல் எண் 15: 'துன்னற் கினியதுவாய்')*

சக்கராதிபம்: *சக்கர ஆதிபம்: ஆணைச் சக்கரம் செலுத்தக் கூடிய தலைமை. ஆதிபன், அதிபன்: இறைவன், தலைவன்.*

யாப்பு

நாலடி அறுசீர்ச் சிந்து. பொருள் முற்றுப் பெறாமல் அடுத்த பாடலுக்குப் போவதால் குளகச் செய்யுள்.

பாடல் சொல்வது

மன்னவர்களுக்கான நீதி என்று என்னிடம் கதையளந்தாய். எங்கே, எந்தச் சாத்திரத்தில் ஒரு மண் பானை மலையோடு மோதலாம் என்று சொல்லப்பட்டிருக்கிறது என்பதனை எனக்குக் காட்டு, பார்க்கலாம். (இவன் என்ன பெரிய வலியன்? அவர்களுக்கு முன் இவன் எம்மாத்திரம்? அவர்கள் மலையென்றால், இவன் வெறும் மண்பானை. மோதினால், மோதிய மாத்திரத்தில் சிதறுபடுவான்.) ஆகாயத்தில் விளங்கும் சூரியனுடைய ஒளி எப்படி எல்லா இடத்தையும் அடைகிறதோ, அப்படி அவர்களின் ஆணைச் சக்கரம் எல்லா இடங்களிலும் செயல்கிறது. அப்படி, தன்னுடன் பிறந்தோராகிய சகோதரர்கள் வலியர்களாய் இருந்தும்; அவர்கள் என்னையே தங்களின் தந்தையாகக் கருதி, என்னிடம் அடங்கி, நான் சொன்னபடியெல்லாம் கேட்டு நடந்து இருக்கவும்...

●

முன்னை இவன்செய்த தீதெலாம் - அவர்
முற்று மறந்தவ ராகியே - தன்னைத்
தின்ன வருமோர் தவளையைக் - கண்டு
சிங்கஞ் சிரித்தருள் செய்தல்போல் - துணை

என்ன இவனை மதிப்பவும் - அவர்
ஏற்றத்தைக் கண்டும்அஞ் சாமலே - (நின்றன்
சின்ன மதியினை என்சொல்வேன்!) - பகை
செய்திட எண்ணிப் பிதற்றினாய். (75)

யாப்பு

நாலடி அறுசீர்ச் சிந்து.

பாடல் சொல்வது

அது மட்டுமா, தமக்கு இவன் முன்னால் செய்த எல்லாக் கொடுமைகளையும் முற்ற முழுக்க மறந்தவர்களாக அவர்கள், எப்படித் தன்னை விழுங்கப் போவதாகச் சொல்லி ஆரவாரித்து அதற்கான முயற்சியிலும் ஈடுபடும் தவளையைப் பார்த்து சிங்கம் தனக்குள்ளே சிரித்துக்கொண்டு எதிர்த்து ஒன்றும் செய்யாமல் இருக்குமோ, அவ்வாறு இருக்கிறார்கள். அத்தோடு நில்லாமல் இவனை அவர்களுடைய துணைவனாகவும் கருதுகிறார்கள். அவர்களுடைய மேன்மையைக் கண்டு அச்சம் கொள்ளாமல், (உன் சிறு மதியை என்னென்று சொல்வேன்) இவனுக்கும் அவர்களுக்கும் பகைமையை உண்டுபண்ண எண்ணி என்னென்னவோ பிதற்றினாய்.

'நின்றன் சின்ன மதியினை என்சொல்வேன்' என்ற தொடரை நகவளைவுக்குள் பிரசுரித்திருப்பது ஏனென்று விளங்கவில்லை என்று ஆய்வாளர்கள் தெரிவித்துள்ளனர். நமக்குக் கிடைத்துள்ள அச்சுப் படியிலேயே அப்படித்தான் இருக்கிறது. (பாஞ்சாலி சபதத்தின் முதல் பாகம் அச்சுப்படியாகத்தான் கிடைத்திருக்கிறது. கையெழுத்துப் படி கிட்டவில்லை.)

இந்தப் பாடல்களும் வியாஸ பாரதத்தில் ஆங்காங்கே சிதறிக் கிடக்கும் கருத்துகளின் திரட்சி. பாரதியின் கவிநடை வேலை செய்துள்ள இடம்.

●

ஒப்பில் வலிமை உடையதாம் - துணை
யோடு பகைத்தல் உறுதியோ? - நமைத்
தப்பிழைத் தாரந்த வேள்வியில் - என்று
சாலம் எவரிடம் செய்கிறாய்? - மயல்
அப்பி விஷ்தடு மாறியே - இவன்
அங்குமிங் கும்விழுந் தாடல்கண் - டந்தத்

துப்பிதழ் மைத்துனி தான்சிரித் - திடில்
தோஷம் இதில்மிக வந்ததோ? (76)

சொற் பொருள்

மயல்: *மயக்கம்.*

துப்பிதழ்: *துப்பு - பவளம். பவளம் போன்ற உதடுகள்.*

யாப்பு

நாலடி அறுசீர்ச் சிந்து.

பாடல் சொல்வது

இணையற்ற வலிமை உடையவர்கள் அல்லரா பாண்டவர்! அவர் நமக்கு உகந்த துணைவர்களாக அல்லவா கொள்ளத் தக்கவர்! அவரிடம் பகை கொள்வது நமக்கு நன்மையைத் தருவதோ? என்னவோ அந்த வேள்வியில் நம்மை அவமானம் செய்தார்கள் என்கிறாய். யாரிடத்தில் கதையளக்கிறாய்! இவன் கண்ணில் மயக்கம் நிறைந்திருந்தது. ஒன்றை மற்றொன்றாகக் கண்டு இவன் அங்கும் இங்கும் விழுந்து எழுந்து ஆடிக்கொண்டிருந்தான். அதைக் கண்டு அந்தப் பாஞ்சாலி சிரித்தால், அதில் பெரிய குற்றம் வந்துவிட்டதோ! அவள் யார்? மைத்துனிதானே.

பகை கொள்ள வேண்டாம்; அதுவும் பாண்டவரோடு பகை கொள்ள வேண்டாம் என்றுதான் வியாஸ பாரதத்திலும் திருதிராட்டிரன் இந்தக் கட்டத்தில் சொல்கிறான். (திருதிராட்டிரன் பாத்திரத்தில் பாரதி மாறுதல்கள் செய்திருந்தாலும், 'பகை வேண்டாம்' என்று வியாஸ பாரதத்திலும் திருதிராட்டிரன் சொல்கிறான்.)

●

தவறி விழுபவர் தம்மையே - பெற்ற
தாயுஞ் சிரித்தல் மரபன்றோ - எனில்
இவனைத் துணைவர் சிரித்ததோர் - செயல்
எண்ணரும் பாதக மாகுமோ? - மனக்
கவலை வளர்த்திடல் வேண்டுவோர் - ஒரு
காரணம் காணுதல் கஷ்டமோ? - வெறும்
அவல மொழிகள் அளப்பதேன் - தொழில்
ஆயிரம் உண்டவை செய்குவீர். (77)

யாப்பு

நாலடி அறுசீர்ச் சிந்து.

பாடல் சொல்வது

தவறி விழுகின்ற போது, தாயாயிருந்தாலும் சிரிக்கத்தான் செய்வார்கள். அப்படி இருக்கும்போது, இவன் தவறி விழுகையில் இவனுடைய துணைவர்கள் சிரித்தார்கள் என்றால் அதென்ன அப்படி எண்ணிப்பார்க்க முடியாத குற்றமா? மனக் கவலையை வளர்க்க வேண்டும் என்று தீர்மானித்த பின்னால், கவலைப் படுவதற்கு ஒரு காரணம் கண்டுபிடிப்பதுதானா கஷ்டம்? இதோ பாருங்கள். வெட்டிப் பேச்சு பேசாதீர்கள். செய்வதற்குப் பயனுள்ள காரியங்கள் ஆயிரம் கிடக்கின்றன. அவற்றைச் செய்யுங்கள். போய் வேலையைப் பாருங்கள்.

●

சின்னஞ் சிறிய வயதிலே - இவன்
    தீமை அவர்க்குத் தொடங்கினான் - அவர்
என்னரும் புத்திரன் என்றெண்ணித் - தங்கள்
    யாகத் திவனைத் தலைக்கொண்டு - பசும்
பொன்னை நிறைத்ததொர் பையினை - மனம்
    போலச் செலவிடு வாயென்றே - தந்து
மன்னவர் காண இவனுக்கே - தம்முள்
    மாண்பு கொடுத்தனர் அல்லரோ? (78)

யாப்பு

நாலடி அறுசீர்ச் சிந்து.

பாடல் சொல்வது

சிறுவர்களாக இருந்த காலத்திலிருந்தே இவன் அவர்கள் மீது பகை கொண்டு அவர்களுக்குத் தீங்கு செய்யத் தொடங்கினான். (இருந்த போதிலும் அவர்கள் இவனுடைய தீச்செயல்களுக்குப் பதிலடியாக இவனுக்கு ஏதும் செய்ததில்லை. மாறாக,) தங்களுடைய ராஜ சூய வேள்வியின் போது, இவனைத் தலையாய பொறுப்பில் நியமித்து, இவனிடத்தில் ஒரு பை நிறையப் பொற்காசுகளை அளித்து, 'மனம் போலச் செலவிடுக' என்று கொடுத்தார்கள் அல்லரா? ஏன்? (இவன் தம்மிடம் அன்பு பாராட்டுபவன் என்பதனாலா? இல்லை. அவர் களுக்கு என்னிடம் அளவிறந்த மரியாதையும் அன்பும் இருக்கிறது.

அந்தக் காரணத்தால்,) 'இவன் என்னுடைய அரும் புத்திரன்' என்பதை எண்ணியன்றோ அவர்கள் இவனுக்கு முதன்மை தந்தார்கள்.

•

கண்ணனுக் கேமுதல் அர்க்கியம் - அவர்
 காட்டினர் என்று பழித்தனை - எனில்
நண்ணும் விருந்தினர்க் கன்றியே - நம்முள்
 நாமுப சாரங்கள் செய்வதோ - உறவு
அண்ணனும் தம்பியும் ஆதலால் - அவர்
 அன்னிய மாநமைக் கொண்டிலர் - முகில்
வண்ணன் அதிதியர் தம்முளே - முதல்
 மாண்புடை யானெனக் கொண்டனர் (79)

சொற் பொருள்

அர்க்கியம்: *நீரால் செய்யும் உபசாரம். (சொற்பொருள் இதற்கு முன்னர் பாடல் 67ல் சொல்லப்பட்டது. அர்க்க பூசை பற்றிய விவரம் பாடல் 47ல் தரப்பட்டிருக்கிறது.)*

யாப்பு

நாலடி அறுசீர்ச் சிந்து.

பாடல் சொல்வது

'சகுனி! கண்ணனுக்கே முதல் மரியாதை செய்தார்கள்; நமக்குச் செய்யவில்லை' என்று பழி சொன்னாய். வந்திருக்கும் விருந்தினர்களுக்கு இல்லாமல், நமக்கு நாமே உபசாரம் செய்து கொள்வது முறையா? அண்ணன் வீட்டில் தம்பிக்கு என்ன உபசாரம் வேண்டியிருக்கிறது? அண்ணன்-தம்பி உறவானபடியால், அவர்கள் நம்மை விருந்தினர் வரிசையில் வைக்கவில்லை. வந்திருக்கும் விருந்தினர்களுக்கு நடுவில் கண்ணனே முதல் மரியாதைக்கு உரியவன் என்று கொண்டனர்.

•

கண்ணனுக் கேஅது சாலும்என்று - உயர்
 கங்கை மகன்சொலச் செய்தனர் - இதைப்
பண்ணரும் பாவமென் றெண்ணினால் - அதன்
 பாரம் அவர்தமைச் சாருமோ? - பின்னும்

கண்ணனை யேதெனக் கொண்டனை? - அவன்
காலிற் சிறுதுகள் ஒப்பவர் - நிலத்(து)
எண்ணரு மன்னவர் தம்முளே - பிறர்
யாரும் இலையெனல் காணுவாய். (80)

பதம் பிரித்து

பண்ணரும்: *பண்ண அரும்.*

எண்ணரும்: *எண்ண அரும்.*

சொற் பொருள்

சாலும்: *சால் என்ற வினைச் சொல்லிலிருந்து பிறந்த சொல். சால்தல் என்றும், சாலுதல் என்றும் வழங்கும். சாலுதல்: பொருந்துதல், நிறைதல், மாட்சி பெறுதல், முற்றுதல்.*

கண்ணனுக்கே அது சாலும்: கண்ணனுக்கே அது பொருந்தும்.

யாப்பு

நாலடி அறுசீர்ச் சிந்து.

பாடல் சொல்வது

(மேலும், அவர்களொன்றும் தாமாக முதல் மரியாதைக்கு உகந்தவனாகக் கண்ணனைத் தேர்வு செய்யவில்லையே!) 'கண்ணனுக்கே அவ்விதமான மரியாதை பொருந்தும் என்று வீட்டுமன் சொன்னான். அதைக் கேட்டு அவர்கள் அவ்விதமே செய்தார்கள். நீங்களானால் இந்தச் செயலை ஏதோ செய்யக் கூடாத பாவம் என்று எண்ணுகிறீர்கள். அது உங்கள் பார்வை. அதன் சுமை அவர்களைச் சாராது. அது இருக்கட்டும். கண்ணனை யார் என்று நினைத்தாய்? இந்த உலகத்தை ஆளும் எண்ணில்லாத மன்னர்களில் யாராவது ஒருவர் அவனுடைய கால் தூசிக்குச் சமமாவார்களோ? அப்படி ஒருவருமே இல்லை என்பதை நீ காண வேண்டும்.

●

ஆதிப் பரம்பொருள் நாரணன் - தெளி
வாகிய பாற்கடல் மீதிலே - நல்ல
சோதிப் பணாமுடி ஆயிரம் - கொண்ட
தொல்லறி வென்னுமோர் பாம்பின்மேல் - ஒரு

போதத் துயில்கொளு நாயகன் - கலை
போந்து புவிமிசை தோன்றினான் - இந்தச்
சீதக் குவளை விழியினான் - என்று
செப்புவர் உண்மை தெரிந்தவர். (81)

பதம் பிரித்து

பணாமுடி: *பணம் முடி.*

சொற் பொருள்

பணம்: *(ஐந்து வேறுபட்ட பொருளை உடைய பெயர்ச் சொல்.) இந்த இடத்தில், பாம்பின் படம்; பாம்பு என்ற பொருள். பணாமுடி: பாம்பின் தலை. சோதிப் பணாமுடி ஆயிரம்: மாணிக்கம் கொண்டதாகிய படத்தை உடைய ஆயிரம் தலை களை உடைய ஆதிசேடன்.*

கனலெரி கணபண குணமணி யணிபணி கனவளை மரகத
காசாம்பர கஞ்சுளி தூசாம்படி கொண்டவள்

என்று தேவியைப் பாடுவார் அருணகிரி நாதர். நெருப்பைப் போல் ஒளிவிடும் (கனல் எரி) பாம்புக் கூட்டங்களின் (கணபண) மணிகள் பதிக்கப்பட்ட ஆபரணமான (மணியணி பணி) வளையலை அணிந்தவள்... (தேவேந்திர சங்க வகுப்பு.)

போதம்: *ஞானம், அறிவு. மேலும் விளக்கத்துக்குப் பாடல் எண் 4 ('போதமென் நாசியினாள்') காண்க.*

கலை: *பாரதியின் ஆட்சியில், கேட்பதற்கு எளிதாகவும் பொருள் சொல்லச் சிக்கலாகவும் தோன்றும் சொற்களில் ஒன்று. கலை, இலக்கியம் என்ற பிரிவுகளில், நடனம், ஓவியம், சிற்பம் போன்ற கலைகளைக் குறிக்க மட்டுமே இன்று இந்தப் பெயர்ச் சொல் பயன்படுகிறது. கலை(தல்), கலை(த்தல்) என்ற வினைச் சொற்கள் நீங்கலாகவும், ஆடல் முதலான கலைகள் நீங்கலாகவும், 'கலைமான்' என்ற சொல்லில் 'கலை' என்ற பெயர் இன்று நிலவி வருகிறது. இங்கே என்ன பொருள் காண்பது?*

'கலை போந்து புவிமிசை தோன்றினான்' என்றால் என்ன பொருள் கொள்வது? கலை என்ற சொல் ஒரு புறமிருக்க, 'போந்து' என்றால்

என்ன சொல்வது? ‘போந்து’ என்ற சொல், ‘புகுந்து’ என்ற பொருளில் இன்று பெரும்பாலும் பயன்படுகிறது. ‘சொல்லப் போந்தேன்’ என்றால் சொல்லப் புகுந்தேன், சொல்ல வந்தேன் என்று பொருள் கொள்கிறோம். ‘போந்தேன்’ என்றால் ‘வந்தேன்’ என்றும் பொருள். ‘என்னுடன் வருவாயா?’ என்பதற்கு would you go with me என்று கேட்பதைப் போல். ‘போதருதல்’ என்ற சொல்லின் அடிப்படையில் பிறந்த சொல் இது. போந்து என்றால், இங்கே கொள்ள வேண்டிய பொருள், ‘சென்று’. விட்டு அகன்று. ஏதோ ஒன்றை விட்டுவிட்டு நீங்கி.

ஏராளமான பொருள் தரும் சொல், ‘கலை.’ பேரகராதி ஏழு தனித்தனித் தலைச்சொற்களாகப் பகுத்து, ‘கலை’ என்ற சொல்லுக்கு விளக்கம் தந்திருக்கிறது. இவற்றில் நான்காவது தலைச்சொல்லுக்கு மட்டும் பதினாறு வேறு வேறு பொருள் தரப்பட்டிருக்கிறது. இவற்றில் ஒன்று, ‘இடது, வலது நாசிகளின் மூலமாகச் செல்லும் மூச்சான இடகலை, பிங்கலை’ என்பது. யோகத்தில் இருப்பவர்கள் மூச்சை ஒரு பக்கத்தில் வாங்கி இன்னொரு பக்கமாக ஒழுங்காகச் செலுத்துவார்கள். யோகத் துயில் (அறி துயில்) மேற்கொண்டவனான திருமால், அந்தக் ‘கலையை’ (மூச்சை இடகலை, பிங்கலையாய்ச் செலுத்தும் யோகத்தை) விடுத்து (போந்து) மண்ணுலகத்துக்கு வந்திருக்கிறான் என்பது கொள்ள வேண்டிய பொருள்.

யாப்பு

நாலடி அறுசீர்ச் சிந்து.

பாடல் சொல்வது

முழு முதற்பொருளான நாராயணன், தெளிவு என்கின்ற பாற்கடலில் கிடக்கும் (‘தெளிவாகிய பாற்கடல் மீதிலே), ஆயிரமாயிரம் ஒளி சுடரும் மாணிக்கங்கள் கொண்டதாகிய தலையை உடைய அறிவு (தொல்லறிவு என்னுமோர் பாம்பின் மேல்) என்கின்ற ஆதிசேடனின் மீது போதத் துயில் கொண்ட நாயகன். அத்தகைய யோகத் துயிலை விட்டுவிட்டு, பூமியின் மேல் வந்து தோன்றியவன்தான் இந்தக் குளிர்ந்த குவளை இதழ் போன்ற கண்களை உடைய கண்ணன் என்று உண்மை தெரிந்தவர்கள் சொல்வார்கள்.

●

நானெனும் ஆணவம் தள்ளலும் - இந்த
ஞாலத்தைத் தானெனக் கொள்ளலும் - பர
மோன நிலையில் நடத்தலும் - ஒரு
மூவகைக் காலம் கடத்தலும் - நடு
வான கருமங்கள் செய்தலும் - உயிர்
யாவிற்கு நல்லருள் பெய்தலும் - பிறர்
ஊனைச் சிதைத்திடும் போதினும் - தன
துள்ளம் அருளின் நெகுதலும் (82)

சொற் பொருள்

மோனம்: மௌனம். மோன நிலை: பேச்சற்ற நிலை. எண்ணங்களையெல்லாம் நிறுத்திய நிலை. மோனத்தில் தன்னை நிறுத்தி, பரத்தில் சிந்தையைச் செலுத்தும் நிலை. எனவே பரமோன நிலை.

ஞானத்திலே பர மோனத்திலே - உயர்
மானத்திலே அன்ன தானத்திலே
கானத்திலே அமு தாக நிறைந்த
கவிதையிலே உயர் நாடு

(பாருக்குள்ளே நல்ல நாடு - பாரதி)

நடுவான கருமங்கள்: நடு நிலைமையில் நின்று, நியாயமான காரியங்களை மட்டுமே செய்வது என்பதொரு பொருள். என்றாலும், இறைவனின் படைத்தல், காத்தல், அழித்தல் என்ற மூவகைச் செயல்களில் காத்தல் என்னும் நடுவான கருமம் என்றும் பொருள் கொள்பவர் உண்டு. இரண்டாவது பொருள் உள்ளுறையாகவே விளங்குகிறது. இடம் கருதி, பொருத்தமாகிறது.

யாப்பு

நாலடி அறுசீர்ச் சிந்து. பொருள் இன்னும் முற்றுப் பெறவில்லை. அடுத்த பாடலின் 'பெறலாவர் இப்பேறுகள் ஞானியர்' என்ற இடத்தில் முற்றுப் பெறுகிறது. ஆகவே இப்பாடல் குளகச் செய்யுள்.

பாடல் சொல்வது

'நான்' என்று (மற்றவரைத் தாழ்வாக எண்ணி, தம்மை உயர்வாக) நினைக்கும் ஆணவத்தை விடுவதும், இந்த உலகமே நான் என்ற

பரந்துபட்ட பாவனையை மேற்கொள்வதும், பல திக்குகளில் பாயும் எண்ணங்களை (சித்த விருத்தி) அடக்கி, முதற் பொருளில் சிந்தையை நிறுத்தும் மௌன நிலையில் எப்போதும் இருத்தலும், கடந்த காலம், நிகழ் காலம், எதிர் காலம் என்ற பிரிவுகளை உடைய காலத்தைக் கடந்து நிற்பதாகிய தன்மையும், நடுநிலைமை பிறழாத, சரியான காரியங்களை மட்டுமே செய்வதும், (நடுவினது ஆகிய காத்தல் தொழிலை மேற்கொள்வதும்) எல்லா உயிர்களுக்கும் ஒன்றேபோல் அருள் செய்வதும், தன் ஊனையே மற்றவர் சிதைத்திடும் போதிலும், அவரிடத்தில் சினமேதும் கொள்ளாமல், மாறாக அருளால் உள்ளம் நெகுவதும்...'

'பிறர், ஊனைச் சிதைத்திடு போதிலும் தனதுள்ளம் அருளி நெகுதலும்' என்ற இடத்தில் பயிலும் கருத்து, பாரதியின் உள்ளத்தில் வேரூன்றி நின்ற ஆதாரக் கருத்துகளில் ஒன்று.

'தின்ன வரும்புலி தன்னையும் அன்பொடு
சிந்தையிற் போற்றிடுவாய் - நன்னெஞ்சே
அன்னை பராசக்தி அவ்வுரு வாயினள்
அவளைக் கும்பிடுவாய் - நன்னெஞ்சே'

('பகைவனுக் கருள்வாய் நன்னெஞ்சே' - பாரதி)

என்ற பாடல் உட்பட, பல்வேறு இடங்களில் இந்தக் கருத்தை வெளிப்படுத்தியிருக்கிறான் மகாகவி. இந்த இடத்தின் விளக்கத்தை விரிவாக - பாரதி கண்ட விதத்தில் - காண வேண்டுவோர், பாரதியின் பகவத் கீதை முன்னுரையைப் படிக்க வேண்டும்.

'பிதாவே இவர்களை மன்னியும். தாங்கள் செய்வது இன்னதென்று அறியாதிருக்கிறார்கள்' என்று சென்ன ஏசு நாதரும், 'இட்ட பணியைச் செய்ததல்லால், இவர்கள் எனக்குச் செய்த தீங்கு என்ன? ஆகவே இவர்களைக் கொல்ல நினைக்கும் காரியத்தை ஒழி' என்று தன்னைச் சுற்றியிருந்த காவலரக்கிகள் ஆயிரம் விதமான கொடுமை களைத் தனக்குச் செய்திருந்த போதும், அவர்களிடத்தில் அருள் கொண்டு, அவர்களைக் கொல்ல விரும்பிய அனுமனிடத்தில் சொன்ன சீதாப் பிராட்டியும் இங்கே எண்ணத் தக்கவர்கள்.

●

ஆயிரங் கால முயற்சியால் - பெறல்
ஆவர்இப் பேறுகள் ஞானியர் - இவை
தாயின் வயிற்றிற் பிறந்தன்றே - தமைச்
சார்ந்து விளங்கப் பெறுவரேல் - இந்த

மாயிரு ஞாலம் அவர்தமைத் - தெய்வ
மாண்புடை யாரென்று போற்றுங்காண் - ஒரு
பேயினை வேதம் உணர்த்தல்போல் - கண்ணன்
பெற்றி உனக்கெவர் பேசுவார்? (83)

பதம் பிரித்து

மாயிரு: மா இரு

சொற் பொருள்

மாஇரு: *மிகப் பெரிய. (பாடல் எண் 22 மற்றும் 66ல் இச்சொல்லைப் பார்த்தோம். சொல்விளக்கத்துக்குப் பாடல் எண் 22 பார்க்கவும்.) 'தாயின் வயிற்றிற் பிறந்தன்றே' : தாயின் வயிற்றில் பிறந்த அன்றே, பிறந்த போதே.*

பெற்றி: *பெருமை (மேலும் விளக்கங்களை அடுத்த பாடலில் காணலாம்.)*

யாப்பு

நாலடி அறுசீர்ச் சிந்து.

பாடல் சொல்வது

ஆணவம் விடுத்தல், ஞாலத்தைத் தான் என்று கொள்ளுதல், பரமோன நிலையில் நிற்றல், தன் உடலையே வெட்டிச் சிதைத்த போதும் அப்படிச் செய்தவர்கள்பால் அன்பு காட்டுதல் போன்ற மனப் பாங்குகளை அடைவது அவ்வளவு எளிதான ஒன்றன்று. ஆயிரமாயிர கால முயற்சியால் இத்தகைய பேறுகளை ஞானியர் பெறுவர். ஆனால், தாயின் வயிற்றிலிருந்து வந்து தோன்றிய அந்தச் சமயத்திலேயே ஒருவரிடம் இத்தகைய மனப் பாங்குகள், பக்குவம் காணப்படுமாயின், அப்படிப்பட்டவர்களையே இந்த உலகம் தெய்வத் தன்மை உடையவர்கள் என்று போற்றும். கண்ணனிடத்தில் அத்தனை வகையான தன்மைகளும் காணப்படுவதால்தான் அவன் தெய்வமாகப் போற்றப்படுகின்றான். உன்னிடம் யார் இவற்றையெல்லாம் சொல்லி விளங்க வைக்க முடியும்? பேய்க்கு வேதம் புரியாது. உனக்குக் கண்ணன் பெருமை விளங்காது.

'ஒருவனைப் பரமாத்மாவின் அவதாரம் என்று கூறுவதன் பொருள் 81, 82, 83 இம்மூன்று பாடல்களிலும் விளக்கப்பட்டிருக்கிறது' என்று பாரதி குறிப்பெழுதுகிறான்.

●

வேறு

வெற்றி வேற்கைப் பரதர்தம் கோமான்
　　மேன்மை கொண்ட விழிஅகத் துள்ளோன்
பெற்றி மிக்க விதுரன் அறிவைப்
　　பின்னு மற்றொரு கண்ணெனக் கொண்டோன்
முற்று ணர்திரி தாட்டிரன் என்போன்
　　மூடப் பிள்ளைக்கு மாமன்சொல் வார்த்தை
எற்றி நல்ல வழக்குரை செய்தே
　　ஏன்ற வாறு நயங்கள் புகட்ட (84)

சொற் பொருள்

பரதர்: *பாரதர். பாரத நாட்டினர்.*

பெற்றி: *1. இயல்பு; சுபாவம். 2. தன்மை. 3. விதம். (இப்படியாக, அப்படியாக, இவ்விதத்தில்...) 4. ஒரு காரியத்தைச் செய்வதற்கான வழி முறை.* 5. பெருமை. 6. நிகழ்ச்சி. 7. பேறு. 8. விரதம்.*

இந்த இடத்தில், பெருமை என்றும், ஒரு காரியத்தைச் செய்வதற் கான வழிமுறை அறிந்தவன் என்றும் பொருள் கொள்ளலாம்.

யாப்பு

கட்டளைக் கலிப்பா - ஓரடிக்கு இருபது எழுத்துக்கள் - நேர் இருபது, நிரை இருபத்தொன்று. இந்தப் பாடல் நேரசையில் தொடங்கி யிருப்பதால் ஒற்று நீக்கி இருபது எழுத்துகள் ஒவ்வொரு அடியிலும் பயிலக் காணலாம்.

இந்தப் பாடலின் பொருள் அடுத்த பாடலின் கடைசி அடியோடு முற்றுப் பெறுகிறது. பாடலின் பொருள் முற்றுப் பெறாத காரணத்தால் இது குளகச் செய்யுள்.

---

* *'மற்று இனி உரைப்பது என்னோ? மாருதி வடித்துச் சொன்ன பெற்றியே பெற்றி;' கம்ப இராமாயணம். வீடணன் அடைக்கலப் படலம்*

'இனிமேல் சொல்வதற்கு வேறு என்ன இருக்கிறது? மாருதி சொன்ன வழி முறையே சிறந்தது.' (வீடணனுக்கு அடைக்கலம் தர வேண்டும் என்று சொன்ன மாருதியின் கருத்தைக் குறித்து இராமன் சொல்வது.)

பாடல் சொல்வது

திரிதிராட்டிரன் பகை வென்றதாகிய வேலைக் கையில் பிடித்தவன். பாரத நாட்டவரின் அரசன். (புறக் காட்சிகளைக் காணக் கூடிய விழிகள் அற்றவன் என்றாலும் அதைவிடவும்) மேன்மையான அகக் காட்சிகளைக் காணக் கூடியதும் நிகழ்வுகளை ஆழ்ந்துணரக் கூடியதுமான (கல்வியாகிய) அக விழியைக் கொண்டவன். தன்னுடைய அகவிழிக்குத் துணையாக, கூடுதலாக, எதை எப்படிச் செய்ய வேண்டும் என்ற வழிமுறைகளை அறிந்த விதுரனுடைய அறிவை இன்னொரு விழியாகப் பெற்றவன். எல்லாவற்றையும் நன்குணர்ந்தவன். முழு மூடனான துரியோதனனுக்குச் சகுனி சொன்ன வார்த்தைகளை எல்லாம் உதைத்துத் தள்ளி, அவனுக்கு எதைச் சொல்ல வேண்டுமோ அதைச் சொன்னபோது,

நாம் பாடல் எண் 71ல் சொன்னது போல், வியாசர் திருதிராட்டிரனை இவ்வளவு நல்லவனாகச் சித்திரிக்கவில்லை.

‘மேன்மை கொண்ட விழியகத்துள்ளோன்’ என்ற புகழுரை, முற்றிலும் பாரதியின் கருத்து.

இன்னொன்று. ‘திருதிராட்டிரன் பார்வை அற்றவன்’ என்று நேரடியாகச் சொல்வதைத் தவிர்ப்பான் பாரதி. ‘விழி அகத்து உள்ளோன்’ என்று சொல்லி, எந்த விழி இல்லை என்பதைச் சொல்லாமல் உணர்த்துவதைப் பார்க்கவும். ‘அறிவையே விழியாகக் கொண்டவன்’ என்பது வியாசபாரதத்தில் கண்ணில்லாதவன் என்பதற்கு இடக்கர் அடக்கலாகவே* பயன்பட்டிருக்கிறது.

பின்னால், சூதாடும் நேரத்தில் திருதிராட்டிரனிடத்தில் விதுரர் பேசும்போது, ‘கேட்கும் காதும் இழந்து விட்டாயோ’ என்று கேட்பார். ‘காதும்’ என்று ஒரு உம்மை போடும்போது, ‘கண்தான் இல்லை என்றால் காதும் கேட்காதோ?’ என்ற பொருள் மறைவாக நின்று எட்டிப் பார்க்கும்.

●

---

* ஆங்கிலத்தில் Euphemism என்பார்கள். இலக்கணப் புத்தகங்களில் சூகால் கழுவி வந்தேன்’ என்ற உதாரணத்தையே திரும்பத் திரும்பக் கொடுப்பார்கள். இடக்கர்=சொல்லத்தகாத சொல், அடக்கல். பொது இடத்தில் பெரியவர்கள் முன்னிலையில் சொல்லக் கூசும் சொற்களைத் தவிர்த்து அதை வேறு சொற்களால் குறிப்பது என்பது சுருக்கமான விளக்கம். மீனை ‘நீர்வாழை’ என்பது இடக்கரடக்கல்தான்.

கொல்லு நோய்க்கு மருந்துசெய் போழ்திற்
கூடும் வெம்மைய தாய்ப்பிணக் குற்றே
தொல்லு ணர்வின் மருத்துவன் தன்னைச்
சோர்வு றுத்துதல் போலொரு தந்தை
சொல்லும் வார்த்தையி லேதெரு ளாதான்
தோமிழைப் பதில் ஓர்மதி உள்ளான்
கல்லும் ஒப்பிடத் தந்தை விளக்கும்
கட்டு ரைக்கும் கடுஞ்சினம் உற்றான். (85)

சொற் பொருள்

தெருள்: தெளிவு, அறிவு.

தோம்: குற்றம், பொல்லாங்கு, தீமை, துன்பம்.

இலக்கணம்

கொல்லு நோய்: கொல்லும் நோய் என்பதில் உள்ள மகரம் கெட்டதற்கான விதி பாடல் எண் 3-ல் சொல்லப்பட்டது.

யாப்பு

கட்டளைக் கலிப்பா - ஓரடிக்கு இருபது எழுத்துக்கள் - நேர் இருபது, நிரை இருபத்தொன்று. இந்தப் பாடல் நேரசையில் தொடங்கியிருப்பதால் ஒற்று நீக்கி இருபது எழுத்துகள் ஒவ்வொரு அடியிலும் பயிலக் காணலாம்.

பாடல் சொல்வது

தன்னைக் கொல்லும்படியாக வந்திருக்கும் நோய்க்கு மருந்து தரும் போதில், மருத்தவனிடம் சினமும் மன வேற்றுமையும் கொண்டு மருத்துவனுக்குச் சோர்வு ஏற்படும் வண்ணம் அவனிடத்தில் குற்றம் காண்பதுபோல், தந்தை சொல்கின்ற அறிவுரையை மனத்தில் கொண்டு தெளிவடையாமல் நின்றான் துரியோதனன். அவன் புத்தி எப்போதும் (பாண்டவர்க்குத்) தீங்கு செய்வதையே பற்றி நின்ற காரணத்தால் தந்தை விளக்கிச் சொல்லும் மொழியைக் கேட்டுக் கடுஞ்சினம் எய்தினான்.

●

வேறு

பாம்பைக் கொடியென் றுயர்த்தவன் - அந்தப்
பாம்பெனச் சீறி மொழிகுவான் - அட!

தாம்பெற்ற மைந்தர்க்குத் தீதுசெய் - திடும்
    தந்தையர் பார்மிசை உண்டுகொல்! - கெட்ட
வேம்பு நிகர் இவனுக்குநான் - சுவை
    மிக்க சருக்கரை பாண்டவர் - அவர்
தீம்புசெய் தாலும் புகழ்கின்றான் - திருத்
    தேடினும் என்னை இகழ்கின்கிறான். (86)

சொற் பொருள்

மிசை: மேல், இடத்தில். பார்மிசை: உலகத்தின்மேல், உலகத்தில்.

தீம்பு: தீங்கு.

திருத்தேடினும்: திருவைத் தேடினும், செல்வத்தை உண்டாக்க வேண்டும் என்று நான் அதற்கான செயல்களைத் தேடினாலும்.

யாப்பு

நான்கடி அறுசீர்ச் சிந்து.

பாடல் சொல்வது

பாம்புக் கொடியை உடையவனான துரியோதனன், அந்தப் பாம்பைப் போலவே சீறி மொழிந்தான். 'அடடா! தான் பெற்ற பிள்ளைக்குத் தீங்கு செய்கின்ற அப்பனும் உலகத்தில் உண்டோ! இவனுக்கு நான் என்றால் என்றைக்கும் வேப்பங்காய். பாண்டவர் என்றால் அப்படியே இனித்து வழியும் சருக்கரை. அவர்கள் நமக்குத் தீங்கு செய்தாலும் அவர்களைப் புகழ்கிறான். நான் செல்வம் தேடுகிறேன். என்னைத் திட்டுகிறான்.'

அது இருக்கட்டும். இவன்தான் பாண்டவர்களுக்கு ஓயாமல் தீங்கு செய்துகொண்டிருக்கிறான். பிரமாணகோடியில் பீமனுக்கு விஷம் வைத்தது; அரக்கு மாளிகை... என்று அடுக்கடுக்காகத் தொடரும் இவனுடைய கொலை முயற்சிகளுக்கு அவர்கள் 'பதிலுக்குப் பதிலாக' இன்றளவும் ஏதும் செய்யவில்லை. திருப்பிக்கூட தாக்கவில்லை. அடங்கி அடங்கிப் போகிறார்கள். இருந்த போதிலும் துரியோதனன் என்ன சொல்கிறான்? 'அவர் தீம்பு செய்தாலும் புகழ்கின்றான்.' அப்படி என்னப்பா தீம்பு செய்து விட்டார்கள் உனக்கு! துரியோதனன் குணசித்திரத்தை எப்படி மெருகேற்றுகிறான் பாருங்கள். ஒரு ரோஜாவுக்கு இன்னும் கொஞ்சம் அழகும் மணமும் சேர்க்க முடியுமோ? அதையும் செய்திருக்கிறான். 'அயன் படைப்பைத் திருத்தியொரு அழகு செய்தான்' என்று கம்பனுக்குப் பாடியது இவனுக்கும் பொருந்தும்.

●

மன்னர்க்கு நீதி ஒருவகை - பிற
மாந்தர்க்கு நீதிமற் றோர்வகை - என்று
சொன்ன வியாழ முனிவனை - இவன்
சுத்த மடையன்என் றெண்ணியே - மற்றும்
என்னென்ன வோகதை சொல்கிறான் - உற
வென்றுநட் பென்றுங் கதைக்கிறான் - அவர்
சின்ன முறச்செய வேதிறம் - கெட்ட
செத்தைஎன் றென்னை நினைக்கிறான். (87)

சொற் பொருள்

வியாழன்: பிரகஸ்பதி; தேவகுரு. பிரகற்பதி என்பது பதினெட்டு தரும நூல்களுள் ஒன்று.

சின்னம்: சிறிய துண்டுகள்.

பின்னம்: பெரிய துண்டு.

சின்னாபின்னம்: சிறியதும் பெரியதுமான துண்டுகள்.

செத்தை: இலை முதலியவை உலர்ந்து சருகாகிய குப்பை.

யாப்பு

நான்கடி அறுசீர்ச் சிந்து.

பாடல் சொல்வது

'மற்ற மாந்தர்களுக்குப் பொருந்தக் கூடிய நீதி மன்னருக்குப் பொருந்தாது. மன்னருக்கான நீதி வேறு வகையானது' என்று சொன்ன தேவ குருவை இவன் என்னவோ சுத்த மடையன் என்று எண்ணிக் கொண்டிருக்கிறான். பலவிதமான கதைகளைச் சொல்கிறான். உறவாம், நட்பாம். (அவர் யாராயிருந்தால் நமக்கென்ன?) அவர்களை வலுமிக்கவர்களாகச் சொல்கிறான். அவர்களைத் துண்டு துண்டாகக் கூறுபோடும் திறனற்ற வெறும் குப்பை என்று என்னை நினைக்கிறான்.

●

இந்திர போகங்கள் என்கிறான் - உண
வின்பமும் மாதர் இன்பமும் - இவன்
மந்திர மும்படை மாட்சியும் - கொண்டு
வாழ்வதை விட்டிங்கு வீணிலே - பிறர்

செந்திரு வைக்கண்டு வெம்பியே - உளந்
தேம்புதல் பேதைமை என்கிறான் - மன்னர்
தந்திரம் தேர்ந்தவர் தம்மிலே - எங்கள்
தந்தையை ஒப்பவர் இல்லைகாண். (88)

சொற் பொருள்

தேம்புதல்:

வாடுதல்; மெலிதல்; விம்மியழுதல்; வருந்துதல்; அழிதல். மனம் வாடுதல் என்ற பொருள் இங்கே கொள்ளத் தக்கது.

யாப்பு

நான்கடி அறுசீர்ச் சிந்து.

பாடல் சொல்வது

என்னவோ இந்திரனும் விரும்பிடும் போகங்கள் இங்கே இருக்கின்றனவாம்! நன்றாக உண்பதற்கு உணவும் துய்ப்பதற்குப் பெண்டிரும் இருக்கிறார்களாம்! இவற்றையெல்லாம் அனுபவித்த படி இவனுடைய ஆலோசனையைக் கேட்டுக் கொண்டு, இருக்கின்ற படைப் பெருமையை நினைத்தவாறு இங்கே வாழ்ந்திருக்க வேண்டுமாம்! அப்படி வாழாமல், அடுத்த அரசனுடைய செல்வப் பெருக்கத்தைக் கண்டு மனம் புழுங்கி, அதை அடைய வேண்டும் என்று (அரசர்க்குரிய தாகத்தோடு) மனம் வெதும்புவதும் வாடுவதும் முட்டாள்தனம் என்கிறான். அடடா! மன்னர்கள் செய்ய வேண்டிய காரியங்களை அறிந்தவர் களுக்குள்ளே என் தந்தையை ஒத்தவர் யாருமே இல்லை.

●

மாதர்தம் இன்பம் எனக்கென்றான் - புவி
மண்டலத் தாட்சி அவர்க்கென்றான் - நல்ல
சாதமும் நெய்யும் எனக்கென்றான் - எங்கும்
சாற்றிடும் கீர்த்தி அவர்க்கென்றான் - அட!
ஆதர விங்ஙனம் பிள்ளைமேல் - வைக்கும்
அப்பன் உலகினில் வேறுண்டோ! - உயிர்ச்
சோதரர் பாண்டவர், தந்தைநீ - குறை
சொல்ல இனிஇடம் ஏதையா! (89)

யாப்பு

நான்கடி அறுசீர்ச் சிந்து.

பாடல் சொல்வது

அடடா! அடடா! என் அப்பன் சொல்வதைக் கேட்டாயா! பெண்களைத் துய்க்கும் இன்பம் எனக்காம். உலகத்தை ஆளும் உரிமை அவர்க்காம். நல்ல சாதமும் நெய்யும் எனக்காம். எல்லா இடங்களிலும் பரவிக் கிடக்கும் புகழ் கொள்வது அவராம்! உலகத்தில் வேற எந்த ஒரு அப்பனாவது இவ்வளவு அன்பு தன் பிள்ளை மீது வைப்பானோ! எனக்கென்ன குறை! உயிருக்குயிரான சகோதரராகப் பாண்டவரும், தந்தையாக நீயும் இருக்கும்போது எனக்கென்ன குறை உண்டாகும்!

●

சொல்லி(ன்) நயங்கள் அறிந்திலேன் - உனைச்
    சொல்லினில் வெல்ல விரும்பிலேன் - கருங்
கல்லிடை நாருரிப் பாருண்டோ - நினைக்
    காரணம் காட்டுதல் ஆகுமோ? - எனைக்
கொல்லினும் வேறெது செய்யினும் - நெஞ்சில்
    கொண்ட கருத்தை விடுகிலேன் - அந்தப்
புல்லிய பாண்டவர் மேம்படக் - கண்டு
    போற்றி உயிர்கொண்டு வாழ்கிலேன். (90)

சொற் பொருள்

புல்லிய: வலிமையற்ற

யாப்பு

நான்கடி அறுசீர்ச் சிந்து.

பாடல் சொல்வது

இதோ பார்! எனக்குச் சொல்லை நயம்படப் பேசத் தெரியாது. (எதையும் போட்டு உடைத்தாற் போல் பேசித்தான் எனக்குப் பழக்கம்.) உன்னோடு வாதங்கள் புரிந்து உன்னை வெல்லும் விருப்பமும் எனக்கில்லை. உன்னிடம் போய் வாதம் செய்வதாவது! எவனாவது கருங்கல்லில் இருந்து நார் உரிக்க எண்ணுவானோ? அதை விடவும் கடினமான செயலன்றோ உனக்குக் காரண

காரியங்களை விளங்க வைப்பது! (நீ என்ன வேண்டுமானாலும் சொல்லிக்கொள்.) என்னைக் கொல்லவே கொன்றாலும் சரி; இல்லாவிட்டால் வேறென்ன செய்ய நினைத்தாலும் சரி. என் மனத்தில் கொண்ட கருத்து மாறாது. நான் அதை விடப்போவ தில்லை. வலிமை இல்லாத அந்தப் பாண்டவர் மேம்பட்டுக் கொண்டே போவதைப் பார்த்து, அவர்களைப் போற்றி உயிர் வாழ்பவன் அல்லன் நான்.

●

வாதுநின் னோடு தொடுக்கிலேன் - ஒரு
　　வார்த்தைமட் டுஞ்சொலக் கேட்பையால் - ஒரு
தீது நமக்கு வராமலே - வெற்றி
　　சேர்வதற் கோர்வழி உண்டுகாண் - களிச்
சூதுக் கவரை அழைத்(து)எல்லாம் - அதில்
　　தோற்றிடு மாறு புரியலாம் - இதற்
கேதும் தடைகள்சொல் லாமலே - என
　　தெண்ணத்தை நீகொளல் வேண்டுமால். (91)

யாப்பு

நான்கடி அறுசீர்ச் சிந்து.

பாடல் சொல்வது

உன்னோடு வாதம் செய்யத் தயாரில்லை நான். ஒரே ஒரு வார்த்தை மட்டும் சொல்கிறேன். அதைக் கேள். நமக்கு எந்த வகையிலும் தீமை ஏற்படாமல், நமக்கு வெற்றி ஏற்பட ஒரு வழி இருக்கிறது. அவர்களைச் சூதாடுவதற்கு அழைப்போம். அப்படிச் சூதாடும்போது அவர்களை எல்லாப் பொருளையும் இழக்குமாறு செய்வோம். அனைத்தையும் தோற்குமாறு செய்ய முடியும். (எனக்குத் தெரியும். நீ இதற்குத் தடைதான் சொல்லப் போகிறாய். ஆனால்,) இதற்கு எந்தத் தடையும் சொல்லாமல் என்னுடைய எண்ணத்தை நீ கொண்டே ஆக வேண்டும்.

●

வேறு

திரிதாட் டிரன்செவியில் - இந்தத்
　　தீமொழி புகுதலும் திகைத்து விட்டான்

பெரிதாத் துயர்கொணர்ந்தாய் - கொடும்
பேயெனப் பிள்ளைகள் பெற்று விட்டேன்
அரிதாக் குதல்போலே - அமர்
ஆங்கவ ரொடும்பொரல் அவலம் என்றேன்
நரிதாக் குதல்போலாம் - இந்த
நாணமில் செயலினை நாடுவனோ? (92)

சொற் பொருள்

அவலம்: துன்பம், அழுகை என்ற பொருளில் அதிகம் பயன்பட்டாலும் இச்சொல்லுக்குக் குற்றம், தீயது என்றொரு பொருள் உண்டு. இங்கே அந்தப் பொருளில்தான் பயன்பட்டிருக்கிறது.

'அஃதுஅவலம் அன்று மன்,
ஆயர் எமரானால் ஆய்த்தியேம் யாம் மிகக்
காயம்பூங் கண்ணி கருந்துவர் ஆடையை
மேயும் நிரை முன்னர்க் கோலூன்றி
நின்றாய்...'

(கலித் தொகை, முல்லைக் கலி - 108)

அவ்வாறு சொல்லக் கேட்ட தலைவி, 'அது எம் குலத்துக்குத் தீமை விளைவிப்பது அன்று' என உரைத்தாள்...

யாப்பு

நான்கடி ஐஞ்சீர்ச் சிந்து.

பாடல் சொல்வது

'சூதாடுவதற்குப் பாண்டவரை அழைப்பாய்' என்று துரியோதனன் சொன்ன தீமொழிகள் திரிதிராட்டிரனுடைய செவியில் புகுந்ததும் இதைக் கொஞ்சமும் எதிர்பார்த்திராத அவன் திகைத்துவிட்டான். 'ஐயோ! எவ்வளவு பெரிய துன்பத்தைக் கொண்டுவந்துவிட்டாய்! பேய்களைப் போன்ற பிள்ளைகளை அல்லவா பெற்றிருக்கிறேன்! என்னடா, சிங்கம் எதிர்ப்பது போல நேருக்கு நேர் நின்று அவர்களோடு மோதுவதே குற்றம்; குலத்துக்குத் தீமை என்று சொல்லிக் கொண்டிருக்கிறேன். நீயானால், நரி தாக்குவது போல், தந்திரமாக, வஞ்சனையாக, கபடமாக அவர்களோடு சூதாடி வெல்ல எண்ணுகிறாய். இந்த வெட்கங் கெட்ட செயலை நான் எண்ணியும் பார்ப்பேனோ?

இந்தக் கட்டத்தில் மூல நூலில் திருதராட்டிரன், 'விதுரனுடைய ஆலோசனையைக் கேட்டு அதன் பிறகு அவன் சொல்லும்படியே நடப்பேன்' என்று மட்டும்தான் சொல்கிறான். முன்னரே குறிப்பிட்ட படி, இந்தப் பகுதியில் இருக்கும் திருதிராஷ்டிரன் உரை, பாரதி உருவாக்கியது.

●

ஆரியர் செய்வாரோ? - இந்த
    ஆண்மைஇ லாச்செயல் எண்ணுவ ரோ?
பாரினில் பிறருடைமை - வெஃகும்
    பதரினைப் போலொரு பதருண் டோ?
பேரியற் செல்வங்களும் - இசைப்
    பெருமையும் எய்திட விரும்புதி யேல்
காரியம் இதுவாமோ - என்றன்
    காளையன் றோ?இது கருத லடா! (93)

பதம் பிரித்து

பேரியற்: *பேர் இயல்*

சொற் பொருள்

வெஃகுதல்: *மிகு விருப்பம். குறிப்பாக, அடுத்தவர் பொருளின் மீது ஏற்படும் பெரு விருப்பு. இது பற்றியே, வெஃகாமை என்றொரு அதிகாரமே படைத்தார் வள்ளுவர்.*

அஃகாமை செல்வத்திற்கி யாதெனின் வெஃகாமை
வேண்டும் பிறன்கைப் பொருள்.

தன்னிடம் உள்ள செல்வம் குறையாமல் இருப்பதற்கு வழி என்ன என்றால், (முதலில்) அடுத்தவன் கைப் பொருள் மீது ஏற்படும் மிகு விருப்பதைக் கைவிட வேண்டும்.

பதர்: *உள்ளே மணி பிடிக்காத, வெறும் மேல் தோலான நெல்.*

பதடி: *பதர்.*

ஆரியர்: *இந்தச் சொல்லுக்கான குறிப்பைப் பாடல் எண் 11ல் காண்க.*

யாப்பு

நான்கடி ஐஞ்சீர்ச் சிந்து.

பாடல் சொல்வது

உயர்ந்தவர்கள் செய்யக் கூடிய காரியமா இது? இது ஆண்மை யில்லாத செயலல்லவா? ஏனடா, அடுத்தவன் பொருளைச் சூதாடி வெல்லும் காரியத்தை மனிதன் செய்வானா? அப்படிச் செய்பவன் பதர் அல்லவா? அவனை விடவும் கீழான பதர் ஒருவன் உண்டா? என்னடா, பெருமை இயைந்த செல்வங்களையும் புகழையும் பெருமையையும் அடைய விரும்புவாயேயானால், அதற்கு மேற்கொள்ள வேண்டிய காரியம் இதுவா? என் மகனல்லவா நீ! இப்படி நினைக்காதே அப்பா!

வியாஸ பாரதத்தில் சம இடம்

அயலான் பொருளைக் கவர்வது மட்டும் சிறிதும் தகாது. வேண்டின வர்கள் விஷயத்தில் அக்கிரமத்தைக் கருதுகிறவனுடைய இம்மை மறுமை இரண்டிலும் துயரந்தான். அந்நியருடைய திரவியத்தை அடையப் பிரவிர்த்தியாமலிருப்பதும் தன் கார்யங்களில் விடா முயற்சியும் ஈட்டின பொருளைக் காப்பதுமாகிய இவைதாம் பிரபுத்துவத்தின் அடையாளங்கள். (ஸபா பர்வம், த்யூத பர்வம் தொடர்ச்சி, அத்தியாயம் எண்பது.)

சூதாட்டத்தைப் பேற்றிய பேச்சு எழுந்தபின் திருதிராஷ்டிரன் இவற்றைப் பேசுவதாக பாஞ்சாலி சபதத்தில் காண்கிறோம். வியாச மூலத்தில், இந்தக் கட்டத்தில் சூதாட்டத்தைப் பற்றிய பேச்சே எழவில்லை. இன்னும் இரண்டு அத்தியாயங்கள் கழித்து, அதாவது தமிழில் எண்பத்திரண்டாவது அத்தியாயத்திலும் ஆங்கில மொழி பெயர்ப்பில் பிரிவு 55லும்தான் (Section LV) சூதாட்டத்தைப் பற்றிய பேச்சே தொடங்குகிறது. இந்த இடங்களில் பாரதி, மூலத்தை எப்படி முன்னும் பின்னுமாகப் புரட்டிப் போட்டுக் கையாண்டி ருக்கிறான் என்பது கவனத்துக்குரிய குறிப்பு. ஒரு குறிப்பிட்ட பகுதியில் உள்ள விஷயங்களை மனத்தில் வாங்கிக்கொண்டு, பிறகு விவரங்களைத் தனக்கேற்ற வகையில் அமைத்துக் கொண்டி ருக்கிறான். இந்த ஒரு விதத்தில் மட்டும்தான் தொடக்க கட்டத்தில் மூலத்திலிருந்து மாறுபடுகிறான். விவரங்கள் மூலத்தில் உள்ளவை தாம். ஆனால் அவற்றின் நிரல் மட்டும் சற்றே, மிகச் சற்றே முன்னும் பின்னுமாகப் புரள்கின்றன.

●

வீரனுக் கேஇசைவார் - திரு
    மேதினி எனும்இரு மனைவியர் தாம்
ஆரமர் தமரல்லார் - மிசை
    ஆற்றிநல் வெற்றியில் ஓங்குதி யேல்
பாரத நாட்டினிலே - அந்தப்
    பாண்டவர் எனப்புகழ் படைத் திடுவாய்.
சோரர்தம் மகனோநீ? - உயர்
    சோமன்தன் ஒருகுலத் தோன்ற லன்றோ? (94)

பதம் பிரித்து

ஆரமர்: *ஆர் அமர்*

சொற் பொருள்

ஆரமர்: *ஆர்க்கும் அமர். ஒலி மிக நிறைந்த போர்.*

சோரர்: *திருடர்.*

சோமன்: *சந்திரன்.*

யாப்பு

நான்கடி ஐஞ்சீர்ச் சிந்து.

பாடல் சொல்வது

ஆமாம். நீ சொல்வது போலவே, வீரர்களுக்கே செல்வம், நிலம் என்ற இரு மனைவியர் வாய்ப்பர். ஆனால் யாரோடு சண்டை போடுவது? தன்னுடைய சுற்றத்தாரோடா? தமர் அல்லாதவரோடு போர் புரிந்து, அந்தப் போரில் வெற்றி பெறுவாயேயானால், நீயும் அந்தப் பாண்டவர்களைப் போலவே புகழ் அடையலாம். அதை விட்டு இப்படி ஒரு நயவஞ்சகமான வழியை மேற்கொள்வதற்கு நீ என்ன திருடனுக்குப் பிறந்தவனா? சந்திர வம்சமில்லையா நாம்?

வியாஸ பாரதத்தில் சம இடம்

வேண்டியனவற்றைக் கறக்கும் பூமி, வீரனுக்குப் பத்னியென்று சொல்லப்படுகிறது. அதுபோலவே, ராஜ்யலக்ஷ்மியும் வீரனுடைய பாரியைதான். இவ்விரண்டும் பாரியைகளைப் போன்றவையே. (ஸபா பர்வம், த்யூத பர்வம் தொடர்ச்சி, எண்பதாவது அத்தியாயம்.)

வீரனுக்கே இசைவார் என்ற முதலடி, பாடல் எண் 93ல் உள்ள கருத்துக்குப் பின்னே வருகிறது. அதாவது, இங்கே மேற்கோள்

காட்டப்பட்டிருக்கும் பகுதியின் அடுத்த வாக்கியம் 93ல் வியாஸ பாரதத்தில் சம இடம் என்று காட்டப்பட்டுள்ளது. இப்பாடலின் இரண்டு, மூன்றாமடிகள், இன்னும் சற்றே பிற்பட்ட பகுதியில் (அதே அத்தியாயத்தில்) உள்ளன.

'உன் பிராதாக்களின் அந்தத் தனத்தைப் பெறுவதற்காக மித்திரத் துரோகம் செய்யாதே. ராஜாவே! பாண்டுவின் புத்திரர்களைப் பகையாதே. அப்படியே உன் பிரதாக்களான அவர்களுடைய நிரம்பின ஐசுவரியத்தையும் வெறுக்காதே' என்பது வியாஸ பாரதம். (ஸபா பர்வம், த்யூத பர்வம் தொடர்ச்சி, எண்பதாவது அத்தியாயம்.)

இப்பகுதி கிஸாரி மோஹன் கங்கூலி மொழிபெயர்ப்பில்: O child, coveting other' s possessions is exceedingly mean. He, on the other hand, enjoyeth happiness, who is content with his own being engaged in the practices of his own order. Never striving to obtain the wealth of others, persevering in one' s own affairs, and protecting what hath been earned,-these are the indications of true greatness. (Sabha Parva, Section LIII (53) என இருக்கிறது. இதில் கவனிக்க வேண்டியது என்னவென்றால், இந்தப் பாடலின் முதலடியான 'வீரனுக் கேஇசைவார் - திரு - மேதினி எனும்இரு மனைவியர்தாம்' என்பது மூலத்தின் தமிழ் மொழிபெயர்ப்பில் இருக்கிறது. ஆங்கில மொழி பெயர்ப்பில் இல்லை.

எனவே, பாரதி 'ஒருவேளை ஆங்கில மொழிபெயர்ப்பைப் பார்த்து தன் படைப்புக்கான அடிப்படையை வகுத்துக் கொண்டிருக் கலாமோ' என்ற ஐயம் விடைபெறுகிறது. பாரதி காலத்தில் ஆங்கில மொழிபெயர்ப்பு வெளிவந்திருந்தது; தமிழ்மொழிபெயர்ப்பு வெளியாகவில்லை. ஆங்கிலத்தில் இல்லாத, தமிழில் உள்ள ஒரு பகுதியை பாரதி கையாண்டிருக்கிறான். எனவே வடமொழி மூலத்தையே அவன் நேரடியாக வாசித்திருக்கிறான்' என்ற அனுமானத்துக்கு இது வலுக்கூட்டுகிறது. ஒன்று மட்டும் நிச்சயம். இந்தப் பாடலின் நான்காவது அடி, பாரதியின் சொந்தப் பங்களிப்பு. நான்காவது அடியில் அவன் கலக்கிறான்.

●

தம்மொரு கருமத்திலே - நித்தம்
    தளர்வறு முயற்சிமற் றோர்பொரு ளை
இம்மியுங் கருதாமை - சார்ந்
    திருப்பவர் தமைநன்கு காத்திடு தல்
இம்மையில் இவற்றினையே - செல்வத்(து)

இலக்கணம் என்றனர் மூதறி ஞர்
அம்மஇங் கிதனையெலாம் - நீ
அறிந்திலை யோபிழை ஆற்றல்நன் றோ? (95)

சொற் பொருள்

அம்ம இங்கு இதனையெலாம் நீ அறிந்திலையோ: அம்மா, கண்ணா, இதெல்லாம் ஒனக்குத் தெரியாதா?

யாப்பு

நான்கடி ஐஞ்சீர்ச் சிந்து.

பாடல் சொல்வது

இம்மைச் செல்வத்தை ஈட்டும் வழி என்ன என்றால், 'தாம் மேற்கொண்ட முயற்சியில் கொஞ்சமும் தளர்ச்சி அடையாமல் இருப்பதும்; அடுத்தவன் பொருளின் மீது ஆசைப்படாமல் இருப்பதும்' என்று பெரிய அறிஞர்களெல்லாம் இலக்கணம் சொல்லி வைத்திருக்கிறார்களே! அதையெல்லாம் நீ அறியாயா? உனக்குத் தெரியாததா? இத்தனையையும் அறிந்த நீ இப்படி ஒரு தவறான வழியைத் தேர்ந்தெடுத்திருப்பது நல்லதா?

வியாஸ பாரதத்தில் சம இடம்

பாடல் 93க்குக் கீழே கொடுத்திருக்கும் வியாஸ பாரதப் பகுதியில், 'அயலான் பொருளைக் கவர்வது மட்டும் சிறிதும் தகாது. வேண்டின வர்கள் விஷயத்தில் அக்கிரமத்தைக் கருதுகிறவனுடைய இம்மை மறுமை இரண்டிலும் துயரந்தான். அந்நியருடைய திரவியத்தை அடையப் பிரவிர்த்தியாமலிருப்பதும் தன் கார்யங்களில் விடாமுயற்சியும் ஈட்டின பொருளைக் காப்பதுமாகிய இவைதாம் பிரபுத்துவத்தின் அடையாளங்கள். (ஸபா பர்வம், த்யூத பர்வம் தொடர்ச்சி, அத்தியாயம் எண்பது.)

கிஸாரி மோஹன் கங்கூலி மொழிபெயர்ப்பு: O child, coveting other' s possessions is exceedingly mean. He, on the other hand, enjoyeth happiness, who is content with his own being engaged in the practices of his own order. Never striving to obtain the wealth of others, persevering in one' s own affairs, and protecting what hath been earned,- these are the indications of true greatness. (Sabha Parva, Section LIII)' *என்பதே இங்கு மீண்டும் பேசப்படுகிறது.*

இப்போது, விட்டது நிறைந்தது. அடுத்த பாடலிலிருந்து சமநிலைக்கு வருவோம்.

•

நின்னுடைத் தோளனையார் - இள
நிருபரைச் சிதைத்திட நினைப்பா யோ?
என்னுடை உயிரன்றோ - எனை
எண்ணிஇக் கொள்கையை நீக்குதி யால்.
பொன்னுடை மார்பகத்தார் - இளம்
பொற்கொடி மாதரைக் களிப்பதி னும்
இன்னும்பல் இன்பத்தினும் - உளம்
இசைய விட்டேஇதை மறந்திட டா. (96)

சொற் பொருள்

நிருபர்: *அரசர்*

யாப்பு

நான்கடி ஐஞ்சீர்ச் சிந்து.

பாடல் சொல்வது

உன்னுடைய தோளை நீயே வெட்டிக்கொள்வதைப் போல, பாண்டவர்களை (பாண்டவர்களாகிய இளைய மன்னர்களை) சிதைக்க எண்ணலாமோ? என் உயிரல்லவா நீ? என்னை நினைத்து இந்தக் கொள்கையை மாற்றிக் கொள்ளப்பா! பொன்னாபரணங் களை அணிந்த மார்பகங்களை உடைய மாதரின்பத்திலும், இன்னும் பலவகையான வேறு இன்பங்களிலும் மனத்தைச் செலுத்தி, உன்னை (இப்போது) வருத்தும் துன்பத்திலிருந்து மீள்வாயாக. இதை மறப்பாயாக.

'உன் தோளை நீயே வெட்டிக்கொள்வது போல் இதென்ன காரியம்!' என்பது வியாசருடைய வாக்கு. பாண்டவர்கள் உன்னுடைய தோள் போன்றவர்கள் அல்லரா, உன் வலிமைக்குத் துணையிருப்பவர் களாயிற்றே, அவர்களை அழிக்க நினைப்பது உன் தோளை நீயே வெட்டிக் கொள்வதற்குச் சமமில்லையா!'

வியாஸ பாரதத்தில் சம இடம்

தன் கைகளை வெட்டுவது போல, இந்தப் பாண்டு புத்திரர்களை நீ வெட்டலாகாது... நீயும் அந்தர்வேதிகை என்னும் யாகசாலையில்

திரவியங்களைத் தானஞ் செய்து, மனத்திற்கினிய போகங்களை அனுபவித்து, மங்கையருடன் விளையாடிக் கலலையின்றிச் சாந்தனாயிரு. (ஸபா பர்வம், த்யூத பர்வத் தொடர்ச்சி, அத்தியாயம் எண்பது.)

●

வேறு

தந்தை இஃது மொழிந்திடல் கேட்டே
　　தாரி சைந்த நெடுவரைத் தோளான்
'எந்தை! நின்னொடு வாதிடல் வேண்டேன்
　　என்று பன்முறை கூறியும் கேளாய்
வந்த காரியம் கேட்டிமற் றாங்குன்
　　வார்த்தை யின்றிஅப் பாண்டவர் வாரார்.
இந்த வார்த்தை உரைத்து விடாயேல்
　　இங்கு நின்முன்என் ஆவி இறுப்பேன். (97)

பதம் பிரித்து

தாரிசைந்த - தார் இசைந்த.

சொற் பொருள்

தார்:　　　　*மாலை*

வரை:　　　　*மலை*

யாப்பு

கட்டளைக் கலிப்பா. மேற்படிப் பாடல் நேரசையில் தொடங்குவதால் ஒவ்வோர் அடியிலும் (ஒற்றொழித்து) பத்துப் பத்து எழுத்துகள் இருப்பதைக் காணலாம்.

பாடல் சொல்வது

திருதிராட்டிரன் மேற்கண்டவாறு சொன்னதைக் கேட்ட, மாலைகள் அணிந்த மலை போன்ற தோள்களை உடையவனான துரியோதனன் சொன்னான்: 'அப்பா! உன்னோடு வாதம் புரிவதை நான் விரும்பவில்லை என்று உனக்கு ஆயிரம் முறை சொல்லியாக விட்டது. இருந்தாலும் கேட்கமாட்டேன் என்கிறாய். (நீ என்ன சொன்னாலும் சரி. உன்னை வாதிட்டு வெல்வதோ நான் நினைத்திருக்கும் காரியத்தின் மேன்மையை நீ உணருமாறு செய்வதோ என் நோக்கமன்று.) என்ன காரியமாக இங்கே வந்திருக்கிறேன் என்பதைக் கேள். நீ அழைக்காவிட்டால் அந்தப்

பாண்டவர்கள் வரமாட்டார்கள். நீ இப்போது அவர்களை, 'மண்டபம் காண்பதற்கும், அதைத் தொடர்ந்து சூதாடுவதற்கும் வா' எனச் சொல்லி வார்த்தை அனுப்ப வேண்டும். இந்த வார்த்தையைச் சொல்லி அனுப்பாவிட்டால், இதோ இங்கே உனக்கு முன்னே, நீ அறியும் விதமாக என் உயிரை விடுவேன். நான் செத்துப் போவேன்.

திருதிராட்டிரன் சக்ரவர்த்தியாக விளங்கிய போதிலும், துரியோதனன் அவனைப் பின்புறத்திலிருந்து இயக்கிக் கொண்டிருந்தான். ஆட்சிப் பொறுப்பில் பேரளவு விதுரரிடத்தில் இருந்தபோதும், திருதிராட்டிரன் எடுக்கின்ற முடிவைச் செயல்படுத்துவராகத்தான் விதுரர் செயல்பட்டுக் கொண்டிருந்தார். திருதிராட்டிரனை துரியோதனன் இயக்கிக் கொண்டிருந்தான். இந்த நிலையில் அவன் தன் தந்தையிடத்தில் போய் 'மண்டபம் கட்டுவதற்கும், அதைக் காணப் பாண்டவர்களை அழைப்பதற்கும், பின்னர் சூதாடுவதற்கும்' அனுமதி வேண்டி நிற்க வேண்டியதில்லை. துரியோதனன் இதை எப்படியாவது செயல்படுத்தியிருப்பான். ஆனால் அப்படிச் செய்வதில் பயன் இராது என்பதும் அவனுக்கு நன்றாகவே தெரியும். தருமன் இப்படிப்பட்ட ஒரு செயலுக்குச் சம்மதிக்கவே மாட்டான். வரவே மாட்டான். அதற்கு திருதிராட்டிரன் அழைக்க வேண்டும். அதுதான் இதிலுள்ள சூட்சுமம்.

ராஜசூய யாகம் முடிந்த தருணத்தில் வியாசர் தருமரைப் பார்க்க வந்தார். 'எல்லாம் நல்லபடியாக முடிந்ததில்லையா' என்று கேட்டு, வியாசரை வணங்கினான் தருமன். 'ஆமாமப்பா. நல்ல படியாகத்தான் முடிந்தது. ஆனால் ஒன்று சொல்கிறேன். குறித்து வைத்துக்கொள். இன்னும் பதின்மூன்று வருட காலத்தில் உன் காரணத்தால் இந்தக் குலம் நாசமடையப் போகிறது' என்றார் வியாசர். திடுக்கிட்டுப் போனான் யுதிட்டிரன். நாசம் என்பது எப்போது நேரும்? பகையாலும், போர்களாலும்தானே! பகையை எப்படித் தடுப்பது? பெரியவர்கள் சொல்லும் வார்த்தைகளைத் தட்டாமல் ஏற்றுக்கொள்வது அதற்கோர் உபாயமன்றோ! உடனே ஒரு பிரதிக்ஞை செய்தான். 'இனி நான் செய்யும் சபதத்தைக் கேட்டுக் கொள்ளுங்கள். இன்று முதல் பதின்மூன்று ஆண்டுகள் வரையில் என் தம்பியரையும் மற்ற அரசர்களையும் நான் கடிந்து பேச மாட்டேன். என் குலத்தவரின் விருப்பப்படியே நடப்பேன். உலகத்தில் கலகம் மன வேறுபாட்டினால்தான் உண்டாகிறது. இனிய காரியங்களையே செய்வேன். சண்டையைத் தூரத்திலேயே தடுத்து உலகத்தின் நிந்தனைக்கு ஆளாகாமல் இருப்பேன்.'

தருமன் செய்த இந்தச் சபதமே குல நாசத்துக்கு அடிகோலியது. 'என் குலத்தவர் விருப்பப்படியே நடப்பேன்; பெரியவர்கள் எது சொன்னாலும் தட்ட மாட்டேன்' என்று தருமன் மேற்கொண்ட சபதத்தையே ஆயுதமாகப் பயன்படுத்தினான் துரியோதனன். இயல்பாகவே யுதிட்டிரன் பெரியோர் சொல் தட்ட மாட்டான் என்ற போதிலும், அவனுக்குக் கூடுதல் பளுவாக இப்போது மேற்கொண்டிருக்கும் சபதம் வேறு நிற்கிறது என்பதை துரியோதனன் அறிவான். எனவேதான் சொல்கிறான்:

... மற்று ஆங்கு உன்
வார்த்தை களின்றிஅப் பாண்டவர் வாரார்

வியாஸ பாரதத்தில் சம இடம்

பாண்டவர்களின் ஐசுவரியத்தைக் காணாதிருந்தால் எனக்குப் பிராண சந்தேகம் உண்டாகாது. ஆதலால் அவர்கள் ஐசுவரியத்தைப் பெறக்கடவேன்; அல்லது யுத்தத்தில் அடிபட்டுப் படக்கடவேன் அரசரே! பாண்டவர்கள் நாளுக்குநாள் மேலாகிறார்கள். நம்முடைய மேன்மையோ நிலையற்றதாக இருக்கிறது. இந்த நிலைமையிலிருக்கிற எனக்கு உயிரினால் ஆவதென்ன? (ஸபா பர்வம், த்யூத பர்வம் தொடர்ச்சி, அத்தியாயம் எண்பத்திரண்டு.)

●

மதித மக்கென் றிலாதவர் கோடி
வண்மைச் சாத்திரக் கேள்விகள் கேட்டும்
பதியும் சாத்திரத் துள்ளுறை காணார்
பானைத் தேனில் அகப்பையைப் போல்வார்.
துதிகள் சொல்லும் விதுரன் மொழியைச்
சுருதி யாம்எனக் கொண்டனை நீதான்.
அதிக மோகம் அவன்உளங் கொண்டான்
ஐவர் மீதிலிங் கெம்மை வெறுப்பான். (98)

யாப்பு

கட்டளைக் கலிப்பா. மேற்படிப் பாடலில் தொடங்கும் நிரையசையில் தொடங்கும் முதல் அரையடியில் (ஒற்றொழித்துப்) பதினோரு எழுத்தும், நேரசையில் தொடங்கும் பின் அரை அடியில் (ஒற்றொழித்து) பத்து எழுத்துகள் இருப்பதைக் காணலாம்.

பாடல் சொல்வது

தனக்கென்று சுய புத்தி இல்லாதவர்கள் ஆயிரம் விதமான சாத்திரங்களைக் கற்றால்தான் என்ன? அவற்றின் உட்பொருளை அறியக் கூடிய அறிவுத் திறன் இல்லாவிட்டால் கற்ற கல்வியால் அவர்களுக்கு என்ன பயன்? ஒரு பானைத் தேனில் முழுகிக் கிடக்கும் அகப்பையைப் போலத்தான் அவர்கள். மற்றவர்களுக்கு எடுத்து வழங்கப் பயன்படும் என்றாலும், நாளெல்லாம் தேனில் மூழ்கிக் கிடந்தாலும் ஒரே ஒரு சொட்டுத் தேனின் சுவையாது அந்த அகப்பைக்குத் தெரிய வருமோ? (நீ படித்து என்ன புண்ணியம்? பானைத் தேனில் கிடக்கும் அகப்பையல்லவா நீ!) உனக்கு என்றைக்கு சுயபுத்தி இருந்திருக்கிறது! அந்த விதுரன் வந்து நான்கு துதிமொழிகள் சொல்லிவிட்டு பிறகு என்ன சொல்கிறானோ அதையே வேதம் என்று கொள்பவன் அல்லனா நீ! அந்த விதுரனுக்குத்தான் எப்போது எம்மிடத்தில் அன்பிருந்திருக்கிறது? அவன் பாண்டவர்களையே மோகிக்கிறான்! எங்களை அடியோடு வெறுக்கிறான்.

நட்ட கல்லை தெய்வ மென்று நாலு புஷ்பம் சாத்தியே
சுற்றி வந்து மொணுமொ ணென்று சொல்லும் மந்திரங்க
ளேதடா!
நட்ட கல்லும் பேசுமோ நாதன் உள்ளி ருக்கையில்?
சுட்ட சட்டி சட்டுவம் கறிச்சுவை அறியுமோ?

என்ற சிவவாக்கியரின் உவமையான, 'கறி சமைத்த சட்டிக்கும் சட்டுவத்துக்கும் கறியின் சுவை தெரியுமா' என்பதை மேற்படி 'பானைத் தேனில் அகப்பை போல்வார்' அடியொற்றி நிற்கிறது.

ஆனாலும், இந்த உவமையும் அப்படியே வியாஸ பாரதத்திலிருந்து நேரடியாக எடுக்கப்பட்டதுதான்.

வியாஸ பாரதத்தில் சம இடம்

அங்ஙனம் கூறியதைக் கேட்ட துரியோதனன் சொல்லுகிறான்: எவனுக்குக் கேள்விமட்டும் மிகுதியாயிருந்து இயற்கை அறிவில்லாமலிருக்கிறதோ, அவன், பட்சணங்களின் சுவையை அகப்பை அறியாமல் இருப்பதைப் போலச் சாஸ்திரங்களின் கருத்தை அறிவதில்லை. (ஸபா பர்வம், த்யூத பர்வம் தொடர்ச்சி, எண்பத்தோராவது அத்தியாயம்.)

இது பாடலின் முதலிரண்டு அடிகளும் வந்த இடம். பின்னிரண்டு அடிகள் இன்னும் சில பக்கங்களைக் கடந்து வருகின்ற குறிப்பில் உள்ளன. அவற்றை அந்தப் பாடலோடு சேர்த்துப் பார்ப்போம்.

•

தலைவன் ஆங்கு பிறர்கையில் பொம்மை.
சார்ந்து நிற்பவர்க் குய்ந்நெறி உண்டோ?
உலைவ லால், திரிதாட்டிர வர்க்கத்
துள்ள வர்க்கு நலமென்ப தில்லை.
நிலையி லாதன செல்வமு மாண்பும்
நித்தம் தேடி வருந்துதல் இலாமே
விலையி லாநிதி கொண்டனம் என்றே
மெய்கு ழைந்து துயில்பவர் மூடர். (99)

பதம் பிரித்து

உலைவலால்: *உலைவு அலால்.*

சொற் பொருள்

உலைவு: சஞ்சலம். ஒரு நிலையில் நிற்காமல் இங்கும் அங்குமாக அலைகளைப் போல் திரியும் தன்மை.

மெய் குழைதல்: காரியத்தில் முனைப்பாக இல்லாமல் உடல் குழைந்து, சோர்ந்து போதல்.

யாப்பு

கட்டளைக் கலிப்பா. மேற்படிப் பாடலில் தொடங்கும் நிரையசையில் தொடங்கும் முதல் அரையடியில் (ஒற்றொழித்துப்) பதினோரு எழுத்தும், நேரசையில் தொடங்கும் பின் அரை அடியில் (ஒற்றொழித்து) பத்து எழுத்துகள் இருப்பதைக் காணலாம்.

பாடல் சொல்வது

இங்கே என்னடாவென்றால் தலைவன் பிறன்கையில் (சாவி கொடுத்தால் ஆடுகின்ற) பொம்மையைப் போல் நிற்கிறான். (விதுரர் இயக்குகின்ற வெற்றுப் பதுமையல்லவா நீ!) உன்னைப் போன்ற பொம்மை அரசர்களைச் சார்ந்து நிற்கும் எம்மைப் போன்றவர்களுக்கு விடிவு என்பது எக்காலத்தும் உண்டோ? இங்கும் அங்குமாக மனம் பேயாட்டம் ஆட, வருந்திக்

குலைவுறுதைத் தவிர, திருதிராட்டிரனுக்குப் பிள்ளையாய்ப் பிறந்தவர்களுக்கு ஏதேனும் நன்மை ஏற்பட வழியுண்டோ? ‘செல்வமும் பெருமையும் நிலையற்றவை. ஆகவே நிலையற்ற செல்வத்தைத் தேடி அலைந்து நித்த நித்தம் வருந்தாமல், கையில் ஏற்கெனவே விலைமதிப்பில்லாத செல்வத்தை வைத்திருக் கிறோமே என்று நினைத்துக்கொண்டு அலட்டிக் கொள்ளாமல் அப்படியே இருந்த நிலையிலேயே தூங்குபவர்கள் மூடர்கள்...

●

பழைய வானிதி போதுமென் றெண்ணிப்
பாங்கு காத்திடு மன்னவர் வாழ்வை
விழையும் அன்னியர் ஓர்கணத் துற்றே
வென்ற ழிக்கும் விதிஅறி யாயோ?
குழைதல் என்பது மன்னவர்க் கில்லை.
கூடக்கூ டப்பின் கூட்டுதல் வேண்டும்.
பிழைஒன் றேஅர சர்க்குண்டு கண்டாய்
பிறரைத் தாழ்த்து வதில்சலிப் பெய்தல். (100)

பதம் பிரித்து

வானிதி: வான் நிதி. பெரிய செல்வம். (வானதி என்பது வேறு.)

யாப்பு

கட்டளைக் கலிப்பா. மேற்படிப் பாடலில் தொடங்கும் நிரையசையில் தொடங்கும் முதல் அரையடியில் (ஒற்றொழித்துப்) பதினோரு எழுத்தும், நேரசையில் தொடங்கும் பின் அரை அடியில் (ஒற்றொழித்து) பத்து எழுத்துகள் இருப்பதைக் காணலாம்.

பாடல் சொல்வது

யாரோ எப்போதோ சேர்த்து வைத்த பெருஞ்செல்வம் போதும் என்று எண்ணி அதனைக் காத்து நிற்கும் மன்னவர்களுடைய வாழ்வை விரும்பி நிற்கும் அன்னியர்கள் அவர் மேல் படையெடுத்து வந்து ஒரே கணத்தில் (அப்படி, ‘போதும் என்ற மனத்தோடு நின்ற மன்னர்களை’) அழிப்பது இயற்கையின் விதி. இதை நீ அறியமாட்டாயோ? தளர்ச்சி என்பது ஒரு நாளும் அரசர்களுக்கு ஏற்படக் கூடாது. செல்வம் எவ்வளவுக்கெவ்வளவு ஏறுகிறதோ, அவ்வளவுக்கவ்வளவு மேலும் மேலும் பெருகச்செய்ய வேண்டும். அரசர்கள் செய்வது எதுவும்

பிழையாகாது. அப்படி அவர்கள் பிழை செய்வார்கள் என்றால், அது ஒன்றே ஒன்றாகத்தான் இருக்க முடியும். 'அடுத்தவர்களைத் தாழ்த்துவதில் சலிப்பு எய்தி, அந்தச் செயலை நிறுத்திக்கொள்ளுதல்' என்பதுதான் அது.

வியாஸ பாரதத்தில் சம இடம்

திருப்தியடையாமல் இருப்பதுதான் ஐசுவரியத்துக்குக் காரணம்; அதனால் அதை நான் விரும்புகிறேன். வேந்தரே! விருத்தியா வதற்கு முயற்சி செய்வதுதான் நீதியின் துணிபு. ராஜ்யத்திலும் செல்வத்திலும் எனதென்கிற எண்ணத்தை யாரும் செய்யத் தகாது. முன் கிடைத்ததைப் பிறர் பிறகு எடுத்துக் கொள்ளுவார்கள். அஃது அரசர்களின் தர்மமென்றே அறிகின்றனர். (ஸபா பர்வம், எண்பத்தோராவது அத்தியாயம், த்யூத பர்வம் தொடர்ச்சி.)

●

வேறு

வெல்வதெம் குலத்தொழிலாம் - எந்த
    விதத்தினில் இசையினும் தவறிலைகாண்
நல்வழி தீயவழி - என
    நாமதில் சோதனை செயத்தகுமோ?
செல்வழி யாவினுமே - பகை
    தீர்த்திடல் சாலுமென் றனர்பெரியோர்
கொல்வது தான்படையோ - பகை
    குமைப்பன யாவுநற் படையலவோ? (101)

சொற் பொருள்

குமைப்பன - குமைத்தலுக்கு உதவுவன. குமைதல்/குமைத்தல் என்றால் குழையும்படியாச் சோற்றை வேகவைத்தல். ஆகவே நெஞ்சத்தின் உறுதித் தன்மை அழிந்து, வெந்து, குழைந்த தன்மையைக் குறிக்க 'மனம் குமைந்து போனேன்' என்று சொல்கிறோம். ஆனால் இங்கே வேறொரு பொருளில் பயன் பட்டிருக்கிறது இந்தச் சொல். இந்த இடத்தில் 'குமைத்தல்' என்ற சொல்லுக்கு 'அடியோடு அழித்தல்' என்பது பொருள்.

சாலும்: *தகும். (பாடல் 48: 'தரணி மன்னருள் முற்பட வைத்திடல் சாலுமோ?' கண்ணனை எல்லா மன்னருக்கும் மேலானவனாக வைத்திடுதல் தகுமோ?)*

யாப்பு

நான்கடி ஐஞ்சீர்ச் சிந்து.

பாடல் சொல்வது

துரியோதனன் தொடர்கிறான். வெற்றி பெற வேண்டும். அதுதான் அரசர்களின் குலத்தொழில். அந்த வெற்றியை எந்த வழியில் வேண்டுமானாலும் அடையலாம். எடுத்திருப்பது நல்ல வழியா அல்லது தீய வழியா என்றெல்லாம் சோதித்துப் பார்த்துக் கொண்டிருக்க வேண்டியதில்லை. 'எந்த வழியில் போனாலும் சரியே. பகையை அழிப்பது ஒன்றே குறிக்கோள்; எனவே, மேற்கொள்வதற்கு எந்த வழியானாலும் தகும்' என்று பெரியவர்கள் சொல்லி வைத்திருக்கிறார்கள். ஆயுதம் என்றால் கொல்லத்தான் பயன்பட வேண்டுமா என்ன! பகைவனுடைய ஆற்றலை அழிக்க உதவுவது எல்லாம் ஆயுதம்தான்!

இதுவும் போர்தானே! மோது போர் என்பது ஆயுதம் ஏந்தும் போர் என்று சொல்கிறாய். இந்தச் சூது போரும் அப்படித்தான். சூதும் ஓர் ஆயுதம்தான். ஆயுதம் என்றால் உலோகத்தால் செய்யப்பட்டிருக்க வேண்டும்; குத்திக் கொல்வதற்கு ஏதுவாய் இருக்க வேண்டும் என்றெல்லாம் யார் சொன்னார்கள்? பகைவனுடைய ஆற்றலை அழிக்க எதுவெல்லாம் உதவுகிறதோ அதுவெல்லாம் ஆயுதந்தான்!

வியாஸ பாரதத்தில் சம இடம்

மகாராஜாவே! க்ஷத்திரியனுடைய தொழில் ஜயத்திலேதான் இருக்கிறது. அது தர்மமாயிருந்தாலும் சரி; அதர்மமாயிருந்தாலும் சரி. தன் தொழிலைப் பற்றிப் பரீட்சை ஏது? பரதசிரேஷ்டரே! எதிரிகளினுடைய சிறப்புற்ற ராஜ்ய லக்ஷ்மியைப் பெற விரும்புகிற அரசன், சாரதி சாட்டையினால் குதிரைகளை ஓட்டுவது போல, எதிரிகளை எல்லாத் திசைகளிலும் ஓட்ட வேண்டும். கபடமாகவோ, வெளிப்படையாகவோ உள்ள எந்த உபாயமானது எதிரியைத் துன்பப்படுத்துமோ, அதுதான் அஸ்திரமறிந்தவனின் அஸ்திரம். வெட்டுங் கருவியே அஸ்திரம் என்று சொல்லப்படவில்லை. (ஸபா பர்வம், எண்பத்தோராவது அத்தியாயம், த்யூத பர்வம் தொடர்ச்சி.)

பாடல், அப்படியே வியாசரைத் தழுவி நடப்பதைக் காண்க. குறிப்பாக, 'கொல்வதுதான் படையோ - பகை - குமைப்பன யாவுநற் படையலவோ' என்ற நான்காம் அடிக்கு எழுதப்பட்ட உரையைப் போல மூலத்தின் சம பகுதி காணப்படுகிறது.

●

வேறு

சுற்றத் தார்இவர் என்றனை ஐயா!
    தோற்றத் தாலும் பிறவியி னாலும்
பற்ற லாரென்று நண்பர்க ளென்றும்
    பார்ப்ப தில்லை உலகினில் யாரும்.
மற்றெத் தாலும் பகையுற லில்லை -
    வடிவினில் இல்லை அளவினில் இல்லை -
உற்ற துன்பத்தி னால்பகை உண்டாம்
    ஓர்தொ ழில்பயில் வார்தமக் குள்ளே. (102)

சொற் பொருள்

பற்றலார்: *பற்று அலார் - பகைவர்கள்.*

இலக்கணம்

பற்றலாரென்று நண்பர்களென்றும் - 'பற்றலார் என்றும்' என்பதில் உள்ள மகரம் (ம்) கெட்டதன் காரணத்தைப் பாடல் எண் 3ல் கண்டோம்.

யாப்பு

கட்டளைக் கலிப்பா. (நேர் பத்து; நிரை பதினொன்று என்று பாரதி கையாண்டிருக்கும் வகை.) மேற்படிப் பாடலில் ஒவ்வோர் அரையடியும் நேரசையில் தொடங்குவதால், ஒவ்வோர் அரையடியிலும் ஒற்றொழித்துப் பத்து எழுத்துகள் இருப்பதைக் காணலாம்.

பாடல் சொல்வது

பாண்டவர்கள் நம்முடைய சுற்றத்தார்கள் என்று சொன்னாய். உனக்கு உலக வழக்கம் தெரியவில்லை. உறவுக்காரர்கள் என்றால் எந்த வகையில்? பிறப்பினாலும், உருவத்தினாலும் ஒத்து இருப்பவர்கள் எல்லாம் உறவினர் ஆகிவிட முடியுமா? (பொதுவாக அப்படித்தான் கொள்ளவேண்டும் என்றாலும்) உலகத்தார் தம்முடைய நண்பர்கள் இன்னார், பகைவர்கள் இன்னார் என்று பிறப்பின் அடிப்படையிலோ ஒத்த தோற்றத்தை உடையவர்கள் என்ற அடிப்படையிலோ கருதுவதில்லை. ஒரே தொழிலில் ஈடுபட்டிருக்கும் இரண்டு பேர்களுக்கு இடையிலே, ஒருவர் மற்றவருக்கு விளைவிக்கும் துன்பத்தின் அளவே உறவையோ பகையையோ நிர்ணயிக்கும்.

அப்பா, உறவு என்பதும் பகை என்பதும் என்ன? கூடப் பிறந்தவர்கள் எல்லோரும் சோதரர் ஆகிவிட முடியுமா? அதுவும் இவர்கள் உன் கூடப் பிறந்தவனுக்குப் பிறந்தவர்கள். உறவு என்பது உடலால் நிகழ்வது. பிறப்பால் வருவது. பகை என்பது உள்ளத்தால் நிகழ்வது. ஒத்த தொழில் புரிகின்ற இரண்டு பேர்களுக்குள்ளே பகை உருவாக என்ன காரணம்? ஒருவன் தன்னுடைய வளர்ச்சியினாலோ மற்ற மற்ற காரணங்களாலோ மற்றவனுக்குத் துன்பத்தை விளைக்கிறான். அப்போது பகை இயற்கையாகவே உருவாகிறது. நானும் அரசன்; பாண்டவர்களும் அரசன். அவர்களுடைய வளர்ச்சி என்னைத் துன்பப்படுத்துகிறதே! இந்த ஒரு காரணம் போதாதா அவர்கள் மீது பகை கொள்வதற்கு!

வியாஸ பாரதத்தில் சம இடம்

சத்துருவென்பதும் மித்திரனென்பதும் எழுதி வைத்திருப்பனவுமல்ல; பட்டயமுமல்ல. அரசனே! எவன் எவனுக்குத் துன்பத்தை உண்டுபண்ணுகிறானோ, அவன் அவனுக்குச் சத்துருவென்று சொல்லப்படுகிறான். (ஸபா பர்வம், எண்பத்தோராவது அத்தியாயம், த்யூத பர்வம் தொடர்ச்சி.)

●

பூமித் தெய்வம் விழுங்கிடக் கண்டாய்
புரவ லர்பகை காய்கிலர் தம்மை.
நாமிப் பூதலத் தேகுறை வெய்த
நாளும் பாண்டவர் ஏறுகின் றாரால்
நேமி மன்னர் பகைசிறி தென்றே
நினைவ யர்ந்திருப் பாரெனில் நோய்போல்
சாமி அந்தப் பகைமிக லுற்றே
சடிதி மாய்த்திடும் என்பதும் காணாய். (103)

சொற் பொருள்

நேமி: *சக்கரம்; ஆணைச் சக்கரம்.*

சடிதி: *சடிதி, சடுதி இரண்டும் 'விரைவில்' என்ற பொருள் தரும் 'ஜடிதி' என்ற உருதுச் சொல்லின் தமிழ் வடிவங்கள்.*

'ஜடிதி! பெயரேன்! சாற்றுதி தக்ஷணம்!' - மனோன்மணீயம் (குடிலனிடம் புருடோத்தமன் கேட்பது, ஐந்தாம் அங்கம், முதற் களம்)

(பாரதி முஸ்லிம் பெருமக்களைப் போலவே, அதே உச்சரிப்பில் உருது பேசுவான் என்பது வ. ரா. சொல்வது. 'எனக்கு ஹிந்துஸ்தானி அல்லது உருது பாஷை நன்றாகத் தெரியும்.' இது பாரதியே சொல்வது. 'ரெயில்வே ஸ்தானம்' என்ற தலைப்பிட்ட கட்டுரை.)

யாப்பு

கட்டளைக் கலிப்பா. (நேர் பத்து; நிரை பதினொன்று என்று பாரதி கையாண்டிருக்கும் வகை.) மேற்படிப் பாடலில் ஒவ்வோர் அரையடியும் நேரசையில் தொடங்குவதால், ஒவ்வோர் அரையடியிலும் ஒற்றொழித்துப் பத்து எழுத்துகள் இருக்கின்றன. நிரையசையில் 'நினைவயர்ந்' மற்றும் 'சடிதி' என்று தொடங்கும் இரண்டு அரையடிகளிலும் ஒற்றொழித்துப் பதினோரு எழுத்துகள் இருப்பதைக் காணலாம்.

பாடல் சொல்வது

(எதிரியாகிய) மன்னர்களின் பகைமையக் காய்ந்து, எதிர்க்காதவர்களை (எதிரிகளை அழிக்காத மன்னர்களை) (வேறு யாரும் வேண்டாம்), பூமா தேவியே விழுங்கிவிடுவாள். கௌரவர்களாகிய நம்முடைய செல்வாக்கு இந்த உலகத்தில் குறைந்துகொண்டே போகிறது. பாண்டவர்களின் செல்வாக்கோ அதிகரித்துக்கொண்டே இருக்கிறது. ஆணைச் சக்கரத்தை உடைய (மற்ற/எதிரி) மன்னர்களிடம் காணப்படும் பகை 'சிறியது' என்று எண்ணி அலட்சியமாக இருந்துவிடக் கூடாது. அப்படி இருந்தால், ஐயோ, அந்தப் பகையானது நோய்கள் எவ்வளவு விரைவில் பெருகிப் பரவுமோ, அவ்வளவு விரைவில் பெருகும்; பரவும். விரைவில் அழிக்கவும் அழித்துவிடும் என்பதைக் காண மறுக்கிறாய் நீ.

வியாஸ பாரதத்தில் சம இடம்

இந்திரன் துரோகம் பண்ணுவதில்லை என்று வாக்குத் தத்தஞ் செய்த நமுசியென்னும் அசுரனுடைய தலையை வெட்டினான். சத்துருவினிடத்தில் அவ்வகையான ஒழுக்கம் எப்போதும் உள்ளதென்று இந்திரனாலேயே நினைக்கப்பட்டது. பகையில்லாத அரசன், ஊரைவிட்டுச் செல்லாத பிராமணன் இவ்விருவரையும், எலிகளைப் பாம்பு தின்பதுபோல பூமி தின்றுவிடுகிறது.

பூமித் தெய்வம் விழுங்கிடுங் கண்டாய் என்ற முதலடி, நேரடியாக வியாசரில் உள்ளதைப் பார்க்கவும்.

●

போர்செய் வோம்எனில் நீதடுக் கின்றாய்
புவியி னோரும் பழிபல சொல்வார்.
தார்செய் தோளிளம் பாண்டவர் தம்மைச்
சமரில் வெல்வதும் ஆங்கெளி தன்றாம்
யார்செய் புண்ணியத் தோநமக் குற்றான்
எங்க ளாருயிர் போன்றஇம் மாமன்.
நேர்செய் சூதினில் வென்று தருவான்
நீதித் தருமனும் சூதில்அன் புள்ளோன். (104)

சொற் பொருள்

நேர் செய் சூது: *சமமற்ற செல்வம், அதிகாரம் எல்லாவற்றையும் சமம் செய்து தரப்போகிற சூது.*

யாப்பு

கட்டளைக் கலிப்பா. (நேர் பத்து; நிரை பதினொன்று என்று பாரதி கையாண்டிருக்கும் வகை.) மேற்படிப் பாடலில் ஒவ்வோர் அரையடியும் நேரசையில் தொடங்குவதால், ஒவ்வோர் அரையடியிலும் ஒற்றொழித்துப் பத்து எழுத்துகள் இருக்கின்றன.

பாடல் சொல்வது

அட! போர்தான் செய்து பார்த்துவிடுவோமென்றால், நீ குறுக்கே விழுந்து மறிக்கின்றாய். (சூதாட்டத்துக்கே இத்தனை யோசிப்பவன், பாண்டவர்களுடன் போர் செய்யவா எங்களை விடுவாய்! அது ஒரு பக்கம் இருக்கட்டும். நானே அவர்களோடு யுத்தம் செய்ய விரும்பவில்லை, ஏனென்றால்) மாலைகளை அணிந்த தோள்களை உடைய பாண்டவர்களோடு யுத்தம் செய்து வெல்வது ஒன்றும் எளிதான செயல் அன்று. யார் செய்த புண்ணியமோ, எங்கள் மாமன் சகுனி நமக்குக் கிடைத்திருக்கிறான். எங்கள் ஆருயிர் போன்றவன் அல்லனா அவன்! ஏற்றத் தாழ்வுகள் எல்லாவற்றையும் போக்கடிக்கக் கூடிய, தகர்க்கக் கூடிய, சமம் செய்யக் கூடிய சூதாட்டத்தில் எல்லாவற்றையும் சரிசெய்து தருவான். அது ஒரு பக்கம் இருக்கட்டும். உனக்குத் தெரியுமோ தெரியாதோ, சூதாடுவதில் யுதிஷ்டிரனுக்கும் பிரியம் உண்டு.

'நீதித் தர்மனுஞ் சூதிலன்புள்ளோன்.' தர்மன் சூதாட்டத்திலே பிரியமுடையவனென்றும், அழைத்தால் எளிதில் இணங்கி விடுவான் என்றும் சகுனி கருதுவதாக முதனூலிலேயே காணப் படுகிறது.' - இது பாரதியின் குறிப்பு. இங்கே இந்தக் கருத்தை

துரியோதனன் திருதிராஷ்டிரனிடத்தில் சொல்வதாகப் பேசப் பட்டாலும், மூலத்தில் இந்தக் கருத்தை சகுனி துரியோதனனுக்குச் சொல்கிறான்.

வியாஸ பாரதத்தில் சம இடம்

...சகுனி, 'யுதிஷ்டிரன் சூதாட்டத்தில் ஆசையுள்ளவன். அவனுக்கு ஆடத் தெரியாது. ராஜசிரேஷ்டனான அவன் நாம் அழைத்தால் வராமல் இருக்க மாட்டான். கௌரவனே! நான் ஆட்டத்தில் தேர்ந்தவன். எனக்கு நிகரானவன் மூன்று லோகங் களிலும் இல்லை. நீ அவனைச் சூதுக்கு அழை. புருஷ சிரேஷ்டனான அரசனே! பாச்சிகைகளில் நிபுணனாகிய நான் அவனுடைய ராஜ்யத்தையும் அந்த விளங்கும் ஐசுவரியத்தையும் உனக்காக வாங்கிவிடுவேன் என்பது திண்ணம். (ஸபா பர்வம், எழுத்தைந்தாவது அத்தியாயம், த்யூத பர்வம் தொடர்ச்சி-துரியோதனனும் சகுனியும் உரையாடும் இடம். இது சகுனி பேசுவது.)

'பாண்டு புத்திரனான யுதிஷ்டிரனிடத்திலுள்ள எந்த ராஜ்ய லக்ஷ்மியைக் கண்டு நீ துயரப்படுகிறாயோ அந்த ராஜ்ய லக்ஷ்மியை சூதாட்டத்தினால் நான் வாங்கிவிடுவேன். அரசனே! குந்தி புத்திரனான யுதிஷ்டிரனை நீ அழைக்க மாத்திரம் வேண்டும். நான் படைத்தலையில் யுத்தம் செய்யாமலும் பிராமண சமுசயத்தை அடையாமலும் புண்படாமலும், பாச்சிகைகளை இறைத்து, தெரியாதவனான தர்ம ராஜனை ஜெயிப்பதில் சமர்த்தன்.... பிறகு, துரியோதனன், 'வேந்தரே! சூதாட்டந் தெரிந்த இந்தச் சகுனி சூதினாலேயே பாண்டவர்களிடமிருந்து வாங்கத் திறமையுள்ள வனாயிருக்கிறான். அதற்கு நீர் அனுமதிக்க வேண்டும்' என்றான். (ஸபா பர்வம், எண்பத்திரண்டாவது அத்தியாயம், த்யூத பர்வம் தொடர்ச்சி - திருதிராஷ்டிரன் முன்னிலையில் சகுனியும் துரியோதனனும் பேசுவது.)

இந்தப் பகுதியிலிருந்து தெள்ளத் தெளிவாக இரண்டு விஷயங்கள் புலனாகின்றன:

தர்மபுத்திரன் சூதாட்டத்தில் கலந்துகொள்ள வேண்டுமானால், அதற்கு, அவனை திருதிராஷ்டிரன் அழைக்க வேண்டும். பெரிய வர்கள் என்ன சொன்னாலும் மறுக்காத தர்மபுத்திரனுக்கு, திருதிராஷ்டிரனே அழைக்கிறான் என்னும்போது மறுக்க முடியாமல் போய்விடும் என்பது ஒன்று. துரியோதனனால் எதையும் தானாக, நேரடியாக முடிவெடுத்துச் செய்ய முடியாது;

ஒவ்வொன்றுக்கும் திருதிராஷ்டிரனின் அனுமதியைப் பெற்றதன் பிறகுதான் தன் விருப்பத்தையே செயல்படுத்த முடியும் என்பது இரண்டாவது. அதற்கும் மேல், மூன்றாவதாக, திருதிராஷ்டிரனோ, விதுரர் ஒப்புக் கொண்டால்தான் சம்மதிப்பான். (ஆனால் இந்தச் சமயத்தில், திருதிராஷ்டிரன் சூதுக்கு அழைப்பதற்கான முடிவை விதுரர் பேரில் திணித்தான்.) ‘நீதித் தருமனும் சூதில் அன்புளோன்’ என்ற கருத்துக்கு மாறாக, தர்மபுத்திரன் சூதாட்டத்தை எப்படி யெல்லாம் விதுரரிடத்திலும், சபையிலும் மறுத்துரைத்து, தனக்கு சூதாட விருப்பமில்லை என்று சொல்கிறார் என்பதைப் பார்க்கப் போகிறோம்.

●

பகைவர் வாழ்வினில் இன்புறு வாயோ
　　பார தர்க்கு முடிமணி அன்னாய்?
புகையும் என்றன் உளத்தினை வீறில்
　　புன்சொல் கூறி அஜித்திட லாமோ?
நகைசெய் தார்தமை நாளை நகைப்போம்.
　　நமர்இப் பாண்டவர் என்னில் இஃ்தாலே
மிகையுறும் துன்பம் ஏது?நம் மோடு
　　வேறுறா தெமைச் சார்ந்துநன் குய்வார். (105)

பதம் பிரித்து

வீறில்: *வீறு இல்*

சொற் பொருள்

வீறு இல்: *ஒளியற்ற, பெருமையற்ற.*

யாப்பு

கட்டளைக் கலிப்பா. (நேர் பத்து; நிரை பதினொன்று என்று பாரதி கையாண்டிருக்கும் வகை.) மேற்படிப் பாடலில் ஒவ்வோர் முதல் அரையடி நிரையசையிலும், அடுத்த அரையடி நேரசையிலும் தொடங்குவதால், முறையே பதினொன்றும், பத்துமாக எழுத்துக் கணக்கு இருப்பதை (ஒற்றொழித்து) எண்ணிப் பார்க்கலாம்.

பாடல் சொல்வது

பாரத மன்னர்களுள் எல்லாம் தலை சிறந்த மணிபோன்றவனே! பகைவர் வாழ்வதில் அப்படி என்ன இன்பம் உனக்கு? இங்கே

அடக்க முடியாத சினத்தால் புகைந்து கொண்டிருக்கும் என் உள்ளத்தை, ஒளியற்ற வெற்றுச் சொற்களைச் சொல்லி அமைதிப் படுத்தவோ அடக்கவோ நினைக்க வேண்டாம். இந்த நெருப்பு உன் புன் சொற்களால் அவிக்க முடியாத நெருப்பு. நம்மைப் பார்த்துச் சிரித்தவர்களை நாளை நாம் பார்த்துச் சிரிப்போம். அவ்வாறில்லாமல், 'பாண்டவர்கள் நம்மவர்' என்று சொல்லிக் கொண்டிருக்கும் இதைக் காட்டிலும் அதிகமான துன்பத்தைத் தரக் கூடியது எது? (அப்படி அவர்களை 'நம்மவர்கள்' என்று சொல்வதனாலே) அவர்கள் நம்மைச் சார்ந்தவர்கள் போல் இருந்து, (நம்மை உறிஞ்சி, ஒட்டுண்ணியைப் போலே) அவர்கள் நன்றாக வளர்வார்கள்.

வியாஸ பாரதத்தில் சம இடம்

தமிழ், ஆங்கிலம் இரு பதிப்புகளிலும் இந்தப் பகுதி இல்லை.

●

ஐய சூதிற் கவரை அழைத்தால்
ஆடி உய்குதும் அஃதியற் றாயேல்
(பொய்யென் றென்னுரை - என்னியல் போர்வாய் -
பொய்ம்மை வீறுஎன்றும் சொல்லிய துண்டோ?)
நைய நின்முன் என்சிரங் கொய்தே
நானிங் காவி இறுத்திடு வேனால்.
செய்ய லாவது செய்குதி என்றான்;
திரித ராட்டிரன் நெஞ்சமு டைந்தான். (106)

பதம் பிரித்து

நானிங் காவி: நானிங்கு ஆவி

சொற் பொருள்

பொய்ம்மை வீறு: பொய்ப் பெருமை

யாப்பு

கட்டளைக் கலிப்பா. (நேர் பத்து; நிரை பதினொன்று என்று பாரதி கையாண்டிருக்கும் வகை.) மேற்படிப் பாடலில் ஒவ்வோர் அரையடியும் நேரசையில் தொடங்குவதால், ஒவ்வோர் அரையடியிலும் ஒற்றொழித்துப் பத்து எழுத்துகள் இருக்கின்றன. நிரையசையில் 'திரித ராட்டிரன்' என்று தொடங்கும் இரண்டு

அரையடிகளிலும் ஒற்றொழித்துப் பதினோரு எழுத்துகள் இருப்பதைக் காணலாம்.

பாடல் சொல்வது

'அப்பா! அவர்களைச் சூதிற்கு அழைத்தாய் என்றால், ஆடி (அதனால் நாங்கள்) வாழ்வடைவோம். அப்படிச் செய்யவில்லை என்றால், நான் சொல்வது பொய்யில்லை; பொய்ப் பெருமைக்காகப் போலியாகச் சொல்பவன் அல்லன் நான் என்பதனையும் நீ அறிவாய். இங்கே, உன் உள்ளம் நைந்து போகுமாறு, இதே இடத்தில் என் தலையை அறுத்துக் கொள்வேன். இறப்பேன். இனிமேல் உன் விருப்பம். நீ செய்வதுபோல் செய்து கொள்க' என்று துரியோதனன் முடித்தான். இதைக் கேட்ட திரிதராட்டிரன் மனமுடைந்தான்.

வியாஸ பாரதத்தில் சம இடம்

தமிழ், ஆங்கிலம் இரு பதிப்புகளிலும் இந்தப் பகுதி இல்லை.

'உன் கண் முன்னாலேயே என் தலையைக் கொய்துகொள்வேன்' என்பதற்கு மாறாக, துரியோதனன், 'முற்காலங்களிலும் இப்படிப் பட்ட சூதுப் போர்கள் நடைபெற்றிருக்கின்றன' என்று முன்னு தாரணங்களைப் பற்றிப் பேசுகிறான். 'புத்திரனே! எப்படியானாலும் பலவான்களோடு விரோதம் எனக்கு இஷ்டமில்லை. பகையானது மாறுதலை உண்டாக்குகிறது. அதுதான் இரும்பினாற் செய்யப் படாத ஆயுதம். ராஜபுத்திரனே! சண்டையைத் தொடுப்பதும் கரைகடந்து போவதுமாகிய சூதாட்டமென்னும் அனர்த்தத்தைச் சாதகமாக நினைக்கிறாய். அந்தச் சூதாட்டம் ஆரம்பிக்கப்படுமாயின், எவ்வகையிலாவது கூர்மையான கத்திகளையும் அம்புகளையும் உண்டாக்கிவிடும்' என்று திருதிராஷ்டிரன் சொல்லும்போது, துரியோதனன், 'முன்னோர்களாலும் சூதாட்டத்தின் பழக்கம் செய்யப்பட்டிருக்கிறது. அதில் அபாயமும் யுத்தமும் இருந்திருக்கவில்லை. ஆதலால், இப்போது சகுனி சொல்லும் வார்த்தையை நீர் எடுத்துக் கொள்ள வேண்டும். சீக்கிரத்தில் இங்கு ஒரு சபை செய்யக் கட்டளையிடும். சூதாட்டமானது, ஆடுகிற நமக்கு சுவர்க்கத்திற்குச் சிறந்த மார்க்கம். சுவர்க்கத்தில் இருப்பவர் களுக்குங்கூட அந்த ஆட்டமே சிறந்தது; ஆதலால், அதற்கு ஒப்பு அதுதான். அந்தச் சூதாட்டத்தைப் பாண்டவர்களுடன் நீர் செய்யக் கடவீர்' என்று சொன்னான்' என்பது வரையில்தான் மூலத்தில் உள்ளது. (ஸபா பர்வம், எழுபத்திரண்டாவது அத்தியாயம், த்யூத பர்வம் தொடர்ச்சி.)

கிஸாரி மோஹன் கங்கூலியின் மொழிபெயர்ப்பும் இதையே சொல்கிறது.

பகை என்பது இரும்பால் செய்யப்படாத ஆயுதம் என்ற, கன்னத்தில் அறைவது போன்ற வாக்கியத்தை ஏனோ பாரதி விட்டுவிட்டிருக் கிறான். துரியோதனன், முன்னுதாரணங்களைக் காட்டி, போலித் தர்க்கம் செய்து, திருதிராஷ்டிரனுக்கு வேறு வழியில்லாமல் செய்வதாக வியாசர் காட்டியிருக்கிறார். இங்கே பாரதி காட்டியிருப்பது, இன்னும் தீவிரமான, ஒரு தகப்பனால் எதிர்கொள்ள முடியாத நிலை. மாரீச மானுக்குப் பின்னால் சென்ற ராமனுக்குத் துணையாகப் போகும்படி இலக்குவனை வற்புறுத்திய சீதை, வான்மீகத்தில் பேசிய அவச்சொற்களை நளினமாகத் தவிர்த்து, 'இப்போது நீ போகாவிட்டால், உன் கண் முன்னாலேயே தீ மூட்டி அதில் விழுவேன்' என்று இலக்குவன் மேல் அழுத்தத்தை உண்டாக்கிய நாடகப் பாங்கை ஒத்தது, பாரதி செய்திருக்கும் இந்த மாறுதல்.

●

வேறு

விதிசெயும் விளைவினுக்கே - இங்கு
   வேறுசெய் வார்புவி மீதுளரோ
மதிசெறி விதுரன்அன்றே - இது
   வருந்திறன் அறிந்துமுன் எனக்குரைத்தான்
அதிசயக் கொடுங்கோலம் - விளைந்
   தரசர்தம் குலத்தினை அழிக்கும்என்றான்.
சதிசெயத் தொடங்கிவிட்டாய் - நின்றன்
   சதியினில் தானது விளையும்என்றான். (107)

யாப்பு

நான்கடி ஐஞ்சீர்ச் சிந்து.

பாடல் சொல்வது

'உன் முன்னாலே என் தலையை அறுத்துக்கொண்டு மாய்வேன்' என்று துரியோதனன் சொல்லக் கேட்ட திரிதிராட்டிரன் மனம் உடைந்தான். 'இப்படியும் நடந்தாக வேண்டும் என்று விதி இருந்தால், அதை மாற்ற யாரால் முடியும்? செறிவான மதியை உடைய விதுரன் இது இப்படித்தான் நடக்கப்போகிறது என்று பல

நாளுக்கு முன்னரே உணர்ந்து என்னிடத்தில் சொன்னான். 'முன்னெப்போதும் நடந்திராத கொடிய செயல்கள் நடக்கும். அரசர் குலம் முழுவதையும் அந்தச் செயல்களின் விளைவுகள் அழிக்கும்' என்று சொன்னான். 'அத்தனைக் கொடிய செயல்களும், நீ செய்யப்போகும் சதியிலிருந்துதான் தொடங்கும்' என்றான். அதற்கேற்றாற்போல் நீயும் சதி செய்யத் தொடங்கிவிட்டாய்.

வியாஸ பாரதத்தில் சம இடம்

'திருதிராஷ்டிரன், ராஜனே! நீ சொன்ன சொல் எனக்குப் பிரியமாயில்லை. உனக்கு எது விருப்பமோ அதைச் செய்யலாம். இந்தச் சொல்லை நினைத்துப் பிறகு வருத்தப்படுவாய். புத்தியும் கல்வியுமுள்ளவனும் நன்றாகப் பார்த்தும் ஆராய்ந்துமிருப்பவனு மாகிய விதுரனாலேயே இவையெல்லாம் அறியப்பட்டன. க்ஷத்திரியர்களுடைய உயிர்களை மாய்க்கும் அந்தப் பெரும் பயம், நம்மால் தடுக்க முடியாமல் வருகிறது' என்று சொன்னான். (ஸபா பர்வம், எண்பத்திரண்டாவது அத்தியாயம், த்யூத பர்வம் தொடர்ச்சி.)

மூலம், விதுரர் 'இவற்றையெல்லாம் எதிர்பார்த்தார்' என்று மட்டும் தான் சொல்கிறது. 'நீதான் சதிசெய்வாய்' என்று விதுரர் அப்போதே சொன்னார் என்று பாரதி விரித்திருக்கிறான். பொருத்தமான நகாசு வேலைதான். விதுரர், 'பல சதிசெயல்கள் நடக்கும்; பாண்டவர் களுக்குத் துன்பம் வரும்; போர் மூளும்; இந்தக் குலம் மொத்தமும் நாசமாகப் போகிறது' என்று பல இடங்களில் சொல்லி வருகிறார். இனிமேலும் பல இடங்களில் சொல்லப் போகிறார். ஒவ்வொரு முறையும், 'துரியோதனனுடைய செய்கையால்தான் அது நடக்கும்' என்றும் சொல்வார். ஆனால், மூலத்தில், குறிப்பாக இந்த இடத்தில், விதுரரை மேற்கோள் காட்டும் திருதிராஷ்டிரன் பேச்சு, 'துரியோதனன்தான் காரணமாக இருப்பான்' என்பதை மூடி மறைத்துக் கொண்டு செல்கிறது. திருதிராஷ்டிரனுக்கு சம்மதம் இல்லை (இந்தக் கட்டத்தில்) என்பது 'உன் விருப்பம்போல் செய்துகொள். ஆனால், நீ செய்வதில் ஒன்றும் நல்லதற்கு இல்லை' என்று சொல்வதில் பொதிந்திருக்கிறது.

ஆனால், சூதாட்டம் நடைபெறுகையில், தன் மகன் பக்கம் வெற்றி யடைந்து கொண்டே வருவதை பெரிதும் ரசித்தான்; அதுமட்டு மல்லாமல், பாஞ்சாலி பணையமாக வைக்கப்பட்டவுடன், (கண் தெரியாதவன் ஆகையாலே) 'ஜெயித்தாயிற்றா, ஜெயித்தாயிற்றா' என்று அருகிலிருந்தவர்களிடம் பரபரப்புடன் கேட்டவனும்

இவன்தான். எனவே, திருதிராஷ்டிரன் ஒரு தர்ம-அதர்மக் கலவை என்பது தெள்ளத் தெளிவாகப் புலனாகிறது. (ஆனால், பாரதியோ திருதிராஷ்டிரனிடம் காரணமில்லாமல் மோகித்துக் கிடக்கிறாரே! முன்னுரையில் வேறு இதை தெளிவாகவும் சொல்லிட்டாரே! இங்கே உள்ள திருதிராஷ்டிரன் வேறு எப்படி இருப்பான்!)

●

விதிவிதி விதிமகனே - இனி
வேறெது சொல்லுவன் அடமகனே!
கதியுறும் காலனன்றோ - இந்தக்
கயமகன் எனநினைச் சார்ந்துவிட்டான்?
கொதியுறும் உளம்வேண்டா - நின்றன்
கொள்கையின் படிஅவர் தமையழைப்பேன்
வதியுறு மனைசெல்வாய் - என்று
வழியுங்கண் ணீரொடு விடைகொடுத்தான். (108)

சொற் பொருள்

வதியுறு: *வசிக்கின்ற*

யாப்பு

நான்கடி ஐஞ்சீர்ச் சிந்து.

பாடல் சொல்வது

‘விதி! எல்லாம் விதி! மகனே, இனி இதைத் தவிர நான் சொல்வதற்கு என்ன இருக்கிறது! அந்த எமனே இந்தக் கேடுகெட்ட சகுனியின் வடிவத்தில் உன்னிடத்தில் வந்து சேர்ந்திருக்கிறான். உள்ளம் கொதித்தல் வேண்டாம். (எப்படி நடந்தாலும் இனி என்னால் ஆவது ஒன்றும் இல்லை.) நீ நினைத்திருப்பது போலவே அவர்களை அழைப்பேன். இப்போது உன் அரண்மனைக்குத் திரும்பிச் செல்’ என்று திரிதிராட்டிரன், கண்களில் நீர் வழிய மகனுக்கு விடை கொடுத்தான்.

வியாஸ பாரதத்தில் சம இடம்

புத்திசாலியான திருதிராஷ்டிர மகராஜன் இவ்வாறு சொல்லி, விதி பெரிதென்றும் கடக்க முடியாதென்றும் நினைத்து, விதியினால் மனம் மயங்கித் தன் மகன் சொல்லின் அகப்பட்டவனாய்...’

(வாக்கியத்தின் பிற்பகுதி, அடுத்த பாடலுக்குச் செல்கிறது. ஸபா பர்வம், எண்பத்திரண்டாவது அத்தியாயம், த்யூத பர்வம் தொடர்ச்சி.)

இங்கே ஒரு வேறுபாட்டைக் கவனிக்க வேண்டும். 'புத்திசாலியான திருதிராஷ்டிர மகராஜன் இவ்வாறு சொல்லி, விதி பெரிதென்றும், கடக்க முடியாதென்றும் நினைத்து' என்று தமிழில் மொழி பெயர்த்திருக்கின்ற அதே இடத்தை, கிஸாரி மோஹன் கங்கூலி ஆங்கிலத்தில், 'the weak-minded Dhritarashtra regarded fate as supreme and unavoidable' என்று மொழிபெயர்த்திருக்கிறார். வியாசர் 'அகக்கண் உடையவன், புத்திசாலி' என்றெல்லாம் சொல்வது, இடக்கரடக்கலாகவும் கேலிக் குறிப்பாகவும்தான் பெரும்பான்மையான இடங்களில் தொனிப் பொருளாக வருகின்றன்றன. எனவே, திருதிராஷ்டிரன் பெரிய ஞானி என்று வியாசர் கருதினார் எனச் சொல்ல முடியாது. அவன் இங்கே கொஞ்சமும் அங்கே கொஞ்சமுமாகக் கிடந்த கலவை. 'நீ ஒன்று என் பக்கம் இரு. இல்லையெனில் சாத்தான் பக்கம் இரு. இரண்டு பக்கங் களிலும் இருந்தால் நான் உன்னை வாந்தியாக்கிப் போடுவேன்' என்று பைபிளின் 'வெளிப்பாடுகள்' பேசுகிறதல்லவா, அந்த வாக்கி யத்துக்குச் சரியான எடுத்துக் காட்டு வேண்டுமெனில், திருதிராஷ்டி ரனைப் பார்க்கலாம். ஒரே சமயத்தில் தர்மத்தின் பக்கமும் அதர்மத்தின் பக்கமும் மாறி மாறி, சமமற்ற எடைகளுக்கிடையில் ஊசலாடும் தராசுத் தட்டைப் போல இருந்தான் திருதிராஷ்டிரன்.

இதில் கிஸாரி மோகன் கங்கூலி, மூலத்திலுள்ள 'மனீஷி' (புத்திசாலியான) என்ற சொல்லைத் தன் மொழிபெயர்ப்பில் விட்டு விட்டார் என்று வடமொழியில் ஆழ்ந்த பயிற்சியுள்ளவரான விஸ்வபதி கோபால் குறிப்பிடுகிறார்.

●

வேறு

மஞ்சனு மாமனும் போயின பின்னர்
    மன்னன் வினைஞர் பலரை அழைத்தே
பஞ்சவர் வேள்வியிற் கண்டது போலப்
    பாங்கின் உயர்ந்ததொர் மண்டபஞ் செய்வீர்
மிஞ்சு பொருள்அதற் காற்றுவன் என்றான்
    மிக்க உவகையொ டாங்கவர் சென்றே
கஞ்ச மலரிற் கடவுள் வியப்பக்
    கட்டி நிறுத்தினார் பொற்சபை ஒன்றே. (109)

சொற் பொருள்

மஞ்சன்: *மைந்தன், ஆண்மகன். (பாடல் 39 மற்றும் 44-ல் இந்தச் சொல் பயின்றிருப்பதைக் காணவும்)*

பாங்கின் உயர்ந்தது. 'பாங்கு' என்ற சொல் பெரும்பாலும் 'தன்மை' (மனப்பாங்கு) என்ற பொருளிலும், 'அண்டை, அயல்' என்ற பொருளிலும் இக்காலத்தில் ஆளப்படுகிறது. இந்தச் சொல்லுக்குப் பதினான்கு வேறுபட்ட பொருள் உண்டு. இந்த இடத்தில், 'ஒப்பு, இணை' என்று பொருள்படும்.

பாங்கு அரும் சிறப்பு: *இணையாக வேறொன்றைப் பார்ப்பதற்கு அரிதான சிறப்பு.*

பாங்கின் உயர்ந்தது ஓர் மண்டபம்: ஒப்பிட்டுப் பார்க்கையில் மற்ற எல்லாவற்றைக் காட்டிலும் உயர்ந்ததான மண்டபம்.

மேற் பக்கம், கீழ்ப் பக்கம், நடுப்பக்கம் என்பன போன்று 'இடம்' குறிக்கும் சொல்லாகவும் 'பாங்கு' பயன்படும்.

ஓங்கி வளர்ந்ததோர் கம்பம் - அதன்
உச்சியின் மேல்வந்தே மாதரமென்றே
பாங்கின் எழுதித் திகழும் - செய்ய
பட்டொளி வீசிப் பறந்தது பாரீர்
(தாயின் மணிக்கொடி பாரீர்)

(மேல், கீழ், நடு போன்ற) ஒரு பக்கத்தில் 'வந்தே மாதரம்' என்று எழுதியிருக்க, வீசிப் பறக்கும் கொடி.)

கஞ்ச மலரிற் கடவுள்: கஞ்சம் - தாமரை. தாமரை மலரில் வீற்றிருக்கும் கடவுள் - பிரமன்.

யாப்பு

கட்டளைக் கலிப்பா. (நேர் பத்து; நிரை பதினொன்று என்று பாரதி கையாண்டிருக்கும் வகை.) மேற்படிப் பாடலில் ஒவ்வோர் அரையடியும் நேரசையில் தொடங்குவதால், ஒவ்வோர் அரை யடியிலும் ஒற்றொழித்துப் பத்து எழுத்துகள் இருக்கின்றன.

பாடல் சொல்வது

மகனான துரியோதனனும், அவனுடைய மாமனான சகுனியும் போன பிறகு, திரிதிராட்டிரன் கட்டடத் தொழில்நுட்பம் அறிந்த பலரை

வரவழைத்தான். 'பாண்டவர்களுடைய வேள்வியில் கண்டதைப் போல் ஒப்பற்ற ஒரு மண்டபத்தைக் கட்டுவீர். எவ்வளவு பொருள் செலவானாலும் பரவாயில்லை. அதிகமான பணம் செலவழிக்க நான் தயார்' என்றான். அவர்கள் மகிழ்ச்சி கொண்டு அங்கிருந்து போய், பிரமனும் கண்டு வியப்பதைப் போல் ஒரு பொன் மண்டபத்தைக் கட்டி நிறுத்தினார்கள்.

வியாஸ பாரதத்தில் சம இடம்

திருதிராஷ்டிர மன்னன் இவ்வாறு சொல்லி, விதி பெரிதென்றும் கடக்க முடியாதென்றும் நினைத்து, விதியினால் மனம் மயங்கித் தன் மகன் சொல்லில் அகப்பட்டவனாகி, வேலைக்காரர்களைப் பார்த்து, 'நீங்களெல்லோரும் ஆயிரம் தூண்களால் ஆனதும், பொன்னினாலும் வைடூரியக் கற்களினாலும், விசிததிரமானதும் நூறு வாயில்களுடையதும், ஸ்படிகத் தோரணங்களுள்ளதுமான ஒரு குரோசம் நீளமும் அவ்வளவு அகலமுள்ளதுமான ஒரு சிறந்த சபையை ஜாக்கிரதையோடு விரைவிற் செய்யுங்கள்' என்று உரக்கக் கட்டளையிட்டான். (ஸபா பர்வம், எண்பத்திரண்டாம் அத்தியாயம், த்யூத பர்வம் தொடர்ச்சி.)

இங்கே, 'எவ்வாறு கட்டப்பட வேண்டும்' என்பது விஸ்தாரமாகச் சொல்லப்படுகிறது. ஆனால் யாரிடம் இவ்வாறு உத்தரவிடப் பட்டது என்றோ, எந்த இடத்தில் இந்த மண்டபத்தைக் கட்ட வேண்டும் என்றோ குறிப்பில்லை. பாண்டவர்களுடைய சபையை மயன் சமைத்தான்; இந்திரபிரஸ்தத்தில் சமைத்தான் என்பது போன்ற குறிப்புகள் இந்த இடத்தில் இல்லை. பிற்பகுதிகளில் தற்செயலாக, சூதாட்ட மண்டபம் கட்டப்பட்ட இடத்தின் பெயர் ஜயந்தம் என்று தெரிய வருகிறது. ஆனால், பாண்டவர்களுடைய சபையைப் போல, 'இன்னார் கட்டியது' என்ற குறிப்பு எங்கும் இல்லை.

பின்னால், பட்ட நாராயணர் இயற்றிய வேணி ஸம்ஹாரத்தில், சூதாட்டம் நடந்த இடத்தின் பெயர் ஜயந்தம் என்று மிகத் தெளிவாகச் சொல்லப்பட்டுள்ளது. 'மயன் சமைத்த சபை' என்று பாண்டவர்களுடைய ராஜசூய யாகத்துக்குச் சமைந்த சபையைச் சொல்வது போல், யார் கட்டிய சபை என்று வியாசரோ, அவருக்குப் பின்னால் வந்தவர்களோ சொல்லவில்லை. பாஞ்சாலி செய்யும் சபதமான 'துரியோதன, துச்சாதனர்களின் குருதியை என் கூந்தலிற் பூசிய பிறகுதான் என் கூந்தலை முடிப்பேன்' என்ற சபதம் பாரதத்தில் இல்லை. வேணி சம்ஹாரத்திலிருந்து பாரதி பெற்ற கருத்து என்பதை அந்தப் பாடலில் விரிப்போம்.

●

வல்லவன் ஆக்கிய சித்திரம் போன்றும்
வண்மைக் கவிஞர் கனவினைப் போலும்
நல்ல தொழில்உணர்ந் தார்செயல் என்றே
நாடு முழுதும் புகழ்ச்சிகள் கூறக்
கல்லையு மண்ணையும் பொன்னையும் கொண்டு
காமர் மணிகள் சிலசில சேர்த்துச்
சொல்லைஇ சைத்துப் பிறர்செயு மாறே
சுந்தர மாம்ஒரு காப்பியம் செய்தார். (110)

சொற் பொருள்

காமர்: *அழகு, ஒளி, அலங்காரம். காமரு என்ற சொல் வேறு. காமர் என்ற சொல் வேறு. காமரு என்ற சொல்லுக்குப் பாடல் 44 காணவும்.*

இசை: *புகழ்*

யாப்பு

கட்டளைக் கலிப்பா. ஒவ்வோர் அரையடியிலும் ஒற்றொழித்துப் பதினோரு எழுத்துகள் இருக்கின்றன.

பாடல் சொல்வது

தேர்ந்த ஓவியன் எழுதிய சித்திரத்தைப் போலவும், திறமை மிக்க கவிஞர்களுடைய கனவைப் போலவும், 'இதைக் கட்டியவர்கள் தம் தொழிலில் மிகத் தேர்ந்தவர்கள்' என்று நாடெல்லாம் அதைப் பற்றியே புகழ்ந்து பேசும்படியாக, கல்லையும் மண்ணையும் சேர்த்து, அவற்றோடு ஒளி பொருந்திய மணிகளைப் பதித்து, ஒளியும் இசையும் இயைந்த சொற்களைக் கொண்டு கவிஞர்கள் படைப்பதைப் போல், (ஒளியும் இசையும் கொண்ட) கற்களைக் கொண்டு கல்லினால் ஒரு காவியம் படைத்தார்கள்.

வியாஸ பாரதத்தில் சம இடம்

திருதிராஷ்டிரன் சொல்லைக் கேட்டவுடன், சிந்திக்காமலும் விரைவாகவும் சபையைச் செய்தனர். ராஜாவுக்கு நம்பிக்கையான வேலைக்காரர்கள், அநேக நிறங்களிழைத்துப் பலநிறமுள்ளதும், புதிய பொன் ஆசனங்களுள்ளதுமான அந்தச் சபை முற்றுப் பெற்றதைப் பற்றி அரசனிடம் தெரிவித்தனர். (ஸபா பர்வம், எண்பத்திரண்டாம் அத்தியாயம், த்யூத பர்வம் தொடர்ச்சி.)

'கல்லையும் மணியையும் சேர்த்து' என்பது தொடங்கி, பாடலில் உள்ள அனைத்துக் கட்டுமானப் பொருட்களும் வியாச மூலத்தில் உள்ளனவையே. பாரதியின் சொந்தச் சேர்ப்பு ஒரு மாஸ்டர் ஸ்ட்ரோக். 'வல்லவன் ஆக்கிய சித்திரம் போலும், வண்மைக் கவிஞர் கனவினைப் போலும்... சுந்தரமாம் ஒரு காப்பியம் செய்தார்' என்று தன் கவி முத்திரையை இந்த நான்கடிப் பாடலுக்குள் மூன்றிடங்களில் பதித்துள்ளான். சொல்லை இழைத்துப் பிறர் செய்யுமாறே, கல்லால் செய்யப்பட்ட காப்பியம் என்றும், கவிஞர் களுடைய கனவுக்குச் சமமானது என்றும் அவன் சேர்த்திருக்கும் சேர்மானம் அற்புதமானது.

●

தம்பி விதுரனை மன்னன் அழைத்தான்
 தக்க பரிசுகள் கொண்டினி தேகி
எம்பியின் மக்கள் இருந்தர சாளும்
 இந்திர மாநகர் சார்ந்தவர் தம்பால்
கொம்பினை ஒத்த மடப்பிடி யோடும்
 கூடியிங் கெய்தி விருந்து களிக்க
நம்பி அழைத்தனன் கௌரவர் கோமான்
 நல்லதொர் நுந்தை எனவுரை செய்வாய். (111)

சொற் பொருள்

கொம்பு: *தந்தம். தந்தத்தில் கடைந்து எடுக்கப்பட்டதை ஒத்த அங்கங்களை உடைய.*

மடப் பிடி: *மடம் நிறைந்தவளாகிய, பெண்யானையை ஒத்த.*

நம்பி: *(நம்பி! அழைத்தனன்) ஆடவரில் சிறந்தவன். ('மைத்துனன் நம்பி மதுசூதனன்...' நாச்சியார் திருமொழி)*

நுந்தை: *உங்கள் தந்தை*

யாப்பு

கட்டளைக் கலிப்பா. ஒவ்வோர் அரையடியிலும் ஒற்றொழித்துப் பதினோரு எழுத்துகள் இருக்கின்றன.

முன்னரே சொன்னது போல், இப்படி எழுத்தெணிக்கை பிசகாமல் அமைந்திருப்பதை பாரதியே கவனிக்கவில்லை. இவற்றை எண் சீர்

விருத்தம் என்று குறித்திருக்கிறான். பாடல் 109க்கு எழுதிய குறிப்புரையில்

இது முதல் 115 வரை -

'லாலல லாலல லாலல லாலா
லாலல லாலல லாலல லாலா

என்று பாடுக' எனக் குறித்திருக்கிறான். சந்த அமைப்பில் இருக்கும் எழுத்துகளை எண்ணிப் பாருங்கள். பதினோரு எழுத்துகள் இருப்பதைக் காணலாம். சந்தம் தட்டாமல் செய்தால், எழுத் தெண்ணிக்கை தன்னால் அமையும் என்பதற்கு இது ஓர் எடுத்துக்காட்டு.

பாடல் சொல்வது

துரியோதனனும் சகுனியும் போன பின்னர், திருதிராட்டிரன் விதுரனை அழைத்தான். 'உரிய பரிசுகளை எடுத்துக்கொள். நேராக, பாண்டவர்கள் அரசாளும் இந்திரப்பிரஸ்தத்துக்குப் போ. பாஞ்சாலியையும் அழைத்துக் கொண்டு இங்கே வந்து விருந்தினராகத் தங்கியிருக்க வேண்டும் என்று உங்கள் தந்தையாகிய கௌரவர் தலைவன் திரிதிராட்டிரன் சொன்னான்' என்பதாகத் தெரிவிப்பாய்.

வியாஸ பாரதத்தில் சம இடம்

அடுத்த பாடலுடன் சேர்த்துக் காணலாம். இந்தப் பகுதியை இரண்டு பகுதிகளாக ஆக்கியிருக்கிறான் பாரதி.

●

நாடு முழுதும் புகழ்ச்சிகள் கூறும்
நன்மணி மண்டபஞ் செய்ததுஞ் சொல்வாய்.
நீடு புகழ்ப்பெரு வேள்வியில் அந்நாள்
நேயமொ டேகித் திரும்பிய பின்னர்
பீடுறு மக்களை ஓர்முறை இங்கே
பேணி அழைத்து விருந்துகள் ஆற்றக்
கூடும் வயதில் கிழவன் விரும்பிக்
கூறினன் இஃதெனச் சொல்லுவை கண்டாய். (112)

சொற் பொருள்

பீடு: பெருமை

யாப்பு

கட்டளைக் கலிப்பா. (நேர் பதினொன்று; நிரை பன்னிரண்டு என்ற விதிப்படி அமைந்தது. மேற்படிப் பாடலில் ஒவ்வோர் அரையடியும் நேரசையில் தொடங்குவதால், ஒவ்வோர் அரையடியிலும் ஒற்றொழித்துப் பதினோரு எழுத்துகள் இருக்கின்றன.)

பாடல் சொல்வது

(இந்திரப் பிரஸ்தத்தில் அவர்கள் சமைத்த மயன் மண்டபத்துக் கொப்பான) நாட்டு மக்கள் எல்லோரும் வியந்து புகழும் மண்டபம் ஒன்று கட்டியிருப்பதையும் சொல்வாய். துரியோதனன் முதலானோர் அங்கே வந்து விருந்தேற்றது போல் அவர்கள் இங்கே வந்து மறு விருந்தாடவேண்டும் என்ற முறைமையினால், வேள்விக்கு அன்போடு துரியோதனாதியர் வந்து திரும்பியதை ஒட்டி, பெருமை மிக்க என் மக்களைப் பேணுவதற்காக, வயதேறி, முதுமையடைந்த தந்தையாகிய நான் விரும்பினேன் என்று சொல்வாய்.

வியாஸ பாரதத்தில் சம இடம்

பிறகு, தெரிந்தவனான திருதிராஷ்டிர மகாராஜன், மந்திரிகளிற் சிறந்தவரான விதுரனைப் பார்த்து, ராஜகுமாரனான யுதிஷ்டிரனிடம் சென்று, 'இந்த என் சபை அநேக ரத்தினங்களால் அழகாகவும் மிக்கவிலைபெற்ற படுக்கைகளும் ஆசனங்களும் நிரம்பினதாகவும் இருக்கிறது. நீ சகோதர்களுடன் கூட வந்து இதைப் பார்க்க வேண்டும்.' (ஸபா பர்வம், எண்பத்திரண்டாம் அத்தியாயம், த்யூத பர்வம் தொடர்ச்சி.)

●

'பேச்சின் இடையிற் சகுனிசொற் கேட்டே
பேயெனும் பிள்ளை கருத்தினில் கொண்ட
தீச்செயல் இஃதென் றதையுங் குறிப்பால்
செப்பிடு வாய்'என மன்னவன் கூறப்
'போச்சுது! போச்சுது பாரத நாடு!
போச்சுது நல்லறம்! போச்சுது வேதம்
ஆச்சரி யக்கொடுங் கோலங்கள் காண்போம்
ஐய இதனைத் தடுத்தல் அரிதோ?' (113)

யாப்பு

கட்டளைக் கலிப்பா. (நேர் பதினொன்று; நிரை பன்னிரண்டு என்ற விதிப்படி அமைந்தது. மேற்படிப் பாடலில் ஒவ்வோர் அரையடியும் நேரசையில் தொடங்குவதால், ஒவ்வோர் அரையடியிலும் ஒற்றொழித்துப் பதினோரு எழுத்துகள் இருக்கின்றன.)

பாடல் சொல்வது

பேச்சுக்கு நடுவில் பேயை ஒத்த என் பிள்ளையின் மனத்தில் இப்படி ஒரு தீச்செயலைக் கருதியிருக்கிறான் என்பதையும் குறிப்பால் உணர்த்துவாய் என்று திருதிராட்டிரன் கூறவும் விதுரர் அதிர்ச்சியுற்றார். 'போச்சுது! எல்லாம் போயிற்று! பாரத நாடு அழிந்தது! நல்லறம் ஒழிந்தது! வேதங்கள் கெடும்! ஐயா! இப்படி ஒரு காரியம் நடக்கவிடாமல் தடுக்க இயலாதா?'

வியாஸ பாரதத்தில் சம இடம்

'நீ சகோதர்களுடன் கூட வந்து இதைப் பார்க்க வேண்டும். இதில் சிநேகிதர்களுடன் ஒரு சூதாட்டம் நடக்க வேண்டும் என்று நான் சொன்னதாகச் சொல்லி, அவனைச் சீக்கிரம் இங்கே அழைத்து வா' என்று சொன்னான். ஜனமேஜய மகாராஜாவே! திருதராஷ்டிர மகாராஜன், தன் புத்திரனுடைய எண்ணத்தை அறிந்து, விதியை வெல்லமுடியாதென்று நினைத்து இவ்வாறு செய்தான். அறிவிற் சிறந்த விதுரர், அவ்வாறு அநீதியாகக் கட்டளையிடப்பட்டபோது, தமது பிராதாவினுடைய அந்தச் சொல்லை அங்கீகரியாமல், 'அரசரே! உம்முடைய இந்தக் கட்டளையை நான் ஒப்பவில்லை. குலத்திற்குக் கெடுதிவரும் என்று பயப்படுகிறேன். இவ்வாறு செய்யாதீர். உமது புத்திரர்களுக்குள் வேறுபாடும் சண்டையும் நிச்சயமாக உருவாகும். வேந்தரே! இதற்காகவே சூதாட்டத்தைப் பற்றிப் பயப்படுகிறேன்' என்று சொன்னார். (ஸபா பர்வம், எண்பத்திரண்டாம் அத்தியாயம், த்யூத பர்வம் தொடர்ச்சி.)

இதை வில்லி,

மண்டபம் காண எம்முன்
வருகஎன் றழைத்து வந்தால்
கண்டுகண் களித்து மற்றக்
காவலர் இருந்த போதில்
புண்டர விசால நெற்றிப்
புரவல, பொழுது போக
அண்டரும் விரும்பும் வன்சூது
ஆடுதும் வருக என்போம்.

வியாசருடைய மூலத்திலும் சரி, வில்லியின் வழிநூலிலும் சரி. திருதராஷ்டிரனுடைய பேச்சில் சூதுக்கு முழு சம்மதமே தெரிகிறது. 'இப்படித்தான் விதி என்றால், அப்படியே இருந்துவிட்டுப் போகட்டும்' என்ற தொனி வியாச மூலத்திலும், அந்த தொனிப் பொருளும் இல்லாமல் வழிநூலும் நடக்கும்போது, பாரதியின் படைப்பில் எப்படி இருக்கிறது? 'பேச்சுக்கு நடுவில், பேயை ஒத்த என் பிள்ளையின் மனத்தில் இப்படி ஒரு தீச்செயலைக் கருதியிருக்கிறான் என்பதையும் குறிப்பால் உணர்த்துவாய் என்று திருதிராட்டிரன் கூறவும்...' என்பது, பாண்டவர்களுக்கு விடுத்த எச்சரிக்கைக் குறிப்பாக தொனிக்கிறது. 'அப்பா! நான் சொல்வதைச் சொல்லிவிட்டேன். தீர்மானம் உன்னுடையது' என்று திருதராஷ்டிரன் சொல்வதைப் போலத் தோன்றுகிறது. இந்த லேசான குணசித்திர நகாசு வேலை பாரதியுடையது. ஆனால், திருதராஷ்டிரன் சொல்லி விட்டால், தர்மபுத்திரன் நெருப்பில் வேண்டுமானாலும் கண்ணை மூடிக்கொண்டு குதிப்பான். அந்த அளவுக்கு, 'பெரியப்பா' என்ற ஸ்தானத்துக்கு, சொந்த அப்பனுக்கு ஈடான ஸ்தானத்தைக் கொடுத் திருந்தான். இதை விதுரருடைய பேச்சில் பின்னர் காண்போம்.

●

என்று விதுரன் பெருந்துயர் கொண்டே
ஏங்கிப் பலசொல் இயம்பிய பின்னர்
'சென்று வருகுதி தம்பி இனிமேல்
சிந்தனை ஏதும் இதிற்செய மாட்டேன்.
வென்று படுத்தனன் வெவ்விதி என்னை
மேலை விளைவுகள் நீயறி யாயோ?
அன்று விதித்ததை இன்று தடுத்தல்
யார்க்கெளி' தென்றுமெய் சோர்ந்து விழுந்தான். (114)

யாப்பு

கட்டளைக் கலிப்பா. (நேர் பதினொன்று; நிரை பன்னிரண்டு என்ற விதிப்படி அமைந்தது. மேற்படிப் பாடலில் ஒவ்வோர் அரையடியும் நேரசையில் தொடங்குவதால், ஒவ்வோர் அரையடியிலும் ஒற்றொழித்துப் பதினோரு எழுத்துகள் இருக்கின்றன.)

பாடல் சொல்வது

என்று விதுரன் பெரிய துயர் கொண்டு ஏங்கிப் பலவாறு சொன்னான். 'தம்பி! இனிமேல் இதைப்பற்றி மறு சிந்தனை ஏதும் செய்வதாக

இல்லை. நீ சென்று வா! விதி என்னை வென்றது. இதற்கு மேல் என்னென்ன நடக்கும் என்பதை அறியாதவான நீ? என்றோ விதித்து எழுதி வைத்ததை மாற்றவோ, தடுக்கவோ யாருக்கும் எளிதான ஒன்றா?' என்று கேட்டவாறு திரிதிராட்டிரன் உடல் தளர்ந்து விழுந்தான்.

வியாஸ பாரதத்தில் சம இடம்

திருதராஷ்டிரன், 'விதுரா! விதியானது பிரதிகூலமாயிருக்குமாயின் இந்தக் கலகத்தைப் பற்றி எனக்குத் துயரமில்லை. இந்த உலக மனைத்தும் பிரம்மாவினால் விதியின் வசத்தில் வைக்கப்பட்டுதான் நடந்துகொண்டிருக்கிறது. எதுவும் சுதந்திரமாக இல்லை. விதுரா! ஆதலால், இப்போதே தர்மராஜாவினிடம் சென்று, யாராலும் வெல்ல முடியாதவனும் குந்தி புத்திரனுமான அவனை என் கட்டளைப்படி விரைவில் அழைத்து வா' என்று சொன்னான். (ஸபா பர்வம், எண்பத்திரண்டாம் அத்தியாயம், த்யூத பர்வம் தொடர்ச்சி.)

வில்லி பாரதத்தில் இந்த இடத்தில், விதுரருக்கும் துரியோதனனுக்கும் இடையில் கடுமையான வாக்குவாதம் நடக்கிறது. இந்தச் சமயத்தில் துரியோதனன் பேசும் சுடுசொற்களை, பாரதி, சூதில் பாஞ்சாலியைத் தோற்ற பிறகு, அவளைச் சபைக்கு அழைத்துவருமாறு விதுரரிடம் துரியோதனன் சொல்லும்போது (விதுர-துரியோதன வாக்கு வாதம் முழுமையையும்) பயன் படுத்துகிறான். மூலத்திலும் இது இந்த இடத்தில்தான் வருகிறது. வில்லிக்கும் பாரதிக்கும் ஒப்பீட்டை அந்தச் சமயத்தில் செய்யலாம். வில்லி பாரதத்தில், 'சூதாட அழைத்தேன் என்று சொல்' என்று மட்டும்தான் சொல்லப்படுகிறது.

●

வேறு

அண்ணனிடம் விடைபெற்று விதுரன் சென்றான்.
அடவிமலை ஆறெல்லாம் கடந்து போகித்
திண்ணமுறு தடந்தோளும் உளமுங் கொண்டு
திருமலியப் பாண்டவர்தாம் அரசு செய்யும்
வண்ணமுயர் மணிநகரின் மருங்கு செல்வான்
வழியிடையே நாட்டினுறு வளங்கள் நோக்கி
எண்ணமுற லாகித்தன் இதயத் துள்ளே
இனையபல மொழிகூறி இரங்கு வானால். (115)

பதம் பிரித்து

எண்ணமுறலாகி: எண்ணம் உறல் ஆகி

சொற் பொருள்

அடவி: காடு.

மலிய: அளவுக்கு அதிகமாக மிகுந்திருத்தல். (அவ்வாறு மிகுந்திருக்கும் காரணத்தால் விலை குறையும்; ஆகையாலே மலிவு என்பதை 'விலை குறைவு' என்ற பொருளில் பயன்படுத்துகிறோம். இந்தச் சொல் இந்தப் பொருளில் மட்டும்தான் பெரும் பாலும் பயன்படுகிறது. Dear என்ற ஆங்கிலச் சொல், 'அரிது' என்ற பொருளை உடையதாகி, அதன் காரணத்தால் அன்புக்கு உரியவர்களை 'நீ எனக்கு அரிதாகக் கிடைத்தவள்/ன்' என்ற பொருளில் dear என்று அழைப்பதைப் போல்.)

யாப்பு

காய் காய் மா மா என்று பரவலாக அறியப்படும் எண்சீர் விருத்தம். மூன்றசை, மூன்றசை, இரண்டசை, இரண்டசை. நான்கு சீர்களும் நேரசையில் முடியும். நான்காவது சீர் மட்டும் நேர்நேர் என்று முடியும். மூன்றாவது சீர் நேர்நேர் அல்லது நிரைநேர் என்று வரலாம்.

பாடல் சொல்வது

அண்ணன் திரிதிராட்டிரனிடமிருந்து விடைபெற்றுக் கொண்டு விதுரன் பாண்டவர்களை அழைப்பதற்காகச் சென்றான். காடுகள், மலைகள், ஆறுகள் என்று குறுக்கிட்ட பலவற்றையும் கடந்தபடி, உறுதிவாய்ந்த தோள்களும் மனவலிமையையும் கொண்டு எங்கெங்கும் செல்வம் கொழிக்கும்படியாகப் பாண்டவர்கள் அரசாள்வதான இந்திரப் பிரஸ்ததத்துக்குச் சென்றான். அந்த நாட்டின் அருகினிலே செல்லும்போதே அங்கே நிறைந்திருக்கும் வளத்தையெல்லாம் பார்த்து, துயரம் மிகக் கொண்டு தன் இதயத்துக்குள்ளே இவ்வாறெல்லாம் சொல்லி வருத்தப் படுவானாயினான்.

வியாஸ பாரதத்தில் சம இடம்

திருதராஷ்டர மகாராஜாவினால் வலிந்து கட்டளையிடப்பட்ட விதுரன், உடனே மிக்க வேகமும் பலமுமுள்ளவைகளையும் நன்றாகப்

பழக்கப்பட்டவையுமான உயர்ந்த குதிரைகளினால் புத்திசாலியான பாண்டவர்களிடம் போகப்புறப்பட்டான். மகாபுத்திசாலியான விதுரன் அந்த வழியைத் தாண்டிப் பிராமணர்களால் பூஜிக்கப்பெற்று தர்மராஜாவின் நகரத்தில் பிரவேசித்தான். தர்மாத்மாவான விதுரன் குபேரன் கிருகத்துக்கொப்பான தர்மராஜருடைய கிருகத்தை யடைந்து தர்மபுத்திரரான யுதிஷ்டிரரிடம் சென்றான்.

விதுரர், நீண்ட பயணத்தை முடித்துக் கொண்டு இந்திரபிரஸ்தத்தை அடைந்தாகி விட்டது. ஆனால், 115வது பாடலில் 'அந்த நாட்டின் அருகினிலே செல்லும்போதே அங்கே நிறைந்திருக்கும் வளத்தை யெல்லாம் பார்த்து, துயரம் மிகக் கொண்டு தன் இதயத்துக்குள்ளே இவ்வாறெல்லாம் சொல்லி வருத்தப்படுவானாயினான்' என்று ஒரு பகுதியைச் சேர்த்தான் பாரதி. இதற்குப் பின்னால் வரப்போகும் மூன்று பாடல்களும் பாரதியின் சொந்தப் படைப்பு. நாடு என்று பேசப்புகுந்துவிட்டால் அவனுக்குள் இயல்பாகப் பற்றிப் பரவும் பரவசத்தைக் காண முடிகிறது. இனிமேல், 119ம் பாடலில்தான் வியாசரை மீண்டும் சந்திக்க முடியும்.

●

'நீலமுடி தரித்தபல மலைசேர் நாடு
 நீரமுதம் எனப்பாய்ந்து நிரம்பு நாடு
கோலமுறு பயன்மரங்கள் செறிந்து வாழும்
 குளிர்காவும் சோலைகளும் குலவு நாடு
ஞாலமெலாம் பசியின்றிக் காத்தல் வல்ல
 நன்செய்யும் புன்செய்யும் நலமிக் கோங்கப்
பாலடையு நறுநெய்யும் தேனும் உண்டு
 பண்ணவர்போல் மக்களெலாம் பயிலும் நாடு. (116)

சொற் பொருள்

பாலடை: குழந்தைகளுக்குப் பாலூட்டப் பயன்படும் சிறு பாத்திரம். இங்கே பாலாடைக் கட்டியைக் குறிக்கும்.

பண்ணவர்: கடவுளர்; தேவர்.

இலக்கணம்

பாலடை: பாலாடையின் குறுக்கல் விகாரம்.

யாப்பு

காய் காய் மா மா என்று பரவலாக அறியப்படும் எண்சீர் விருத்தம். மூன்றசை, மூன்றசை, இரண்டசை, இரண்டசை. நான்கு சீர்களும் நேரசையில் முடியும். நான்காவது சீர் மட்டும் நேர்நேர் என்று முடியும். மூன்றாவது சீர் நேர்நேர் அல்லது நிரைநேர் என்று வரலாம்.

பாடல் சொல்வது

அடடா! இதுதான் எவ்வளவு அழகான நாடு! நீல முடிகள் கொண்ட ஏராளமான மலைகளும் அமுதமெனப் பாயும் நீரும் நிரம்பிய நாடு. பயன் தருகின்ற மரங்கள் செறிந்து வளர்ந்திருக்கும் குளிர்ச்சியான காடுகளும், சோலைகளும் நிறைந்துள்ள நாடு. உலகம் எல்லா வற்றையும் பசியின்றிக் காப்பதற்குத் தேவையான உணவு தானியங் களை விளைவித்துத் தரக் கூடிய நன்செய், புன்செய் நிலங்கள் வளத்தோடு விளங்கும் நாடு. பாலாடைக் கட்டியையும் நெய்யையும் தேனையும் உண்டு தேவர்களைப் போல் மக்க ளெல்லாம் வாழும் நாடு.

●

அன்னங்கள் பொற்கமலத் தடத்தின் ஊர
　　அளிமுரலக் கிளிமழலை அரற்றக் கேட்போர்
கன்னங்கள் அமுதூறக் குயில்கள் பாடும்
　　காவினத்து நறுமலரின் கமழைத் தென்றல்
பொன்னங்க மணிமடவார் மாட மீது
　　புலவிசெயும் போழ்தினிலே போந்து வீச
வன்னங்கொள் வரைத்தோளார் மகிழ மாதர்
　　மையல்விழி தோற்றுவிக்கும் வண்மை நாடு. (117)

பதம் பிரித்து

பொன்னங்க: பொன் அங்க

சொற் பொருள்

அளி:	கருந்தேனீ
முரலுதல்:	ஒலித்தல். வண்டு ஒலிக்கும் ஓசை.
கமழ்:	வாசனை. *கமழை:* வாசனையை

‘வீசுகமழ் நீயெனக்கு, விரியுமலர் நானுக்கு’ (வீணையடி நீயெனக்கு)

புலவி: சேர்ந்திருத்தல்

யாப்பு

காய் காய் மா மா என்று பரவலாக அறியப்படும் எண்சீர் விருத்தம். மூன்றசை, மூன்றசை, இரண்டசை, இரண்டசை. நான்கு சீர்களும் நேரசையில் முடியும். நான்காவது சீர் மட்டும் நேர்நேர் என்று முடியும். மூன்றாவது சீர் நேர்நேர் அல்லது நிரைநேர் என்று வரலாம்.

பாடல் சொல்வது

பொன்னைப் போல் பூத்திருக்கும் தாமரைகள் நிறைந்த குளங்களில் அன்னங்கள் நீந்தும்; கருந்தேனி பூக்கள் நிறைந்த சோலைகளில் ஒலிக்கும்; கிளிகள் மழலை பேசும்; கேட்பவர்களின் கன்னங்களில் அமுதம் ஊறுமாறு குயில்கள் பாடும். பொன் போன்ற அங்கங்களை உடைய பெண்கள் மாடங்களில் தம் துணைவர்களோடு கூடி இருக்கும் நேரத்தில் தென்றலானது, பூஞ்சோலைகளின் நறுமணத்தை எடுத்துச் சென்று அவர்கள் மீது பூசும். அது மலை போன்ற தோள்களை உடைய அவர்கள் துணைவர்களை மகிழ்விக்கும். அந்தப் பெண்களின் கண்களே மையலைத் தூண்டும். அவ்வளவு வளம் கொண்ட நாடு இது.

இந்தச் சூழலில் கன்னத்தில் ‘அமுதூறாமல்’ என்ன செய்யும்? தன் திருமண நலுங்கின் போது செல்லம்மாவைப் பார்த்து இப்படிப் பாடினானாம்:

....

....

கன்னத்தி னில்குயில்சத்தமே - கேட்கக்
கன்றுது பார்என்றன் சித்தமே - மயக்
கஞ்செய்யு தேகாமப் பித்தமே - உடல்
  கனலேறிய
  மெழுகாயின(து)
  இனியாகிலும்
  அடிபாதகி
கட்டிய ணைத்தொரு முத்தமே - தந்தால்
கைதொழுவேன் உன்னை நித்தமே.

‘கன்னத்திலே குயில் சத்தமே’ யைக் கவனியுங்கள். ‘கேட்போர் கன்னங்கள் அமுதூறக் குயில்கள் பாடும்’ என்றால் என்ன சொல்கிறான் என்பது தானே விளங்கும்.

இந்தப் பாடலை வில்லி பாரதத்தில் விதுரர் தூது போகும் சமயத்தில் பேசப்படும் நாட்டு வருணனையில் பின்வரும் பாடலுடன் ஒப்பிடலாம்.

ஊடெ லாம்நறும் பொய்கைநீள் வாவியின்
உடம்பெலாம் மலர்ப்பூவின்
தோடெ லாம்எழு சுரும்பினம் மதுகரச்
சொல்லெலாம் செழுங்கீதம்
பாடெ லாம்இளஞ் சோலைமென் பொங்கரின்
பணையெலாம் குயிலோசை
நாடெ லாம்நெடும் புனல்வயல் கழனியின்
நடுவெலாம் விளைசெந்நெல்

(சபா பருவம், 207ம் பாடல்)

●

பேரறமும் பெருந்தொழிலும் பிறங்கு நாடு
பெண்களெலாம் அரம்பையர்போல் ஒளிரு நாடு
வீரமொடு மெய்ஞ்ஞானம் தவங்கள் கல்வி
வேள்வியெனும் இவையெல்லாம் விளங்கு நாடு
சோரமுதல் புன்மைஎதும் தோன்றா நாடு
தொல்லுலகின் முடிமணிபோல் தோன்று நாடு
பாரதர்தந் நாட்டினிலே நாசம் எய்தப்
பாவியேன் துணைபுரியும் பான்மை என்னே!’ (118)

சொற் பொருள்

பிறங்குதல்: *மிகுதி, உயர்ச்சி, நிறைவு*

சோர: *திருட்டு*

புன்மை: *இழிசெயல்*

யாப்பு

காய் காய் மா மா என்று பரவலாக அறியப்படும் எண்சீர் விருத்தம். மூன்றசை, மூன்றசை, இரண்டசை, இரண்டசை. நான்கு சீர்களும்

நேரசையில் முடியும். நான்காவது சீர் மட்டும் நேர்நேர் என்று முடியும். மூன்றாவது சீர் நேர்நேர் அல்லது நிரைநேர் என்று வரலாம்.

பாடல் சொல்வது

பெரிய அளவில் அறங்களும் தொழில்களும் நிறைந்து விளங்கும் நாடு. பெண்களெல்லாம் தேவலோகத்துப் பெண்களைப் போல் விளங்கும் நாடு. வீரம், மெய்ஞ் ஞானம், தவம், கல்வி, வேள்வி என எல்லாமும் ஒன்றாக நிலவுகின்ற நாடு. திருட்டுத்தனம் போன்ற புன்மைக் குணங்கள் சேராமல் மக்கள் வாழும் நாடு. உலகத்தின் முடிக்கு மணியாகத் தோன்றுகின்ற நாடு. இத்தகைய பாரதர் நாட்டினில் நாசம் வந்து எய்துமாறு பாவியேனாகிய நான் (விதுரன்) துணைபோகும் நிலைமையும் வந்து சேர்ந்திருக்கிறதே!

‘பாஞ்சாலி சபதத்தின் உட்பொருள் தேச விடுதலையே’ என்ற கருத்துக்கு அடிப்படையான இடம் இது. ஆனால், பாஞ்சாலி சபதத்தின் உட்பொருள் பெண் விடுதலை; பெண் உரிமை; பெண்ணின் பெருமை என்பதுதான் இந்தக் காப்பியத் துணுக்கை ஊன்றிப் படித்தவர்களுக்கு விளங்கும். தேச விடுதலையே கருப்பொருள் என்ற கருத்தை, பாரதியினடத்திலேயே முதன்முதலில் வைத்தவர் பிஸ்ரீ. அவருடைய மாணவப் பருவத்தில், கடற்கரையில் இந்த விளக்கத்தை பாரதியிடம் சொன்னதாகவும், பாரதி ஒருகணம் பேசாமல் இருந்துவிட்டு, ‘அப்படியும் சொல்லலாம்; அப்படித்தான் பாடியிருக்கிறேன்’ என்று பொத்தாம் பொதுவாகச் சொன்னதை பிஸ்ரீ தன்னுடைய ‘பாரதி - நான் கண்டதும் கேட்டது’ மில் குறித்திருக்கிறார். பிற்காலத்தில் இதை விரிவுபடுத்தியவர் சிலம்புச் செல்வர் மபொசி அவர்கள். ஆனால், ஒரு சில முக்கியமான கேள்விகளை எழுப்பினால், இந்த தியரி அடிபட்டுப் போய்விடும். பெண்விடுதலை என்பதே பாஞ்சாலி சபதத்தின் அடிநாதம்.

●

வேறு

விதுரன் வருஞ்செய்தி தாம்செவி யுற்றே
    வீறுடை ஐவ ருளமகிழ் பூத்துச்
சதுரங்க சேனை யுடன்பல் பரிசும்
    தாளமு மேளமுந் தாங்கொண்டு சென்றே
எதிர்கொண் டழைத்து மணிமுடி தாழ்த்தி
    ஏந்தல் விதுரன் பதமலர் போற்றி

மதுர மொழியில் குசலங்கள் பேசி
மன்ன னொடுந்திரு மாளிகை சேர்ந்தார். (119)

சொற் பொருள்

வீறு: *பெருமை. (பாடல் 105 மற்றும் 106ல் இந்தச் சொல் 'வீறில் புன்மை' என்றும், 'பொய்ம்மை வீறு' என்றும் பயன்பட்டிருப்பதைக் காண்க.)*

சதுரங்க சேனை: *சதுர் அங்கம். தேர்ப் படை, யானைப் படை, குதிரைப் படை மற்றும் காலாட் படை என்று நான்கு அங்கங்களை உடைய சேனை.*

யாப்பு

கட்டளைக் கலிப்பா. (நேர் பதினொன்று, நிரை பன்னிரண்டு. மேற்படிப் பாடலில் நிரையசையில் தொடங்கும் முதல் அரையடிகளில் (ஒற்றொழித்துப்) பன்னிரண்டு எழுத்துகளும், நேரசையில் தொடங்கும் இரண்டாம் அரையடியில் பதினோரு எழுத்துகளும் இருக்கின்றன.)

'சதுரங்க சேனை யுடன்பல் பரிசும்' என்ற இரண்டாம் அடியில் பல பதிப்புகளில் 'பல பரிசும்' என்று காணப்படுகிறது. 'பல' என்பது இரண்டெழுத்துக் கணக்கில் வரும். கட்டளைக் கலிப்பா இலக்கணம் தப்பும். ஆகையாலே 'பல் பரிசும்' என்ற பாடமே சரியானது. (பாரதியின் மூலப் பதிப்பில் 'பல் பரிசும்' என்றே காணப்படுகிறது.)

வியாஸ பாரதத்தில் சம இடம்

விதுரன் அந்த வழியைத் தாண்டி பிராமணர்களால் பூஜிக்கப்பெற்று, தர்மராஜாவின் நகரத்தில் பிரவேசித்தான். தர்மாத்மாவான விதுரன், குபேரன் கிருகத்துக்கொப்பான யுதிஷ்டிரரிடம் சென்றான். தைரியத்தை விடாதவரும் மகாத்மாவும், அஜாதசத்ருவுமான தர்மபுத்திரர், அந்த விதுரனைத் தக்கபடி மரியாதையோடு அழைத்துத் திருதிராஷ்டிரனைப் பற்றியும் அவன் பிள்ளைகளைப் பற்றியும் விசாரித்து...' (ஸவா பர்வம், எண்பத்து மூன்றாவது அத்தியாயம், த்யூத பர்வத் தொடர்ச்சி.)

ஆங்கில மொழிபெயர்ப்பிலும் பாண்டவர், விதுரரை எதிர்கொண்டு அழைத்ததாக இல்லை. விதுரர், தர்மராஜாவின் வீட்டை நாடிச் செல்கிறார். 'தக்க மரியாதைகளுடன் வரவேற்றனர்' என்ற குறிப்பு, அரண்மனைக்குள் ஏற்கெனவே வந்துவிட்ட விதுரரை, தர்மனும்

பிற பாண்டவர்களும் வரவேற்றனர் என்றே மூல பாடம் சொல்கிறது. ஒரு மரியாதைக் குறிப்பாக, பாரதி, இந்தச் சித்திரத்தை, 'அவர்கள் சதுரங்க சேனைகளோடு எதிர்கொண்டு அழைக்கச் சென்றார்கள்' என்று சேர்த்திருப்பதாகத்தான் தோன்றுகிறது.

பாடல் சொல்வது

விதுரன் வந்துகொண்டிருக்கிறான் என்ற செய்தியைக் கேள்வியுற்ற பஞ்ச பாண்டவர்களும் மகிழ்ச்சி கொண்டனர். நான்கு வகைச் சேனைகளையும் அழைத்துக்கொண்டும், பல வகையான பரிசுப் பொருள்களை எடுத்துக்கொண்டும், மேள தாளங்களை முழக்கிக் கொண்டும் எதிர்சென்று உரிய மரியாதைகளுடன் அழைத்தார்கள். விதுரன் பாதத்தில் பணிந்தார்கள். இனிமையான சொற்களால் நலம் விசாரித்தார்கள். முகமன் கூறினார்கள். பேசியவாறே அவனுடன் தம் மாளிகைக்கு வந்து சேர்ந்தார்கள்.

●

குந்தி யெனும்பெயர்த் தெய்வதம் தன்னைக்
　　கோமகன் கண்டுவ ணங்கிய பின்னர்
வெந்திறல் கொண்ட துருபதன் செல்வம்
　　வெள்கித் தலைகுனிந் தாங்குவந் தெய்தி
அந்தி மயங்க விசும்பிடைத் தோன்றும்
　　ஆசைக் கதிர்மதி யன்ன முகத்தை
மந்திரந் தேர்ந்ததொர் மாமன் அடிக்கண்
　　வைத்து வணங்கி வனப்புற நின்றாள். (120)

சொற் பொருள்

வாடுதல்: மெலிதல்

மந்திரம்: ஆலோசனை. அறிவுடமை.

யாப்பு

கட்டளைக் கலிப்பா. (நேர் பதினொன்று, நிரை பன்னிரண்டு. மேற்படிப் பாடலில் எல்லா அரையடிகளும் நேரசையில் தொடங்கு வதால் ஒவ்வொன்றிலும் பதினோரு எழுத்துகள் இருக்கின்றன.)

பாடல் சொல்வது

விதுரன், குந்தியைக் கண்டு வணங்கினான். அதன் பிறகு கடுமையான (போர்புரியும்) திறன் உடைய துருபதனுடைய

மகளான திரௌபதி அங்கே வந்தாள். மாலை மயங்கும் நேரத்தில் ஆகாயத்தில் தோன்றுகின்ற நிலவைப் போன்ற முகத்தை, அறிவு மிக்கவனான (சிறிய) மாமனாரான விதுரனின் பாதத்தில் வைத்து வணங்கி, எழுந்து, ஒரு புறமாக நின்றாள்.

வியாஸ பாரத்தில் சம இடம்

விதுரர், குந்தியையும் பாஞ்சாலியையும் சந்திப்பது, பாரதத்தின் இந்த இடத்தில் இடம்பெறவில்லை.

●

தங்கப் பதுமை எனவந்து நின்ற
　　தையலுக் கையனல் லாசிகள் கூறி
அங்கங் குளிர்ந்திட வாழ்த்திய பின்னர்
　　ஆங்குவந் துற்ற உறவினர் நண்பர்
சிங்க மெனத்திகழ் வீரர் புலவர்
　　சேவகர் யாரொடும் செய்திகள் பேசிப்
பொங்கு திருவி னகர்வலம் வந்து
　　போழ்து கழிந்திர வாகிய பின்னர் (121)

யாப்பு

கட்டளைக் கலிப்பா. (நேர் பதினொன்று, நிரை பன்னிரண்டு. மேற்படிப் பாடலில் எல்லா அரையடிகளும் நேரசையில் தொடங்கு வதால் ஒவ்வொன்றிலும் பதினோரு எழுத்துகள் இருக்கின்றன.)

இந்தப் பாடலில் தொடங்கப்பட்டிருக்கும் வாக்கியம் 123ஆம் பாடலில்தான் முடிவடைகிறது. ஒரு பாடலின் வாக்கியம் அடுத்த அடுத்த பாடல்களுக்கும் சென்று அங்கே முற்றுப் பெறுவதால் இது குளகச் செய்யுள்.

பாடல் சொல்வது

தங்கத்தால் செய்யப்பட்ட பதுமையைப் போல் வந்து நின்ற பாஞ்சாலிக்கு விதுரன் ஆசிகள் கூறினான். அவளுடைய உடலும் உள்ளமும் குளிர்ந்து போகுமாறு வாழத்தினான். பிறகு அங்கே வந்து சூழ்ந்துகொண்ட உறவினர்கள், நண்பர்கள், சிங்கத்தை ஒத்த வீரர்கள், புலவர்கள், வேலைக்காரர்கள் என்று பலவிதமான மக்களோடு பலவிதமான செய்திகளைப் பேசியபடி, செல்வம்

நிறைந்த அந்த நகரத்தை வலம் வந்தார்கள். பொழுது கழிந்தது. இரவானது.

●

ஐவர் தமையும் தனிக்கொண்டு போகி
யாங்கொரு செம்பொன் அரங்கி லிருந்தே
'மைவரைத் தோளன் பெரும்புக ழாளன்
மாமகள் பூமகட் கோர்மண வாளன்
மெய்வரு கேள்வி மிகுந்த புலவன்
வேந்தர் பிரான்திரி தாட்டிரக் கோமான்
தெய்வ நலங்கள் சிறந்திட நும்மைச்
சீரொடு நித்தலும் வாழ்கென வாழ்த்தி (122)

சொற் பொருள்

மைவரை: *மை - கரிய; வரை: மலை. மைவரைத் தோளன்- கரிய மலையைப் போன்ற தோள்களை உடையவன்.*

மாமகள்: *திருமகள்; பூமகள்: பூமியாகிய பெண். சீதேவி, பூதேவி என்று சொல்லப்படுபவர்கள். மன்னன் என்பவன் இறைவனுக்குச் சமமானவன் ('திருவுடை மன்னர் காணின் திருமாலைக் கண்டேனே'). எனவே சீதேவி, பூதேவியரின் மணவாளான திருமால் என்றே மன்னனைக் குறிப்பது மரபு.*

யாப்பு

கட்டளைக் கலிப்பா. (நேர் பதினொன்று, நிரை பன்னிரண்டு. மேற்படிப் பாடலில் எல்லா அரையடிகளும் நேரசையில் தொடங்குவதால் ஒவ்வொன்றிலும் பதினோரு எழுத்துகள் இருக்கின்றன.) பாடல் 121ல் தொடங்கிய வாக்கியம் இதில் தொடர்கிறது; அடுத்த பாடலில் முடியும். இதுவும் குளகச் செய்யுள்.

இந்தப் பாடலில் ஒன்று கவனிக்க வேண்டும். மூன்றாவது அடியின் பின் அரையடி பல பதிப்புகளில், 'வேந்தர் பிரான் திரிதராட்டிரக் கோமான்' என்று இருக்கிறது. 'திரிதராட்டிர' என்று ரகரம் சேர்த்து இருந்தால், இந்த அரையடியில் பன்னிரண்டு எழுத்துகள் ஆகும். பாரதியின் முதற் பதிப்பில் இந்தப் பெயர் 'திரிதாட்டிரக் கோமான்'

என்றே இருக்கிறது. பதினோரு எழுத்துக் கணக்கில் கச்சிதமாக நிற்கிறது. (கட்டளைக் கலிப்பா என்று நினைத்து எழுதாமல், 'எண்சீர் விருத்தம்' என்று முழுக்க முழுக்க சந்ததத்தில் மனம் செலுத்தி எழுதிய போதும், எழுத்துக் கணக்கில் துளியும் தப்பாமல் நிற்பதைக் காணலாம். சந்தக் கட்டின் தொழில்நுட்பம் ஒரு புறம் என்றால்; சந்தத்துக்குள் துல்லியமாக நிற்க முடிந்த பாரதியின் ஆளுமை இன்னொரு புறம்.)

பாடல் சொல்வது

இரவானதும், விதுரன் பாண்டவர்கள் ஐவரையும் தனியிடத்துக்கு அழைத்துச் சென்றான். அவர்கள் தனியான ஒரு பொன் மண்டபத்தை அடைந்தனர். அங்கே சென்றதும், விதுரன் பாண்டவர்களை நோக்கி, 'மலை போன்ற தோள்களையும் பெரிய புகழையும் உடையவனும் செல்வம், நிலம் ஆகிய இரண்டு தேவியர்களையும் கொண்டவனும் ஆழ்ந்த கல்வி-கேள்வி உடையவனும் ஆன திரிதராட்டிரன் உங்களை எல்லாவிதமான உயர்ந்த நலங்களையும் பெற்று வாழுமாறு வாழ்த்துகிறான். என்றும் சிறப்போடு வாழ ஆசிர்வதிக்கிறான்.'

●

உங்களுக் கென்னிடம் சொல்லி விடுத்தான்
　　ஓர்செய்தி மற்றஃதுரைத்திடக் கேளீர்
மங்களம் வாய்ந்தந லத்தி புரத்தே
　　வையக மீதில் இணையற்ற தாகத்
தங்கும் எழில்பெரு மண்டபம் ஒன்று
　　தம்பியர் சூழ்ந்து சமைத்தனர் கண்டீர்
அங்கதன் விந்தை அழகினைக் காண
　　அன்பொடு நும்மை அழைத்தனன் வேந்தன். (123)

சொற் பொருள்

அத்திபுரம்: அத்தினபுரம்; ஹஸ்தினாபுரம்.

யாப்பு

கட்டளைக் கலிப்பா. (நேர் பதினொன்று, நிரை பன்னிரண்டு. மேற்படிப் பாடலில் எல்லா அரையடிகளும் நேரசையில் தொடங்கு வதால் ஒவ்வொன்றிலும் பதினோரு எழுத்துகள் இருக்கின்றன.)

பாடல் சொல்வது

அவ்வாறு வாழ்த்தி, உங்களிடம் சொல்லுமாறு ஒரு செய்தியைச் சொல்லி அனுப்பியிருக்கிறான், திரிதராட்டிரன். மங்கலம் நிறைந்த தான ஹஸ்தினாபுரத்தில் இந்த உலகத்தில் எங்கேயும் ஈடு இணையற்ற விதத்தில் உங்கள் தம்பியரான துரியோதனாதியர் கட்டி இருக்கிறார்கள். நீங்கள் எல்லோரும் அங்கே வந்து அதன் அழகினைக் காண வேண்டும் என்று உங்களை மன்னன் அன்போடு அழைக்கிறான்.

வியாஸ பாரதத்தில் சம இடம்

கௌரவ ராஜரான திருதராஷ்டிரர் முதலில் உன்னுடைய க்ஷேமத்தையும் குறைவின்மையையும் விசாரித்து, பிறகு, 'புத்திரனே! உன் சகோதரர்களின் இந்தச் சபை உன் சபைக்குச் சமமான அழகுள்ளதாயிருக்கிறது. நீ வந்து பார்க்க வேண்டும். குந்தி புத்திரனே! சகோதரர்களுடன்கூட நீ இந்தச் சபைக்க வந்து சிநேகிதர்களுடன் சொக்கட்டானாட்டத்தை ஆடி மகிழ வேண்டும். நீங்கள் எல்லாரும் சேருவதில் எமக்கு விருப்பமிருக்கிறது. கௌரவர்களனைவரும் முன்னமே வந்து சேர்ந்திருக்கின்றனர்' என்று (உனக்குச் சொல்லும்படி) சொன்னார்.' (ஸபா பர்வம், த்யூத பர்வம் தொடர்ச்சி, எண்பத்து மூன்றாவது அத்தியாயம்.)

வியாஸ பாரதத்தில், மண்டபத்தைக் காண வரும் அழைப்பும், கூடவே சூதாட்டம் நடக்கப் போகின்றது என்ற குறிப்பும் அடுத்தடுத்த வாக்கியங்களில் வந்துவிடுகின்றன. ஆனால் பாரதி, சூதாட்டத்தைப் பற்றிய பேச்சை இன்னும் இரண்டு பாடல்களுக்குப் பின்தான் எடுக்கப் போகிறான். இப்படிச் சுற்றி வளைத்து, சற்றே தாமதித்து, விதுரர் சூதாட்டத்துக்கு அழைக்கத் தயங்குவதைக் குறிப்பால் உணர்த்தும் நாடகப் பாங்கு, வில்லி பாரதத்தை ஒட்டி இருக்கிறது. அங்கேயும் ஸபா பர்வத்தில், 212ம் பாடலில் மண்டபம் காண வருமாறு திருதிராஷ்டிரன் பாண்டவர்களை அழைத்த செய்தி மட்டுமே உள்ளது. 212, 213, 214 ஆகிய மூன்று பாடல்களுக்குப் பிறகே, விதுரர், சூதாட்டத்துக்கும் பாண்டவர்களை அழைத்துள்ள செய்தியை வெளியிடுகிறார். இந்த இடத்தில் வில்லியின் நாடக உத்தியை பாரதி பின்பற்றியிருக்கிறான் என்று தோன்றுகிறது.

●

வேள்விக்கு நாங்கள் அனைவரும் வந்து
மீண்டு பலதின மாயின வேனும்

வாள்வைக்கு நல்விழி மங்கையொ டேநீர்
வந்தெங்க ளூரில் மறுவிருந் தாட
நாள்வைக்கும் சோதிட ராலிது மட்டும்
நாயகன் உம்மை அழைத்திட வில்லை.
கேள்விக் கொருமிதி லாதிபன் ஒத்தோன்
கேடற்ற மாத மிதுவெனக் கண்டே (124)

சொற் பொருள்

இதுமட்டும்: இது வரை. இன்று வரை.

யாப்பு

கட்டளைக் கலிப்பா. (நேர் பதினொன்று, நிரை பன்னிரண்டு. மேற்படிப் பாடலில் எல்லா அரையடிகளும் நேரசையில் தொடங்கு வதால் ஒவ்வொன்றிலும் பதினோரு எழுத்துகள் இருக்கின்றன.) இந்தச் செய்யுளின் கடைசி அடியில் உள்ள வாக்கியம் அடுத்த செய்யுளில் முடிவடைகிறது. எனவே இது குளகச் செய்யுள்.

பாடல் சொல்வது

(விதுரர் கௌரவர்கள் சார்பில் தொடர்கிறார்.) நீங்கள் நடத்திய ராஜசூய யாகத்திற்கு வந்து பங்கேற்று நாங்கள் எல்லோரும் மீண்டு பல நாள் ஆயின. உங்களை எங்கள் ஊருக்கு வந்த மறு விருந்தாட அழைக்க வேண்டும் என்பதே முறைமை. ஆனால் இவ்வளவு நாள்வரையில் சோதிடர்கள், 'காலம் சரியாயில்லை' என்று சொன்ன காரணத்தால் இதுவரை அவ்வாறு மறுவிருந்துக்குத் திரிதராட்டிரன் உங்களை அழைக்கவில்லை. கல்வி கேள்விகளில் சனக மன்னனை ஒத்த திரிதராட்டிரன் இந்த மாதமே குறை ஏதும் இல்லாத மாதம் எனக் கண்டான்.

'எதற்காக இவ்வளவு காலம் கழித்தபின் எங்களை மறுவிருந்தாட அழைக்கிறாய்' என்ற கேள்வி எழுந்துவிடுமோ என்ற ஐயத்தில், விதுரர், அப்படி ஒரு கேள்வி எழும் முன்னதாகவே சொல்லும் சமாதானமாக இந்தப் பாடல் அமைந்துள்ளது. 'உங்களை அப்போதே அழைத்திருக்கலாம். ஆனால், சோதிடர்கள் 'இப்போது சமயம் சரியில்லை' என்று சொன்னதனால் அழைக்கவில்லை. உரிய நேரம் இப்போதுதான் வந்திருக்கிறது. ஆகவே உம்மை மன்னர் அழைக்கிறார்' என்ற இந்தக் குறிப்பு வியாசரிலும் இல்லை; வில்லியிலும் இல்லை.

●

வந்து விருந்து களித்திட நும்மை
வாழ்த்தி யழைத்தன னென்னரு மக்காள்!
சந்து கண்டேயச் சகுனிசொல் கேட்டுத்
தன்மை யிழந்த சுயோதன மூடன்
விந்தை பொருந்திய மண்டபத் தும்மை
வெய்யபுன் சூது களித்திடச் செய்யும்
மந்திர மொன்று மனத்திடைக் கொண்டான்
வன்மமிதுவும் நுமக் கறி வித்தேன்' (125)

சொற் பொருள்

சந்து: *சின்னக் கிளைப் பாதை. சிறிய முடுக்கு. இப்படிப் பட்ட அழைப்பாகிய ராஜ பாட்டையில், குறுக்கு வழி ஒன்று கண்டுபிடித்தான்.*

யாப்பு

கட்டளைக் கலிப்பா. (நேர் பதினொன்று, நிரை பன்னிரண்டு. மேற்படிப் பாடலில் எல்லா அரையடிகளும் நேரசையில் தொடங்கு வதால் ஒவ்வொன்றிலும் பதினோரு எழுத்துகள் இருக்கின்றன.)

பாடல் சொல்வது

ஆகவே உங்களை அத்தினபுரத்துக்கு வந்து மறுவிருந்தாடி களித்திட வேண்டும் என்று அழைத்தான். (எந்தச் செயலானாலும் அதன் ஊடே, தன் காரியத்தைச் சாதிக்க வழி கண்டுபிடிக்கும் சகுனி) இந்த அழைப்பில் ஒரு சந்து கண்டுபிடித்தான். முட்டாளாகிய துரியோதனன் அந்த அற்புதமான மண்டபத்தில் உங்களை வெம்மை யானதும், கீழானதுமான சூதாட அழைப்பதற்கான யோசனை ஒன்றையும் மனத்தில் கொண்டிருக்கிறான். இந்த வன்மத்தையும் உங்களுக்கு நான் தெரிவிக்கிறேன்.

வியாஸ பாரதத்தில் சம இடம்

கௌரவ ராஜரான திருதராஷ்டிரர் முதலில் உன்னுடைய க்ஷேமத்தையும் குறைவின்மையையும் விசாரித்து, பிறகு, 'புத்திரனே! உன் சகோதரர்களின் இந்தச் சபை உன் சபைக்குச் சமமான அழகுள்ளதாயிருக்கிறது. நீ வந்து பார்க்க வேண்டும். குந்தி புத்திரனே! சகோதரர்களுடன்கூட நீ இந்தச் சபைக்க வந்து சிநேகிதர்களுடன் சொக்கட்டானாட்டத்தை ஆடி மகிழ வேண்டும். நீங்கள் எல்லாரும் சேருவதில் எமக்கு விருப்பமிருக்கிறது. கௌரவர்களனைவரும் முன்னமே வந்து சேர்ந்திருக்கின்றனர்'

என்று (உனக்குச் சொல்லும்படி) சொன்னார். ராஜனே! மகாத்மா வான திருதிராஷ்டிர மகராஜாவினால் ஏற்படுத்தப்பட்டு அந்தச் சபையில் உட்கார்ந்திருக்கும் மோசக்கரார்களான சூதாட்டக்காரர் களை நீ பார்க்கக்கடவாய் என்பதைச் சொல்வதற்காக நான் வந்தேன். இதை நீ செய்வாயாக என்று சொன்னார்.' (ஸபா பர்வம், த்யூத பர்வம் தொடர்ச்சி, எண்பத்து மூன்றாம் அத்தியாயம்.)

இந்தப் பகுதியில் விதுரர் பேச்சில், 'துரியோதனன் உள்நோக் கத்துடன் உங்களை அழைக்குமாறு திருதிராஷ்டிரனை வற்புறுத்தி யிருக்கிறான்' என்னும் பொருள் வெளிப்படத் தெரியவில்லை. ஆனால், இது பிற்பகுதிகளில் வெளிப்படும். இருப்பினும், பாஞ்சாலி சபதத்தில் இந்த இடத்தில் வெளிப்படும் கருத்து அமைப்பு பெரும்பாலும் வில்லி பாரதத்தை ஒட்டியே அமைந்திருக்கிறது. குறிப்பாக இந்தப் பாடல்:

> பெற்ற தந்தையொடு உள்ளூறும் உணர்வெலாம்
> பேசிமண் டபந்தன்னில்
> கொற்ற வன்குடி புகும்பொழுது உன்னையும்
> கூட்டிமன் னவைமுன்னர்
> மற்ற மாதுலன் நெஞ்ச வஞ்சமோ மாயமோ வகுத்தாங்குக்
> கற்ற சூது நின்னுடன் பொருநினைவினன் கருத்தினி
> தெரியாதே

(சபா பர்வம், 215ம் பாடல்.)

துரியோதனன் தந்தையிடம் தன் எண்ணங்களையெல்லாம் சொல்லி ஆலோசித்து, அம் மண்டபத்தில் புகும்பொழுது மாமனாகிய சகுனி உன்னையும் அங்கு வருவித்து ராஜ சபையின் முன்னிலையில் வஞ்சமோ மாயமோ செய்து, அச்சமயத்தில் சூதாட்டத்தை உன்னுடன் ஆடவேண்டுமென்று எண்ணியுள்ளான். அவர்களுடைய எண்ணம் உனக்குத் தெரிந்ததே.

இந்த வில்லி பாரதப் பாடலும், அது அமைந்துள்ள இடமும், பாஞ்சாலி சபதத்தின் சம இடத்துக்கு மிக நெருங்கி வருவதைக் காணலாம். எனவே, பாரதி, ஆங்காங்கே வில்லி பாரதத்திலிருந்தும் சில நாடக உத்திகளையும், கருத்துகளையும் எடுத்துக்கொண்டிருக் கிறான் என்பது தெளிவு.

மேலும் பார்ப்போம். 'நீதித் தருமனும் சூதில் அன்புளோன்' என்பது, துரியோதனன் திரிதிராட்டினிடம் சொல்லும் மொழியாக வெளிப் பட்டிருக்கிறது. அதை எடுத்து, தருமபுத்திரன்மேல் சுமத்தி,

'அவனுக்கும் சூதாட்டச் சபலம் இருந்தது' என்று பேசுபவர்கள் பேச்சில் எவ்வளவு தூரம் உண்மை இருக்கிறது என்பதை இனி வரும் பாடல்களில் காணலாம். சூது, தருமன்மேல் திணிக்கப்பட்ட ஒன்று.

●

என்று விதுர னியம்பத் தருமன்
    எண்ணங் கலங்கிச் சிலசொ லுரைப்பான்:
'மன்று புனைந்தது கேட்டுமிச் சூதின்
    வார்த்தையைக் கேட்டுமிங் கென்றன் மனத்தே
சென்று வருத்தம் உளைகின்ற தையா
    சிந்தையி லையம் விளைகின்ற தையா
நன்று நமக்கு நினைப்பவ னல்லன்
    நம்ப லரிது சுயோதன றன்னை. (126)

யாப்பு

கட்டளைக் கலிப்பா. (நேர் பதினொன்று, நிரை பன்னிரண்டு. மேற்படிப் பாடலில் எல்லா அரையடிகளும் நேரசையில் தொடங்கு வதால் ஒவ்வொன்றிலும் பதினோரு எழுத்துகள் இருக்கின்றன.)

பாடல் சொல்வது

என்று விதுரன் சொல்லவும், தருமன் கலங்கிய மனத்தோடு சில சொல் சொல்வதானான். 'மண்டபம் கட்டியது செய்தியும், அங்கே நாங்கள் வந்ததும் எங்களை ஆட அழைக்கப் போகின்ற சூதைப் பற்றிய பேச்சும் என் மனத்தில் சென்று வருத்தத்தை உண்டாக்கு கின்றன, ஐயா. என் மனத்தில் சந்தேகம் தோன்றுகிறது. துரியோதனன் நமக்கு நன்மை நினைப்பவன் அல்லன். அவனை நம்ப முடியாது.

வியாஸ பாரதத்தில் சம இடம்

யுதிஷ்டிரர், 'விதுரரே! சூதாட்டத்தில் நமக்குக் கலகம் நிச்சயம். தெரிந்தவன் எவன் சூததை விரும்புவன்? நீர்தாம் எது சரியென்று நினைக்கின்றீர்? நாங்களனைவரும் உமது சொற்படி நடப்பவர்கள்' என்று சொன்னார்.'

இதற்குப் பின் வரும் பாஞ்சாலி சபதப் பாடல்களில், 'துரியோதனனை நம்ப முடியாது' என்று தருமபுத்திரன் வெளியிடும் கருத்து, வியாசரிலும் வில்லியிலும் வெளிப்படையாக இல்லை.

ஆனால், தர்மபுத்திரன் பேசுவதன் உட்பொருள் என்னவோ, பாரதி பேசுவதுதான்.

●

கொல்லக் கருதி சுயோதனன் முன்பு
குத்திரமான சதிபல செய்தான்
சொல்லப் படாதவ னாலெமக் கான
துன்ப மனைத்தையும் நீயறி யாயோ?
வெல்லக் கடவ ரெவரென்ற போதும்
வேந்தர்கள் சூதை விரும்பிட லாமோ?
தொல்லைப் படுமென் மனந்தெளி வெய்தச்
சொல்லுதி நீயொரு சூழ்ச்சியிங்கூ கென்றான். (127)

சொற் பொருள்

குத்திரம் - குரூரம், வஞ்சகம்.

*'கொடிப் பவளக் கிள்ளாய் குத்திரமும் சூதும்
மடிப்பவளின் வெல்கொடிதான் மற்றென்...'*

(பாரததேவியின் திருத்தசாங்கம்)

சூழ்ச்சி: உபாயம். வழி. ஆலோசனை.

யாப்பு

கட்டளைக் கலிப்பா. நேர் பதினொன்று, நிரை பன்னிரண்டு. மேற்படிப் பாடலில் எல்லா அரையடிகளும் நேரசையில் தொடங்கு வதால் ஒவ்வொன்றிலும் பதினோரு எழுத்துகள் இருக்கின்றன.)

பாடல் சொல்வது

எங்களைக் கொல்லக் கருதி, துரியோதனன் முன்பு குரூரமான சதிகள் பலவற்றைச் செய்தான். அவனால் எமக்கு நேர்ந்த துன்பங்கள் சொல்லில் அடங்காது. அனைத்தையும் நீ அறிவாய் அல்லவா? வெல்வதற்கு உரியவர்கள் யாராக இருந்தாலும் சரி; வேந்தர்கள் சூதை விரும்பிடலாமா? சூதாடி மற்றவரை வெல்ல, அவர் களுடைய செல்வத்தைப் பறிக்க எண்ணலாமா? துன்பத்தில் ஆழ்கின்ற என் மனம் தெளிவடையுமாறு ஓர் உபாயம் சொல்வாயாக.

இங்கே,

வேண்டற்க வென்றிடினும் சூதினை வென்றதூஉம்
தூண்டிற்பொன் மீன்விழுங்கி அற்று

- என்ற திருக்குறள் ஒலிக்கிறது.

●

வேறு

விதுரனும் சொல்லுகிறான் - 'இதை
விடமெனச் சான்றவர் வெகுளுவர் காண்
சதுரெனக் கொள்ளுவாரோ - இதன்
தாழ்மையெ லாமவர்க் குரைத்து விட்டேன்
இதுமிகத் தீதென்றே - அண்ணன்
எத்தனை சொல்லியு மிளவர சன்
மதுமிகுத் துண்டவன்போல் - ஒரு
வார்த்தையை யேபற்றிப் பிதற்றுகி றான். (128)

சொற் பொருள்

சதுர்: *சாமர்த்தியம் (எனவே, சாதுர்யம் என்ற சொல்லின் அடிச் சொல்). உபாயம்.* யாப்பு: *நாலடி அறுசீர்ச் சிந்து.*

பாடல் சொல்வது

'இதை நஞ்சு என்று சான்றோர்கள் கோபித்துத் தள்ளுவார்கள். சூதைப் போய் யாராவது (வெற்றியடைவதற்கும், பொருள் சேர்ப்பதற்கும் உண்டான) உபாயமாகக் கொள்வார்களோ? இது எப்படிப்பட்ட கீழான ஒன்று; இகழ்ச்சியான ஒன்று என்பதை எல்லாம் அவர்களுக்கு நான் எடுத்து உரைத்துவிட்டேன். 'இந்த வழி மிகவும் தீய வழி' என்று அண்ணன் எவ்வளவோ சொல்லிவிட்டான். இருந்தும் என்ன பயன்? அளவுக்கு அதிகமாகக் குடித்தவனைப் போல், சொன்ன வார்த்தையையே திரும்பத் திரும்பச் சொல்லிச் சொல்லிப் பிதற்றுகிறான் துரியோதனன்.

இந்த இரு பாடல்களும் பாரதத்தின் முன் நிகழ்வுகள். மூலத்தில் இந்த இடத்தில் குறிப்பிடப்படாதவையே ஆயினும், தருமபுத்திரனுக்கும் விதுரனுக்குமிடையே நடைபெறும் உரையாடலின் அடிநாதமாகத் தொனிக்கும் கருத்தே பாரதி வாக்காக வெளிப்பட்டுள்ளது.

●

கல்லெனி லிணங்கிவிடும் - அண்ணன்
　　காட்டிய நீதிகள் கணக்கில வாம்.
புல்லனிங் கவற்றையெலாம் - உளம்
　　புகுதவொட் டாதுதன் மடமையி னால்
சல்லியச் சூதினிலே - மனம்
　　தளர்வற நின்றிடும் தகைமைசொன் னேன்.
சொல்லிய குறிப்பறிந்தே - நலந்
　　தோன்றிய வழியினைத் தொடர்க'என் றான். (129)

சொற் பொருள்

சல்லி அச் சூதினிலே. சல்லி - சிறிய ஓடு (சல்லி என்பதைச் சிறுமை அல்லது சிறிய என்ற பொருளில் பயன்படுத்துகிறார் பாரதியார், 'சல்லித் துளிப்பறவைச் சாதியிலே நான்பிறந்தேன்' குயில் பாட்டு.)

யாப்பு

நாலடி அறுசீர்ச் சிந்து.

பாடல் சொல்வது

'அண்ணன் எவ்வளவோ நீதிகளை எடுத்துச் சொல்லிவிட்டான். கல் என்றால் கூட அண்ணனுடைய பேச்சுக்கு இணங்கி ஒத்துப் போயிருக்கும். இந்தப் புல்லனோ, தன் மடமைக் குணத்தால், அவற்றை எல்லாம் தன் உள்ளத்தில் நுழைய விடாமல் தடுத்து விட்டான். சிறுமை கொண்ட சூதாட்டத்திலேயே மனத் தளர்ச்சி இல்லாமல் நிற்கிறான் என்பதை எடுத்துச் சொன்னேன். நான் சொல்லிய குறிப்பை உணர்ந்துகொண்டீர்கள் அல்லவா? எது நல்லது என்று தோன்றுகிறதோ, அந்த வழியை மேற்கொள்ளுங்கள்' என்று விதுரன் சொன்னான்.

வியாஸ பாரதத்தில் சம இடம்

'விதுரர், 'வித்வானே! சூதானது தீங்குக்கு வேரென்று எனக்குத் தெரியும். அதைத் தடுப்பதற்கு நான் முயற்சி செய்தேன். ஆகிலும், அரசர் என்னை உன்னிடத்தில் அனுப்பினார். இதைக் கேட்டபிறகு, உனக்கு எது நன்மையோ அதைச் செய்துகொள்' என்று சொன்னார்.' (ஸபா பர்வம், த்யூத பர்வம் (தொடர்ச்சி) எண்பத்து மூன்றாம் அத்தியாயம்.)

திருதிராஷ்டிரன் நீதி உரைத்ததாக ஆங்கில உள்ளிட்ட இரண்டு மொழிபெயர்ப்புகளிலும் இல்லை. மாறாக, தான் நீதியை

எடுத்துரைத்த பிறகும் அரசர், பாண்டவர்களை அழைப்பதற்காக அனுப்பிவைத்தார் என்று விதுரர் பேசுவது மட்டும்தான் இருக்கிறது. எனவே, இந்தப் பாடலின் முதலிரண்டு அடிகள், பாரதியின் சொந்தப் படைப்பு.

•

தருமனு மிவ்வளவில் - உளத்
 தளர்ச்சியை நீக்கியொ ருறுதிகொண் டே
பருமங்கொள் குரலினனாய் - மொழி
 பதைத்திட லின்றியிங் கிவையுரைப் பான்
'மருமங்க ளெவைசெயினும் - மதி
 மருண்டவர் விருந்தறம் சிதைத்திடி னும்
கருமம்ஒன் றேஉளதாம் - நங்கள்
 கடனதை நெறிப்படி புரிந்திடு வோம். (130)

சொற் பொருள்

பருமம் - உறுதி

யாப்பு

நாலடி அறுசீர்ச் சிந்து.

பாடல் சொல்வது

இந்த அளவில் தருமன் தன் உள்ளத் தளர்ச்சியை நீக்கிக் கொண்டான். உள்ளத்தில் தோன்றிய உறுதி குரலில் தொனிக்க, பதற்றம் ஏதும் இன்றி சொல்லலானான். 'அவர்கள் நாம் எதிர் பார்க்க முடியாத மர்மமான காரியங்களைச் செய்தாலும் சரி; அல்லது மதி மயங்கிப் போய், விருந்துக்கு அழைத்தவர்களிடம் காட்ட வேண்டிய அறத்தைக் காட்டாமல் அந்த அறத்தையே சிதைத்தாலும் சரி. நாங்கள் செய்யத் தகுந்த காரியம் ஒன்றே ஒன்றுதான் உள்ளது. அதைச் செய்வதே எங்கள் கடமை. செய்ய வேண்டிய நெறிப்படி நாங்கள் அக் கடமையைச் செய்வோம்.

வியாஸ பாரத சம இடம்

தர்மபுத்திரன் பேசத் தொடங்குவதற்கு முன்னால், அவன் தன்னைத் திடப்படுத்திக் கொள்வதை தொனிப்பொருளாக வியாசர் காட்டுகிறார். சம இடத்தில் 'உலகம் பிரமதேவரால் படைக்கபட்ட

இந்த உலகம் விதியின் வசத்தில் வைக்கப்பட்டிருக்கிறது. ஒன்றும் சுதந்திரமாயில்லை' என்று தொடங்கும் வாக்கியத்தின் தொனிப் பொருளை இந்தப் பாடல் முழுவதிலும் பாரதி நிறைத்திருக்கிறான். அடுத்த பாடலில், மூலத்தின் கருத்து எப்படி வெளிப்படுகிறது என்பதைக் காணலாம்.

•

தந்தையும் வரப்பணித்தான் - சிறு
    தந்தையும் தூதுவந் ததையுரைத் தான்
சிந்தையொன் றினியில்லை - எது
    சேரினு நலமெனத் தெளிந்துவிட் டேன்.
முந்தையச் சிலைராமன் - செய்த
    முடிவினை நம்மவர் மறப்பது வோ?
நொந்தது செயமாட்டோம் - பழ
    நூலினுக் கிணங்கிய நெறிசெலு வோம். (131)

சொற் பொருள்

முந்தை அச் சிலை ராமன்: முற்காலத்தில் அந்தக் கோதண்டராமன். சிலை என்றால் வில், சிலை என்றால் மலை, சிலை என்றால் கல், சிலை என்றால் செய்து வைக்கப்பட்ட சிற்பம். சிலைக்கு இன்னும் பல பொருள் உண்டு. இங்கே வில்.

யாப்பு

நாலடி அறுசீர்ச் சிந்து.

பாடல் சொல்வது

'எங்கள் தந்தையே ஆன திரிதராட்டிரன் எங்களை வரச் சொல்லி ஆணையிட்டிருக்கிறான். அந்த ஆணையை எங்கள் சிற்றப்பன் வந்து சொல்லியிருக்கிறான். இனிமேல் இதைப் பற்றிச் சிந்திக்க எதுவும் இல்லை. எது வந்தாலும் சரி; நன்மையே என்று தெளிந்து விட்டேன். பெரியவர்களுடைய ஆணையை மீறலாமோ? முன்பு இராமன் தன் தந்தையின் சொல்லைக் காப்பதற்காக எடுத்த முடிவை நாம் மறக்கலாமோ? பெரியவர்கள் உள்ளம் நோகும்படியான காரியம் எதையும் செய்ய மாட்டோம். தொன்மையான நூல்கள் என்ன சொல்கின்றனவோ, அந்த வழியிலேயே செல்வோம்.

வியாஸ பாரதத்தில் சம இடம்

'எல்லாந் தெரிந்தவரே! திருதிராஷ்டிர மஹராஜா கட்டளையிட்டபிறகு நான் சூதாட்டத்திற்குப் போகாமல் இருக்க விரும்பவில்லை. புத்திரனுக்குப் பிதாவின்மேல் பற்றும் எப்போதும் உள்ளதுதானே. விதுரரே! நீர் எனக்கு என்ன சொல்கிறீரோ அதைச் செய்பவனாக இருக்கிறேன்.' (ஸபா பர்வம், த்யூத பர்வம் தொடர்ச்சி, எண்பத்து மூன்றாம் அத்தியாயம்.)

இது, 'தர்மபுத்திரன் சூதுக்கு ஏன் இசைந்தான்' என்பதை விளக்கும் மிக முக்கியமான முடிச்சு. 'அப்பாவே சூதாட அழைத்திருக்கிறான்; சித்தப்பாவே வந்து கூப்பிட்டிருக்கிறான். எனக்கு இஷ்டமில்லையென்றாலும் நான் பெரியவர்கள் சொற்படி நடப்பேன். இது என் விரதம்' என்று சொல்லும் தர்மபுத்திரன் உரையின் பகுதி பாஞ்சாலி சபதத்தில் இடம் பெறவில்லை. இருப்பினும், முழுமைக்காக, நான் கொடுத்திருக்கும் மேற்கோள் பகுதிக்கு அடுத்த வாசகமாய், தர்மபுத்திரன் உரையில் இடம்பெறும் ஒரு கூடுதல் வாசகத்தையும் இங்கே தருகிறேன்:

'ஜயிக்கும் திறமையுள்ள சகுனி அந்தச் சபையில் என்னை அழையாமலிருப்பானாயின், விருப்பமில்லாத நான் அவனுடன் ஆடப் போவதில்லை. அழைத்த பிறகு, நான் திரும்பேன். இது நான் நெடுநாளாக வைத்துக்கொண்ட விரதம்' என்று சொன்னார். (மேற்படி மேற்கோளின் தொடர்ச்சி.)

சூதாட்டச் சருக்கத்துக்கும் சரி, மஹாபாரத யுத்தத்துக்கும் சரி, தர்மபுத்திரன் சூதுக்கு விரும்பி இணங்கியதால்தான் சூதும் போரும் விளைந்தன என்று சொல்வது தவறான முடிவு என்பதை உணர வேண்டும்.

சூதாட்டமும் போரும் நிகழக் காரணமே தருமபுத்திரன்தான் என்று கிருஷ்ணனின் மூத்த சகோதரரான பலராமர் சொல்லும்போது, அந்த இடத்தில் கண்ணன் அவருக்கு சரியான விளக்கத்தையும் தருகிறான்.

•

ஐம்பெரும் குரவோர்தாந் - தரும்
    ஆணையைக் கடப்பது மறநெறி யோ?
வெம்பெரு மதயானை - பரி
    வியன்றேர் ஆளுடன் இருதினத் தில்

பைம்பொழில் அத்திநகர் - செலும்
பயணத்திற் குரியன புரிந்திடு வாய்
மொய்ம்புடை விறல்வீமா' - என
மொழிந்தன னறநெறி முழுதுணர்ந் தான். (132)

சொற் பொருள்

ஐம்பெரும் குரவோர்: மன்னருக்கு - அமைச்சர், புரோகிதர், படைத்தலைவர், தூதர், சாரணர். எல்லோருக்கும் - அன்னை, தந்தை, அண்ணன், ஆசிரியர், தெய்வம்.

வெம் பரு மத யானை: வெம்மையான (சினம் கொண்ட), பருத்த, மதத்தை உடைய யானை.

வியன்: பெரிய, சிறப்புடைய.

விறல்: வீரம்; பெருமை.

மொய்ம்பு: வலிமை, தோள்வலி, பலம். ('முப்பதுகோடி முகமுடையாள் - உயிர் - மொய்ம்புற ஒன்றுடையாள்.')

யாப்பு

நாலடி அறுசீர்ச் சிந்து.

பாடல் சொல்வது

'ஐம்பெருங் குரவர்களுடைய ஆணைய மீறி நடப்பதும் அறமோ? வீரமும், வலிமையும் கொண்ட வீமா! இன்னும் இரண்டு நாளில் பெரிய மதயானைப் படை, குதிரைப் படை மிகப் பெரிய தேர்களைக் கொண்ட படை, காலாட் படை எல்லாவற்றையும் ஒன்று திரட்டு. நாம் பசுமையான சோலைகள் நிறைந்த அத்தினாபுரத்துக்குச் செல்ல வேண்டும். அதற்கு உரியன எல்லாவற்றையும் செய்' என்று அற நெறியை முற்றும் அறிந்தவனான தருமன் வீமனுக்குக் கட்டளை இட்டான்.

பீமனுக்குக் கட்டளையிட்டதாக மூலத்தில் இல்லை. பீமன்தான் பயணத்துகான ஏற்பாடுகளைச் செய்ததற்கான குறிப்பும் இல்லை. பயணத்துக்குக் கிளம்பிவிட்ட பிறகு, 'பலசாலியான பீமசேனன் ரதத்திலேறித் தர்மராஜாவுக்கு முன்சென்றான்' என்று கும்பகோணம் பதிப்பில் உள்ளது. கிஸாரி மோஹன் கங்கூலி பதிப்பில் இந்தக் குறிப்பிட்ட வரி இல்லை.

இந்தப் பாடலுக்குப் பின்னால், 133 முதல் 144ம் பாடல் வரையில் உள்ள உரையாடல்கள் மூலத்தின் ஆங்கில, தமிழ் மொழி பெயர்ப்புகள் இரண்டிலும் இல்லை.

•

வீமனுந் திகைத்து விட்டான் - இள
　　விசயனை நோக்கியிங் கிதுசொலு வான்.
'மாமனு மருகனுமா - நமை
　　மழித்திடக் கருதியிவ் வழிதொடர்ந் தார்.
தாமதஞ் செய்வோமோ? - செலத்
　　தகுந்தகு' மெனவிடி யுறநகைத் தான்.
கோமகன் உரைப்படியே - படை
　　கொண்டுசெல் வோமொரு தடையிலை காண். (133)

சொற் பொருள்

மழித்திட என்ற சொல் இருக்கும் இடத்தில், முதற்பதிப்பில் அழித்திட என்றிருப்பதாய் சீனி விசுவநாதன் பதிப்பில் தெரிகிறது. மழித்திட என்பதே மோனைக்குப் பொருத்தம் என்பதோடு, பேச்சின் வேகத்துக்கும் சரியாகப் பொருந்துகிறது.

யாப்பு

நாலடி அறுசீர்ச் சிந்து.

பாடல் சொல்வது

தன்னை நோக்கி, பயணத்துக்கு ஏற்பாடு செய்யச் சொல்லி அண்ணன் சொன்னதும் வீமன் திகைத்துப் போனான். தன்னுடைய தம்பியான அர்ச்சுனனை நோக்கிச் சொல்வதானான். 'தம்பி! மாமனும் மருமகனுமாகச் சேர்ந்துகொண்டு நம்மை மழுங்கச் சிரைப்பதற்கான காரியங்களைச் செய்யத் தொடங்கியிருக்கிறார்கள். மன்னன் சொன்னதைப் போலவே நான்கு விதமான படைகளையும் திரட்டிக்கொண்டு செல்வோம். அதற்கு ஒரு தடையும் இல்லை. (ஆனால், படையை அலங்காரத்துக்காகக் கூட்டிப் போகப் போவதில்லை. அது செய்தி. நன்கு கவனி.)

தர்மபுத்திரன், விதுரனுக்கு மறுமொழி சொன்னதும், தம்பியர்கள் ஒவ்வொருவராய் தருமனை, பணிவுடனோ, சினத்துடனோ பேசுவது வியாசரில் இல்லை. ஆனால், வில்லியில் இருக்கிறது. தம்பியர் உரைத்ததாக வில்லி பாரதத்தில் வருவது இது:

அன்று தாழ்புனல் துறையினில் கழுநிரைத்து
அரியவஞ் சனைசெய்தான்
குன்று போலுயர் வாழ்மனைக் கொழுந்தழல்
கொளுத்திவன் கொலை சூழ்ந்தான்.
வென்று சூதினில் யாவையும் கவரவே
விரகினால் அழைத்திட்டான்
என்று தான்நமக்கு அன்புடைத் துணைவனாய்
இருந்ததுஅவ் இகலோனே.

நாம் சிறியவர்களாக இருந்தபோது, கங்கைத் துறையில் கழுக்களைப் புதைத்து வைத்துவிட்டு, வஞ்சகம் செய்தவன்தானே இவன்? பிறகு நம்மை அரக்கு மாளிகைக்குள் இருத்தி, தீயிட்டுக் கொல்ல முனைந்தவன்தானே இவன்? இப்போது, சூதினால் நம் பொருள்களைக் கவர அழைத்திருக்கிறான். எப்பொழுதும் நம்மிடம் பகை பாராட்டுகின்ற அத் துரியோதனன் நம்மிடம் அன்பாய் வாழ்ந்தது ஒரு போதும் இல்லை.

'மாமனும் மருகனுமா நம்மை மழித்திடக் கருதி இவ்வழி தொடர்ந்தார்' என்ற அடியும், 'வென்று சூதினில் யாவையும் கவரவே விரகினால் அழைத்திட்டான்' என்ற அடியும் பொருந்து வதை கவனிக்கவும். மற்ற கருத்துகள் அடுத்த பாடலில் முதல் அடியிலேயே வில்லி சொல்லும் எல்லாச் செய்திகளும் பொதிந்து விடுவதையும் காணலாம்.

●

'நெடுநாட் பகைகண்டாய் - இந்த
நினைவினில் யான்கழித் தனபல நாள்.
கெடுநாள் வருமளவும் - ஒரு
கிருமியை அழிப்பவர் உலகிலுண் டோ?
படுநாட் குறியன்றோ - இந்தப்
பாதக நினைப்பவர் நினைத்தது தான்.
விடுநாண் கோத்திடடா - தம்பி
வில்லினுக் கிரைமிக விளையுத டா. (134)

யாப்பு

நாலடி அறுசீர்ச் சிந்து.

பாடல் சொல்வது

இது நெடு நாளாக என் உள்ளத்தை அரித்துக் கொண்டிருக்கும் பகையடா, தம்பி! இந்த நினைப்பிலேயே நான் பல நாள் கழித்திருக்கிறேன். இதையே எண்ணி எண்ணித் துன்புற்றிருக்கிறேன். கிருமியை, கிருமியாக இருக்கும்போதே அழித்துவிட வேண்டும். அதை விட்டுவிட்டு, அதை நன்றாக வளரச் செய்து, தனக்குக் கேடு வரும் நாள் என்றோ, அன்று வரையிலும் ஒரு கிருமியை அழிக்கின்ற செயலில் ஈடுபட்டிருப்பவர் (ஈடுபடுவதாக நினைத்துக் கொள்பவர்) உலகில் யாராவது உண்டா? நம்மைச் சூதாடி வெல்ல வேண்டும் என்று பாதகச் சிந்தனை கொண்டவர்கள் நினைப்பது எதைக் காட்டுகிறது? அவர்களுக்குக் கேடுகாலம் நெருங்கிவிட்டது என்பதை. தம்பி! வில்லைக் கையில் எடு. நாணை இழுத்துக் கட்டு. உன் வில்லுக்கு மிகப் பல நாளாகப் பசி எடுத்திருக்கிறது இல்லையா? அதற்கு மிகப் பெரிய விருந்து காத்திருக்கிறது.

தருமபுத்திரன் இருக்கிறானே, நம் அண்ணன், அவன் சரியான மிதவாதப் போக்கு உள்ளவன். உடனுக்கு உடனே நறுக்கென்று ஒரு காரியத்தைப் பண்ண மாட்டான். தள்ளித் தள்ளிப் போடுவான். அவன் சொல்வது போலவே படை எடுத்துச் செல்வோம். நீயும் வில்லில் நாணை இழுத்துக் கட்டிக்கொண்டு தயாராகு. (போர் நோக்கம் இல்லாத சமயங்களில், வில்லிலிருந்து நாணைக் கழற்றி வைத்துவிட வேண்டும் என்பது வழக்கம்.)

Transactional Analysisகாரர்கள் இப்படிப் பேசுவதை ear-shotting என்று சொல்வார்கள். ஒருவரிடம் சொல்ல வேண்டியதை, அவரிடம் சொல்லாமல், அவருக்குக் காது கேட்கும் தூரத்தில் (within earshot) இன்னொருவரிடம் சொல்வது. அண்ணனை எதிர்த்துப் பேசாத மாதிரியும் ஆயிற்று. தன் கருத்தைச் சொல்லவும் சொல்லியாயிற்று.

இந்தப் பாடலில், 'கெடுநாள் வருமளவும் ஒரு கிருமியை அழிப்பவர் உலகிலுண்டோ' என்ற பிரயோகத்தில் காலவழு இருப்பதாகப் படுகிறது. 'கெடுநாள் வருமளவும் ஒரு கிருமியை அழித்துக் கொண்டிருப்பவர் உலகிலுண்டோ' என்பது ஒத்திசைவுள்ள வாக்கியம். ஆனால், இதைத் தாண்டிதான் கவிதையைப் புரிந்து கொள்ளவேண்டும் என்பதையும் கவனத்தில் நிறுத்த வேண்டுமல்லவா?

●

போரிடச் செல்வமடா - மகன்
புலைமையும் தந்தையின் புலமைக ளும்

யாரிடம் அவிழ்க்கின்றார்? - இதை
எத்தனை நாள்வரை பொறுத்திருப் போம்?
பாரிடத் திவரொடுநாம் - எனப்
பகுதியிவ் விரண்டிற்குங் காலமொன் றில்
நேரிட வாழ்வுண்டோ? - இரு
நெருப்பினுக் கிடையினில் ஒருவிற கோ?' (135)

சொற் பொருள்

புலைமை: *சிறுமை*

யாப்பு

நாலடி அறுசீர்ச் சிந்து.

பாடல் சொல்வது

படை திரட்டிக்கொண்டு போரிடச் செல்வோமடா, விஜயா! யாரிடம் வந்து இவர்களுடைய சாமர்த்தியத்தைக் காட்டுகிறார்கள்? அப்பனுடைய புலமை ஒருபக்கம் என்றால் பிள்ளையுடைய புலைமை இன்னொரு பக்கம். இன்னும் எத்தனை நாளுக்கு இந்தச் சின்னத்தனங்களைப் பொறுத்துக்கொண்டிருப்பது நாம்? இந்த பூமியில் அந்தப் பகுதியில் அவர்களும், இந்தப் பகுதியில் நாம் என்றும் ஒரே நேரத்தில், நேராக வாழ்வது என்பது என்றேனும் நடக்கக் கூடிய காரியமா? இரண்டு பக்கங்களிலும் பற்றி எரியும் விறகைப் போன்ற சூழல் அல்லவா இது! இன்னும் செயலற்று நிற்க முடியுமா!

இரு நெருப்பினுக்கு இடையினில் ஒரு விறகோ என்பதை, இரண்டு பக்கங்களிலும் தீ சூழ்ந்த நிலையில் ஒரு விறகு இருக்க முடியுமா என்றும், ஒரே விறகின் இரு பக்கங்களிலும் ஒரே சமயத்தில் பற்றி எரிவதைப் போலவும் உரைகாண முடியும்.

வில்லி பாரதப் பாடல்

முளையி லேயுயிர் கொல்வதோர் கடுவிடம் முற்றிவன் காழேறி
விளையில் ஏதுசெய் யாதுமற்(று) அவருடன் விழையும் நண்(பு)
இனிவேண்டா.

வளையில் ஏதமே புரிந்துமேல் மலைந்திடும் வன்படை
கொடுமோதிக்,

களையி லேநமக்(கு) இருப்புளது என்றனன் காற்றருள்
கூற்றன்னான்.

‘நச்சு மரத்தை முளையிலேயே கிள்ளிவிட வேண்டும் (இளையதாக முள்மரம் கொல்க-குறள்) அப்படியில்லாவிட்டால் அது வளர்ந்து, வயிரம் பாய்ந்ததாக ஆகிவிடும். துரியோதனனும் அதைப் போன்ற துன்பத்தைச் செய்பவனே. எனவே, அவர்களுடைய நட்பு நமக்கு இனி தேவையில்லை. நாம் பணியப் பணிய அவன் நம்மை இன்னமும் அதிகமான துன்பத்துக்கு ஆளாக்குவான். எனவே, போர் செய்தால்தான் நாம் உயிரோடு வாழ முடியும்.’

‘வளையில் ஏதமே புரிந்துமேல் மலைந்திடும் வன்படை கொடுமோதி’ என்ற வில்லி பாரத அடி, பொதுவாக ஐவரையும் குறித்துப் பேசுகிறது. இதை பாரதி, அர்ச்சுனனிடத்தில் பீமன் சொல்வதாக மாற்றி, ‘விடுநாண் கோத்திடடா - தம்பி - வில்லினுக்கு இரை மிக விளையுதடா’ என்ற அமைத்திருப்பதில் உள்ள அழகையும், ‘வில்லை எடுடா... அங்கே உன் வில் தின்பதற்கான இரை தயாராக நிற்கிறது’ என்று செய்திருக்கும் நகாசு வேலையையும் ரசிக்கலாம். இதற்குமேல், தொடக்கத்திலேயே, ‘இள விசயனை நோக்கி இங்கிது சொலுவான்’ என்று தொடங்கி யிருக்கிறான். விசயனைப் பார்த்துதான் இதைப் பேச முடியும்.

●

வேறு

வீம னுரைத்தது போலவே - உளம்
    வெம்பி நெடுவில் விசயனு - மங்கு
காமனுஞ் சாமனு மொப்பவே - நின்ற
    காளை யிளைஞ ரிருவரும் - செய்ய
தாமரைக் கண்ணன் யுதிட்டிரன் - சொல்லைத்
    தட்டிப் பணிவொடு பேசினார் - தவ
நேமந் தவறலு முண்டுகாண் - நரர்
    நெஞ்சங் கொதித்திடு போழ்திலே. (136)

சொற் பொருள்

செய்ய: சிவந்த.

காமன், சாமன்: இருவரும் சகோதரர்கள். காமன் - மன்மதன். சாமன் - மன்மதனுடைய தம்பி.

காமர் நடக்கு நடைகாண் கவர்கணைச்
சாமனார் தம்முள் செலவு காண்க...

(கலித்தொகை - மருதக் கலி - 94ஆம் பாடல்)

'(நாம் முயங்குவதற்குக் காரணமான) கணையை உடையவனும், சாமனின் அண்ணனுமான மன்மதன் எப்படி நடப்பான் தெரியுமா? இதோ இப்படி' என்று நடந்து காட்டினான்...'

நேமம்: நியமம். முறைமை.

யாப்பு

நாலடி அறுசீர்ச் சிந்து.

பாடல் சொல்வது

வீமன் சொன்னதைப் போலவே பெரிய வில்லை உடைய விஜயனும் பேசினான்; அங்கே மன்மதனையும் அவனுடைய தம்பியையும் ஒத்து நின்ற நகுல, சகதேவர்களும் அதேபோல் பேசினர். ஒரே ஒரு வித்தியாசம் என்னவென்றால் மற்ற மூவரும் வீமனைப் போல் கொதிப்புற்றுப் பேசவில்லை. சிவந்த தாமரை போன்ற கண்களை உடைய யுதிட்டிரனுடைய சொற்களை மறுத்துப் பேசினர்; ஆனால் பணிவோடு பேசினர். மனிதர்களுடைய நெஞ்சம் கொதிப்புறுகின்ற சமயத்தில், பெரியவர்கள் சொல்லைத் தட்டக் கூடாது என்பன போன்ற முறைமைகள் தவறிப் போகும்தான்.

●

அன்பும் பணிவுமு ருக்கொண்டோர் - அணு
வாயினும் தன்சொல் வழாதவர் - அங்கு
வன்பு மொழிசொலக் கேட்டனன் - அற
மன்னவன் புன்னகை பூத்தனன் - 'அட
முன்பு சுயோதனன் செய்ததும் - இன்று
மூண்டிருக் குங்கொடுங் கோலமும் - இதன்
பின்பு விளைவதுந் தேர்ந்துளேன் - எனைப்
பித்தனென் றெண்ணி யுரைத்திட்டீர். (137)

யாப்பு

நாலடி அறுசீர்ச் சிந்து.

பாடல் சொல்வது

அன்பும், பணிவுமே உருவெடுத்து வந்ததைப் போன்றவர்களும், தன் சொல்லை அணுவளவும் மீறாதவர்களுமான தன் நான்கு

சகோதரர்களும் அங்கே தன் சொல்லுக்கு எதிர்ச்சொல் பேசக் கேட்ட தர்மபுத்திரன் புன்னகை பூத்தான். 'அட! துரியோதனன் முன்பு நமக்குச் செய்த தீமைகளை நான் இன்னமும் மறந்தேன் அல்லன். இன்று என்ன கொடுங்கோலம் விளைந்திருக்கிறது என்பதையும் அறியாமல் இல்லை. இதற்குப் பிறகு என்ன நடக்கப் போகிறது என்பதையும் உணராமல் இல்லை. என்னைப் பைத்தியக்காரன் என்று நினைத்தீர்களா? அப்படித்தானே எண்ணிப் பேசுகிறீர்கள்?' என்று அவர்களைக் கேட்டான்.

இந்த இருபாடல்களும், வியாச மூலத்தில் இல்லாதவை; வில்லியைப் பின்பற்றியவை என்றாலும், வில்லியில் நடக்கும் நீண்ட சொல்லாடல்களை பாரதி சுருக்கியிருக்கிறான். எனவே ஒப்பிட்டுப் பாரக்கத் தேவை இல்லை.

•

கைப்பிடி கொண்டு சுழற்றுவோன் - தன்
    கணக்கில் சுழன்றிடுஞ் சக்கரம் - அது
தப்பி மிகையுங் குறையுமாச் - சுற்றுந்
    தன்மை அதற்குள தாகுமோ? - இதை
ஒப்பிட லாகும் புவியின்மேல் - என்று
    முள்ள உயிர்களின் வாழ்விற்கே - ஒரு
செப்பிடு வித்தையைப் போலவே - புவிச்
    செய்திகள் தோன்றிடு மாயினும் (138)

யாப்பு

நாலடி அறுசீர்ச் சிந்து. பொருள் நான்காவது அடியில் முற்றுப் பெறவில்லை. எனவே இது குளகச் செய்யுள்.

பாடல் சொல்வது

சக்கரத்தின் கைப்பிடியைப் பற்றியவாறு ஒருவன் சுழற்றுகிறான் பாருங்கள், அந்த வேகத்துக்கு ஒத்துதான் சக்கரம் சுழலும். அவ்வாறன்றி, அவன் சுற்றும் வேகத்துக்கு அதிகமாகவோ, குறைவாகவோ அந்தச் சக்கரத்தால் சுற்ற முடியுமா? இதை பூமியில் நம் வாழ்க்கையோடு ஒப்பிடலாகும். எதிர்பாராமல் மாயத்தால், செப்பிடு வித்தையால் நடப்பதைப் போல் நமக்குத் தோன்றுகிறது. என்றாலும் -

'இவ்வுலகத்துச் செய்திகள் மேலளவாகப் பார்க்கும்போது முன்பின் தொடர்பில்லாதனவாகித் திடும் திடுமென்று புறப்படுவன போலத்

தோன்றுகின்றன. ஆனால், ஆழ்ந்து நோக்குமிடத்து இவை 'காரண காரியத் தொடர்' என்பதோர் தவிர்க்க முடியாத விதியால் கட்டுப் பட்டிருக்கின்றன.' - பாரதியின் குறிப்பு.

●

இங்கிவை யாவும் தவறிலா - விதி
    யேற்று நடக்குஞ் செயல்களாம் - முடி
வெங்கணு மின்றி எவற்றினும் - என்று
    மேறி யிடையின்றிச் செல்வதா - மொரு
சங்கிலி யொக்கும் விதிகண்டீர் - வெறும்
    சாத்திர மன்றிது சத்தியம் - நின்று
மங்கியொர் நாளில் அழிவதா - நங்கள்
    வாழ்க்கை யிதனைக் கடந்ததோ? (139)

சொற் பொருள்

இடையின்றி: நிறுத்துதல் இன்றி; தடை இன்றி; தொடர்பு விட்டுப் போகாமல். தொடர்ந்து.

அழிவதா: அழிவதாம் என்று ஒரு மகரத்தை வருவித்துக் கொள்ளவேண்டும். இல்லாவிட்டால் 'அழிவதா?' என்று கேட்பதைப் போல் மயக்கத்தைத் தரும். மகரம் கெட்டதற்கான விதியைப் பாடல் மூன்றில் கண்டோம்.

யாப்பு

நாலடி அறுசீர்ச் சிந்து.

பாடல் சொல்வது

செப்பிடுவித்தை போல் நம் வாழ்வில் நடை பெறும் நிகழச்சிகள் தோன்றினாலும், இவை எல்லாம் கொஞ்சமும் தவறாமல் வரிசைக் கிரமமாக நடைபெறும் விதியை ஏற்று நடக்கின்ற செயல்கள்தாம். முடிவு என்று ஒன்று இல்லாமல், தொடர்ந்து இவை நடந்து கொண்டே இருக்கின்றன. அப்படித் தொடர்ந்து செல்கின்ற சங்கிலி ஒன்றைப் போன்றது (இந்தச் சம்பவங்களைக் கட்டுப்படுத்தும்) விதி. இது ஏதோ வெறும் (அர்த்தமில்லாத) சாத்திரக் கருத்து என்றெண்ண வேண்டாம். சத்தியமான வார்த்தை. உலக நிகழ்வுகள் இவ்வாறு கட்டுண்டிருக்கும்போது, ஒரு நாளில் தோன்றி, ஒரு நாள் நின்று, மங்கிப் போய் ஒருநாள் அழியக்கூடிய நம் வாழ்க்கை இதற்கு

அப்பாற்பட்டதா? இதுவும் அந்த விதிக்கு உட்பட்டதுதான்.

வியாஸ பாரதத்தில் சம இடம்

இந்தக் கருத்துகள் மஹாபாரதம் நெடுகிலும் இடம்பெற்றிருந் தாலும், இந்த இடத்தில் இவை பேசப்படவில்லை. இவையும் கவிஞன் சேர்த்தவையே.

●

தோன்றி யழிவது வாழ்க்கைதான் - இங்குத்
துன்பத்தொ டின்பம் வெறுமையாம் - இவை
மூன்றி லெதுவரு மாயினும் - களி
மூழ்கி நடத்தல் முறைகண்டீர் - நெஞ்சில்
ஊன்றிய கொள்கை தழைப்பரே - துன்ப
முற்றிடு மென்பதொ ரச்சத்தால்? - விதி
போன்று நடக்கும் உலகென்றே - கடன்
போற்றி யொழுகுவர் சான்றவர். (140)

யாப்பு

நாலடி அறுசீர்ச் சிந்து.

பாடல் சொல்வது

வாழ்க்கை தோன்றும்; அழியும். அவ்வாறிருக்கும் போது, இங்கே, துன்பம், இன்பம், இவை இரண்டும் அற்ற வெறுமையான நிலை என்று மூன்று நிலைகளில் எது வந்தாலும், எப்போதும் இன்பத்தோடு அவற்றை ஏற்று நடத்தலே முறை. துன்பம் விளையும் என்ற அச்சத்தால், கொண்ட கொள்கையை விட்டுவிடலாமா? 'விதிப்படி எல்லாம் நடக்கும்' என்று எண்ணி, தாம் செய்ய வேண்டிய கடமைகளைப் போற்றி நடப்பார்கள் சான்றோர் பெருமக்கள்.

தன் கவிதைகள் அனைத்தையும் (பெரும்பாலும்) மனப்பாடமாகச் சொல்லத் தெரிந்தவர்கள் அவ்வப்போது, ஓரிடத்தில் எழுதியதைப் பிறிதோர் இடத்திலும் எழுதிவிடுவார்கள். அனைத்தையும் மனத்திலேயே நிறுத்திக் கொள்வதால் இப்படி நேருவதுண்டு. பாரதியும் இந்த விதிக்கு விலக்கில்லை. இந்தப் பாடலின் முதல் இரண்டடிகள் 'உயிர் பெற்ற தமிழர்' பாட்டில் (இனியொரு தொல்லையும் இல்லை என்று தொடங்கும் பாடல்), திரும்பவும் பின்வருமாறு பயிலுகின்றன.

தோன்றி அழிவது வாழ்க்கை - இதில்
துன்பத்தோ டின்பம் வெறுமையென் றோதும்
மூன்றில் எதுவரு மேனும் - களி
மூழ்கி நடத்தல் பரசிவ முக்தி.

•

சேற்றி லுழலும் புழுவிற்கும் - புவிச்
செல்வ முடைய வரசர்க்கும் - பிச்சை
யேற்றுடல் காத்திடு மேழைக்கு - முயி
ரெத்தனை யுண்டவை யாவிற்கும் - நித்த
மாற்றுதற் குள்ள கடமைதான் - முன்வந்
தவ்வக் கணந்தொறும் நிற்குமால் - அது
தோற்றும் பொழுதிற் புரிகுவார் - பல
சூழ்ந்து கடமை அழிப்பரோ? (141)

சொற் பொருள்

சூழ்ந்து: *யோசித்து; ஆலோசித்து.*

யாப்பு

நாலடி அறுசீர்ச் சிந்து.

பாடல் சொல்வது

தருமன் தன் சகோதரர்களிடம் நிகழ்த்தும் உரையைத் தொடர்கின்றான். 'உலகத்தில் பிறந்த எந்த உயிராயினும் சரி; அது சேற்றில் கிடந்து உழலக் கூடிய புழுவோ, உலகம் முழுவதையும் ஆளக் கூடிய அரசரோ அல்லது பிச்சைக்காரனோ, யாராயிருப்பினும் அவரவர் செய்ய வேண்டிய கடமைகள் உண்டு. அவை கணந்தோறும் வந்து எதிரில் நிற்கும். (செய்தே தீர வேண்டிய) கடமை என்பது எந்தக் கணத்தில் தோன்றுகிறதோ, அதே கணத்தில் அதனைச் செய்து முடிக்க வேண்டுமே அல்லாமல், (புத்தியுள்ளவன், அறத்துக்குக் கட்டுப்பட்டவன்) 'இப்படிச் செய்யலாமா, அப்படிச் செய்யலாமா' என்றெல்லாம் ஆலோசித்துக் கொண்டு நின்று, தாம் செய்ய வேண்டிய கடமைகளைச் செய்யாமல் தவறுவார்களா?

•

யாவர்க் கும் பொது வாயினுஞ் - சிறப்
பென்ப ரரசர் குலத்திற்கே - யுயர்
தேவரை யொப்பமுன் னோர்தமைத் - தங்கள்
சிந்தையிற் கொண்டு பணிகுதல் - தந்தை
யேவலை மைந்தர் புரிதற்கே - வில்
லிராமன் கதையையுங் காட்டினேன் - புவிக்
காவலர் தம்மில் சிறந்தநீர் - இன்று
கர்மம் பிழைத்திடு வீர்கொலோ?' (142)

சொற் பொருள்

கர்மம்: செயல்

பிழைத்திடுதல்: தவறுதல்.

யாப்பு

நாலடி அறுசீர்ச் சிந்து.

பாடல் சொல்வது

முன்னோர்கள் என்போர் தேவர்களை ஒப்பவர். அவர்களைச் சிந்தையில் கொண்டு பணிவது யாவர்க்கும் பொதுவானதே. எனினும், அரசர் குலத்தைச் சேர்ந்தவர் மற்றவர்களைக் காட்டிலும் இந்த அறத்தை அதிகம் (திடனுடன்) மேற்கொண்டு ஒழுக வேண்டும். தந்தை சொல்லை மைந்தன் எப்படிக் கேட்டு, அப்படியே ஒழுக வேண்டும் என்பதனை விளக்குவதற்காகத்தான் இராமனுடைய கதையை உங்களுக்குச் சொன்னேன். மன்னவர் களில் சிறந்த நீங்கள் இன்று செய்ய வேண்டிய காரியத்தில், கடமையில், தவறுவீர்களோ?

●

வேறு

என்றினைய நீதிபல தரும ராசன்
எடுத்துரைப்ப இளைஞர்களுந் தங்கை கூப்பிக்
குன்றினிலே யேற்றிவைத்த விளக்கைப் போலக்
குவலயத்திற் கறங்காட்டத் தோன்றி னாய்நீ.
வென்றிபெறுந் திருவடியாய் நினது சொல்லை

மீறியொரு செயலுண்டோ? ஆண்டா னாணை
அன்றியடி யார்தமக்குக் கடன்வே றுண்டோ?
ஐயனே பாண்டவர்த மாவி நீயே. (143)

சொற் பொருள்

குவலயம்: உலகம்.

இலக்கணம்

வென்றி: வெற்றி என்பதன் மெலித்தல் விகாரம்.

யாப்பு

எண் சீர் விருத்தம்.

பாடல் சொல்வது

என்று இப்படிப்பட்ட பல நீதிகளைத் தருமன் எடுத்துச் சொன்னான். நான்கு தம்பியர்களும் கைகூப்பிய வண்ணம் அவற்றைக் கேட்டுக் கொண்டார்கள். 'அண்ணா! குன்றில் இட்ட விளக்கைப் போல உலகம் முழுவதற்கும் அறத்தின் ஒளி பரவுவதற்காகத் தோன்றியவன் நீ. எப்போதும் வெற்றியே பெறுகின்ற திருவடிகளை உடையவனே! உன் சொல்லை மீறி நாங்கள் எந்தச் செயலையாவது செய்வோமோ? நீ ஆண்டான்; நாங்கள் உன் அடிமையல்லரா? உன் சொல்லைக் கேட்டு நடப்பதை விடவும் எங்களுக்கு வேறென்ன கடமை இருக்கிறது? நீயல்லவா எங்களுடைய உயிர்?' என்று அண்ணனிடத்தில் சொன்னார்கள்.

●

துன்பமுறு மெமக்கென்றே யெண்ணி நின்வாய்ச்
சொல்லைமறுத் துரைத்தோமோ நின்பா லுள்ள
அன்புமிகை யாலன்றோ திருவு ளத்தி
னாக்கினையை யெதிர்த்துரைத்தோ மறிவில் லாமல்!
மன்பதையி னுளச்செயல்கள் தெளியக் காணும்
மன்னவனே மற்றிதுநீ அறியா தொன்றோ?
வன்புமொழி பொறுத்தருள்வாய் வாழி நின்சொல்
வழிச்செல்வோ மெனக்கூறி வணங்கிச் சென்றார். (144)

சொற் பொருள்

ஆக்கினை: ஆக்ஞை, ஆணை.

மன்பதை:	மக்கள் பரப்பு; மக்கள்.
வன்பு:	கடுமை

யாப்பு

எண் சீர் விருத்தம்

பாடல் சொல்வது

'அண்ணா! உன் பேச்சைக் கேட்டு நடப்பதால் 'எங்களுக்குத் துன்பம் வருமே' என்றெண்ணியா உன் பேச்சை மறுத்துப் பேசினோம்? நாங்கள் அவ்வாறு பேசியது உன் மீது நாங்கள் வைத்துள்ள அன்பினால் அன்றோ? அன்பு மிகுதியால் அன்றோ நாங்கள் உன் திரு உள்ளத்திலிருந்து எழுந்த ஆணையை எதிர்த்து, அறிவில்லாமல் (அன்பு மிகுதியால் மட்டும்) பேசினோம்! மக்களுடைய உள்ளத்து இயல்பு நன்கு அறிந்த உனக்கு இது தெரியாதா என்ன? நாங்கள் உன்னை எதிர்த்துச் சொன்னதான வன்பு மொழியைப் பொறுத்துக் கொள்வாய்' என்று கேட்டுக்கொண்டு, அவனிடமிருந்து பிரிந்து (கிளம்புதற்கான ஏற்பாடுகளைச் செய்வதற்காகச் சென்றனர்.)

●

ஆங்கதன்பின் மூன்றாநா ளிளைஞ ரோடும்
அணியிழையப் பாஞ்சாலர் விளக்கி னோடும்
பாங்கினுறு பரிசனங்கள் பலவி னோடும்
படையினொடும் இசையினொடும் பயண மாகித்
தீங்கதனைக் கருதாத தருமக் கோமான்
திருநகர்விட் டகல்கின்றான் தீயோ ரூர்க்கே!
நீங்கியகன் றிடலாகுந் தன்மை உண்டோ
நெடுங்கரத்து விதிகாட்டு நெறியி னின்றே! (145)

சொற் பொருள்

பாங்கு - பக்கம்.

பரிசனம்:	ஏவல் செய்வோர். (படை என்ற பொருளும் இச்சொல்லுக்கு உண்டென்ற போதிலும், 'படையினொடும் இசையினொடும்' என்று அடுத்தபடியாக வருவதால், இங்கே பொருந்துவது 'ஏவல் செய்வோர்' என்ற பொருளே.

அணியிழை: *இழை (ஆபரணங்களை) அணிந்த.*

இலக்கணம்

மூன்றா நாள், விதிகாட்டு நெறி ஆகிய இடங்களில் மகரம் (மூன்றாம் நாள், விதிகாட்டும் நெறி) கெட்டிருப்பதன் காரணம் பாடல் எண் மூன்றில் விளக்கப்பட்டது.

யாப்பு

எண்சீர் விருத்தம்

பாடல் சொல்வது

அவ்வாறு தருமன் உரைத்ததற்கு மூன்று நாள் கழித்து, தருமன், தம்பிமார், பாஞ்சால தேசத்தைச் சேர்ந்த, திருவிளக்கைப் போன்ற வளான பாஞ்சாலி ஆகியோரை உடனழைத்துக் கொண்டு, ஏவல் செய்வோருடனும் படையினருடனும் நல்லிசை முழங்கப் பயண மானான். யாருக்கும் எந்தத் தீங்கையும் கருதாதவன் தருமன். அவன் தன்னுடைய திரு நகரத்தை விட்டு, தீயோர்களாகிய துரியோதனாதியர் வாழும் அத்தினாபுரத்துக்குச் சென்றான். விதியின் நீண்ட கரம் காட்டுகின்ற வழியை விட்டு நீங்கி, தூரப் போகும் தன்மை யாருக்கேனும் உண்டோ?

●

நரிவகுத்த வலையினிலே தெரிந்து சிங்கம்
 நழுவிவிழுஞ் சிற்றெறும்பால் யானை சாகும்.
வரிவகுத்த வுடற்புலியைப் புழுவுங் கொல்லும்
 வருங்கால முணர்வோரு மயங்கி நிற்பார்.
கிரிவகுத்த வோடையிலே மிதந்து செல்லும்
 கீழ்மேலா மேல்கீழாங் கிழக்கு மேற்காம்.
புரிவகுத்த முந்நூலார் புலையர் தம்மைப்
 போற்றிடுவர் விதிவகுத்த போழ்தின் அன்றே. (146)

சொற் பொருள்

கிரிவகுத்த ஓடையிலே மிதந்து செல்லும்: மலைகூட வகுக்கப்பட்ட (நதியைப் போல தானாக ஓடாமல், மனிதர்களால் பாதை வகுக்கப் பட்ட) ஓடையில் மிதந்து போகும்.

யாப்பு

எண்சீர் விருத்தம்

பாடல் சொல்வது

விதி ஒன்றைத் தீர்மானித்துவிட்டால், அதற்கு எதிராக யார் என்ன செய்ய முடியும்! நரி ஒன்று வலை விரித்து வைத்திருக்கிறது என்பதை நன்றாக அறிந்துகொண்டே சிங்கம் அந்த வலையில் நழுவி விழும். (இப்படி ஒன்று இருக்கிறது என்று தெரிந்திருந்த போதிலும், தன் கட்டுப்பாடு அற்ற நிலையில், 'நழுவி' விழும்.) வரிகள் நிறைந்த உடல்கொண்ட புலியை, ஒரு புழு கூட கொன்று போடும். வருங்காலத்தில் விளையும் விளைவுகளை உணர்ந்தவர் கூட மயக்கம் கொண்டு, அறிவுத் தடுமாற்றம் கொண்டு நிற்பார்கள். சிறிய ஒரு ஓடையிலே மலை கூட மிதுந்து செல்லும். கீழே இருப்பது மேலே வரும். மேலே இருப்பது கீழே போகும். கிழக்கில் இருப்பது மேற்கே செல்லும். அந்தணர்கள் புலையர்களைப் போற்றி நிற்பார்கள். விதி வகுத்த வழியில் எதுவும் நடக்கும்.

●

மாலைப்போ தாதலுமே மன்னன் சேனை
  வழியிடையோர் பூம்பொழிலி னமர்ந்த காலை
சேலைப்போல் விழியாளைப் பார்த்தன் கொண்டு
  சென்றாங்கோர் தனியிடத்தே பசும்புல் மேட்டில்
மேலைப்போம் பரிதியினைத் தொழுது கண்டான்.
  மெல்லியலு மவன்தொடைமேல் மெல்லச் சாய்ந்து
பாலைப்போல் மொழிபிதற்ற அவளை நோக்கிப்
  பார்த்தனுமப் பரிதியெழில் விளக்கு கின்றான். (147)

சொற் பொருள்

மேலைப்போம்: *மேற்கு திசையில் போகும்.*

சேல்: *மீன்*

யாப்பு

எண்சீர் விருத்தம்.

பாடல் சொல்வது

பயணத்தின் போது மாலைப் போது ஆனது. மன்னனும் சேனையும் வழியில் ஒரு பூஞ்சோலையில் தங்கினார்கள். மீன் போன்ற விழி கொண்ட பாஞ்சாலியும், பார்த்தனும் தனியாகச் சென்றார்கள். அங்கே ஒரு பசிய புல் வெளியில், மேட்டில் இருவரும் அமர்ந்தனர்.

மேற்கு திசையில் விழுந்து கொண்டிருக்கும் சூரியனைப் பார்த்தன் தொழுதான். அவன் மடியில் சாய்ந்தவாறு பாஞ்சாலி மழலை பேசி மயங்க, பார்த்தன் அவளுக்கு அஸ்தமன காலச் சூரியனின் அழகைப் பற்றிப் பேசலானான்.

●

'பாரடியோ வானத்திற் புதுமை யெல்லாம்
பண்மொழீ! கணந்தோறு மாறி மாறி
ஓரடிமற் றோரடியோ டொத்த லின்றி
யுவகையுற நவநவமாத் தோன்றுங் காட்சி.
யாரடியிங் கிவைபோலப் புவியின் மீதே
எண்ணரிய பொருள்கொடுத்து மியற்ற வல்லார்?
சீரடியாற் பழவேத முனிவர் போற்றும்
செழுஞ்சோதி வனப்பையெலாஞ் சேரக் காண்பாய். (148)

சொற் பொருள்

சீரடி: *சீரான அடிகள் (அளவால் ஒத்த அடிகளைக் கொண்ட, இசை நிறைந்த)*

'சீர்களும், அடிகளும் இயைந்த மந்திரங்களால் முன்னைய வேத ரிஷிகள் போற்றிய ஞாயிறு' என்று பாரதி குறிப்பெழுதுகிறான்.

யாப்பு

எண்சீர் விருத்தம்

பாடல் சொல்வது

பாரடி, பாட்டைப் போல் பேச்சை உடைய என் பாஞ்சாலி! வானத்தில் என்ன புதுமையெல்லாம் நிகழ்கிறது பார்! வானத்தில் ஓர் அடி, இன்னொரு அடியைப் போல் இல்லாமல் ஒவ்வொரு அடியிலும் ஒவ்வொரு விதமான வண்ணமும் வடிவமும் கொண்டு திகழ்கிறதே! ஒவ்வொன்றும் ஒவ்வொரு புதுப் புது வகையாக இருக்கிறதே! என்ன அழகு! இதற்கிணையான ஒரு காட்சியை இந்தப் புவியில் ஏற்படுத்திக் காட்ட வேண்டுமானால், எவ்வளவு பொருட் செலவாகும்! யாரால் அப்படிச் செய்து காட்ட முடியும்! இசை நிறைந்த பழைய வேதங்கள் எல்லாம் யாருடைய அழகைப் பாடிப் பாடிப் போற்றுகின்றனவோ, அந்தப் பகலவனின் ஒளியழ கெல்லாம் இந்த மாலைப் போதின் வானத்தில் ஒன்று சேர்ந்திருப் பதைக் காண்பாய்.

காவிய இலக்கணத் தேவைக்காக ஏதேனும் பாரதி செய்திருக்கிறான் என்றால், அது இந்தப் பாடல் தொடங்கி, 152ஆம் பாடல்வரை (ஐந்தே பாடல்கள்) செய்திருக்கும் சூரியாஸ்தமன வருணனை மட்டும்தான். அற்புதமான கவிதைகளாக இவை வெளிப் பட்டுள்ளன. வில்லி இதே வழிநடைக் காட்சிக்கு 48 பாடல்கள் சொல்கிறார். (வில்லி இரண்டே அடிகளில் முடிக்கின்ற செய்தியைப் பாரதி எவ்வளவு நீளம் விரிக்கிறான் என்பதை இரண்டாம் பாகத்தில் காண்போம்.)

இன்னொன்று. வில்லி இந்தக் குறிப்பிட்ட இடத்தில், சூரிய உதயக் காட்சியைப் பாடுகிறார்.

> பஞ்சவர் வாழ்வுறு பதம்பொ றாமையின்
> வஞ்சகம் இயற்றுவான் மனம்கொல் என்னவே
> மிஞ்சிய குளிர்மதி மேற்பொறாது இகல்
> செஞ்சுடர் அவன் குண திசையில் தோன்றினான்.

பாண்டவர்களுடைய வாழ்வைக் கண்டு மனம் பொறுக்காத வஞ்சகத் தன்மை கொண்ட துரியோதனின் மனத்தைப் போலவே, சந்திரனின் மீது பொறாமை கொண்டு, அவனிடத்து மாறுபாடு கொண்ட சூரியன் கிழக்கே உதிப்பதானான்.

பாரதி இந்த இடத்தில் சூரிய அஸ்தமனக் காட்சியைப் பாடுவதன் பொருத்தம் கவனிக்கத்தக்கது. தருமன், இதோ சென்று கொண்டிருக் கிறானே, இதுதான் அவன் கடைசி முறையாக இந்திரப்பிரஸ்தத்தை விட்டுச் செல்லும் பயணம். பிறகு அவன் இந்த நாட்டுக்குத் திரும்ப வரவே இல்லை என்பது நோக்கத் தக்கது. (மகாபாரதப் போருக்குப் பிறகு தருமன் ஆண்டது அத்தினபுரத்தை.)

இந்தப் பாடலின் பின் குறிப்பில் பாரதி இதே காட்சியை உரைநடையில் மறுபடியும் வழங்குகிறான். 'கர்மயோகி' என்ற பத்திரிகைக்காக பாரதி எழுதிய கட்டுரை இது. இதுவரையில் படித்திராதவர்கள், முதல் காரியமாகப் படித்துப் பார்க்கவும். 'கவிதையை உரைநடை விஞ்ச முடியுமா' என்று யாருக்காவது ஐயம் எழுந்தால், 'முடியும்' என்று செய்து காட்டியிருக்கிறான் பாரதி.

●

> கணந்தோறும் வியப்புக்கள் புதிய தோன்றும்!
> கணந்தோறும் வெவ்வேறு கனவு தோன்றும்!
> கணந்தோறும் நவநவமாம் களிப்புத் தோன்றும்!

கருதிடவுஞ் சொல்லிடவு மெளிதோ வாங்கே
கணந்தோறு மொருபுதிய வண்ணங் காட்டிக்
காளிபரா சக்தியவள் களிக்குங் கோலம்
கணந்தோறு மவள்பிறப்பா ளென்று மேலோர்
கருதுவதன் விளக்கத்தை யிங்குக் காண்பாய். (149)

யாப்பு

எண்சீர் விருத்தம்

பாடல் சொல்வது

ஒவ்வொரு கணமும் புதிய புதிய வியப்புகள் தோன்றுகின்றன. ஒவ்வொரு கணமும் புதிய புதிய கனவுகள் தோற்றமளிக்கின்றன. ஒவ்வொரு கணமும் புதுப் புதிதாய் மனத்தில் மகிழ்ச்சி பொங்குகிறது. ஒவ்வொன்றையும் என்னவென்று எண்ணிப் பார்க்கவோ, சொல்லில் வடிக்கவோ எளிதோ! யாரால் முடியும் சொல்! ஒவ்வொரு கணமும் ஒரு புதிய வடிவத்தை எடுத்துக் கொண்டு காளி, பராசக்தியன்றோ அங்கே களிக்கின்றாள். பெரிய வர்கள் சொல்வார்கள் அல்லவா, 'ஒவ்வொரு கணமும் அவள் பிறந்து கொண்டே இருக்கிறாள்' என்று, அதன் விளக்கத்தை இதோ, இங்கே பார்.

●

அடிவானத் தேயங்குப் பரிதிக் கோளம்
அளப்பரிய விரைவினொடு சுழலக் காண்பாய்
இடிவானத் தொளிமின்னல் பத்துக் கோடி
எடுத்தவற்றை ஒன்றுபட உருக்கி வார்த்து
முடிவான வட்டத்தைக் காளி யாங்கே
மொய்குழலாய், சுழற்றுவதன் மொய்ம்பு காணாய்.
வடிவான தொன்றாகத் தகடி ரண்டு
வட்டமுறச் சுழலுவதை வளைந்து காண்பாய். (150)

சொற் பொருள்

மொய்ம்பு: *வலிமை (பாடல் எண் 50ல் இச்சொல்லின் விளக்கத்தைக் கண்டோம்.)*

மொய்குழல்: *அடர்ந்த கூந்தல்*

யாப்பு

எண்சீர் விருத்தம்.

பாடல் சொல்வது

சூரியனாகிய கோளம், அடிவானத்தில் மிக விரைவாகச் சுழல்வதைப் பார். வானத்தில் இடிகளோடு கூடிய பத்துக் கோடி மின்னல்களை எடுத்து, அவற்றை உருக்கி, வார்த்து, ஒரு தகட்டை உருவாக்கிக் காளி அம்மை என்ன விரைவாகச் சுற்றுகிறாள் என்பதைக் காண்பாய். என்ன வலிமை, என்ன மாட்சி இங்கே வெளிப்படுகிறது, பார்! ஒரு தகடு என்றா சொன்னேன்! இரண்டு தகடுகள் அல்லவா இருக்கின்றன! இரண்டு தகடுகள் ஒன்றன் மேலொன்றாகப் பொருந்தி, இங்கே வட்டமாகச் சுழல்கின்றன.

•

அமைதியொடு பார்த்திடுவாய் மின்னே, பின்னே
    அசைவுறுமோர் மின்செய்த வட்டு; முன்னே
சமையுமொரு பச்சைநிற வட்டங் காண்பாய்.
    தரணியிலிங் கிதுபோலோர் பசுமை உண்டோ?
இமைகுவிய மின்வட்டின் வயிரக் கால்கள்
    எண்ணில்லா திடையிடையே எழுதல் காண்பாய்.
உமைகவிதை செய்கின்றாள் எழுந்து நின்றே
    உரைத்திடுவோம் பல்லாண்டு வாழ்க என்றே! (151)

யாப்பு

எண்சீர் விருத்தம்

பாடல் சொல்வது

மின்னலைப் போன்றவளே! அமைதியாகப் பார்! இரண்டு ஒளி வட்டங்கள் சுழல்வதை நீ காண்பாய். முன்னால் மரகதப் பச்சையில் ஒரு வட்டம் சுழல்கிறது. இப்படி ஒரு பச்சையை இந்தப் புவியில் கண்டது உண்டா? இந்தப் பச்சைத் தகட்டுக்குப் பின்னால் மின் தகடு ஒன்று சுழல்கிறது பார்! இமைகளைக் குவித்து உற்றுப் பார்த்தால், இந்த மின் தகட்டின் வயிரக் கால்கள், முன்னால் சுழல்கின்ற மரகதப் பச்சைத் தகட்டின் ஊடே, இடையிடையே எழுந்து வருவதைக் காண்பாய்.

சூரிய அஸ்தமனமா இது! போடீ போ! உமை கவிதை எழுதிக் கொண்டிருக்கிறாளடி! 'அம்மையே போற்றி, பல்லாண்டு, பல்லாண்டு, பல்லாயிரத்தாண்டு, பலகோடி நூறாயிரம்' என்று வாழ்த்துவோம் வா! எழுந்து நில்!

'இரண்டு வட்டத் தகடுகள் ஒன்றின் மேலொன்று சுழலும். கீழேயிருப்பது சுத்தமான மின் வட்டம். மேலே மரகத வட்டம். பச்சை வர்ணம்! அற்புதமான பசுமை!

பச்சைத் தகடு, பின்பிறத்திலிருக்கும் மின் தகட்டை முழுதும் மறைத்துக் கொண்டிருக்கும். ஆயினும், இடையிடையே பின்னுள்ள வட்டத்தின் வயிரக் கிரணங்கள் கண் மீது பாயும். (குறிப்புரையில் தரப்பட்டுள்ள பாரதியின் 'கர்மயோகி' கட்டுரையிலிருந்து.)

●

வேறு

பார்! சுடர்ப் பரிதியைச் சூழவே படர்முகில்
எத்தனை தீப்பட் டெரிவன! ஓகோ!
என்னடீ யிந்த வன்னத் தியல்புகள்!
எத்தனை வடிவம்! எத்தனை கலவை!
தீயின் குழம்புகள்! - செழும்பொன் காய்ச்சி
விட்ட வோடைகள்! வெம்மைதோன் றாமே
எரிந்திடுந் தங்கத் தீவுகள்! - பாரடீ,
நீலப் பொய்கைகள்! - அடடா நீல
வன்ன மொன்றில் எத்தனை வகையடீ!
எத்தனை செம்மை! பசுமையும் கருமையும்
எத்தனை! - கரிய பெரும்பெரும் பூதம்!
நீலப் பொய்கையின் மிதந்திடுந் தங்கத்
தோணிகள், சுடரொளிப் பொற்கரை யிட்ட
கருஞ்சிக ரங்கள்! - காணடி யாங்கு
தங்கத் திமிங்கிலந் தாம்பல மிதக்கும்
இருட்கடல்! - ஆஹா! எங்குநோக் கிடினும்
ஒளித்திரள்! ஒளித்திரள்! வன்னக் களஞ்சியம்!' (152)

சொற் பொருள்

வன்னம்: *வண்ணம்; வர்ணம்.*

யாப்பு

நிலைமண்டில ஆசிரியப்பா. முற்றிலும் - ஓரடியிலும் - எதுகை பயிலாமல் நடப்பதைப் பார்க்கலாம். மோனை முதலிய அமையாது வேறுபடத் தொடுக்கும் தொடையைச் 'செந்தொடை' என்று யாப்பருங்கலக் காரிகை குறிக்கிறது. எதுகை, மோனை அமையாமல் செய்வதைச் செம்மையான தொடை (தொடை: தொடுக்கப்பட்டதாகிய பாடல்) என்று இலக்கணம் சொன்னார்கள்

பாடல் சொல்வது

பார். ஒளி மிகுந்த சூரியனைச் சூற்றி எத்தனை மேகங்கள் தீப்பட்டு எரிகின்றன! ஓகோ! எத்தனை வண்ணங்கள் இங்கே மிளிர்கின்றன! இவற்றின் இயல்பையெல்லாம் (இது இன்ன வர்ணம் என்று பிரித்துச்) சொல்ல யாரால் முடியும்! எத்தனை வடிவங்கள் (இந்த மேகங்களில்)! எத்தனை (வண்ணக்) கலவை (அவற்றின் மீது!) இவை மேகங்களா! (யார் சொன்னது?) தீயின் குழம்புகள்! செம்பொன்னைக் காய்ச்சி ஓட விட்ட ஓடைகள். சிறிதும் வெப்பம் தோன்றாமல் எரிகின்ற தங்கத் தீவுகள்!

தங்கத் தீவுகள் மட்டுமா! பார், பார்! நீலப் பொய்கைகள் தோன்றுகின்றன! நீல வண்ணம் ஒன்றில் எத்தனை வகைகள்! எத்தனை வகையான சிவப்பு, எத்தனை விதமான பச்சை, எத்தனை வகையான கருமை! இவை மேகங்களா! கருமையான பெரிய பெரிய பூதங்கள்! நீலமான பொய்கையில் மிதக்கின்ற தங்கத்தால் செய்யப் பட்ட தோணிகள்! ஒளி என்னும் பொன்னால் கரையிடப்பட்ட கரிய மலைகள்! இல்லை... இது இருட்கடல். இந்த இருட்கடலில் தங்கத்தால் ஆன பெரும் திமிங்கிலங்கள் மிதக்கின்றன. ஆஹா! பார்க்கும் இடமெல்லாம் ஒளியின் திரள்! வர்ணத்தின் களஞ்சியம்!

●

செங்கதிர்த் தேவன் சிறந்த வொளியினைத் தேர்கின்றோம் - அவன்
எங்க ளறிவினைத் தூண்டி நடத்துக வென்பதோர் - நல்ல
மங்களம் வாய்ந்த சுருதி மொழிகொண்டு வாழ்த்தியே - இவர்
தங்களி னங்களி ருந்த பொழிலிடைச் சார்ந்தனர் - பின்னர்
அங்கவ் விரவு கழிந்திட வைகறை யாதலும் - மன்னர்
பொங்கு கடலொத்த சேனைகளோடு புறப்பட்டே - வழி
எங்குந் திகழும் இயற்கையின் காட்சியி லின்புற்றே - கதிர்

மங்கிடு முன்னொளி மங்கு நகரிடை வந்துற்றார். (153)

யாப்பு

நான்கடி பத்து சீர்ச் சிந்து.

பாடல் சொல்வது

'சிவந்த கதிர்களை உடைய சூரியனின் ஒளியை நாங்கள் தேர்கிறோம். அவன் எங்கள் அறிவைத் தூண்டி நடத்துவானாக' என்று மறைகளில் சொல்லப்பட்ட மங்களம் வாய்ந்த மொழியால் பகலவனை வாழ்த்தியபின் அவர்கள் இருவரும் மற்றவர்கள் இருந்த சோலைக்கு வந்து சேர்ந்தனர். அந்தச் சோலையில் இரவுப் பொழுது கழிந்தது. காலை விடிந்தது. கடல்போன்ற சேனையோடு புறப்பட்டு, வழியில் காணும் இயற்கைக் காட்சிகளில் மனம் செலுத்தி மகிழ்ந்தவாறு, சூரியன் மங்குவதற்கு முன்னால் (மாலைப் போது ஆவதற்கு முன்னால்) ஒளி மங்கிய நகரமான அத்தினாபுரத்தை வந்தடைந்தார்கள்.

'செங்கதிர்த் தேவன் சிறந்த வொளியினைத் தேர்கின்றோம் - அவன்
எங்க ளறிவினைத் தூண்டி நடத்துக'

இது 'தத் ஸவிதுர்வரேண்யம்' என்று தொடங்கும் காயத்ரி மந்திரத்தின் தமிழ் மொழிபெயர்ப்பு.' இது பாரதியின் குறிப்பு.

முதலாவது துரியோதனன் சூழ்ச்சிச் சருக்கம் முற்றிற்று.

•

இரண்டாவது சூதாட்டச் சருக்கம்

தெளிவுறவே யறிந்திடுதல் தெளிவுதர மொழிந்திடுதல் சிந்திப் பார்க்கே
களிவளர வுள்ளத்தி லாநந்தக் கனவுபல காட்டல் கண்ணீர்த்
துளிவரவுள் ளுருக்குதலிங் கிவையெல்லாம் நீயருளும் தொழில்க ளன்றோ?
ஒளிவளருந் தமிழ்வாணீ யடியனேற் உதவு வாயே. (154)

யாப்பு

காய், காய், காய், காய், மா மா என்று நடக்கும் அறுசீர் விருத்தம்

பாடல் சொல்வது

எந்த ஒரு பொருளையும் தான் தெளிவாக அறிந்துகொள்வதும்; அவ்வாறு அறிந்துகொண்டதை மற்றவர்கள் தெரிந்துகொள்ளு மாறு, தெளிவாக எடுத்துச் சொல்லுவதும்; (உன்னை) ஆழச் சிந்திப்பவர்களின் உள்ளத்தில் எல்லாம் இன்பமயமான கனவுகள் பலவற்றைக் காட்டுவதும்; (அத்தகைய கனவுகளில் ஆழ்ந்த காரணத்தால்) கண்களில் நீர் பெருகும் அளவுக்கு உள்ளத்தை உருக்குவதும் உன்னால் நடைபெறும் தொழில்கள் அல்லவா? அம்மா! ஒளி மிகுந்தவளே! என் தமிழ் வாணி! எனக்கு இவை எல்லாவற்றையும் தந்து அருள வேண்டும்.

வாணியின் மீது பாரதி இயற்றிய எல்லாப் பாடல்களிலும் இது மிகச் சுருக்கமானதும், மிகமிகச் செறிவானதும் ஆகும். செறிவு என்ற சொல்லே முதலில் சிந்தனைக்கு உரியது. 'செறித்தல்' என்ற சொல்லுக்குப் பல பொருள் உண்டு. 'இறுக்குதல், அழுத்துதல்' என்பது அவற்றில் ஒன்று. இந்த நான்கடி விருத்தத்தில் சிந்தனைக்கு ஏராளமான செய்திகள் செறித்து வைக்கப்பட்டிருக்கின்றன. எனவே, மிகச் செறிவான விருத்தம் என்றேன்.

எதைச் சொல்ல வருகிறோமோ அதைத் தான் முதலில் தெளிவாக அறிந்திருக்க வேண்டும். பிறகு, தான் அறிந்ததை அடுத்தவருக்கு எடுத்துச் சொல்லும்போது, தான் சொல்கின்ற விதத்தால் எந்தக் குழப்பமும் நேர்ந்துவிடாதபடி, தேர்ந்தெடுத்த சொற்களால் (எழுத்து தவிர்த்த ஏனைய படைப்பாளிகள் அவரவருக்கு உரிய ஊடகத்தால்) தெளிவாக எடுத்துச் சொல்ல முடியவேண்டும். 'தெளிவுதர மொழிந்திடுதல்' என்பதில் உள்ள 'தெளிவுதர' என்பதற்கு, 'மற்றவர்களுக்குத் தெளிவு கிட்டும்படியாகச் சொல்வது' என்ற பொருளோடு நிற்கவில்லை. அப்படி இருந்திருந்திருந்தால் 'தெளிவுபெற மொழிந்திடுதல்' என்று சொல்லியிருக்கவேண்டும். தான் சொல்கின்ற விதத்தில் ஏற்படக் கூடிய பிசிறுகளால், கவனச் சிதறல்களால், தேவையற்ற சொற்களால், மாற்றங்களால், இன்னும் எத்தனையோ காரணங்களால், தான் தெளிவாக விளங்கிக் கொண்டதை மற்றவர்களும் அதே தெளிவாக உணர்ந்துகொள்ளும் படியாக எடுத்துச் சொல்லும் விதம் கெட்டுப் போகும். இதை ஒவ்வொரு படைப்பாளியும் அறிவான்.

எனவே, தெளிவுறவே அறிந்திடுதல் ஒரு தொழில்; தான் தெளிவுற அறிந்ததை வெளிப்படுத்தும் போது, அந்த வெளிப்படுத்துவதான செயல் 'தெளிவுதர' இருக்க வேண்டும். உணர்தலும், உணர்த்துதலும் படைப்பாளியின் கோணத்திலிருந்து செம்மையாக நடைபெற வேண்டிய இரண்டு தனித் தனித் தொழில்கள்.

உணர்தலும்; உணர்த்துதலும் ஒரு புறம். படைப்பாளியைப் படைப்புத் தொழிலுக்குள் செலுத்துவது அகக் காட்சி. எந்தப் பாத்திரைத்தை எடுத்தாலும் (அதிலும் குறிப்பாக சீதையை நினைக்கும் போதெல்லாம்) கம்பன் கண் எதிரில் நடப்பது போல் காட்சிகளைச் செதுக்குகிறான் என்றால், இராமாயணத்தின் ஒவ்வொரு காட்சியையும் அவன் வாசகனின் உள்ளத்தில் நடக்க வைத்துக் காட்டுகிறான் என்றால், அவன் அந்தக் காட்சிகளை எல்லாம் உள்ளத்தில் கண்டிருக்கிறான் என்பது பொருள். யாருடைய அகக் காட்சி துல்லியமாக இருக்கிறதோ, அவருடைய படைப்பு, வாசகனைத் (அல்லது பார்வையாளனைத்) தன்னிடம் முழுமையாக ஈர்க்கும்; அவன் கவனத்தை எங்கேயும் சிதறவிடாமல் தன்னிடத்தி லேயே தக்க வைத்துக்கொள்ளும். அதனால்தான் சில எழுத்து களைப் படிக்கும்போது முழுமையாக ஒன்ற முடிகிறது. 'உள்ளத்தே ஆநந்தக் கனவு பல காட்டல்' என்ற தொழில் அதுதான். அங்கே ஒரு சொல் போட்டான் பாருங்கள். சிந்திப்பார்க்கே. இந்த 'சிந்திப் பார்க்கே' யில் உள்ள ஏகாரத்தைத் தேற்றேகாரம் என்று சொல் வார்கள். அதுதான்; அது மட்டும்தான் என்ற தொனிப் பொருளைத் தரக் கூடிய ஏகாரம். (ஏகாரம் பலவிதமான தொனிப் பொருளைத் தரக் கூடியது.) 'ஆதி பகவன் முதற்றே உலகு' என்று சொல்லும் போது உள்ள ஏகாரத்தின் மூலம், 'கடவுள் மட்டும்தான் உலகத்துக்கு முதல்' என்று சொல்கிறார் இல்லையா, அப்படிப்பட்ட ஏகாரம், 'சிந்திப்பார்க்கே' யில் உள்ளது. யார் தனக்குள் ஆழ்ந்து தீவிரமாகச் சிந்திக்கிறானோ, அவனுக்கு மட்டுமே இந்த 'அகக் காட்சி' கிடைக்கும். உள்ளத்தே ஆநந்தக் கனவு பல காட்டுவாள்.

அடுத்த நிலை படைப்பு சம்பந்தப்பட்டதன்று. படைப்பாளிக்கு மட்டுமே கிட்டும் ஒன்று. அவன் அந்த நிலைக்குப் போனால், போயிருந்தால் மட்டுமே, படிப்பவனின் உள்ளம் உருகும். படிப்பவனின் கண்களிலும் கண்ணீர்த் துளி வளரும்.

இது விரிக்க விரிக்க வளரக் கூடிய பொருள். இதை முழுமையாகச் சொல்லவில்லை. படைப்பாளிக்கும், படிப்பாளிகளுக்கும் இதன் உண்மை சொல்லாமலேயே விளங்கும். ஆகவே இத்துடன் நிறுத்திக்கொள்ளலாம். சிந்திப்பதற்கு எவ்வளவு செய்திகளை வைத்திருக்கிறான் என்பதையும், எவ்வளவு சுருக்கமான இடத்தில்,

எவ்வளவு குறைவான சொற்களைக் கொண்டு என்பதையும் பார்க்க வேண்டும். தேர்ந்தெடுத்த சொற்களால் மிகச் சரியாக வெளிப்படுத்த முடிந்தால் மட்டுமே இது சாத்தியம்.

•

நூல்

அத்தின மாநக ரத்தினில் வந்தனர்
    ஆரியப் பாண்டவ ரென்றது கேட்டலும்
தத்தியெ ழுந்தன எண்ணருங் கூட்டங்கள்
    சந்திகள், வீதிகள், சாலைகள், சோலைகள்
எத்திசை நோக்கினு மாந்தர் நிறைந்தனர்.
    இத்தனை மக்களு மெங்க ணிருந்தனர்
இத்தின மட்டு மெனவியப் பெய்துற
    எள்ளும் விழற்கிட மின்றி யிருந்தார். (155)

'இத்தனை மக்களும்...' இந்நாள்வரை இத்தனை ஜனங்களும் எங்கே யிருந்தனர் என்று (காண்போர்) வியப்பெய்தும் வண்ணமாக, (பாரதியின் குறிப்புரை.)

யாப்பு

எண்சீர் விருத்தம். வழக்கமாக காய், காய், மா, மா என்று அமைக் கப்படும் எண்சீர் விருத்த இலக்கணத்திலிருந்து விலகி, முற்றிலும் விளச் சீராக அமைந்திருக்கிறது. இசை அமைதி நோக்கினால், இரண்டாம் அடியில் உள்ள 'கூட்டங்கள்' என்ற சீரில் உள்ள ங் என்ற எழுத்தை நீக்கி, 'கூட்/டகள்' என்று அலகிட வேண்டும்.

பாடல் சொல்வது

தலைவர்களான பாண்டவர்கள் ஹஸ்தினாபுரத்தை வந்தடைந்தனர் என்று கேள்விப்பட்ட உடன், எண்ணில்லாத மக்கள் கூட்டம் திரண்டு எழுந்தது. சந்திகள், வீதிகள், சாலைகள், சோலைகள் என்று எங்கே பார்த்தாலும் மக்கள் வெள்ளமாக இருந்தது. இவ்வளவு மக்களையும் ஒன்றாகப் பார்க்கும்போது, 'இத்தனை நாள் இவ்வளவு மக்களும் எங்கே இருந்தனர்!' என்ற வியப்பு தோன்றுமாறு இருந்தது அந்த மக்கள் திரள்.

•

மந்திர கீதமு ழக்கினர் பார்ப்பனர்
 வன்றடந் தோள்கொட்டி யார்த்தனர் மன்னவர்
வெந்திறல் யானையும் தேருங் குதிரையும்
 வீதிகள் தோறும் ஒலிமிகச் செய்தன;
வந்தியர் பாடினர்; வேசைய ராடினர்;
 வாத்தியங் கோடி வகையி னொலித்தன.
செந்திரு வாழு நகரினில் அத்தினம்
 சேர்ந்த வொலியைச் சிறிதென லாமோ? (156)

சொற் பொருள்

வந்தியர்: மங்கலப் பாடகர்; அரசர் புகழ் பாடும் சூதர்.

வன்றடந் தோள்: வலிமை மிக்க தோள்

யாப்பு

எண்சீர் விருத்தம்.

பாடல் சொல்வது

அந்தணர் மந்திர கீதங்கள் முழக்கினர். மன்னர்கள் தம்முடைய வலிமை மிக்க தோள்களைக் கொட்டி ஆரவாரித்தனர். கோபம் நிறைந்த போர் ஆற்றல் உடைய யானைகளும் தேர்களும் குதிரைகளும் வீதிதோறும் விரைவதனால் பேரொலி ஏற்பட்டது. அரசருடைய புகழை இசைக்கும் மங்கலப் பாடகர்கள் வாழ்த்துப் பாடல்களைப் பாடினர். நடனப் பெண்கள் ஆடினார்கள். பல்வகையான வாத்தியங்கள் ஒலித்தன. அன்றைய தினம், செல்வம் நிறைந்த அந்த ஊரில் ஏற்பட்ட (மங்கல) ஓசை கொஞ்சமா என்ன?

வியாஸ பாரதத்தில் சம இடங்களை இன்னும் இரண்டு பாடல்கள் கழித்துப் பார்க்கலாம். இவை, இந்தக் கட்டத்துக்குச் சற்றே பின்னால் வருபவை. அந்தப் பாடல்கள் வரும்போது, இந்தப் பாடலில் உள்ள செய்தி அங்கே இருப்பதைப் பார்க்கலாம்.

●

வாலிகன் தந்ததொர் தேர்மிசை ஏறியம்
 மன்னன் யுதிட்டிரன் தம்பியர் மாதர்கள்
நாலிய லாம்படை யோடு நகரிடை
 நல்ல பவனி எழுந்த பொழுதினில்

சேலியல் கண்ணியர் பொன்விளக் கேந்திடச்
சீரிய பார்ப்பனர் கும்பங்க ளேந்திடக்
கோலிய பூமழை பெய்திடத் தோரணங்
கொஞ்ச நகரெழில் கூடிய தன்றே. (157)

சொற் பொருள்

நாலியலாம் படை: *தேர், யானை, குதிரை, காலாள் என்று நான்கு வகையான சதுரங்க சேனை.*

சேலியல்: *சேல் - மீன். மீனைப் போன்ற விழி உடைய பெண்கள்.*

கோலிய: கோலுதல்: திரட்டுதல். ஒன்றாகத் திரட்டி வைக்கப்பட்ட பூக்களின் மழை. (கோலுதல் என்ற சொல்லுக்கு வளைத்தல் என்ற பொருளும் உண்டு.)

தோரணங்கொஞ்ச: *தோரணங்கள் அழகுடன் குழைந்திருப்ப (பாரதியின் குறிப்புரை.)*

யாப்பு

எண்சீர் விருத்தம்.

பாடல் சொல்வது

வாலிகன் தந்த பொன்னாலான தேரில் ஏறிக்கொண்டு, தர்மபுத்திரனும் அவன் தம்பியரும், பெண்களும், நான்கு வகைப் படைகளும் நகரத்தில் நுழைந்து பவனி வந்தபோது, மீன்போன்ற விழிகளை உடைய பெண்கள் பொன் விளக்குகள் ஏந்தி வந்தனர். பார்ப்பனர் பூரண கும்பங்கள் ஏந்தி வரவேற்றனர். பெருமளவில் திரட்டப்பட்ட பூக்களின் மழை பொழிந்தது. தோரணங்கள் அழகுற விளங்கின. நகரத்தின் அழகு அதிகரித்தது.

வியாஸ பாரதத்தில் சம இடம்

'ஜனமேஜய ராஜாவே! ஹாரம் கிரீடம் முதலிய எல்லா ஆபரணங் களையும் அணிந்துகொண்டு, பென்னிறமாக விளங்குகின்ற யுதிஷ்டிரர், ராஜஹம்சம் போன்ற வெண்மையான வஸ்திரம் போர்த்தப்பட்டதும், அறுபது வயதுள்ளதுமாகிய பொனமமைய மான வேதிகையில் நெய் ஆகுதி செய்யப்பட்டு ஜ்வலிக்கும் அக்நி போல ராஜலக்ஷ்மியினால் பிரகாசித்தார்' என்று வியாஸ பாரத தமிழ் மொழிபெயர்ப்பு குறிப்பிடுகிறது. (ஸபா பர்வம், எண்பத்து

மூன்றாவது அத்தியாயம், த்யூதபர்வம் தொடர்ச்சி). ஆனால், இந்தத் தமிழ் மொழிபெயர்ப்பின் அடிக்குறிப்பில் 'நகரத்துக்குள் யானை மேலேறிச் சென்ற பிறகு, ரதமேறி வழியிற் சென்றார் என்று கொள்ள வேண்டும்' என்று சொல்கிறது (ஸபா பர்வம் பக்கம் 263 அடிக்குறிப்பு. கிஸாரி மோஹன் கங்கூலி, தன் மொழிபெயர்ப்பில், 'And that slayer of hostile heroes, the son of Pandu and Pritha, riding upon the car that had been given him by the king of Valhika, and attired also in royal robes, set out with his brothers.' (Sabha Parva, Section LVII.) யானையின் மேல் ஏறிச் சென்ற குறிப்பு, கிஸாரி மோஹன் கங்கூலியின் பதிப்பில் இல்லை.

ஆனால், அதே சமயம், தமிழ் மொழிபெயர்ப்பில் காணப்படும் அடிக்குறிப்பையும் மனத்தில் கொண்டால், பாரதி பின்பற்றியது, இந்த அடிக்குறிப்பை எழுத எது காரணமாக இருந்ததோ அந்தக் காரணத்தையும் உள்ளிட்ட ஸ்லோகம் அல்லது பொருளின் வண்ணத் தீற்றல் உடைய குறிப்பு ஏதோ ஒன்றாக இருக்கலாம். ஆனாலும், பாரதி இங்கு மாறுபடக் காரணம் உண்டு. பந்தயம் வைத்து ஆடுகையில், 'நான் ஏறி வந்த தேரைப் பணையமாக வைக்கிறேன்' என்று வியாஸ பாரதத்தில் தருமன் சொல்கிறான். பாடல் 189ல் பாரதியும் அவ்விதமே கூறுகிறான். எனவே தேரேறிச் சென்றதாகச் சொல்வதே பொருத்தம். மூல நூலை எவ்வளவு நுட்பமாகப் படித்திருக்கிறான் என்பதற்கு இது ஆதாரம்.

> தேவாபி ஷந்தனுஸ்தஸ்ய பாஹ்லீக இதி சாத்மஜா
> பித்ரு ராஜ்யம் பரித்யஜ்ய தேவாபிஸ்து வனம் கதஹ
>
> (பாகவத புராணம், காண்டம் 9, சர்க்கம் 22, சுலோகம் 12)
>
> (திலீபனுடைய மகனான பிரதீபனுக்கு மூன்று மகன்கள் பிறந்தனர். அவர்கள்) தேவாபி, சந்தனு, வாலிகன் என்ற மூவர். இவர்களுக்குள், (மூத்தவனான) தேவாபி தனக்கு அரசு தேவையில்லை என்று சொல்லி (தவம் மேற்கொள்ள) வனத்துக்குச் சென்றுவிட்டான். எனவே, சந்தனு பட்டத்துக்கு வந்தான்.

சந்தனு மன்னருக்கும் கங்கைக்கும் பிறந்தவர் பீஷ்மர். சத்தியவதியின் மூலம் சித்திராங்கதன், விசித்திரவீரியன் என்ற இரு மகன்கள் சந்தனுவுக்குப் பிறந்தனர். சித்திராங்கதன் ஒரு கந்தர்வனுடன் நடந்த போரில் இறந்தான். விசித்திரவீரியன் சிறு வயதிலேயே க்ஷயரோகத்தால் (என்புருக்கி) இறந்தான். பிறகுதான் திருதிராட்டிரன், பாண்டு, விதுரர் ஆகிய மூவரும் தோன்றினர்.

எனவே, சந்தனு, துரியோதனாதியருக்கும், பாண்டவருக்கும் கொள்ளுப் பாட்டன். சந்தனுவின் சகோதரனாகிய வாலிகனும் அவர்களுக்குக் கொள்ளுப் பாட்டனே. பீஷ்மருக்குப் பெரியப்பா ஆகிறார்.

வெகு இயல்பாக பாரதி உதிர்த்துவிட்டுப் போகும் பெயர்களுக்கு உரியவர்களை அடையாளம் காண எவ்வளவு சிரமப்பட வேண்டியிருக்கிறது! ஒரு குறிப்பாவது தரவேண்டும் என்று கூட பாரதிக்குத் தோன்றாத அளவுக்கு இது அவனுக்கு மிகவும் சரளமாகவும் சகஜமாகவும் தெரிந்த ஒன்றாக இருந்திருக்கிறது என்பது வெளிப்படை. இப்படித்தான், 'முன்னமொரு வேனன் முடிந்த கதை கேட்டிலையோ' என்று பின்னால் விதுரர் பேச்சில் வரும். அந்த வேனனை எங்கெங்கோ தேடித் திரிந்திருக்கிறேன். அந்த இடம் வரும்போது விவரங்களைப் பார்ப்போம்.

•

வேறு

மன்னவன் கோயிலிலே - இவர்
　　வந்து புகுந்தனர் வரிசையொ டே
பொன்னரங் கினிலிருந்தான் - கண்ணில்
　　புலவனைப் போய்நின்று போற்றிய பின்
அன்னவ னாசிகொண்டே - உயர்
　　ஆரிய வீட்டும னடிவணங் கி
வின்னய முணர் கிருபன் - புகழ்
　　வீரத் துரோணனங் கவன்புதல் வன் (158)

சொற் பொருள்

வரிசை: *கையுறை எனப்படும் (பெரியோர்களைக் காணும்போது எடுத்துச் செல்லப்படும்) பரிசுப் பொருள்கள். சீர்.*

கண்ணில் புலவன்: கண் இல்லாதவனும் கல்வி நிறைந்தவனுமான திருதராட்டிரன். ('ராஜ மண்டபத்திலே வீற்றிருந்தவன் (ஆகிய) திருதராஷ்டிரனை' (பாரதியின் குறிப்பு.)

வின்னயம்: *(வில் நயம்), வில் வித்தை, யுத்த சாஸ்திரம். (பாரதியின் குறிப்பு.)*

யாப்பு

எழுசீர்ச் சிந்து. முதல் அரையடியை விட, அடுத்த அரையடி பெரிதாய் இருப்பதைப் பார்க்கலாம். (முதல் அரையடியில் மொத்தம் ஆறு அசைகளும்; அடுத்த அரையடியில் மொத்தம் ஏழு அசைகளும் இருக்கின்றன.)

பொருள் இந்தப் பாடலுடன் முற்றுப் பெறாமல் அடுத்த பாடலுக்குச் செல்வதால், இது குளகம்.

பாடல் சொல்வது

திருதராட்டிரனுடைய அரண்மனைக்குள் பாண்டவர்கள் பரிசுப் பொருள்களுடன் நுழைந்தனர். பார்வையற்றவனும், படித்தவனுமான அவன் ஒரு பொன்மயமான மண்டபத்தில் வீற்றிருந்தான். அவனைப் பணிந்து, அவனுடைய ஆசியைப் பெற்றனர். அதன் பின்னர், பாண்டவர் வீட்டுமன் (பீஷ்மர்) அடிபணிந்தனர். தனுர் வேதம் எனப்படும் வில் வித்தையை நன்குணர்ந்தவர்களாகிய கிருபரையும் துரோணரையும் அவருடைய புதல்வனாகிய அசுவத்தாமனையும்,

●

மற்றுள பெரியோர்கள் - தமை
 வாழ்த்தியுள் ளன்பொடு வணங்கிநின் றார்.
கொற்றமிக் குயர்கன்னன் - பணிக்
 கொடியோ னிளையவர் சகுனியொ டும்
பொற்றடந் தோள்சருவப் - பெரும்
 புகழினர் தழுவினர் மகிழ்ச்சிகொண் டார்
நற்றவக் காந்தாரி - முதல்
 நாரியர் தமைமுறைப் படிதொழு தார். (159)

சொற் பொருள்

பணி: பாம்பு. பணிக்கொடியோன்: பாம்புக் கொடியை உடையவன், துரியோதனன்.

சருவல்: நேசப் பான்மை (தோன்ற). அன்பு தோன்றுமாறு தழுவுதல்; கொஞ்சித் தழுவுதல்.

யாப்பு

அறுசீர்ச் சிந்து. முதல் அரையடியை விட, அடுத்த அரையடி பெரிதாய் இருப்பதைப் பார்க்கலாம்.

பாடல் சொல்வது

(முதல் பாடலின் பொருள் தொடர்கிறது...) மற்றும் உள்ள பெரியோர்களையும் உள்ளன்போடு வாழ்த்தியும் வணங்கியும் நின்றார்கள். கொற்றம் நிரம்பியவனான கர்ணனையும்; பாம்புக் கொடியை உடைய துரியோதனனையும்; அவனுடைய தம்பியரையும்; சகுனியையும் தோளோட தோள் பொருந்துமாறு நேசத்துடன் தழுவிக் கொண்டனர். நல்ல தவத்தை உடையவளான காந்தாரியையும் மற்றுமுள்ள பெண்களையும் முறைப்படி வணங்கினர்.

●

குந்தியு மிளங்கொடியும் - வந்து
　　கூடிய மாதர்தம் மொடுகுல வி
முந்திய கதைகள் சொல்லி - அன்பு
　　மூண்டுரை யாடிப்பின் பிரிந்துவிட் டார்
அந்தியும் புகுந்ததுவால் - பின்னர்
　　ஐவரு முடல்வலித் தொழில்முடித் தே
சந்தியும் சபங்களும்செய் - தங்கு
　　சாருமின் னுணவமு துண்டதன் பின் (160)

சொற் பொருள்

இளங்கொடி - பாஞ்சாலி (பாரதியின் குறிப்பு)

உடல்வலித் தொழில்: கஸ்ரத். சரீர பலத்துக்காகச் செய்யப்படும் அப்பியாசங்கள். இதனை வடமொழியில் 'வ்யாமம்' என்பர். (பாரதியின் குறிப்பு.)

யாப்பு

அறுசீர்ச் சிந்து. முதல் அரையடியை விட, அடுத்த அரையடி பெரிதாய் இருப்பதைப் பார்க்கலாம். பொருள் முற்றுப் பெறாமல் அடுத்த பாடலுக்குச் செல்வதனால் இது குளகம்.

பாடல் சொல்வது

குந்தியும், திரௌபதியும் வந்து தம்மைச் சூழ்ந்து கொண்ட மற்ற பெண்களோடு உரையாடி, பழைய கதைகளை எல்லாம் பேசி, அன்பு பொங்க உரையாடிப் பின் பிரிந்தனர். மாலைப் போது ஆனது. ஐந்து பாண்டவர்களும் தேகப் பயிற்சிகளைச் செய்து முடித்து, அதன் பிறகு சந்தி, ஜபங்கள் செய்து, உணவருந்தினர்.

வியாஸ பாரதத்தில் சம இடம்

அந்தப் பாண்டவர்கள் திருதராஷ்டிர மகாராஜனுடைய அனுமதி பெற்று, ரத்னங்கள் நிரம்பின கிருகங்களில் பிரவேசித்தனர். அங்கு வந்தவர்கள் திரௌபதி முதலான ஸ்திரிகளையும் கண்டனர். ஜ்வலிப்பதுபோலப் பிரகாசிக்கின்ற திரௌபதியின் பெருஞ் செல்வத்தைக் கண்டு திருதராஷ்டிரன் மருமக்கள் மனத்தில் அதிகச் சந்தோஷமுள்ளவர்களாய் இருக்கவில்லை. பிறகு புருஷ சிரேஷ்டர்களான பாண்டவர்கள் ஸ்திரிகளுடன் தனித்தனியே பேசிச் சென்று தேகப் பயிற்சி முதலான காரியங்களையும் அலங்காரங்களையும் செய்த பிறகு, சந்தியாவந்தனம் முதலிய கடமைகளைச் செய்து உயர்ந்த சாந்துகளை அணிந்து கொண்டும் சுபத்தைச் சிந்தித்துக் கொண்டும் பிராமணர்களால் ஸ்வஸ்திவாசனம் செய்வித்து மனத்திற்கினிமையான உணவுகளை யுண்டு தம்தம் படுக்கை யறைகளிற் பிரவேசித்து மங்கையர்களின் கானங்களைக் கேட்டுக் கொண்டு நித்திரை செய்தனர்.

இந்தப் பகுதியில் கவனிக்க வேண்டிய குறிப்புகளில், தேகப்பயிற்சி முதலான காரியங்களைச் செய்தது ஒன்று. பாரதியின் பாடல் இதை அப்படியே பிரதிபலிக்கிறது. பெண்களுடைய பாடல்களைக் கேட்டவண்ணம் நித்திரை புரிந்தது இன்னொன்று. சந்தியாவந்தனம் முதலிய கடமைகளைச் செய்தது அடுத்த குறிப்பு. இங்கே, பாண்டவர்கள் சந்தியாவந்தனம் செய்த குறிப்பு இடம் பெறுவதால் தான், முதல் பாகத்தின் இறுதிப் பாடலாக காயத்ரி மந்திரத்தின் தமிழ் மொழிபெயர்ப்பு அமைந்திருக்கிறது.

●

சந்தன மலர்புனைந்தே - இளந்
　　தையலர் வீணைகொண் டுயிருருக் கி
விந்தைகொள் பாட்டிசைப்ப - அதை
　　விழைவொடு கேட்டனர் துயில்புரிந் தார்.
வந்ததொர் துன்பத்தினை - அங்கு
　　மடித்திட லன்றிப்பின் வருந்துயர்க் கே
சிந்தனை யுழல்வாரோ - உளச்
　　சிதைவின்மை யாரியர் சிறப்பன் றோ? (161)

சொற் பொருள்

‘வந்ததொர் துன்பத்தினை...’: துன்பம் நேரிடுங்கால், அதனை அவ் விடத்தே அப்பொழுதே மாய்த்துவிட

வழி செய்வார்கள். அவ்வாறன்றிப் பின்வரப் போகும் துன்பங்களை நினைத்து, நெஞ்சமுடைந்து போய், யாதொரு செய்கையும் ஓடாமல் சலிப் படைந்திருத்தல் ஆரியர்களுடைய மரபன்று. (பாரதியின் குறிப்பு.)

யாப்பு

அறுசீர்ச் சிந்து. முதல் அரையடியை விட, அடுத்த அரையடி பெரிதாய் இருப்பதைப் பார்க்கலாம்.

பாடல் சொல்வது

(உணவருந்தியதன் பின்) சந்தனம் பூசி, மலர் புனைந்து, இளம் பெண்கள் உயிர் உருகும் வண்ணம் வாசிக்கும் வீணையிசையை ஆர்வத்தோடு கேட்ட வண்ணம் துயின்றனர். துன்பம் வந்தால், வந்த துன்பத்தை மடித்திடல் அன்றி, அதை நினைத்து நினைத்து வருந்தி, வருந்தி உள்ளம் துன்பத்தில் உழல்வார்களோ? (ஆகவே, துன்பமே வரப்போகிறது என்று உணர்ந்திருந்த போதிலும், 'துன்பத்தை, அது வரும்போது தீர்த்துக்கொள்வோம்' என்று நிம்மதியாக உறங்கினர்.) எத்தகைய துன்பம் நேர்ந்தாலும், உள்ளம் உடையாமல் இருப்பதல்லவா ஆரியர் இயல்பு?

வியாஸ பாரதத்தில் சம இடம்

முதல் பாடலில் உள்ள செய்தியின் தொடர்ச்சிதான் இங்கே காணப் படுகிறது. சந்தனம், மலர் இவற்றைப் புனைந்துகொண்டும், பெண்கள் பாடும் பாடல்களைக் கேட்டபடியும் உறங்கச் சென்றனர் என்ற குறிப்பு, இதற்கு முற்பட்ட பாடலில், வியாஸ பாரத சம இடக் குறிப்பில் இடம்பெற்றுள்ளது. என்றாலும், வீணை இசையைப் பற்றிய குறிப்பு, பாண்டவர்கள் ஹஸ்தினாபுரத்துக்குள் பிரவேசிக்கும் கட்டத்தில் வருகிறது. அதை இங்கே தரப்படுகிறது.

வழியிற் செல்லுகின்ற பாண்டவர்களின் சேனை, மனிதர்களும் யானைகளும் குதிரைகளும் நிரம்பினதும் கொடிகளோடு கூடிய உயர்ந்த தேர்களுள்ளதும் சிறந்த கத்திகளைத் தரித்ததும் சங்கங்கள், துந்துபிகள், தாளங்கள், வீணைகள் இவைகளின் முழக்கங்களினால் பெருஞ்சப்பதமுள்ளதுமாக விளங்கிற்று.

இந்தக் குறிப்பிட்ட பகுதி, ஆங்கில மொழிபெயர்ப்பில் இல்லை.

இதற்கிடையில், தர்மபுத்திரனின் மனநிலையை விளக்கும் ஒரு முக்கியமான குறிப்பு, பாஞ்சாலி சபதத்தில் இடம்பெறாமல்

போய்விட்டது. ஹஸ்தினாபுரத்துக்கு அண்மையிலிருந்த விடுதியில் பாண்டவர்கள் தங்கும்போது, விதுரர், தர்மபுத்திரரை வந்து பார்க்கிறார். அந்தச் சமயத்தில் இருவருக்கும் நடந்த உரையாடலில் யுதிஷ்டிரன் பின்வருமாறு குறிப்பிடுகிறான்:

'ஜனமேஜய ராஜாவே! பிறகு விதுரர், விசனத்தினால் தழுதழுத்த குரலோடு தர்மராஜாவை அழைத்து, திருதராஷ்டிரன் செய்யக் கருதின விஷயமெல்லாவற்றையும் நடந்தபடி அவருக்குக் சொன்னார். அவர் சொன்னதைக் கேட்டு, தர்மராஜாவானவர் 'விதுரரே! என்னை அழைத்தது எனக்குப் பொறுக்கவில்லை. எனக்கு விரதமன்றோ இருக்கிறது. உலகத்திலுள்ள பிராமணர்களுக்கும் பிரஜைகளுக்கும் எப்போதும் க்ஷேமமுண்டாகக் கடவது' என்று சொன்னார். (ஸபா பர்வம், எண்பத்து மூன்றாவது அத்தியாயம், த்யூத பர்வம் தொடர்ச்சி.)

எனவே, தர்மபுத்திரன், சூதாட்டத்தை விரும்பி மேற்கொண்டான் என்று வாதிப்பது தவறு. அவன் இந்த சூழ்ச்சிக்குள் திணிக்கப் பட்டான். அவன், ஏற்கெனவே 'பெரியவர்கள் எது சொன்னாலும் மறுக்க மாட்டேன்' என்று செய்துகொண்ட சபதத்தால் கட்டுண்டான். பெரியவரான திருதராஷ்டிரனே சூதுக்கு அழைத்திருக்கிறான் என்பதை உள்ளத்தில் நிறுத்த வேண்டும். பாரதியின் வாக்குப் படியும், 'தந்தையும் வரப்பணித்தான் - சிறு - தந்தையும் தூதுவந் தனையுரைத்தான்' என்று 131ம் பாடலில் இந்தக் கருத்து வலியுறுத்தப் படுகிறது. தர்மபுத்திரனின் குணச்சித்திரக் கட்டமைப்பை ஆய்வோர், தவறவிட்டு விடக்கூடாத முக்கியமான குறிப்பு இது.

●

பாணர்கள் துதிகூற - இளம்
பகலவ னெழுமுனர்த் துயிலெழுந் தார்
தோணலத் திணையில்லார் - தெய்வந்
துதித்தனர் செய்யபொற் பட்டணிந் து
பூணணிந் தாயுதங்கள் - பல
பூண்டுபொற் சபையிடைப் போந்தன ரால்.
நாணமில் கவுரவரும் - தங்கள்
நாயக னொடுமங்கு வீற்றிருந் தார். (162)

சொற் பொருள்

தோணலம்: (தோள் நலம்) தோள்வலி, வலிமை (பாரதியின் குறிப்பு.)

யாப்பு

அறுசீர்ச் சிந்து. முதல் அரையடியை விட, அடுத்த அரையடி பெரிதாய் இருப்பதைப் பார்க்கலாம்.

பாடல் சொல்வது

காலையில் சூரியன் உதிப்பதற்கு முன்னால், பாணர்கள் பாடல்கள் இசைத்துத் துதிக்கவும், இணையில்லாத தோள் வலிமையை உடைய பாண்டவர்கள் கண்விழித்தனர். தெய்வத்தை வணங்கினர். நல்ல பட்டாடைகளையும், ஆபரணங்களையும் அணிந்தனர். சபைக்குள் வந்தனர். வெட்கம் என்பதே அறியாத துரியோதனாதியர், அங்கே துரியோதனன் தலைமையில் அமர்ந்திருந்தனர்.

வியாஸ பாரதத்தில் சம இடம்

சிரம பரிகாரஞ் செய்துகொண்ட பிறகு, வந்திகளால் துதிக்கப்பெற்று விடியற்காலத்தில் நித்திரையை விட்டெழுந்தனர். அவர்களனை வரும் இரவு முழுதும் சுகமாயிருந்து காலையில் கடமைகளை முடித்துக்கொண்டு சூதாட்டக்காரர்களால் அழைக்கப்பெற்றவர்களாகி, அழகான சபையிற் பிரவேசித்தனர். (ஸபா பர்வம், எண்பத்து மூன்றாவது அத்தியாயம், த்யூத பர்வம் தொடர்ச்சி.)

●

வீட்டுமன் றானிருந்தான் - அற
    விதுரனும் பார்ப்பனக் குரவர்க ளும்
நாட்டுமந் திரிமாரும் - பிற
    நாட்டினர் பலபல மன்னர்க ளும்
கேட்டினுக் கிரையாவான் - மதி
    கெடுந்துரி யோதனன் கிளையின ரும்
மாட்டுறு நண்பர்களும் - அந்த
    வான்பெருஞ் சபையிடை வயங்கிநின் றார். (163)

சொற் பொருள்

மாட்டுறு: (மாடு உறு) பக்கத்தில் இருக்கும்.

குரவர்: வயதாலோ, அறிவாலோ முதிர்ந்த, மரியாதைக்கு உரிய, (குடும்பத்தில் மூத்த உறுப்பினராகவோ, இல்லாமலோ விளங்கக் கூடிய), அறிவுரை

சொல்லி வழிநடத்தக் கூடியவர். ஆகவே ஐம்பெருங் குரவர் என்பவர் ஒவ்வொரு மனிதனுக்கும் தாய், தந்தை, தமையன், குரு, அரசன் ஆகியோர். ஒவ்வொரு அரசனுக்கும் உரிய ஐம்பெருங்குரவர்களில் 'அரசன்' என்பதற்கு பதிலாக 'அமைச்சர்' என்று வரும்.

வயங்குதல்: விளங்குதல், மிகுதல்.

யாப்பு

அறுசீர்ச் சிந்து. முதல் அரையடியை விட, அடுத்த அரையடி பெரிதாய் இருப்பதைப் பார்க்கலாம்.

பாடல் சொல்வது

அந்தச் சபையில் வீட்டுமன் (பீஷ்மன்) இருந்தான். அறத்தையே பின்பற்றும் விதுரன் இருந்தான். நாட்டின் அமைச்சர்கள் இருந்தனர். அந்தணப் பெரியோர்கள் இருந்தனர். பிற நாடுகளிலிருந்து வந்திருந்த பற்பல மன்னர்கள் இருந்தனர். கெடுதலுக்கு இரையாகப் போகும் துரியோதனனும், அவனுடைய தம்பியர், சகுனி போன்ற உறவினரும், கர்ணனைப் போன்ற நண்பர்களும் அந்தப் பெரிய சபையில் விளங்கி நின்றனர்.

இரண்டு பெரும் சக்திகள் ஒன்றை ஒன்று எதிர்த்து நிற்கப் போகும் கட்டம். ஒரு பக்கம் (கௌரவ மன்னர் பக்கத்திலேயே நின்று) அறத்தைப் பின்பற்றும் கூட்டம். இன்னொரு பக்கம் அறத்தை நசுக்கக் கிளம்பியிருக்கும் அதே கௌரவ மன்னர் - துரியோதனாதியர் - கூட்டம். இரண்டுமே அந்தச் சபையில் விளங்கி யிருந்தது. அத்தகைய சபைக்குள் பாண்டவர் நுழைந்தனர்.

●

புன்றொழிற் கவறதனில் - இந்தப்
புவிமிசை யிணையிலை யெனும்புக ழான்
நன்றறி யாச்சகுனி - சபை
நடுவினி லேறெனக் களித்திருந் தான்.
வென்றிகொள் பெருஞ்சூதர் - அந்த
விவிஞ்சதி சித்திர சேனனு டன்

குன்றுசத் தியவிரதன் - இகழ் *
கூர்புரு மித்திரன் சயன்என் பார் (164)

சொற் பொருள்

கவறு - சூதாடும் கருவி - dice. சூதாட்டம்.

இருமனப் பெண்டிரும் கள்ளும் கவறும்
திருநீக்கப் பட்டார் தொடர்பு. (குறள்)

எவனுடைய மானம், மரியாதை முதலான செல்வங்களெல்லாம் அழியப்போகிறதோ, அவனுடைய உள்ளம் மிகவும் விரும்புவது விலைபோகும் பெண்டிர், கள் மற்றும் சூதாட்டம்.

நன்றறியாச் சகுனி: நல்லது என்பதே கொஞ்சம் கூடத் தெரியாதவனான சகுனி. நேரடியான திருக்குறள் ஆட்சி.

நன்றறி வாரிற் கயவர் திருவுடையர்
நெஞ்சத்து அவலம் இலர்.

நல்லது கெட்டது பார்த்து நடப்பவனுக்குத்தான் மனம் பாடுபடும்; இதைச் செய்வதா அதைச் செய்வதா என்று தவிக்கும். கயவனுக்கு அப்படி ஒரு கஷ்டம் வரவே வராது. அவனுக்குத்தான் நல்லதும் நல்லது; கெட்டதும் நல்லதாயிற்றே! ஆகவே நல்லவனைப் பார்க்கிலும், கெட்டவன் செல்வம் உடையவன்தான்.

இகழ் கூர்: இந்தத் தொடரில் உள்ள 'கூர்' என்ற சொல்லுக்கு, 'மிகுதல், அதிகரித்தல் என்று பொருள். நினைவு கூர்தல் - (ஒரு குறிப்பிட்ட நபரைப் பற்றியோ, நிகழ்வைப் பற்றியோ) நினைவு மிகுதல்; அதிகரித்தல். அருள் கூர்தல், அருள்கூர்ந்து: அருள் அதிகரித்தல், அருள் மிகக் கொண்டு. இகழ் கூர் என்றால், இகழ்ச்சி அல்லது இகழத்தக்க தன்மை மிகுந்த.

யாப்பு

அறுசீர்ச் சிந்து. முதல் அரையடியை விட, அடுத்த அரையடி பெரிதாய் இருப்பதைப் பார்க்கலாம். குளகச் செய்யுள்.

---

*இதழ் என்று பாடபேதம் பல பதிப்புகளில் காணப்படுகிறது. இகழ் என்பதே பொருத்தமாக இருக்கிறது.

பாடல் சொல்வது

நல்லது என்பதன் வாசனையைக் கூட அறியாதவனான, சின்னத்தன மான சூதாட்டத் தொழில் சகல நுட்பங்களையும் கற்றுத் தேர்ந்து, அதில் அவனுக்கு இணையில்லை என்னும்படியான புகழை உடைய சகுனி சபை நடுவில் சிங்கம் போல உட்கார்ந்திருந்தான். (சிங்கம் என்றது இகழ்ச்சிக் குறிப்பு.) அவனைச் சுற்றிலும் விவிம்சதி, சித்திரசேனன், சத்தியவிரதன், புருமித்திரன், ஜயன் போன்ற பெரிய சூதாடிகள் அமர்ந்திருந்தனர்.

விவிம்சதி: துரியோதனன் தம்பியரில் ஒருவன். நூற்றுவரில் ஆறாவதாகப் பிறந்தவன். (சிலர் ஏழாவதாகப் பிறந்தவன் என்று குறிக்கிறார்கள்.)

சித்திரசேனன்: இந்தப் பெயரில் பாரதத்தில் பலர் இருக்கிறார்கள். சித்திரசேனன் என்றொரு கந்தர்வன், அர்ச்சுனனுக்கு நண்பன். அவன் தேரில் பூட்டுதற்காக (என்றும் எண்ணிக்கையில் குறையாத) நூறு குதிரைகளை அளித்தவன். கர்ணனுடைய மகன் பெயரும் சித்திரசேனன். இங்கே குறிப்பிடப்படும் சித்திரசேனன், ஜராசந்தனுடைய அமைச்சன். சூதில் வல்லவன்.

சத்தியவிரதன், புருமித்திரன்: இவர்களைப் பற்றி ஏதும் குறிப்பு கிட்டவில்லை. ‘துரியோதனன் சபையில் இருந்த சூதாட வல்லவன்’ என்று மட்டும் சொல்லப்படுகிறது.

சயன்: இவன் திருதிராட்டிரன் மகன் என்றொரு குறிப்பு இருக்கிறது. ஆனால் நூற்றுவர்களின் பெயரில் இவன் பெயர் காணப்படவில்லை. (நூற்று வரைத் தவிர்த்து, காந்தாரி கருவுற்றிருந்த நாளில் திருதிராட்டிரனுக்கும் ஒரு வைசியப் பெண்ணுக்கும் ஒரு மகன் பிறந்தான். அவனே யுயுத்சு.) ‘சூதாட வல்லவன்; துரியோதனன் சபையில் இருந்தான்’ என்று மட்டுமே சொல்லப் படுகிறது.

பாரதியின் குறிப்பு: ‘வென்றிகொள் பெருஞ்சூதர்’ - துரியோதனன் சபையில் வந்திருந்த சூதர்களின் பெயர்: விவிம்சதி, சித்ரஸேனன், புருமித்திரன், ஜயன். சகுனி இருக்கவே இருக்கிறான்.

வியாஸ பாரதத்தில் சம இடம்

(இந்தச் சூதர்களின் பட்டியலை சபையில் நுழைந்த தர்மபுத்திரனிடம் விதுரர் சொல்வதாக மூலத்தில் வருகிறது.)

யுதிஷ்டிரர், 'விதுரரே! திருதிராஷ்டிர மகாராஜருடைய புத்திரர் களைத் தவிர வேறு ஆடத்தகுந்த சூதர்கள் அங்கே யாரிருக்கிறார்கள்? எவர்களுடன் சேர்ந்து நான் பலமுறை ஆடவேண்டியிருக்கும்? அவர்களை எமக்குச் சொல்லும்; உமைக் கேட்கிறேன்' என்று கேட்டார். விதுரர், 'விவிம்சதி, சித்திரஸேனன், ஸத்யவ்ரதன், புருமித்திரன், ஜயன் என்னும் அரசர்களும் ஆடுகிறவர்களே' என்று சொன்னான். (ஸபா பர்வம், எண்பத்து மூன்றாவது அத்தியாயம், த்யூதபர்வம் தொடர்ச்சி.)

இந்த மன்னர்கள் அனைவரின் பெயர்களும் பாரதியின் மேற்படிப் பாடலில் இடம் பெற்றிருக்கக் காணலாம்.

●

சாலவு மஞ்சுதரும் - கெட்ட
  சதிக்குணத் தார்பல மாயம்வல் லோர்
கோலநற் சபைதனிலே - வந்து
  கொக்கரித் தார்ப்பரித் திருந்தன ரால்.
மேலவர் தமைவணங்கி - அந்த
  வெந்திறற் பாண்டவ ரிளைஞர்த மை
ஆலமுற் றிடத் தழுவி - செம்பொன்
  னாதனத் தமர்ந்தவப் பொழுதினி லே (165)

சொற் பொருள்

'ஆலமுற்றிடத் தழுவி': ஆலம் - மார்பு. மார்புறத் தழுவி. (பாரதியின் குறிப்பு)

யாப்பு

அறுசீர்ச் சிந்து. முதல் அரையடியை விட, அடுத்த அரையடி பெரிதாய் இருப்பதைப் பார்க்கலாம். இதுவும் குளகச் செய்யுள்.

பாடல் சொல்வது

மிகவும் அச்சத்தைத் தரக்கூடிய கெட்டதான சதிக் குணம் கொண்ட, பலவிதமான மாயங்களில் தேர்ச்சி பெற்றவர்கள் அந்தச் சபையில்

வந்து கூடி, கொக்கரித்து, ஆர்ப்பரித்த வண்ணம் அமர்ந்திருந்தனர். சபையில் நுழைந்த பாண்டவர்கள், அங்கே இருந்த மேலோரை வணரங்கினர். துரியோதனன் முதலான இளையவரை மார்புறத் தழுவினர். அதன் பிறகு அவர்கள் பொன்மயமான ஆசனங்களில் அமர்ந்தபோது...

சபையின் தன்மை ஒரே வரியில் படம்பிடிக்கப்படுகிறது. நான்கு கயவாளிப் பயல்கள் சேரும் இடம் ஒரே கூக்குரலும் அட்டகாசமும் வெடிச் சிரிப்பும் கூத்தும் கும்மாளமும் கொக்கரிப்பும் நிறைந்ததாக இருக்கும்.

வியாஸ பாரதத்தில் சம இடம்

யுதிஷ்டிரர் முதலான பாண்டவர்கள் அந்தச் சபையில் பிரவேசித்து, அரசர்களனைவரையும் சந்தித்து, பூஜிக்கத் தக்கவர்களைப் பிராயத்துக்குத் தக்கபடி சேர்ந்து பூஜித்து, விசித்திரமானவையும் உயர்ந்த மெத்தைகளுள்ளவையுமான ஆசனங்களில் தகுதிப்படி உட்கார்ந்தனர். (ஸபா பர்வம் எண்பத்து நான்காவது அத்தியாயம், த்யூத பர்வம் தொடர்ச்சி.)

•

சொல்லுகின் றான் சகுனி - 'அறத்
    தோன்றலுன் வரவினைக் காத்துளர் காண்
மல்லுறு தடந்தோளார் - இந்த
    மன்னவ ரனைவரு நெடும்பொழு தா
வில்லுறு போர்த்தொழிலாற் - புவி
    வென்றுநங் குலத்தினை மேம்படுத் தீர்.
வல்லுறு சூதெனும் போர் - தனில்
    வலிமைகள் பார்க்குதும் வருதி'யென் றான். (166)

சொற் பொருள்

'அறத் தோன்றல்' - தருமபுத்திரனே! என்னும் விளி. (பாரதியின் குறிப்பு.)

யாப்பு

அறுசீர்ச் சிந்து. முதல் அரையடியை விட, அடுத்த அரையடி பெரிதாய் இருப்பதைப் பார்க்கலாம்.

பாடல் சொல்வது

சகுனி சொல்கிறான். 'வா வா தர்மபுத்திரா! வர வேண்டும், வரவேண்டும்! மல்யுத்தத்தில் தேர்ந்த தோள் வலிமை மிக்க மன்னர்கள், இதோ வீற்றிருக்கிறார்களே, இவர்களெல்லாம் நீண்ட பொழுதாக, 'நீ எப்போது வருவாய்' என்று ஆவலாகக் காத்திருக் கிறார்கள். உங்களுடைய விற்போர் ஆற்றலால் உலகனைத்தையும் வென்று நம் குலத்தை மேம்படச் செய்திருக்கிறீர்கள். இந்தச் சூதாட்டம் இருக்கிறதே, அதில் உங்களுடைய ஆற்றல் என்ன, வலிமை என்ன, எவ்வளவு தேர்ச்சி பெற்றவர்கள் நீங்கள் என்பதையும் பார்க்க ஆசைப்படகிறோம். வா, விளையாடலாம்.'

மூலத்தில் சகுனி வரவேற்கும் முறை, 170ம் பாடலில் உள்ள வாக்கியங்களுடன் தொடங்குகிறது. இப்பாடல் பாரதியின் சேர்ப்பு. இந்த இடத்தில் சகுனி சொல்வதைச் சற்றே பின்னுக்குத் தள்ளியிருக்கிறான்.

●

தருமனங் கிவைசொல்வான் - 'ஐய
சதியுறு சூதினுக் கெனையழைத் தாய்
பெருமையிங் கிதிலுண்டோ? - அறப்
பெற்றியுண்டோ மறப் பீடுள தோ?
வருமநின் மனத்துடையாய்; - எங்கள்
வாழ்வினை யுகந்திலை எனலறி வேன்.
இருமையும் கெடுப்பதுவாம் - இந்த
இழிதொழி லால்எமை அழித்தலுற் றாய். (167)

சொற் பொருள்

பெற்றி: இயல்பு, தன்மை.

பீடு: பெருமை

யாப்பு

அறுசீர்ச் சிந்து.

பாடல் சொல்வது

சகுனி அவ்வாறு சொன்னதும், தருமன் அங்கே சொன்னான். 'ஐயா! சதி நிறைந்த இந்தச் சூதாட்டத்தை ஆடுமாறு என்னை அழைத்தாய்.

இந்தச் சூதாட்டத்தில் ஏதாவது பெருமை இருக்கிறதா? அறத்தின் தன்மை இருக்கிறதா? அல்லது போரில் பெறுகின்ற வெற்றியைப் போல் இந்தச் சூதில் பெறுகின்ற வெற்றி பெருமையைத்தான் தருமா? உன் மனத்தில் எங்கள் மீது வன்மம் உடையவனாக இருக்கிறாய் என்பதையும், நாங்கள் வாழ்வதை நீ விரும்பவில்லை என்பதையும் நான் அறிவேன். இந்த உலக வாழ்விலும் சரி; மறு உலக வாழ்விலும் சரி, துன்பத்தையே தரக் கூடிய இந்த இழிவான தொழிலால் எங்களை அழிக்க நினைக்கிறாய்.'

வியாஸ பாரதத்தில் சம இடம்

'ராஜனே! சூதாடுவதானது மோசமும் பாவமானது. அதில் க்ஷத்திரியனுக்குரிய பராக்கிரமமில்லை. நீ ஏன் சூதைப் புகழ்கிறாய்? சூதனுடைய மோசத்தில் கௌரவத்தை யாரும் புகழ்வதில்லை. சகுனியே! கொடியவன் போல, தப்பு வழியில் எம்மை ஜயிக்காதே' என்று சொன்னார். (ஸபா பர்வம், எண்பத்து நான்காவது அத்தியாயம், தர்மபுத்திரருக்கும் சகுனிக்கும் சம்வாதம்.)

●

கலகல வெனச்சிரித்தான் - பழிக்
  கவற்றையொர் சாத்திரம் எனப்பயின் றோன்.
'பலபல மொழிகுவதேன் - உனைப்
  பார்த்திவ னென்றெணி யழைத்துவிட் டேன்.
நிலமுழு தாட்கொண்டாய் - தனி
  நீயெனப் பலர்சொலக் கேட்டத னால்
சிலபொருள் விளையாட்டில் - செலும்
  செலவினுக் கழிகலை யெனநினைந் தேன். (168)

சொற் பொருள்

'செலவினுக் கழிகலை' - செலவுக்கு நெஞ்சு அழிய மாட்டாய். விளையாட்டில் கொஞ்சம் திரவியம் செலவிடுவதற்கு அஞ்சமாட்டாய். (பாரதியின் குறிப்பு.)

யாப்பு

அறுசீர்ச் சிந்து.

பாடல் சொல்வது

பழித்து ஒதுக்குவதற்கு உரியதான சூதாட்டத்தை ஒரு சாத்திர மாகவே பயின்றவனான சகுனி, தருமபுத்திரனுடைய சொற்களைக்

கேட்டதும் கலகலவெனச் சிரித்தான். 'எதற்கு இத்தனை வார்த்தைகளைப் பேசுகிறாய், பேசி ஆட்டத்துக்கு வர மறுக்கிறாய்? என்னவோ இந்த உலகம் முழுவதையும் நீ தனி ஒருவனாக ஆட்சி செய்கிறாய் என்று பலர் சொல்லிக் கேள்விப்பட்ட காரணத்தால், உன்னை அரசன் என்று எண்ணி சூதாட்டத்துக்கு அழைத்து விட்டேன். ஏராளமான செல்வம் உன்னிடத்தில் இருக்கிறது என்ற காரணத்தால், ஏதோ கொஞ்சம் பொருளைச் சூதாட்டத்தில் செலவிட அஞ்சமாட்டாய் என்றும் நினைத்தேன்.

இது பாரதியின் சேர்க்கை. இதற்கு இணையான பகுதி வியாஸ பாரதத்தில் இல்லை.

●

பாரத மண்டலத்தார் - தங்கள்
　　பதியொரு பிசுனனென் றறிவே னோ?
சோரமிங் கிதிலுண்டோ? - தொழில்
　　சூதெனி லாடுந ரரசரன் றோ?
மாரத வீரர் முன்னே - நடு
　　மண்டபத் தேபட்டப் பகலினி லே
சூர சிகாமணியே! - நின்றன்
　　சொத்தினைத் திருடுவ மெனுங்கருத் தோ? (169)

சொற் பொருள்

பிசுனன்: 　　*உலோபி (பாரதியின் குறிப்பு.)*

யாப்பு

அறுசீர்ச் சிந்து.

பாடல் சொல்வது

பாரத தேசத்தவருக்கு எல்லாம் அரசன் இருக்கிறானே, அவன் ஒரு கருமி என்பதை நான் கண்டேனா! (தெரியாமல் அழைத்து விட்டேன்!) இது என்ன திருட்டு வேலையா? சரி. ஆடுவது சூதுதான். ஒப்புக்கொள்கிறேன். ஆனால் ஆடுபவர்கள் யார்? அரசரில்லையா? (அதற்கான மதிப்பும் மரியாதையும் உண்டல்லவா?) என்ன! இவ்வளவு மகாரதர்கள், இவ்வளவு வீரர்கள் கூடியிருக்கிறார்கள். இத்தனைப் பேருக்கும் முன்னால், நட்ட நடு சபையிலே, பட்டப் பகலிலே, உன் சொத்தையெல்லாம் திருடிக்கொள்ளப் போகிறோம் என்று நினைக்கிறாயா! பலே! நீ பெரிய வீரன்தான்!

இது பாரதியின் சேர்க்கை. இதற்கு இணையான பகுதி வியாஸ பாரதத்தில் இல்லை.

●

அச்சமிங் கிதில்வேண்டா - விரைந்
தாடுவ நெடும்பொழு தாயின தால்.
கச்சையொர் நாழிகையா - நல்ல
காயுடன் விரித்திங்கு கிடந்திடல் காண்.
நிச்சய நீவெல்வாய் - வெற்றி
நினக்கியல் பாயின தறியா யோ?
நிச்சய நீவெல்வாய் - பல
நினைகுவ தேன்களி தொடங்குகென்'றான். (170)

சொற் பொருள்

கச்சை: *சூதாட வேண்டிய கட்டங்கள் வரைந்த துணி.*

யாப்பு

அறுசீர்ச் சிந்து.

பாடல் சொல்வது

'பயப்படாதேப்பா! கொஞ்சமும் அஞ்ச வேண்டியது இல்லை. ஆடுவோம் வா! ஏற்கெனவே கால தாமதம் ஆகிவிட்டது. நீண்ட பொழுது ஆனது. எவ்வளவு நேரமாக இங்கே சூதாடத் தேவையான கட்டம் வரைந்த பட்டுத் துணி விரிக்கப்பட்டு, காய்கள் வைக்கப் பட்டு கிடக்கிறது! வா, ஆடலாம். நிச்சயம் நீதான் வெல்வாய். வெற்றி பெறுவது என்பது உனக்கு இயல்பான ஒன்றில்லையா? வா. தயங்காதே. நிச்சயம் நீ வெல்வாய். என்னென்னவோ நினைத்து ஏன் தயங்குகிறாய்? ஆடுவோம் வா' என்று சகுனி சொன்னான்.

வியாஸ பாரதத்தில் சம இடம்

அந்தச் சபையில் பாண்டவர்களும் மற்ற எல்லா அரசர்களும் உட்கார்ந்த பிறகு, சுபல புத்திரனான சகுனி, 'ராஜனே! யுதிஷ்டிரனே! சபையில் ஆட்டத்துணி விரிக்கப்பட்டிருக்கிறது. எல்லாரும் உன்னை எதிர்பார்த்துக் கொண்டிருக்கிறார்கள். காய்களை உருட்டி விளையாடுவதற்குச் சம்மதம் கொடுக்க வேண்டும்' என்று

சொன்னான். (ஸபா பர்வம், எண்பத்து நான்காகவது அத்தியாயம், தர்மபுத்திரருக்கும் சகுனிக்கும் ஸம்வாதம்.)

அப்போது சுபலன் மகனான சகுனி, தருமரைப் பார்த்துப் பேசத் தொடங்கினான். 'அரசே! சபையில் சூதாட்டத்திற்கு உரிய துணி விரிக்கப்பட்டிருக்கிறது. எல்லாரும் உன்னை ஆவலுடன் எதிர் பார்த்துக் கொண்டிருக்கிறார்கள். காய்களை உருட்டி விளையாடச் சம்மதம் அளிக்க வேண்டும்' என்று கூறினான்.

●

வேறு

தோல்வி லைக்குப் பசுவினைக் கொல்லும்
    துட்ட னிவ்வுரை கூறுதல் கேட்டே
நூல்வி லக்கிய செய்கைகள் அஞ்சும்
    நோன்பி னோனுள நொந்திவை கூறும்:
'தேவ லப்பெயர் மாமுனி வோனும்
    செய்ய கேள்வி அசிதனு முன்னர்
காவ லர்க்கு விதித்த தந்நூலிற்
    கவறு நஞ்செனக் கூறினர் கண்டாய். (171)

சொற் பொருள்

கவறு: சூது, பகடையாட்டம்

யாப்பு

கட்டளைக் கலிப்பா. மேற்படிப் பாடல் நேரசையில் தொடங்கு வதால் ஒவ்வோர் அடியிலும் (ஒற்றொழித்து) பத்துப் பத்து எழுத்துகள் இருப்பதைக் காணலாம். 'கவற்றை' என்று நிரையசையில் தொடங்கும் நான்காவது (மடக்கு) அடியில் பதினோரு எழுத்துகள் இருக்கின்றன.

பாடல் சொல்வது

தோலுக்கு நல்ல விலை கிடைக்கும் என்றால், துணிந்து பசுவைக் கொல்லக் கூடிய துஷ்டனான சகுனி இந்த வார்த்தைகளைச் சொல்ல தருமபுத்திரன் கேட்டான். அறநூல்களால் ஒதுக்கப்பட்ட செய்கை களைச் செய்ய அஞ்சும் அவன் உள்ளம் நொந்து போய்ச்

சொல்லலானான்: 'தேவலர் என்ற பெரிய முனிவரும், கல்வி கேள்விகளில் சிறந்த அசிதரும், அரசர்கள் பின்பற்ற வேண்டிய அறத்தைச் சொல்கின்ற நூலில், சூதாட்டம் நஞ்சைப் போன்ற ஒன்று என்று கூறினர் அல்லவா?'

வியாஸ பாரதத்தில் சம இடம்

யுதிஷ்டிரர், 'இவ்வுலக மார்க்கங்களில் எப்போதும் திரிந்து கொண்டிருக்கும் அஸிதரும் தேவலருமாகிய முனி சிரேஷ்டர்கள், சூதர்களுடன் மோசமாகச் செய்யும் சூதாட்டமானது பாவம். யுத்தத்தில் தர்மமாக ஜயிப்பதுதான் சிலாக்கியமானது. சூதாடுவது சிலாக்கியமன்று... என்று சொல்லியிருக்கின்றனர்.' (ஸபா பர்வம், எண்பத்து நான்காகவது அத்தியாயம், தர்மபுத்திரருக்கும் சகுனிக்கும் ஸம்வாதம்.)

தேவலர், அசிதர் இருவரும் முனிவர்கள். தேவலர், அசிதருடைய மகன் என்பது மகாபாரதத்தில் கிடைக்கும் செய்தி.

●

வஞ்ச கத்தினில் வெற்றியை வேண்டார்
    மாயச் சூதைப் பழியெனக் கொள்வார்
அஞ்ச லின்றி சமர்க்களத் தேறி
    யாக்கும் வெற்றி அதனை மதிப்பார்
துஞ்ச நேரினும் தூயசொல் லன்றிச்
    சொல்மி லேச்சரைப் போலென்றுஞ் சொல்லார்
மிஞ்சு சீர்த்திகொள் பாரத நாட்டில்
    மேவு மாரியர் என்றனர் மேலோர். (172)

சொற் பொருள்

யாக்கும் வெற்றி: யாத்தல் என்பதற்கு இந்த இடத்தில் கட்டுதல், பிணைத்தல் என்று பொருள்.

சுழலும் இசைவேண்டி வேண்டா உயிரார்
கழல்யாப்புக் காரிகை நீர்த்து. (குறள்)

புகழை அளிக்கக் கூடிய வீர மரணத்தை வேண்டாதவர், காலில் கழலைக் கட்டுவது அதனை வெறும் ஆபரணமாகக் கருதியே.

மிலேச்சர்: 'தாழ்த்தப்பட்டவர்' என்ற பொருளில் இந்நாளில் பயன்படுத்தப்படும் இந்தச் சொல்லுக்கு,

'திருத்தமற்ற மொழி பேசும் அன்னியர்' என்ற பொருள் உண்டு. இந்தப் பொருளில்தான் பாரதி பல இடங்களில் இந்தச் சொல்லைப் பயன் படுத்தியிருக்கிறான்.

தாய்த்திரு நாட்டைத் தகர்த்திடு மிலேச்சரை
மாய்த்திட விரும்பான் வாழ்வுமொர் வாழ்வுகொல்?

(சத்திரபதி சிவாஜி தன் சைநியத்தாருக்குக் கூறியது)

'மிலேச்சர்களைப் போல் பேசமாட்டார்கள்' என்பது மூல நூலிலேயே இருக்கிறது.

வியாஸ பாரதத்தில் சம இடம்

யுதிஷ்டிரர், 'இவ்வுலக மார்க்கங்களில் எப்போதும் திரிந்து கொண்டிருக்கும் அஸிதரும் தேவலருமாகிய முனி சிரேஷ்டர்கள், சூதர்களுடன் மோசமாகச் செய்யும் சூதாட்டமானது பாவம். யுத்தத்தில் தர்மமாக ஜயிப்பதுதான் சிலாக்கியமானது. சூதாடுவது சிலாக்கியமன்று. ஆரியர்கள் மிலேச்ச பாஷை பேசார்; மோசஞ் செய்யார். பாவமும் வஞ்சமுமில்லாதது யுத்தம். அதுதான் ஸத்புருஷர்களுக்கு விரதம்' என்று சொல்லியிருக்கின்றனர்' என்றார். (ஸபா பர்வம், எண்பத்து நான்காவது அத்தியாயம், தர்மபுத்திரருக்கும் சகுனிக்கும் ஸம்வாதம்.)

யாப்பு

கட்டளைக் கலிப்பா. மேற்படிப் பாடல் நேரசையில் தொடங்கு வதால் ஒவ்வோர் அடியிலும் (ஒற்றொழித்து) பத்துப் பத்து எழுத்துகள் இருப்பதைக் காணலாம்.

பாடல் சொல்வது

பெரிய புகழ் வாய்ந்த இந்த பாரத நாட்டிலுள்ள தலைமைக் குணம் சார்ந்த மன்னர், வஞ்சகத்தால் பெறும் வெற்றியை விரும்ப மாட்டார்கள். கொஞ்சமும் அச்சமின்றி போர்க்களத்துள் புகுந்து, போரிட்டுப் பெறும் வெற்றியை மட்டுமே மதிப்பார்கள். இறந்து போக நேர்ந்தாலும் சரி; தூய்மையான சிந்தனையை வெளிப்படுத்தும் சொற் களையே பேசுவார்களன்றி, மிலேச்சர்களைப் போல் பேசமாட்டார்கள்.

●

ஆத லாலிந்தச் சூதினை வேண்டேன்!
ஐய, செல்வம் பெருமை யிவற்றின்
காத லாலர சாற்றுவன் அல்லேன்,
காழ்த்த நல்லற மோங்கவு மாங்கே
ஓத லானு முணர்த்துத லானும்
உண்மை சான்ற கலைத்தொகை யாவும்
சாத லின்றி வளர்ந்திடு மாறும்
சகுனி, யானர சாளுதல் கண்டாய். (173)

சொற் பொருள்

காழ்த்து, காழ்த்தல்: அளவு கடந்து மிகுதல். இது அரிதாகப் பயன்படும் பொருள். சாதாரணமாக திடமான, வைரம் பாய்ந்த என்ற பொருளில் இச்சொல் பயன்படும்.

ஒண்பொருள் காழ்ப்ப இயற்றியார்க்(கு) எண்பொருள்
ஏனை இரண்டும் ஒருங்கு. (குறள் 760)

முறையாக வரும் பொருளை 'அளவுகடந்து மிகுதியாகப்' படைத்தவர்களுக்கு அறம், இன்பம் ஆகிற மற்ற இரண்டு பொருளும் ஒன்றே போல் எளிதாகக் கிட்டும்.

யாப்பு

கட்டளைக் கலிப்பா. மேற்படிப் பாடல் நேரசையில் தொடங்கு வதால் ஒவ்வோர் அடியிலும் (ஒற்றொழித்து) பத்துப் பத்து எழுத்துகள் இருப்பதைக் காணலாம்.

பாடல் சொல்வது

எனவே, நான் இந்தச் சூதாட்டத்தை விரும்பில்லை. ஐயா, சகுனி! நான் ஒன்றும் செல்வத்துக்காகவோ, பெருமைக்காகவோ அரசாள் பவன் அல்லன். நான் அரசாள்வது எதற்காக என்றால், நல்ல அறம் அளவின்றிப் பெருகித் தழைத்து ஓங்கவும், கல்வி தருவதனாலும், உணர்வினை ஏற்படுத்துவதாலும் வாய்மை சான்ற கலைகள் அனைத்தும் முடிவின்றி வளர்வதற்காகவும்தான். (எனவே, பேராசைக்காரன் என்று என்னை எண்ண வேண்டாம்.)

இது பாரதியின் வாக்கு. வியாஸ பாரதத்தில் இந்தப் பகுதி இல்லை.

●

என்னை வஞ்சித்தென் செல்வத்தைக் கொள்வோர்
　　என்ற னக்கிடர் செய்பவர் அல்லர்.
முன்னை நின்றதொர் நான்மறை கொல்வார்
　　மூது ணர்விற்க லைத்தொகை மாய்ப்பார்
பின்னை என்னுயிர்ப் பாரத நாட்டில்
　　பீடை செய்யுங் கலியை யழைப்பார்.
நின்னை மிக்க பணிவொடு கேட்பேன்
　　நெஞ்சிற் கொள்கையை நீக்குதி' என்றான். (174)

யாப்பு

கட்டளைக் கலிப்பா. மேற்படிப் பாடல் நேரசையில் தொடங்குவதால் ஒவ்வோர் அடியிலும் (ஒற்றொழித்து) பத்துப் பத்து எழுத்துகள் இருப்பதைக் காணலாம்.

பாடல் சொல்வது

என்னை வஞ்சிப்பதன் மூலம் என் செல்வத்தை என்னிடமிருந்து பறிப்பவர்கள் எனக்குத் துன்பம் விளைவிக்கிறார்கள் என்று கருத வேண்டாம். அவர்கள் அவ்வாறு செய்வதனால், பழைமையான வேதத்தைப் போற்றிப் பேணவேண்டும் என்ற கருத்தைக் கொல்வார். தொன்மையானதும் பல வகையானதுமான கலைகளைச் சாகடிப்பார். அது மட்டுமில்லை. என் உயிர் போன்ற பாரத நாட்டுக்குக் கேடு விளைவிக்கும் கலியை வேண்டி அழைப்பவர்கள் ஆவார். ஆகவே உன்னை மிகப் பணிவோடு கேட்டுக் கொள்கிறேன். உன் நெஞ்சில் நீ கொண்டிருக்கும் இந்தக் கொள்கையைக் கைவிடு.

இது பாரதியின் வாக்கு. வியாஸ பாரதத்தில் இந்தப் பகுதி இல்லை.

●

வேறு

சாத்திரம் பேசுகின்றாய் - எனத்
　　தழல்படு விழியொடு சகுனிசொல் வான்
கோத்திரக் குலமன்னர் - பிறர்
　　குறைபடத் தம்புகழ் கூறுவ ரோ?
நாத்திறன் மிகவுடையாய் - எனில்
　　நம்மவர் காத்திடும் பழவழக் கை

மாத்திர மறந்துவிட்டாய் - மன்னர்
வல்லினுக் கழைத்திடில் மறுப்ப துண்டோ? (175)

சொற் பொருள்

வல் - சூதாடுவதற்காகப் பயன்படுத்தும் பாய்ச்சிகை. சூதாட்டம்

யாப்பு

நான்கடி அறுசீர்ச் சிந்து.

பாடல் சொல்வது

'அட! நன்றாகச் சாத்திரங்களை மேற்கோள் காட்டிப் பேசுகிறாயே!' என்று (குத்தலாகப்) பேசிய சகுனியின் கண்கள் கோபத்தால் தீ உமிழ்ந்தன. நல்ல குலத்தில் பிறந்த மன்னர்கள், தன் புகழைத் தானே பேசுவார்களோ? (நீ அவ்வாறல்லவா பேசுகிறாய்!) அதுவும் மற்றவர்களைத் தாழ்த்தி, உன்னை உயர்த்திக் கொள்கிறாய். உன்னுடைய நாவோ திறமையானது. திறம்படப் பேசுகிறோய். ஆனால், ஒன்று கேட்கிறேன். நம்மிடம் ஒரு வழக்கம் நெடுங்கால மாக இருந்து வருகிறது. சூதாட வேண்டி மன்னர்கள் அழைத்தால் அதை மறுப்பதில்லை அல்லவா? (நீ சாத்திரங்களைக் காரணம் காட்டிச் சூதாட்டத்தை மறுக்கலாம். ஆனால், சூதாட்டத்துக்கு அழைத்தால் மறுக்கக் கூடாது என்பதும் சாத்திரம்தானே?)

●

தேர்ந்தவன் வென்றிடு வான் - தொழில்
தேர்ச்சியில் லாதவன் தோற்றிடு வான்.
நேர்ந்திடும் வாட்போ ரில் - குத்து
நெறியறிந் தவன்வெலப் பிறனழி வான்
ஓர்ந்திடு சாத்திரப் போர் - தனில்
உணர்ந்தவன் வென்றிட உணரா தான்
சோர்ந்தழி வெய்திடு வான் - இவை
சூதென்றும் சதியென்றும் சொல்வா ரோ? (176)

சொற் பொருள்

ஓர்ந்திடு - ஓர்தல்: ஆராய்ந்து அறிதல்

யாப்பு

நாலடி அறுசீர்ச் சிந்து.

பாடல் சொல்வது

எந்தச் செயலானாலும், யார் தேர்ச்சி பெற்றவனோ அவன் வெல்வான். யாருக்குத் தேர்ச்சி இல்லையோ அவன் தோற்பான். வாள் கொண்டு செய்கிற போரரையே எடுத்துக் கொள்வோம். யார் ஜெயிப்பான்? யாருக்கு வாள் பயிற்சி அதிகமோ அவன் ஜெயிப்பான்; மற்றவன் தோற்பான். அதுவே வேண்டாம். சாத்திரங் களை ஆராய்ந்து வாதுப் போர் நடத்துகிறார்கள் அல்லவா? அங்கே யார் ஜெயிப்பார்கள்? சாத்திரங்களில் யாருக்கு அதிகத் தேர்ச்சி இருக்கிறதோ அவர். மற்றவன் தோற்கத்தானே வேண்டும்? அவனுடைய அறிவு சோர்ந்துதானே போகும்? இவற்றையெல்லாம் சூது, சதி என்று யாராவது வருணித்துப் பேசுவார்களோ? (மோது போருக்கும், வாது போருக்கும் என்ன நீதியோ, அதே நீதிதானே சூது போருக்கும்? ஏன் கதை விடுகிறாய்?)

வியாஸ பாரதத்தில் சம இடம்

அதற்குச் சகுனி, 'யுதிஷ்டிரா! வேதமோதினவன் வேதமோதாத வரையும், கற்றுணர்ந்தவன் கற்றுணரவாதவரையும் ஜயிக்கப் போவது மோசந்தான். ஜனங்கள் அதை மோசமென்பதில்லை. (ஸபா பர்வம், எண்பத்து நான்காவது அத்தியாயம், த்யூத பர்வம் தொடர்ச்சி.)

●

வல்லவன் வென்றிடு வான் - தொழில்
      வன்மை யிலாதவன் தோற்றிடு வான்
நல்லவன் அல்லா தான் - என
      நாணமி லார்சொலுங் கதைவேண் டா
வல்லமர் செய்திட வே - இந்த
      மன்னர்முன் னேநினை அழைத்துவிட் டேன்
சொல்லுக வருவதுண் டேல் - மனத்
      துணிவிலை யேல்அதுஞ் சொல்லுகென் றான். (177)

சொற் பொருள்

வல்லமர்: சூதாட்டமாகிய போர்

யாப்பு

நாலடி அறுசீர்ச் சிந்து.

பாடல் சொல்வது

தொழில் வல்லமை உள்ளவன் வெல்வான். அது இல்லாதவன் தோற்பான். (இவ்வளவுதான் எல்லா வகையான ஆட்டங்களுக்கும் உள்ள பொது விதி.) இதில் 'நல்லவன், கெட்டவன்' என்றெல்லாம் பேசுகின்ற வெட்கங்கெட்ட பேச்சும், கதையும் வேண்டாம். சூதாட்டப் போருக்கு உன்னை, இதோ, இந்த மன்னர்கள் முன்னிலையில் அழைத்திருக்கிறேன். துணிவிருந்தால் ஆட வா. இல்லையா, பயமாக இருக்கிறதா? அதையும் சொல்.

வியாஸ பாரதத்தில் சம இடம்

யுதிஷ்டிரா! அவ்வாறே சூதாட்டத்தில் கற்றுணர்ந்தவன் கற்றுணராதவரையும், அஸ்திரத் தேர்ச்சியுள்ளவன் அஸ்திரத் தேர்ச்சியில்லாதவனையும், மிகுந்த பலமுள்ளவன் பலங் குறைந்தவனையும் ஜயிக்கப் போவதும் மோசந்தான், இவ்வாறே எல்லாச் செய்கைகளிலும் தெரிந்தவன், தெரியாதவர்களை ஜயிக்கப் போவது மோசந்தான். ஜனங்கள் அதை மோசமென்பதில்லை. அப்படி நீ என்னிடம் வருவதை மோசமாக நினைப்பாயாயின், உனக்குப் பயமாயிருக்குமாயின் ஆட்டத்தை விட்டுவிடு என்று சொன்னான். (ஸபா பர்வம், எண்பத்து நான்காவது அத்தியாயம், த்யூத பர்வம், தொடர்ச்சி.)

'மனத் துணிவிலையேல் அதும் சொல்லுகென்றான்' என்று பாரதி செய்திருப்பது உட்பட வியாசருடைய மூலத்தில் உள்ளதுதான்.

●

வேறு

வெய்ய தான விதியை நினைந்தான்
    விலக்கொ ணாதற மென்ப துணர்ந்தோன்
பொய்ய தாகுஞ் சிறுவழக் கொன்றைப்
    புலனி லாதவர் தம்முடம் பாட்டை
ஐயன் நெஞ்சில் அறமெனக் கொண்டான்
    ஐய கோவந்த நாண்முத லாகத்
துய்ய சிந்தையர் எத்தனை மக்கள்
    துன்பம் இவ்வகை எய்தினர் அம்மா! (178)

சொற் பொருள்

வெய்யது: *வெம்மையானது; கொடுமையானது.*

இலக்கணம்

ஒணாது: *ஒண்ணாது என்பதன் விகாரம். இயலாதது; முடியாதது என்று பொருள்.*

யாப்பு

கட்டளைக் கலிப்பா. ஒற்றொழித்து எழுத்தெண்ணினால் நேர் பத்து; நிரை பதினொன்று. நேரசையில் தொடங்கும் 'வெய்ய' முதலான முதல் அரையடிகளில் பத்தெழுத்தும், நிரையசையில் தொடங்கும் 'விலக்கொ' முதலான பின் அரையடிகளில் பதினோரு எழுத்தும் இருப்பதைக் காணலாம். கடைசி அரையடி 'துன்பம்' என்று நேரசைக்கு வருகிறது. அங்கே பத்தெழுத்து இருப்பதைக் காணலாம்.

பாரதி இந்த எழுத்துகளை எண்ணிப் போடவில்லை என்பதை மீண்டும் வலியுறுத்துகிறேன். பாரதியே இந்தப் பாடல்களை 'எண்சீர் விருத்தம்' என்றுதான் குறித்திருக்கிறான். இதுவே அவன் எழுத்தெண்ணிப் போடவில்லை என்பதற்குப் போதுமான சான்றாகும். சந்தம் கொஞ்சம் கூடப் பிசகாமல், இசையின் அளவு இம்மியும் தப்பாமல் எழுதப்பட்ட காரணத்தால் எழுத்துக் கணக்கு இயல்பாகவே மிகத் துல்லியமாக நிற்கிறது.

பாடல் சொல்வது

அறத்தை விலக்க முடியாது என்று உணர்ந்த தருமபுத்திரன், 'விதி வெம்மையானது; கொடுமையானது' என்று நினைத்தான். (ஒரு மன்னன் இன்னொரு மன்னனைச் சூதாட அழைத்துவிட்டால் அதை மறுக்கக் கூடாது என்ற) பொய்யானதும், சிறுமையானதுமான (பேச்சு) வழக்கு ஒன்றை (தவறான நம்பிக்கையை) அறிவற்ற வர்கள் மட்டுமே உடன்படக்கூடிய ஒரு பேச்சை, தருமன் (கூட) தன் நெஞ்சில் அறம் என்று நினைத்துவிட்டான். ஐயோ! அந்த நாள் முதல் இதோ இந்த நாள் வரைக்கும் நல்லவர்கள் எத்தனைப் பேர் இப்படி(ச் சாத்திரங்களுக்குத்) தவறான பொருள் கண்டு, துன்பத்துள் மூழ்கினார்கள்!

வியாஸ பாரதத்தில் சம இடம்

யுதிஷ்டிரர், 'அரசனே! அழைக்கப்பட்ட பிறகு திரும்புவதில்லை. இது நான் வைத்துக் கொண்ட விரதம். விதி பெரிது. வதியின் வசத்தில் நான் இருக்கிறேன்.

வியாசர் சொல்லியுள்ள கருத்து, மேற்படிப் பாடலின் முதல் அடியிலேயே முடிந்து விடுகிறது. இந்தப் பாடலின் இரண்டாம் அடி

தொடங்கி, பாடல் எண் 182 வரையில் பாரதியின் அறச் சீற்றம் வெளிப்படுவதையும், கதைப் போக்கோடு செல்வதற்காக மெல்ல அடங்குவதையும் காணலாம். இந்தப் பகுதியிலும் - இனி பாடல் 182 வரையிலும் - சொல்லப்படுவது பாரதியின் வாக்கு. என்ன கருத்துகளைச் சொல்கிறான் என்பதைக் கவனிப்போம். சாத்திரங்களின் கருத்துகளுக்குப் பொய் விளக்கம் கொடுத்து மயங்குபவர்களைக் குறித்தும், மகாபாரதக் காலம் தொடங்கி, சமகாலம் வரையிலும் தொடரும் இப்படிப்பட்ட மூடத்தனங்களைக் குறித்து என்ன சொல்கிறான் என்பதையும் கவனிப்போம்.

இனி, இந்த இடத்தில் யுதிஷ்டிரன் பேசம் பேச்சின் தொடர்ச்சி, பாஞ்சாலி சபதத்தின் 184ம் பாடலில்தான் தொடர்கிறது. 179 முதல் 183 வரை கவிக்கூற்று.

●

முன்பி ருந்ததொர் காரணத் தாலே
　　மூட ரே,பொய்யை மெய்யென லாமோ?
முன்பெ னச்சொலுங் காலம தற்கு
　　மூட ரே,யொர் வரையறை உண்டோ?
முன்பெ னச்சொலி னேற்றுமுன் பேயாம்
　　மூன்று கோடி வருடமு முன்பே.
முன்பி ருந்தெண்ணி லாது புவிமேல்
　　மொய்த்த மக்க ளெலாமுனி வோரோ? (179)

யாப்பு

கட்டளைக் கலிப்பா. ஒற்றொழித்து எழுத்தெண்ணினால் நேர் பத்து; நிரை பதினொன்று. இந்தப் பாட்டில் எல்லா அடிகளும் நேரசையில் தொடங்குவதால் ஒவ்வோர் அடியிலும் பத்தெழுத்துகள் இருக்கின்றன. ‘முன்பிருந்ததொர் காரணத்தாலே’ என்ற அடியில் பத்தெழுத்தும், ‘மூடரே பொய்யை மெய்யனலாமோ’ என்ற அடியில் பத்தெழுத்தும் இருக்கின்றன.

எளிமை கருதி இப்படி அடிக்குப் பத்தெழுத்து, பதினோரெழுத்து என்று கணக்கு சொல்கிறோம். உண்மையில் இவை அரை-அரை அடிகள். இவை இரண்டும் சேர்ந்தே ஒரு முழு அடியாகும். ஆகவே கணக்குக்கு நாம் எடுத்துக் கொள்ள வேண்டியது நேர் இருபது; நிரை இருபத்திரண்டு; நேரில் ஓர் அரையடியும் நிரையில் ஓர் அரையடியும் தொடங்கினால் இருபத்தொன்று என்று கணக்கு எடுத்துக்கொள்ள வேண்டும்.

பாடல் சொல்வது

(முன்னே இருப்பது, வழக்கம் என்று ஒவ்வொன்றையும் அப்படியே பின்பற்றுகிற) முட்டாள்களே, முன்னால் இவ்வாறு செய்யப் பட்டது, இது வழக்கம் என்ற காரணத்தால் பொய்யை மெய் என்று சொல்ல முடியுமா? சரி. முன்பு என்றால் என்ன பொருள்? எது தொடங்கி முன்பு? நேற்று நடந்த ஒன்றும் முன்பு நடந்ததுதான்; மூன்று கோடி ஆண்டுகளுக்கு முன்பு நடந்த ஒன்றும் முன்பு நடந்ததுதான். இவற்றில் ஒவ்வொன்றையும் அப்படி அப்படியே ஏற்றுக் கொள்ள முடியுமா, ஏற்றுக் கொள்வதுதான் சரியானதாகுமா? அப்படி ஏற்றுக்கொள்வதற்கு, இந்த பூமியில் மக்கள் தோன்றிய நாள் முதல் இன்று வரை ஈக்களைப் போல் மொய்த்துக் கிடந்த ஒவ்வொரு மனிதனும் என்ன பெரிய முனிவனா?

●

நீர்பி றக்குமுன் பார்மிசை மூடர்
　　நேர்ந்த தில்லை யெனநினைந் தீரோ;
பார்பி றந்தது தொட்டின்று மட்டும்
　　பலப லப்பல பற்பல கோடி
கார்பி றக்கு மழைத்துளி போலே
　　கண்ட மக்க ளனைவருள் ளேயும்
நீர்பி றப்பதன் முன்பு மடமை
　　நீசத் தன்மை யிருந்தன வன்றோ? (180)

யாப்பு

கட்டளைக் கலிப்பா. ஒற்றொழித்து எழுத்தெண்ணினால் நேர் பத்து; நிரை பதினொன்று. இந்தப் பாட்டில் இரண்டாம் அடியின் மடக்கடியில் 'பலபல' என்று நிரையசையில் தொடங்குகிறது. ஆகவே பதினோரு எழுத்துகளும், நேரசையில் தொடங்கம் மற்ற அடிகளில் பத்தெழுத்துகளும் உள்ளன.

பாடல் சொல்வது

(பழமை பேணுவது, வழக்கம் என்ற பேரில் 'என்ன, ஏது' என்று கேள்வி கேட்காமல் கண்ணை மூடிக் கொண்டு அப்படியே பின்பற்றுவது போன்ற தவறுகளைச் செய்யும் முட்டாள்களே,) நீங்கள் பிறப்பதற்கு முன்னால் இந்த உலகத்தில் முட்டாள்களே

பிறந்ததில்லை என்று நினைத்தீர்களா? (நீங்கள்தான் உலகத்தி லேயே முதல் முட்டாள்களா? அந்தப் பெருமையெல்லாம் பட்டுக் கொள்ள வேண்டாம். உங்களுக்கு முன்னாலும் உலகத்தில் முட்டாள்கள் இருந்திருக்கிறார்கள்.) மேகத்திலிருந்து மிகப் பல கோடி மழைத் துளிகள் பிறப்பதைப் போலவே பலபல பல்லாயிரம் கோடி மக்கள் இதுவரையில் உலகத்தில் தோன்றி மறைந்திருக் கிறார்கள். மடத்தனம் என்பதும் நீசத்தனம் என்பதும் ஏதோ நீங்கள் பிறந்த தினத்திலிருந்துதான் இந்த உலகத்தில் தோன்றின என்று நினைக்க வேண்டாம். உங்களுக்கு முன்னாலும் அவை இருந்தன.

●

பொய்யொ ழுக்கை யறமென்று கொண்டும்
  பொய்யர் கேலியைச் சாத்திரம் என்றும்
ஐயகோ நங்கள் பாரத நாட்டில்
  அறிவி லாரறப் பற்றுமிக் குள்ளோர்
நொய்ய ராகி அழிந்தவர் கோடி.
  நூல்வ கைபல தேர்ந்து தெளிந்தோன்
மெய்ய றிந்தவர் தம்மு ளுயர்ந்தோன்
  விதியி னாலத் தருமனும் வீழ்ந்தான். (181)

சொற் பொருள்

ஒழுக்கு: ஒழுக்கம். நீர் ஒழுக்கு என்று சொல்கிறோம். குழாயி லிருந்து நீர் ஒழுகுவதைப் பார்த்திருக்கிறோம். கச்சிதமான, மிக மிக நேரான பாதையில் மட்டும்தான் நீர் ஒழுகும். அதன் இயல்பான பாதையில் கோணல் ஏற்பட முடியவே முடியாது. நீரொழுக்கு, தைல ஒழுக்கு - தைல தாரை - போன்றவற்றின் பாதை எப்போதும் மிகத் துல்லியமான நேர்க்கோட்டுப் பாதையாக இருக்கும் காரணத்தால்தான் 'ஒழுக்கு' என்ற சொல்லின் அடிப்படையில் 'ஒழுக்கம்' என்ற சொல் பிறந்தது.

நீரொழுக்கின் இடையில் கையை நுழைத்தாலோ, குச்சி போன்ற வற்றை நீட்டினாலோ, அதன் பாதையில் பிறழ்வு ஏற்படும். அப்படியே மனித மனப்போக்கில் பிற இடையீடுகளாலே பிறழ்வு ஏற்படும். பிற தலையீடுகளால், இடையீடுகளால் பிறழ்வு ஏற்படாமல் நிற்பது மன ஒழுக்கு

நங்கள் - நம்முடைய

நொய்யர் - உறுதியின்மை. மனத் திடம் இன்மை.

யாப்பு

கட்டளைக் கலிப்பா. ஒற்றொழித்து எழுத்தெண்ணினால் நேர் பத்து; நிரை பதினொன்று. இந்தப் பாட்டில் இரண்டாவது மடக்கடி 'அறிவிலார்' என்றும், நான்காவது மடக்கடி 'விதியினால்' என்றும் நிரையசையோடு தொடங்குகின்றன. இந்த இரண்டு இடங்களில் பதினோ ரெழுத்தும், நேரசையில் தொடங்கும் மற்ற இடங்களில் பத்தெழுத்தும் இருப்பதைக் காணலாம்.

பாடல் சொல்வது

(முன்னோரில் மூடரான சிலர் செய்த காரணத்தால் அத்தகைய) பொய்யான ஒழுக்கத்தை 'அறம்' என்று நினைத்துக் கொண்டும், பொய்யர்கள் உருவாக்கி வைத்திருக்கும் கேலிக்கு உரிய (சில) மொழி களைச் சாத்திரம் என்று நினைத்துக் கொண்டும், ஐயோ! நம்முடைய பாரத நாட்டில் அறப்பற்று மிகுதியாக உள்ளவராய் இருந்த போதிலும் ஆராய்ந்து பார்க்கும் திறமில்லாத காரணத்தால், மன உறுதியினின்றும் விலகி அழிந்தவர்கள் பல கோடியாகும். நன்றாகப் படித்தவன்தான்; எத்தனையோ வகையான நூல்களைக் கற்றுத் தேர்ந்தவன்தான்; தெளிந்தவன்தான்; உண்மையை உணர்ந்தவர்களிலெல்லாம் மிக உயர்ந்தவன்தான். என்ற போதிலும், அத்தகைய தருமனும் இந்தத் தருணத்தில் வீழ்ந்தான். விதி. வேறென்ன சொல்வது! விதி.

●

மதியி னும்விதி தான்பெரி தன்றோ?
　　வைய மீதுள வாகு மவற்றுள்
விதியி னும்பெரி தோர்பொரு ளுண்டோ?
　　மேலை நாஞ்செயும் கர்மமல் லாதே
நதியி லுள்ள சிறுகுழி தன்னில்
　　நான்கு திக்கி லிருந்தும் பன்மாசு
பதியு மாறு பிறர்செயும் கர்மப்
　　பயனு நம்மை யடைவதுண் டன்றோ? (182)

யாப்பு

கட்டளைக் கலிப்பா. ஒற்றொழித்து எழுத்தெண்ணினால் நேர் பத்து; நிரை பதினொன்று. இந்தப் பாட்டில் எல்லா அடிகளும் நிரையசையில் தொடங்குகின்றன. மடக்கடிகளில் 'வையம்மீது', 'மேலை', 'நான்கு' எனத் தொடங்கும் அடிகள் மட்டும் நேரசையில்

தொடங்குகின்றன. நிரை பதினொன்றும், நேர் பத்துமாக இருக்கக் காணலாம்.

பாடல் சொல்வது

(என்ன செய்வது!) மதியைக் காட்டிலும் விதி பெரிதாக இருந்து விடுகிறது. (ஊழிற் பெருவலி யாவுள? மற்றொன்று சூழினும் தான் முந்துறும்.) உலகத்தில் உள்ள எல்லா வகையான சக்திகளுள்ளும், விதியைக் காட்டிலும் பெரிய பொருள் ஒன்று உண்டோ? அதற்கு மேல் ஒன்றையும் பார்க்க வேண்டியிருக்கிறது. எப்போதும் நம் கர்மவினைப் பயன்களால் மட்டுமே நாம் துன்பங்களை அடைவதில்லை. ஒரு நதி இருக்கிறது. அதன் நடுவினில் ஒரு பள்ளம் இருக்கிறது. எப்படி அந்தப் பள்ளத்துக்குள்ளே, பல வகையான குப்பைகளும் - நதியின் ஓட்டத்தால் - வந்து சேர்கிறதோ, அப்படியே மற்றவர்களுடைய தவறான செயல்களால் ஏற்படக் கூடியனவற்றின் பலன்களும் நம்மை வந்து அடைவதும் உண்டல்லவா?

●

வேறு

மாயச் சூதி னுக்கே - ஐயன்
    மனமி ணங்கி விட்டான்
தாய முருட்ட லானார் - அங்கே
    சகுனி யார்ப்ப ரித்தான்
நேய முற்ற விதுரன் - போலே
    நெறியு ளோர்க ளெல்லாம்
வாயை மூடி விட்டார் - தங்கள்
    மதிம யங்கி விட்டார். (183)

யாப்பு

நாலடி அறுசீர்ச் சிந்து.

பாடல் சொல்வது

மாயத் தன்மை வாய்ந்த அந்தச் சூதாட்டத்துக்கு தருமன் மனம் இணங்கிவிட்டான். தாயத்தை உருட்டத் தொடங்கினார்கள். உருட்டத் தொடங்கிய கணத்திலிருந்து அந்த இடத்தில் சகுனியின் ஆர்ப்பரிப்புதான் அதிகமாகக் கேட்டது. பாண்டவர்கள் மேலும், தருமத்தின் மேலும் நேசம் கொண்டவனான விதுரன் முதலான நல்ல

நெறியையே பின்பற்றி நடக்கும் பெரியவர்கள் எல்லோரும் வாயை மூடிக்கொண்டுவிட்டார்கள். அவர்களுடைய அறிவில் மயக்கம் ஏற்பட்டுவிட்டது.

●

அந்த வேளை யதனில் - ஐவர்க்
　　கதிப னிஃது ரைப்பான்
'பந்த யங்கள் சொல்வாய் - சகுனி
　　பரப ரத்தி டாதே
விந்தை யான செல்வம் - கொண்ட
　　வேந்த ரோடு நீதான்
வந்தெ திர்த்து விட்டாய் - எதிரே
　　வைக்க நிதிய முண்டோ?' (184)

யாப்பு

நான்கடி அறுசீர்ச் சிந்து.

பாடல் சொல்வது

அந்தச் சமயத்திலே, பாண்டவர் ஐவரிலும் தலைவனான தர்மன், 'சகுனி, பரபரக்க வேண்டாம். பந்தயம் என்ன என்று சொல். வியக்கும்படியான செல்வத்தையுடைய மன்னர்களோடு நீ பந்தயம் வைத்து ஆடுதல் எவ்வாறு? நான் ஆடினால், எனக்கெதிரில் பந்தயம் வைத்தாட உன்னிடம் நிதி, பொருள், இருக்கிறதா?'

வியாஸ பாரதத்தில் சம இடம்

யுதிஷ்டிரர், 'அரசனே! அழைக்கப்பட்ட பிறகு திரும்புவதில்லை. இது நான் வைத்துக் கொண்டிருக்கும் விரதம். விதி பெரிது. வதியின் வசத்தில் நான் இருக்கிறேன். இந்தச் சேர்க்கையில் நான் யாரோடு ஆடவேண்டியிருக்கும்? எனக்கு எதிர்ப் பந்தயம் வைப்பவன் யாரென்று தெரிந்த பிறகு ஆட்டம் நடக்கலாம்' என்று சொன்னார். (ஸபா பர்வம், எண்பத்து நான்காவது அத்தியாயம், த்யூத பர்வம் தொடர்ச்சி.)

●

தருமன் வார்த்தை கேட்டே - துரியோ
　　தனனெ ழுந்து சொல்வான்:

‘அருமை யான செல்வம் - என்பால்
அளவி லாத துண்டு
ஒருமட ங்கு வைத்தால் - எதிரே
ஒன்ப தாக வைப்பேன்.
பெருமை சொல்ல வேண்டாம் - ஐயா
பின்ன டக்கு’ கென்றான். (185)

யாப்பு

நான்கடி அறுசீர்ச் சிந்து.

பாடல் சொல்வது

‘என்னப்பா சகுனி, பரபரக்க வேண்டாம். வேந்தர்களோடு சூதாடும் அளவுக்குப் பொருள் இருக்கிறதா உன்னிடம்?’ என்று தருமன் சொன்னதைக் கேட்ட துரியோதனன் எழுந்தான். ‘என்னிடம் அளவில்லாததும் அருமையானதுமான செல்வம் இருக்கிறது. நீ ஒரு பங்கு வைத்தால் நான் அதைப் போல் ஒன்பது பங்கு வைப்பேன். சும்மா பெருமை பேச வேண்டாம். உன் ஜம்பத்தை எல்லாம் பின்னால் அடக்கி வைத்துக்கொள்’ என்றான்.

வியாஸ பாரதத்தில் சம இடம்

துரியோதனன், ‘அரசனே! ரத்னங்களையும் தனங்களையும் நான் கொடுப்பேன். எனது மாமாவாகிய இந்தச் சகுனி எனக்காக ஆடுவான்’ என்றான். (ஸபா பர்வம், எண்பத்து நான்காவது அத்தியாயம், த்யூத பர்வம் தொடர்ச்சி.)

இந்த இடத்தில் பாரதியின் துரியோதனன் பேச்சில் கோபமும் அகந்தையும் வெளிப்படுவதைக் கவனிக்கலாம். வியாசருடைய கூற்று ஒரு சாதாரண அறிக்கை. பாரதியின் வேலைப்பாட்டில் துரியோதன குணச்சித்திரமும் கலந்து வெளிப்பட்டுள்ளது.

●

‘ஒருவ னாடப் பணையம் - வேறே
ஒருவன் வைப்ப துண்டோ
தரும மாகு மோடா - சொல்வாய்
தம்பி இந்த வார்த்தை’
‘வரும மில்லை ஐயா - இங்கு
மாம னாடப் பணையம்

மருகன் வைக்கொ ணாதோ - இதிலே
வந்த குற்றம் ஏதோ' (186)

சொற் பொருள்

ஒணாதோ: ஒண்ணாதோ. முடியாதோ?

வருமம்: வன்மம். வன்மம் என்பதற்குத் 'தீராத பகை' என்றும் பொருள். 'பலர் அறியச் சொல்லக் கூடாத இரகசியம்' என்பதும் பொருள். பின்னதே இங்கே பொருந்தும்.

யாப்பு

நான்கடி அறுசீர்ச் சிந்து.

பாடல் சொல்வது

இதைக் கேட்ட தருமன், 'பந்தயம் ஆடுவது ஒருவன். பணையம் வைப்பது இன்னொருவன். இதென்ன தருமம்? தம்பி, இந்த வார்த்தை தர்மத்தின்பாற் பட்டதா சொல்' என்றான். 'இதில் என்ன மர்மம் வேண்டிக் கிடக்கிறது? இதென்ன ரகசியமாகச் செய்யும் ஒன்றா? வெளிப்படையாகத்தானே செய்கிறேன். மாமன் ஆடுகிறான். மருமகன் பணையம் வைக்கிறேன். இதில் என்ன குற்றம் வந்துவிட்டது?' என்று கேட்டான் துரியோதனன்.

வியாஸ பாரதத்தில் சம இடம்

யுதிஷ்டிரர், 'ஒருவருக்காக மற்றறொருவன் ஆடுவது தவறாகத்தான் எனக்குத் தோன்றுகிறது. தெரிந்தவனே! அதைத் தெரிந்துகொள். அப்படியும் இஷ்டமிருந்தால் நடக்கட்டும்' என்றார்.

மறுபடியும் பாரதியின் பாடலைக் காணவும். துரியோதனன் சொல்லும் மறுமொழி வியாசரின் மூலத்தில் இல்லை. அங்கே தர்மபுத்திரரே கேள்வியும் கேட்டு பதிலும் சொல்லிக் கொள்கிறார். 'தெரிந்தவனே! அதைத் தெரிந்துகொள். அப்படியும் இஷ்ட மிருந்தால் நடக்கட்டும்' என்றார்' என்ற தமிழ் மொழிபெயர்ப்பு சக்தி வாய்ந்ததாக இருக்கிறது. ஆனால், பாரதி செய்திருக்கும் இந்த நகாசு வேலை, நிலைமையின் தீவிரத்தை அதிகரிக்கிறது. சூடு பறக்கத் தொடங்கியிருக்கிறது. இங்கே துரியோதனன் தன் செயலை நியாயப் படுத்துகிறான். மூலத்தில் இதற்கான சந்தர்ப்பமே எழவில்லை. 'அப்படியும் இஷ்டமிருந்தால் நடக்கட்டும்' என்று தர்மபுத்திரனே தீர்வையும் சொல்லிவிடுகிறான். ஆனால், இந்தத் தீர்வு (மூலத்தில்),

மிகுந்த முன்னெச்சரிக்கையுடன் கூடிய சொற்களால் வெளிப் படுத்தப்பட்டுள்ளதைக் காணலாம்.

●

‘பொழுது போக்கு தற்கே - சூதுப்
போர்தொ டங்கு கின்றோம்
அழுத லேனி தற்கே?’ - என்றே
அங்கர் கோன கைத்தான்.
‘பழுதி ருப்ப தெல்லாம் - இங்கே
பார்த்தி வர்க்கு ரைத்தேன்
முழுதும் இங்கி தற்கே - பின்னர்
முடிவு காண்பிர்’ என்றான். (187)

சொற் பொருள்

அங்கர் கோன் - அங்க தேசத்தின் அரசன். கர்ணன்.

யாப்பு

நான்கடி அறுசீர்ச் சிந்து.

பாடல் சொல்வது

‘ஆடுவது ஒருவன்; பணையம் வைப்பது இன்னொருவன்’ என்று இப்படி ஓர் ஆட்டமா? சூதாட்டமே என்றாலும் இது தருமமாகுமா?’ என்று தருமபுத்திரன் கேட்டான். ‘அட! வெறுமனே பொழுது போக்கலாம் என்று ஒரு கை ஆட்டம் ஆடுகிறோம். இதற்குப் போய் என்ன அழூமூஞ்சித்தனம்!’ என்று கர்ணன் சிரித்தான். ‘இப்படி ஆடுவது தவறானது. இதில் என்ன தவறு இருக்கிறது என்று இங்குள்ள மன்னர்களுக்கு நான் சொல்லி விட்டேன். இதன் விளைவுகளை நீங்களே பாருங்கள்’ என்று தருமன் பதில் உரைத்தான்.

●

ஒளிசி றந்த மணியின் - மாலை
ஒன்றை அங்கு வைத்தான்.
களிமி குந்த பகைவன் - எதிரே
கனத னங்கள் சொன்னான்.

விழியி மைக்கு முன்னே - மாமன்
வென்று தீர்த்து விட்டான்.
பழியி லாத தருமன் - பின்னும்
பந்த யங்கள் சொல்வான். (188)

யாப்பு

நான்கடி அறுசீர்ச் சிந்து.

பாடல் சொல்வது

ஒளி வீசும் மணிகள் பதிக்கப்பட்ட மாலை ஒன்றை தருமன் பணையமாக வைத்தான். சூதாட்டத்துக்கு அவன் சம்மதித்துவிட்ட களிப்பில் திளைத்துக் கொண்டிருந்த பகைவனான துரியோதனன் எதிர்ப் பணையமாக பெரிய அளவிலான பொருள்களை வைத்தான். கண் இமைக்கும் நேரத்தில் சகுனி அந்த மாலையை வென்றான். பழிக்கு அஞ்சுபவனான தருமன் அதற்கு மேல் பந்தயங்கள் சொல்லத் தொடங்கினான்.

வியாஸ பாரதத்தில் சம இடம்

அப்போது யுதிஷ்டிரர், 'அரசனே! மிக்க விலைபெற்றதும் கடற் சுழியில் உண்டானதும் என்னுடைய ஹாரத்தில் முதன்மையானதும் சிறந்த பொறகட்டினால் அலங்கரிக்கப்பட்டதும் சிறந்த ஒளியுள்ளதுமான இந்த ரத்தினம் எனது பொருள். மகராஜனே! என்னோடு எதிர் ஆட்டம் ஆடுவதற்குச் சரியான பந்தயம் உனக்கென்ன இருக்கிறது?' என்று கேட்க, துரியோதனன், 'ரத்தினங்களும் மிக்க அதிகமான தனங்களும் என்னிடத்திலும் இருக்கின்றன; திரவியங்களைப் பற்றி எனக்கு விரோதமில்லை; ஆந்த ஆட்டத்தை ஜயி' என்று சொன்னான். பாச்சிகைகளின் உண்மையை யறிந்த சகுனி, அந்தக் காய்களைக் கையிலெடுத்தான். 'ஜயித்தாய் விட்டது' என்றே யுதிஷ்டிரருக்குச் சொன்னான். (ஸபா பர்வம், எண்பத்தைந்தாவது அத்தியாயம், த்யூத பர்வம் தொடர்ச்சி.)

மாலையைப் பணையமாக வைத்து ஆட்டத்தைத் தொடங்குவதி லிருந்து ஒவ்வொரு அடியையும் வியாசரை ஒற்றியே எடுத்து வைத்திருக்கிறான் பாரதி என்பதைக் காணலாம். எங்கெங்கே வியாசருடைய மொழியில் முக்கியமானவற்றை விட்டுவிடுகிறான், எங்கெங்கே வியாசர் சொல்லாத உரையாடல்களை உருவாக்கு கிறான் என்பதை கவனித்து வந்தால், பாரதியின் நாடகப் பாங்கு புலப்படும். இந்தப் பாடலுக்கு முந்தைய பாடலில் கர்ணனுடைய பாத்திரத்தை பாரதி பேச வைத்திருப்பது ஓர் எடுத்துக்காட்டு. ஒரே

ஒரு வரியில் கர்ணனுடைய பாத்திரத் தன்மையை - அவனுள்ளே ஒரு பகுதியாக உறைந்திருக்கும் கயமையை - பாரதி வெளிக்காட்டி இருப்பதைக் காணலாம்.

●

'ஆயி ரங்கு டம்பொன் - வைத்தே
ஆடு வோ'மி தென்றான்
மாயம் வல்ல மாமன் - அதனை
வசம தாக்கி விட்டான்.
பாயு மாவோ ரெட்டில் - செல்லும்
பார மான பொற்றேர்
தாய முருட்ட லானார் - அங்கே
சகுனி வென்று விட்டான். (189)

சொற் பொருள்

பாயுமாவோரெட்டில்: பாயும் மா ஓர் எட்டில். பாயுமா: பாயும் மா; பாய்கின்ற மா. குதிரை. 'பாயுமா ஓரெட்டில் செல்லும் பாரமான பொற்றேர்.' எட்டுக் குதிரைகள் சேர்ந்து இழுக்க வேண்டிய அளவுக்கு பாரமான பொன்னால் ஆன பெரிய தேர்.

யாப்பு

நான்கடி அறுசீர்ச் சிந்து.

பாடல் சொல்வது

'ஆயிரம் குடங்கள் நிறைய பொற்காசுகளை வைத்து ஆடுவோம்' என்று தருமன் சொன்னான். மாயச் சூதில் வல்லவனான சகுனி அதனை வசமாக்கிக் கொண்டான். 'எட்டுக் குதிரைகள் இழுத்துச் செல்லக் கூடியதான பொன்னாலான தேரைப் பணையமாக வைக்கிறேன்' என்றான் தருமன். தாயமுருட்டினார்கள். அதனைச் சகுனி வென்று விட்டான்.

'பொற்றடந் தேரொன்று வாலிகன் கொண்டு விடுத்ததும்' என்று துரியோதனன் பாடல் எண் ஐம்பதில் பொருமியதும், 'வாலிகன் தந்ததொர் தேர்மிசை ஏறி' என்று பாரதி பாடல் 157ல் சொல்வதும் இந்தத் தேரைத்தான். (வியாசர் 'அறுபது வயது நிறைந்த யானை மீது ஏறிச் சென்றான்' என்று சொல்லியிருப்பதை பாரதி மாற்றி எழுதியிருப்பது பற்றிய குறிப்பை பாடல் 157ல் காண்க.)

யுதிஷ்டிரர், 'கொழுத்தவனே! சகுனியே! ஆ! ஆ! சூதாட்டத்தில் மோசமாகவே உன்னால் ஜயிக்கப்பட்டேன். இன்னும் இருவரும் பந்தயம் வைத்து ஆடுவோம். ஆயிர நிஷ்கங்கள்* நிரம்பின குடங்களும் அழியாத பொன் பொக்கசங்களும் மிகுதியான சிறந்த தங்கமும் என்னிடமிருக்கின்றன. இஃது என்னுடைய தனம். இதனை வைத்து நான் உன்னுடன் ஆடுகிறேன் என்று சொன்னார்.' இவ்வாறு சொல்லப்பட்ட சகுனி, கௌரவர்களுடைய வம்சத்தை விருத்தி செய்பவரும் பாண்டவர்களில் மூத்தவரும் சத்தியந் தவறாத வருமான தர்மராஜரை நோக்கி, 'ஜயித்தாய்விட்டது' என்றே சொன்னான். யுதிஷ்டிரர், 'ஆயிரம் தேர்களுக்குச் சமமானதும் புலித் தோலினால் மூடப்பட்டதும் அசையாததும் அழகான சக்கரங்களும் மற்ற சாமன்களுமுள்ளதும், சதங்கைகளின் மாலைகளினால் அலங்கரிக்கப்பட்டதும் ஒளியுள்ளதும் மேக முழக்கம்போலும் கடலொலி போலும் சப்பதமுள்ளதும் நாம் ஏறி வந்ததும் ராஜ ரதமுமாகிய கொற்றத்தேர் இதோ இருக்கிறது. குராம் என்னும் பட்சி போல (வெண்மை) நிறமுள்ளவையும் எல்லாத் தேசங்களிலும் பழக்கமுள்ளவையுமான சிறந்த எட்டுக் குதிரைகள் இந்த ரதத்தை இழுக்கின்றன. பூமியில் சஞ்சரிக்கும் பிராணிகள் இவற்றின் காலடியிலிருந்து விடுபடமாட்டா. அரசனே! இது என் தனம். இதனால் நான் உன்னோடு ஆடுவேன் என்று சொன்னார். (ஸபா பர்வம், எண்பத்தைந்தாவது அத்தியாயம், த்யூத பர்வம் தொடர்ச்சி.)

●

இளைய ரான மாதர் - செம்பொன்
　　எழிலி ணைந்த வடிவும்
வளைய ணிந்த தோளும் - மாலை
　　மணிகு லுங்கு மார்பும்
விளையு மின்ப நூல்கள் - தம்மில்
　　மிக்க தேர்ச்சி யோடு
களையி லங்கு முகமுஞ் - சாயல்
　　கவினு நன்கு கொண்டோர் (190)

---

* ஒரு பலம் என்பது 41 கிராம் என்றும், 35 கிராம் என்றும் விக்கிபீடியா குறிப்பிடுகிறது. 108 பலம் கொண்டது ஒரு நிஷ்கம். அதாவது ஒரு குடத்துக்கு 3.780 கிலோ முதல், 4.428 கிலோ வரையிலான தங்கம். இப்படி ஆயிரம் குடங்கள்.

யாப்பு

நான்கடி அறுசீர்ச் சிந்து. பொருள் இன்னமும் முடியவில்லை. அடுத்த பாடலின் இரண்டாமடியில்தான் முடிகிறது. எனவே இது குளகம்.

பாடல் சொல்வது

களையான முகமும், அழகும் கொண்டவர்கள்; வளைகளை அணிந்தவர்கள்; நல்ல மணிகளால் ஆன மாலைகளை அணிந்த மார்பகத்தினர்; இன்ப நூல்களில் தேர்ச்சி பெற்றவர்கள் இப்படிப் பட்ட செம்பொன்னால் செய்யப்பட்ட பதுமைகள் போன்றவர்களான...

வியாஸ பாரதத்தில் சம இடம்

அடுத்த பாடலில் காணவும்.

●

ஆயி ரக்க ணக்கா - ஐவர்க்
    கடிமை செய்து வாழ்வோர்
தாய முருட்ட லானார் - அந்தச்
    சகுனி வென்று விட்டான்.
ஆயி ரங்க ளாவார் - செம்பொன்
    அணிகள் பூண்டி ருப்பார்
தூயி ழைப்பொ னாடை - சுற்றும்
    தொண்டர் தம்மை வைத்தான். (191)

யாப்பு

நான்கடி அறுசீர்ச் சிந்து.

பாடல் சொல்வது

...அப்படிப்பட்ட ஆயிரக்கணக்கான பெண்கள், பாண்டவர்களுக்குத் தொண்டு செய்து வாழ்பவர்கள், அவர்களை ஆட்டத்தில் யுதிஷ்டிரன் வைத்தான். அவர்களைச் சகுனி வென்றுவிட்டான். பொன்னால் ஆன அணிகலன்களை அணிந்த தொண்டர்களை ஆயிரக் கணக்கில் வைத்தான்.

வியாஸ பாரதத்தில் சம இடம்

பிறகு, யுதிஷ்டிரர், ‘இளமைப் பருவத்தில் இருப்பவர்களும் பொன்னிறமுடையவர்களும் சங்கு வளைகளையும் தோள்

வளைகளையும் கழுத்தில் காசு மாலைகளையும் பூமாலைகளையும் அணிந்தவர்களும் உயர்ந்த ஆடைகளை உடுத்துச் சாந்தணிந்து ரத்னங்களையும் பொன்களையும் தரித்தவர்களும் அறுபத்து நான்கு கலைகளிலும் தேர்ந்தவர்களும் ஆட்டத்திலும் பாட்டிலும் சமர்த்தகர்களுமான நூறாயிரம் வேலைக்காரிகள், என் கட்டளைப் படி ஸ்நாதகர்களுக்கும் மந்திரிகளுக்கும் அரசர்களுக்கும் பணி விடை செய்துகொண்டிருக்கின்றனர். அரசனே! இஃது என் தனம். இதனால் நான் உன்னுடன் ஆடுகிறேன்' என்று சொன்னார். தன்னுள் நிச்சயமுள்ள சகுனி, அதைக் கேட்டு மோசத்தைக் கடைப் பிடித்து, 'ஜயித்தாயிற்று' என்றே யுதிஷ்டிரருக்குச் சொன்னான். (ஸபா பர்வம், எண்பத்தைந்தாவது அத்தியாயம், த்யூத பர்வம் தொடர்ச்சி.)

இந்தப் பகுதி அப்படியே இரண்டு பாடல்களில் சுருக்கப்பட்டிருப் பதைக் காணலாம்.

மூலத்தில், தர்மபுத்திரன் பணையம் வைக்கும் ஒவ்வொரு முறையும், 'இஃது என் தனம்' என்ற சொற்றொடரைச் சொல்லிய படியே பந்தயத்தில் வைப்பதை கவனிக்கவும். ஒவ்வொரு முறையும், சகுனி 'மோசத்தைக் கடைப்பிடித்து ஜயித்தாயிற்று' என்று சொன்னதாக வியாசர் குறிப்பிடுவதையும் கவனித்து வைத்துக் கொள்ளவும். தம்பியரையும் மனைவியையும் (ஒருவர்பின் ஒருவராக ஆட்டத்தில் வைத்து இழக்கும்போது) 'இஃது என் தனம்' என்ற சொற்றொடரை தர்மன் பயன்படுத்துகிறானா என்பதைப் பார்க்கலாம். சூதாட்டத்தின் விதிமுறைகளில் ஒன்று, பந்தயத்தில் வைக்கப்படும் பொருள், வைப்பவனுக்குச் சொந்தமானதாக இருக்க வேண்டும். பின்னால் பிரச்சினைகள் எழும்போது, இவற்றை விவரித்து, சூதாட்ட விதிமுறைகளின் படியேகூட, 'தான் அடிமை அல்லள்' என்று பாஞ்சாலி பேசும்போது விரிவாகப் பார்க்கலாம்.

●

சோர ணங்க வற்றை - வார்த்தை
　　சொல்லு முன்னர் வென்றான்.
தீர மிக்க தருமன் - உள்ளத்
　　திடன ழிந்தி டாதே
'நீரை யுண்ட மேகம் - போலே
　　நிற்கு மாயி ரங்கள்
வார ணங்கள் கண்டாய் - போரில்
　　மறலி ஒத்து மோதும்' (192)

சொற் பொருள்

சோரன்: திருடன்.

வாரணம்: யானை.

மறலி: எமன்.

யாப்பு

நான்கடி அறுசீர்ச் சிந்து. பொருள் இன்னமும் முடியவில்லை. அடுத்த பாடலின் இரண்டாமடியில்தான் முடிகிறது. எனவே இது குளகம்.

பாடல் சொல்வது

அந்தத் தொண்டர்களைத் திருடனான சகுனி அடுத்த வார்த்தை பேசுவதற்கு முன்னால் வென்றான். தைரியம் மிக்கவனான தருமன் (இவ்வளவு இழந்த போதிலும்) உள்ளத்தின் திண்மையை இழக்காத வனாகி நீருண்ட மேகங்களைப் போல் திரண்டு நிற்பனவாகிய ஆயிரக்கணக்கான யானைகள், போரின் போது எமனைப் போல் எதிரிகளோடு மோதக் கூடியவை...

வியாஸ பாரதத்தில் சம இடம்

அடுத்த பாடலில் பார்க்கவும்.

●

என்று வைத்த பணையம் - தன்னை
  இழிஞன் வென்று விட்டான்.
வென்றி மிக்க படைகள் - பின்னர்
  வேந்தன் வைத்தி ழந்தான்.
நன்றி ழைத்த தேர்கள் - போரின்
  நடையு ணர்ந்த பாகர்
என்றி வற்றை எல்லாம் - தருமன்
  ஈடு வைத்தி ழந்தான். (193)

சொற் பொருள்

இழிஞன்: இழிவான தன்மை உடையவன். இகழத் தக்கவன்.

இலக்கணம்

வென்றி: வெற்றி என்பதன் மெலித்தல் விகாரம்.

யாப்பு

நான்கடி அறுசீர்ச் சிந்து.

பாடல் சொல்வது

நீருண்ட மேகங்களைப் போல நிற்கும் ஆயிரம் யானைகள்... என்று தருமன் வைத்த பணையங்களை இகழத்தக்க குணம் உடையவனான சகுனி வென்றான். வெற்றியையே பெறக் கூடிய படைகளை தருமன் வைத்து இழந்தான். நன்றாக இழைக்கப்பட்ட வேலைப் பாடுகளுடன் கூடிய தேர்கள், போரின்போது அவற்றைச் செலுத்த வேண்டிய விதங்களை உணர்ந்த தேர்ப்பாகர்கள் என்று இவற்றை எல்லாம் தருமபுத்திரன் பந்தயமாக வைத்து இழந்தான்.

வியாசரின் மூலத்தை (மொழிபெயர்ப்பை) ஊன்றிப் படியுங்கள். 'நீருண்ட மேகங்களைப் போன்ற யானைகள்' நானூறு என்ற உவமை உட்பட, பந்தயம் வைக்கப்படும் வரிசைமுறை உட்பட, 'நானூறு குடம் பொன்' போன்ற எண்ணிக்கை விவரங்கள் உட்பட, வியாசரின் மூலத்தில் இருப்பதைக் காணலாம். பந்தயப் பொருள் களை வைக்கும் வரிசை முறையைக் கூட பாரதி மாற்றவில்லை என்பது கவனிக்கத்தக்கது.

வியாஸ பாரதத்தில் சம இடம்

மறுபடியும் யுதிஷ்டிரர், 'சமர்த்தர்களும் அனுகூலர்களும் எப்போதும் உயர்ந்த போர்வைகளையும் ஆடைகளையும் தரித்தவர்களும் அறிவிலும் புத்தியிலும் சிறந்தவர்களும் ஜிதேந்திரியர்களும் இளமைப் பருவத்திலிருப்பவர்களும் ஒளியுள்ள குண்டலங்களைத் தரித்தவர்களும் இரவும் பகலும் பாத்திரங்கைக் கையிலெடுத்துக்கொண்டு அதிதிகளுக்குப் போஜனம் பரிமாறு கிறவர்களுமான தாஸர்கள் நூறாயிரவர் என்னிடத்திலிருக் கின்றனர். வேந்தனே இஃது என் தனம்; இதனால் நான் உன்னுடன் ஆடுவேன்' என்று சொன்னார். தன்னுள் நிச்சயமுள்ள சகுனி, அதைக் கேட்டு மோசத்தைக் கடைப்பிடித்து 'ஜயித்தாய் விட்டது' என்றே யுதிஷ்டிரருக்குச் சொன்னான். மறுபடியும் யுதிஷ்டிரர், 'சுபல புத்திரரே! பொற்கச்சை கட்டினவையும் மஸ்தகங்களுக்கு அலங்காரங்கள் செய்யப்பட்டவையும் பத்மம் என்னும் சிவப்புப் புள்ளிகளுள்ள வையும் பொன்மாலைகள் பூண்டவையும் யுத்தங்களிலுள்ள எல்லாக் கோஷங்களையும் பொறுக்கும்படி நன்றாகப் பழக்கப்படுத்தப் பட்டவையும் கலப்பைக் கால்கள் போன்ற தந்தங்களும் பெருந் தேகங்களுமுள்ள ஆயிரம் மதயானைகள் என்னிடமிருக்கின்றன. ஒவ்வொன்றுக்கும் எவ்வெட்டுப் பெண்யானைகள் இருக்கின்றன.

நீருண்ட மேகங்கள் போன்ற அந்த யானைகளெல்லாம் நகரங்களையே அழித்துவிடும், ராஜனே! இஃது என் தனம். இதனால் நான் உன்னுடன் ஆடுவேன்' என்று சொன்னார். (ஸபா பர்வம் எண்பத்தைந்தாவது அத்தியாயம், த்யூத பர்வம் தொடர்ச்சி.)

●

எண்ணி லாத கண்டீர் - புவியில்
    இணையி லாத வாகும்
வண்ண முள்ள பரிகள் - தம்மை
    வைத்தி ழந்து விட்டான்.
நண்ணு பொற்க டாரம் - தம்மில்
    நாலு கோடி வைத்தான்.
கண்ணி ழப்ப வன்போல் - அவையோர்
    கணமி ழந்து விட்டான். (194)

சொற் பொருள்

கடாரம் - கொப்பரை. பொன்னாலான பெரிய கொப்பரைகள். (கடாரம் என்பது பர்மாவுக்கு - தற்போதைய ம்யான்மார் - இன்னொரு பெயர். இது இன்னொரு பொருள். இங்கே பொருந்தாது.)

யாப்பு

நான்கடி அறுசீர்ச் சிந்து.

பாடல் சொல்வது

இந்தப் புவியில் இவற்றுக்கு இணையில்லை என்னும்படியான, எண்ணிக்கையில் அடங்காத குதிரைகளை வைத்து இழந்தான். பொன்னால் செய்யப்பட்டு, பொன்னால் நிரப்பப்பட்ட கொப்பரைகள் நாலு கோடி வைத்தான். கண்ணை இழப்பதைப் போல் அவற்றை ஒரே கணத்தில் இழந்துவிட்டான்.

இந்தப் புவியில் இணையற்ற குதிரைகள் என்று பாரதி மேற்கண்ட பாட்டில் சொல்வதை வியாசர் எப்படிச் சொல்லியிருக்கிறார் என்று மொழிபெயர்ப்பில் பாருங்கள்.

வியாஸ பாரதத்தில் சம இடம்

யுதிஷ்டிரர், 'யுத்தத்தில் அர்ச்சுனனால் தோல்வியடைந்த சித்ரரதன் என்னும் கந்தர்வன் அர்ச்சுனன் மேல் சந்தோஷமடைந்து குருவி போலச் சித்திர நிறமுள்ளவையும் பொன்மாலை பூண்டவையுமான

கந்தர்வலோகத்துக் குதிரைகளை அர்ச்சுனனுக்கு அன்புடன் அளித்திருக்கிறான். அரசனே! இஃது என் தனம். இதனால் நான் உன்னுடன் ஆடுவேன்' என்று சொன்னார். தன்னுள் நிச்சயமுள்ள சகுனி இதைக் கேட்டு மோசத்தைக் கடைப்பிடித்து, 'ஜயித்தாய் விட்டது' என்றே யுதிஷ்டிரருக்குச் சொன்னான்.

யுதிஷ்டிரர் 'துரியோதனா! ஒவ்வொன்றிலும் அவ்வைந்து துரோணங்கள் விலை மதிக்கப்படாத சிறந்த ஆணிப்பொன் அடங்கியனவையான நானூறு செம்பு இரும்புப் பாத்திரரங்கள் இருக்கின்றன. வேந்தனே! இஃது என் தனம். இதனால் நான் உன்னுடன் ஆடுவேன்' என்று சொன்னார். தன்னுள் நிச்சயமுள்ள சகுனி, இதைக் கேட்டு, மோசத்தைக் கடைப்பிடித்து, 'ஜயித்தாய் விட்டது' என்றே யுதிஷ்டிரருக்குச் சொன்னான். (ஸபா பர்வம், எண்பத்தைந்தாவது அத்தியாயம், த்யூத பர்வம் தொடர்ச்சி.)

●

மாடி ழந்து விட்டான் - தருமன்
மந்தை மந்தை யாக
ஆடி ழந்து விட்டான் - தருமன்
ஆளி ழந்து விட்டான்
பீடி ழந்த சகுனி - அங்குப்
பின்னும் சொல்லு கின்றான்.
'நாடி ழக்க வில்லை - தருமா
நாட்டை வைத்தி' டென்றான். (195)

யாப்பு

நான்கடி அறுசீர்ச் சிந்து.

பாடல் சொல்வது

மந்தை மந்தையாக மாடுகளை வைத்து இழந்தான். ஆடுகளை வைத்து இழந்தான். ஆட்களை வைத்து இழந்தான். பெருமை தரத்தக்கனவற்றை எல்லாம் இழந்தவனான சகுனி அவனைப் பார்த்துச் சொன்னான். 'தருமா, இன்னும் நாட்டை இழக்கவில்லை. நாட்டைப் பந்தயமாக வை.'

வியாஸ பாரதத்தில் சம இடம்

யுதிஷ்டிரர், 'சகுனியே! பசுக்கள் நிரம்பிய மந்தைகளும் குதிரைக் கூட்டமும் எண்ணிறந்த வெள்ளாடுகளும் செம்மறியாடுகளின்

கூட்டமும் ஸிந்து நதிக்குக் கிழக்கே பர்ணாசியென்னும் நதியின் கரையில் இருக்கின்றன. அவையெல்லாம் என்னுடைய தனங்கள் அதனால் நான் உன்னுடன் ஆடுவேன் என்று சொன்னார். தன்னுள் நிச்சயமுள்ள சகுனி, அதைக் கேட்டு மோசத்தைக் கடைப்பிடித்து 'ஜயித்தாயிற்று' என்றே யுதிஷ்டிரருக்குச் சொன்னான்.

யுதிஷ்டிரர், 'அரசனே! நகரமும் தேசமும் பூமியனைமத்தும் பிராமணரல்லாதவர்களுடைய தனங்களும் பிரமாணரல்லாத மனிதர்களும்தான் எனக்கு மிச்சமுள்ள பொருள்கள். அரசனே! இதுதான் என் தனம். இதனால் நான் உன்னுடன் ஆடுவேன்' என்று சொன்னார். தன்னுள் நிச்சயமுள்ள சகுனி, இதைக் கேட்டு மோசத்தைக் கடைப்பிடித்து, 'ஜயித்தாயிற்று' என்றே யுதிஷ்டிரருக்குச் சொன்னான். (ஸபா பர்வம், எண்பத்தெட்டாவது அத்தியாயம், த்யூத பர்வம் தொடர்ச்சி.)

நாட்டை வைக்கும் பகுதியில் பாரதி எதனைக் குறிப்பாக விட்டிருக் கிறான் என்பதைக் கவனிக்கவும். 'நாட்டை இன்னமும் இழக்க வில்லை. அதை வை' என்று சகுனி பேசுவதுபோல் பாஞ்சாலி சபதம் பேசுகிறது. அவ்வாறு சகுனி கேட்காமலேயே, தன் சொந்த முடிவாகத்தான் யுதிஷ்டிரர் நாட்டை வைத்தார் என்பது வியாஸ பாரதம்.

சூதாட்ட விதிமுறைகளாகச் சொல்லப்படுபனவற்றின்படி, ஆடுபவன் 'எனக்கு உரிமையுள்ள இந்தப் பொருளை வைக்கிறேன்' என்று சொல்லவேண்டுமே தவிர, 'இன்ன பொருளை வைத்து ஆடு'என்று கேட்க எதிராளிக்கு உரிமையில்லை. எதை வைத்து ஆடுவது என்பதை அவனவனே தீர்மானித்துக் கொள்ள வேண்டும். ஆடுபவர் இருவரும் சம அந்தஸ்து உள்ளவர்களாக இருக்க வேண்டும். ஆண்டானும் அடிமையும் சூதாட முடியாது; அப்படியே ஆடினாலும் பந்தயம் வைத்து ஆடமுடியாது என்பன இந்த ஆட்டத்துக்கான விதிமுறைகள். வியாஸ பாரதத்தில் நாட்டை வைப்பது தர்மபுத்திரனுடைய சொந்த முடிவாகக் காட்டப்பட்டுள்ளது. பாரதியின் படைப்பில் இது எதிர் ஆட்டக்காரனான சகுனி 'இன்னதை வை' என்று சொல்லிக் கேட்டு வைப்பதாகக் காட்டப்பட்டுள்ளது. பாரதியின்படி, ஆட்டமுறைகள் இப்போதே மீறப்பட்டுவிட்டன.

மாடிழந்துவிட்டான், ஆடிழந்து விட்டான் என்பனவெல்லாம் ஏதோ எதுகை நோக்கிப் போடப்பட்டவை அல்ல. வியாசரின் மூலத்தில் உள்ளவை அப்படி அப்படியே தமிழ்க் கவிதை வடிவம் பெறுகின்றன.

•

வேறு

'ஐய கோவிதை யாதெனச் சொல்வோம்?
அரச ரானவர் செய்குவ தொன்றோ?
மெய்ய தாகவொர் மண்டலத் தாட்சி
வென்று சூதினி லாளுங் கருத்தோ?
வைய மிஃது பொறுத்திடு மோமேல்
வான்பொ றுத்திடு மோபழி மக்காள்
துய்ய சீர்த்தி மதிக்குல மோநாம்
தூ'வென் றெள்ளி விதுரனும் சொல்வான். (196)

சொற் பொருள்

துய்ய: *தூய*

சீர்த்தி: *சீர்த்தி என்றால் பெரும்புகழ் என்பது தொல் காப்பியம் சொல்லும் பொருள்.*

யாப்பு

எண்சீர் விருத்தம் என்று பாரதி குறித்திருக்கும் கட்டளைக் கலிப்பா. நேரசையில் தொடங்கும் அரையடிக்குப் பத்தெழுத்தும், நிரையசையில் தொடங்கும் அரையடிக்குப் பதினோர் எழுத்தும் கொண்டது. (இந்தப் பாவில் எல்லா அரையடிகளிலும் பத்தெழுத்தும், 'அரச ரானவர்' என நிரையசையில் தொடங்கும் அரையடியில் பதினோரெழுத்தும் இருப்பதைக் காணலாம்.)

பாடல் சொல்வது

இவ்வாறு சூதாட்டம் தொடர்ந்து கொண்டிருக்கும் போது, பொறுக்க முடியாதவனாக விதுரன் எழுந்தான். 'ஐயோ! இதனை என்னவென்று சொல்வது! அரசர்கள் செய்யும் காரியமா இது! ஏனடா, உண்மையிலேயே சூதில் ஒரு நாட்டை வென்று ஆளலாம் என்று நினைக்கிறீர்களா? உங்கள் கருத்து இதுவா? இப்படிச் சூதாடி ஒரு நாட்டை வெல்வதை உலகம் பொறுக்குமா? (நாட்டு மக்கள் இந்த அநியாயத்தைப் பொறுப்பார்களா?) வானத்து தேவர்கள்தாம் பொறுப் பார்களா! பிள்ளைகளே! இது பழி! இது தவறு! இந்தப் பழியை வானமும் பொறுக்காது, பூமியும் பொறுக்காது. நல்ல சந்திரவம் சத்தில் பிறந்தவர்களா நாம்! என்ன காரியம் செய்கிறீர்கள்! தூ!' என்று விதுரன் கடிந்தான்.

●

‘பாண்ட வர்பொறை கொள்ளுவ ரேனும்
பைந்து ழாயனும் பாஞ்சலத் தானும்
மூண்ட வெஞ்சினத் தோடுநஞ் சூழல்
முற்றும் வேரறச் செய்குவ ரன்றோ?
ஈண்டி ருக்கும் குருகுல வேந்தர்
யார்க்கு மிஃதுரைப் பேன்குறிக் கொண்மின்.
மாண்டு போரில் மடிந்து நரகில்
மாழ்கு தற்கு வகைசெயல் வேண்டா. (197)

சொற் பொருள்

பொறை: *பொறுமை*

பைந்துழாயன்: *பசுமையான துளசியை அணிந்தவனான கண்ணன்*

பாஞ்சாலத்தான்: *திரௌபதியின் தகப்பனான துருபதன். துருபதன் மகள்; ஆனபடியால் திரௌபதி. பாஞ்சால நாட்டின் மன்னனான பாஞ்சாலன் மகளானதால் பாஞ்சாலி. கிருஷ்ணை என்றும் அவளுக்குப் பெயர் உண்டு. (கிருஷ்ணன்: கருப்பன். கிருஷ்ணை: கருப்பி. நம் கலாசாரத்தில் கருப்பானவர்கள் தாழ்வாகக் கருதப்பட்டதில்லை.)*

மாழ்குதல்: *கெடுதல். (இச்சொல்லுக்கு ‘மயங்குதல்’ என்றொரு பொருளும் உண்டு என்றாலும், இங்கே பொருந்துவது இப்பொருளே.)*

ஓஒதல் வேண்டும் ஒளிமாழ்கும் செய்வினை
ஆஅதும் என்னும் அவர். (குறள் 653)

தாம் மேலும் உயரவேண்டும் என்று நினைப்பவர்கள், தம் ஒளி கெடுவதற்குக் காரணமான செயல்களைச் செய்வதைத் தவிர்க்க வேண்டும.

சூழல்: *சூழ்ந்து இருப்பவர்கள். சுற்றத்தார்.*

யாப்பு

எண்சீர் விருத்தம் என்று பாரதி குறித்திருக்கும் கட்டளைக் கலிப்பா. நேரசையில் தொடங்கும் அரையடிக்குப் பத்தெழுத்தும், நிரையசையில் தொடங்கும் அரையடிக்குப் பதினோர் எழுத்தும் கொண்டது.

பாடல் சொல்வது

நீங்கள் செய்யும் அநியாயத்தைச் சகித்துக்கொண்டு பாண்டவர்கள் பொறுமையாக இருக்கிறார்கள் என்றாலும், (என்ன நினைத்தீர்கள்?) கண்ணன் இதனைப் பொறுத்துக் கொள்வானா? துருபதன் (இவர்களுடைய மாமனார்) இதைத் தாங்குவானா? அவர்கள் சினம் கொண்டு எழுந்தால், நம்முடைய சூழல், இங்கே உள்ள அத்தனைப் பேரும், முற்றும் அழிந்து போக வேண்டியது தான். நினைவில் கொள்ளுங்கள். நான் இந்தச் சொற்களை இங்கே உள்ள குரு (Kuru) குலத்தைச் சேர்ந்த அத்தனை மன்னர்களுக்கும் உரைக்கிறேன். கேட்டு, குறித்து வைத்துக்கொள்ளுங்கள். அவர் களுடைய சினம் நம்மால் தாங்கக் கூடிய ஒன்றன்று. போரில் மாண்டு போவீர்கள். 'அப்படித்தான் போரில் மாண்ட காரணத்தால் சொர்க்கத்துக்குப் போவோம்' என்று நினைக்காதீர்கள். நீங்கள் செய்யும் காரியத்துக்கு நரகத்துக்குத்தான் போவீர்கள்.நரகத்தில் கெட்டு உழல்வதற்கான வழி வகைகளைச் செய்துகொண்டிருக்க வேண்டாம்.

விதுரர் எழுந்து நேரடியாக திருதராட்டிரனிடம்தான் நேரடியாகப் பேசுகிறார். துரியோதனனைப் பார்த்துப் பேசுவது போன்ற இந்தச் சொற்கள் பாரதியின் வாக்கு. அடுத்த பாடலிலிருந்துதான் வியாசருடைய விதுரர் பேச்சு தொடங்குகிறது.

●

குலமெ லாமழி வெய்திடற் கன்றோ
குத்தி ரத்துரி யோதனன் தன்னை
நலமி லாவிதி நம்மிடை வைத்தான்.
ஞால மீதி லவன்பிறந் தன்றே
அலறி யோர்நரி போற்குரைத் திட்டான்.
அஃது ணர்ந்த நிமித்திகர் வெய்ய
கலகந் தோன்றுமிப் பாலக னாலே
காணு வீரெனச் சொல்லிடக் கேட்டோம். (198)

சொற் பொருள்

குத்திரம் - குரூரம், வஞ்சகம். இந்தச் சொல்லை பாடல் எண் 127ல் (கொல்லக் கருதி சுயோதனன் முன்பு குத்திரமான சதி பல செய்தான்) விளக்கியிருக்கிறோம்.

யாப்பு

எண்சீர் விருத்தம் என்று பாரதி குறித்திருக்கும் கட்டளைக் கலிப்பா. நேரசையில் தொடங்கும் அரையடிக்குப் பத்தெழுத்தும், நிரையசையில் தொடங்கும் அரையடிக்குப் பதினோர் எழுத்தும் கொண்டது.

பாடல் சொல்வது

நலத்தைக் கெடுப்பதான விதி இருக்கிறதே, அது குரூரமும் வஞ்சகமும் கொண்ட இந்தத் துரியோதனனை எதற்காக நம் குலத்தில் தோன்ற வைத்தது? இந்தக் குலம் முற்றும் அழிந்து படுவதற்கா அன்றோ? என்றைக்கு, எந்தக் கணத்தில் அவன் பிறந்தானோ, அந்தக் கணத்திலேயே - வழக்கமான மனிதக் குழந்தையின் குரலில் அன்றி - நரியைப் போல அல்லவா ஊளையிட்டான்? இவன் அப்படி ஊளையிடக் கேட்ட வருங்காலம் உணர்ந்தோர் எல்லாம், 'இவனால் மிகக் கொடிய கலகம் தோன்றப் போகிறது. பார்த்துக்கொண்டே இருங்கள் என்று சொன்னார்கள் இல்லையா? நாமெல்லாம் அந்தச் சொற்களைக் கேட்டோ மில்லையா?

வியாஸ பாரதத்தில் சம இடம்

'இவ்வாறு எல்லாப் பொருள்களையும் கொண்டு போவதாகிய கொடிய சூதாட்டமானது நடத்தப்படும்போது, எல்லா சந்தேகங் களையும் விடுவிப்பவராகிய விதுரர், திருதிராஷ்டிரனுக்குச் சொல்லலானார்: 'பரத வம்சத்து மகராஜாவே! நான் உமக்குச் சொல்லப் போவதை நீர் தெரிந்து கொள்ளும். இறக்கப் போகிற வனுக்கு மருந்து எப்படியோ, அப்படியே கேள்வி உமக்குப் பிரியப்படாமலுமிருக்கும். கெடுநினைவுள்ளவனும் பரத வம்சத்தைக் கெடுப்பவனுமாகிய இந்தத் துரியோதனன் முன்னர்ப் பிறந்தபோதே நரிபோல விகாரமான குரலோடு ஊளையிட்டானன்றோ? இவன் உங்கள் மரணத்துக்கு ஏதுவாயிருக்கத் தகும். துரியோதனன் வடிவமாக வீட்டுக்குள் நரியிருப்பதை நீர் அன்பினால் அறியவில்லை.' (ஸபா பர்வம், எண்பத்தாறாவது அத்தியாயம், த்யூதபர்வம் தொடர்ச்சி.)

●

சூதிற் பிள்ளை கெலித்திடல் கொண்டு
    சொர்க்க போகம் பெறுபவன் போலப்
பேதை நீயு முகமலர் வெய்திப்

பெட்பு மிக்குற வீற்றிருக் கின்றாய்.
மீதுசென்று மலையிடைத் தேனில்
மிக்க மோகத்தி னாலொரு வேடன்
பாத மாங்கு நழுவிட மாயும்
படும லைச்சரி வுள்ளது காணான். (199)

சொற் பொருள்

பெட்பு: விருப்பம். அன்பு.

'பேடைக் குயிலொன்று பெட்புறவோர் வான்கிளையில்
வீற்றிருந்தே ஆண்குயில்கள் மேனி புளகமுற...'

(குயில் பாட்டு)

யாப்பு

எண்சீர் விருத்தம் என்று பாரதி குறித்திருக்கும் கட்டளைக் கலிப்பா. நேரசையில் தொடங்கும் அரையடிக்குப் பத்தெழுத்தும், நிரையசையில் தொடங்கும் அரையடிக்குப் பதினோர் எழுத்தும் கொண்டது.

பாடல் சொல்வது

பிள்ளையானால் கேடுகெட்ட சூதாட்டம் ஆடுகிறான். அவன் அப்படிப்பட்ட சூதாட்டத்தில் வெல்கிறான் என்பதைக் கேட்டு, மனத்தில் கொண்டு, என்னவோ பெரிய சொர்க்க போகம் பெறுபவனைப் போல முட்டாள்தனமாக நீயும் முகமலர்ச்சி எய்தி (கன கம்பீரமாக) வீற்றிருக்கிறாய். அது அப்படித்தான் இருக்கும். மலையின் உச்சிக்கு ஏறி, அங்கே தொங்குகின்ற தேனடையைப் பார்த்தவண்ணமாகவே மெல்ல மெல்ல முன்னே வந்தும், பின்னே அடி எடுத்து வைத்தும் தேனீக்கள் தாக்காமல் தேனடையைக் கவர்வது எப்படி என்ற சிந்தனையிலேயே மூழ்கிக் கிடக்கிறான் பார், வேடன், அவனுக்கு தன் பாதத்துக்குப் பின்னால் பெரிய பள்ளத்தாக்கு இருப்பது தெரியாது. ஒரே ஓரடி பின்னால் எடுத்து வைத்தால் படு பாதாளத்தில் விழுந்து மரணமடைய வேண்டியது தான் என்பதனை உணர முடியாது. காரணம்? தேன் அந்தப் பாடு படுத்துகிறது.

நீயும் உன் பிள்ளைகளும் அந்த வேடனைப் போல்தான் தேன் வேட்டை ஆடிக்கொண்டிருக்கிறீர்கள். படு பாதாளம் காத்திருக்கிறது என்பதனை உணரமாட்டாதவர்களாக இருக்கிறீர்கள்.

இந்த உவமை அப்படியே மூலத்தில் இருப்பதைக் காணலாம்.

வியாஸ பாரதத்தில் சம இடம்

தேனெடுப்பவன் தேன் கிடைக்கும்போது தன் விழுகைக்குக் காரணமான மலைச் சரிவைப் பார்ப்பதில்லை; தேனிருக்குமிடத்தில் ஏறி அதிலேயே ஆழ்ந்து போகிறான்; அதனால் விழவும் விழுகிறான். அப்படியே இந்தத் துரியோதனன் சூதாட்டமென்னும் தேனில் மயங்கித் தான் விழுவதைப் பற்றி ஆராய்ந்து பார்க்கவில்லை. (ஸபா பர்வம், எண்பத்தாறாவது அத்தியாயம், த்யூத பர்வம் தொடர்ச்சி.)

●

மற்று நீருமிச் சூதெனும் கள்ளால்
　　மதிம யங்கி வருஞ்செயல் காணீர்.
முற்றுஞ் சாதி சுயோதன னாமோர்
　　மூடற் காக முழுகிட லாமோ?
பற்று மிக்கவிப் பாண்டவர் தம்மை
　　பாத கத்தி லழித்திடு கின்றாய்.
கற்ற கல்வியும் கேள்வியும் அண்ணே
　　கடலில் காயம் கரைத்ததொப் பாமே? (200)

சொற் பொருள்

காயம்: பெருங்காயம்.

யாப்பு

எண்சீர் விருத்தம் என்று பாரதி குறித்திருக்கும் கட்டளைக் கலிப்பா. நேரசையில் தொடங்கும் அரையடிக்குப் பத்தெழுத்தும், நிரையசையில் தொடங்கும் அரையடிக்குப் பதினோர் எழுத்தும் கொண்டது.

பாடல் சொல்வது

தேனில் மனம் வைத்துச் சரிவைக் காண இயலாது போன வேடனைப் போல் நீங்களும் இந்தச் சூது என்னும் தேனைக் குடித்த காரணத்தால் புத்தி பேதலித்துப் போயிருக்கிறீர்கள். இதனால் என்ன விளைவு ஏற்படும் என்பதைக் காண முடியாதவர்களாக இருக்கிறீர்கள். இந்த ஒரு துரியோதனனுக்காக நம் குலம் முழுவதும் அழியத்தான் வேண்டுமா? நம்மிடத்தில் அன்பும் பற்றும் மிக்கவர்களான பாண்டவர்களை, இப்படிப் பாதகம் செய்து

அழிக்கலாமா? நீயுமல்லவா இந்தப் பாதகத்தில் பங்கேற்கிறாய்? நீ எவ்வளவு கற்றவன்! எத்தனை சாத்திரங்களைக் கேட்டு அறிந்தவன்! என்ன பயன் சொல்! எல்லாம் கடலில் பெருங்காயம் கரைத்ததைப் போல பயனில்லாமல் போகிறது.

வியாஸ பாரதத்தில் சம இடம்

மகாரதர்களோடு பகை கொள்வதனால் வரும் கெடுதியை அறிய வில்லை. மிகத் தெரிந்தவரே! முன்னர் போஜ வம்சத்தாருக்குள்ளேயே அஸமஞ்சனென்னும் புத்திரனை நகரத்தாருடைய நன்மைக்காகத் தந்தையே விட்டுவிட்டானென்று எனக்குத் தெரியும்.

...ஒரு ராஜாவானவன் பொன்னை ஈனுகின்ற சில காட்டுப் பறவைகளை வீட்டில் கொணர்ந்து வைத்துக் கொண்டு பொன்னாசையினால் அவற்றைக் கொன்றுவிட்டானாம். வேந்தரே! நீரும் அவனைப் போலவே பொருளாசை கொண்டு, பாண்டவர் களுக்குத் துரோகம் செய்யலாகாது. பறவைகளைக் கொன்ற புருஷனைப் போல ஆசை கொண்ட நீரும் பின்னால் துயரப்படுவீர்.

பொன்முட்டை இடும் பறவையின் கதை இந்த இடத்தில் வியாஸ பாரதத்தில் தென்படுவது, 'இது ஏதோ அயல்நாட்டு நாடோடிக் கதைகளில் ஒன்று' என்ற எண்ணத்தை மாற்றியது. அதனால் இந்தப் பகுதியை (பாரதி தன் பாஞ்சாலி சபதத்தில் இதைச் சொல்லியிரா விட்டாலும்) சேர்த்திருக்கிறேன்.

தேனெடுக்கும் வேடன் உவமையைச் சொல்லும் 199ஆம் பாடலைச் சொல்லும் போது ஒன்றைக் குறிப்பிட விரும்புகிறேன்.

'கவிதைக்குப் பொய்யழகு' என்று அணிநலன்கள் கவிதையை அழகுபடுத்தும் தன்மையைப் பற்றிப் பேசுபவர்களிடம் நான் எப்போதும் கேட்பது இதைத்தான். பாரதியின் கவிதைகளில் எத்தனை உவமைகள் இருக்கின்றன? இருக்கும் உவமைகளில் எத்தனை உவமைகள் அவனுடைய சொந்தமான உவமைகள்? அணிகள் ஏதும் இல்லாத போதிலும் பாரதி பாடல் ஏன் இத்துணை வீரியமாக இருக்கிறது? சத்தியம் மட்டும்தான் அழகானது. சத்தியம் மட்டும்தான் கவிதைக்கு ஒளி தருவது. ஆகையால்தான், 'உள்ளத்தில் உண்மையொளி உண்டானால் வாக்கினிலே ஒளியுண்டாம்' என்று சொல்கிறான் பாரதி. உள்ளத்தில் உண்மை யான ஒளி உண்டானால் என்பதில்லை பொருள்; ஒளியில் மெய்யொளி, பொய்யொளி என்றெல்லாம் வேறுபாடு உண்டா என்ன? உள்ளத்தில் உண்மை என்னும் ஒளி. உண்மை உள்ளத்தில் சிம்மாசனம் போட்டு வீற்றிருப்பதனாலே உண்டாகும் ஒளி.

அதுவே கவிதைக்கு அத்தனை அழகும். சில சமயங்களில் பொய்யும் அழகு சேர்க்கலாம். கன்னத்தில் பொட்டு வைத்ததைப் போல். கண்ணுக்கு மை இட்டதைப் போல். கொஞ்சம் மிகுந்தாலும் அழகு, முற்றிலும் கெட்டுப் போகும்.

•

வீட்டு ளேநரி யை விடப் பாம்பை
 வேண்டிப் பிள்ளை யெனவளர்த் திட்டோம்.
நாட்டு ளேபுக ழோங்கிடு மாறிந்
 நரியை விற்றுப் புலிகளைக் கொள்வாய்.
மோட்டுக் கூகையைக் காக்கையை விற்று
 மொய்ம்பு சான்ற மயில்களைக் கொள்வாய்
கேட்டி லேகளி யோடுசெல் வாயோ?
 கேட்கும் காதும் இழந்துவிட் டாயோ? (201)

சொற் பொருள்

மொய்ம்பு: வலிமை. சான்ற: சான்றாண்மை உடைய; சான்றோரான.

சான்றவர் சான்றாண்மை குன்றின் இருநிலந்தான்
தாங்காது மன்னோ பொறை. (குறள்)

பல குணங்களாலும் நிறைந்தவர் தங்களுடைய தன்மையில் குன்றுவார்களானால், இந்தப் பெரிய பூமியும் தன்னுடைய பொறுமையில் குலையும்.

யாப்பு

எண்சீர் விருத்தம் என்று பாரதி குறித்திருக்கும் கட்டளைக் கலிப்பா. நேரசையில் தொடங்கும் அரையடிக்குப் பத்தெழுத்தும், நிரையசையில் தொடங்கும் அரையடிக்குப் பதினோருஎழுத்தும் கொண்டது

பாடல் சொல்வது

வீட்டுக்குள்ளே நரியையும் நச்சுப் பாம்பையும் வேண்டி வேண்டி வளர்த்தோம். பிள்ளை என்று கருதிய காரணத்தால். (எப்படி யானால் என்ன, நரி தன்னுடைய புத்தியைக் காட்டாமல் போகுமா, பாம்பு கொத்தாமல் இருக்குமா?) அண்ணா! இந்த நரிகளை விட்டு விடு. விற்றுவிடு. இந்த நரிகளுக்குப் பதிலாக, பாண்டவர்களான

புலிகளைக் கொள். அப்படிச் செய்வாயேயானால் நாட்டில் உன்னுடைய புகழ் ஓங்கும். இந்த ஆந்தைகளும் காக்கைகளும் எதற்கு உதவும்? இவற்றைத் துரத்தி அடி. இவற்றுக்கு மாறாக வலிமை நிறைந்தவர்களும், பொறுமையிலும் மற்ற நற்குணங் களிலும் உயர்ந்தவர்களுமான, மயில்களைக் - பாண்டவர்களைக் - கொள். அண்ணா! கேடு வந்திருக்கிறது! இந்தக் கேட்டுக்குள்ளே இவ்வளவு மகிழ்ச்சியோடு செல்லலாமா? (நான் சொல்வது எதுவுமே உன் காதில் ஏறாதா? கண்தான் பிறவியிலேயே இல்லை என்றால்,) கேட்பதற்கான காதுகளையும் இழந்துவிட்டாயா?

'கேட்கும் காதும் இழந்துவிட்டாயோ' என்பதில் உள்ள உம்மை எண்ணும்மை என்பதை உணர்ந்தால்தான், 'உனக்குக் கண்தான் இல்லையென்று நினைத்தேன். கேட்கும் காதும் இல்லையோ?' என்று கேட்கிறான் என்பது விளங்கும். இதைக் குறிப்புரையில் பாரதியே, 'கோபமிகுதியால் தன்னை மறந்து அரசனுக்குக் கண்ணில்லாமையைக் குறிக்க நேரிட்டது' என்று சொல்கிறான். 'ஏ குருட்டுப் பயலே! செவிடும் ஆகிவிட்டாயா?' என்று மனக்கொதிப் புற்றுப் பேசுகிறார் விதுரர் என்பது குறிப்பால் உணர்த்தப்படுகிறது. காதும். ஒரே ஒரு 'ம்'. எவ்வளவு உணர்ச்சிகளை வெளிப் படுத்துகிறது!

மயில், கோட்டான், காக்கை என்பதெல்லாம் வியாசருடைய மூலத்தில் சொல்லப்படும் உவமையைச் சற்றே மாறுபடுத்திச் சொல்லப்பட்டிருக்கிறது. வியாசருடைய வாக்கினால் தூண்டப் பட்டிருக்கிறது.

'நரியை விற்றுப் புலிகளைக் கொள்வாய்' என்று 'விற்பனைச்' சிந்தனையைத் தூண்டியிருக்கக் கூடிய குறள்:

> *எற்றிற்கு உரியர் கயவர்? ஒன்றுஉற்றக்கால்*
> *விற்றற்கு உரியர் விரைந்து.*

வியாஸ பாரதத்தில் சம இடம்

அரசரே! காக்கையும் நரியுமாகிய துரியோதனனைக் கொடுத்து, மயில்களும் புலிகளுமாகிய பாண்டவர்களை விலைக்கு வாங்கும். (ஸபா பர்வம், எண்பத்தாறாவது அத்தியாயம், த்யூத பர்வம் தொடர்ச்சி.)

இந்த இடம் வர்த்தமானன் பதிப்பகம் வெளியிட்ட தமிழ் மொழி பெயர்ப்பில் விடப்பட்டிருக்கிறது.

காக்கை, மயில், நரி, புலி--அத்தனையும் மூலத்திலிருந்து நேரடியாக வந்திருக்கிறது.

●

தம்பி மக்கள் பொருள்வெஃகு வாயோ,
சாதற் கான வயதினில் அண்ணே?
நம்பி நின்னை யடைந்தவர் அன்றோ?
நாத னென்றுனைக் கொண்டவர் அன்றோ?
எம்பி ரானுளங் கொள்ளுதி யாயின்
யாவுந் தான மெனக்கொடுப் பாரே!
கும்பி மாநர கத்தினி லாழ்த்தும்
கொடிய செய்கை தொடர்வதும் என்னே? (202)

சொற் பொருள்

வெஃகுதல்: மிகு விருப்பம்; பேராசை.

கும்பி மாநரகம்: நரகங்கள் இருபத்தெட்டும் இருபத்தெட்டுமாக மொத்தம் ஐம்பத்தாறு வகைப்படும். ரௌரவ நரகம்; சூகரம்; தாலம்; தப்தகும்பம் என்று வகைப்படுத்தப்பட்டுள்ள நரகங்களில் கும்பிபாகம் என்பதும் ஒன்று. ‘பிற உயிரைக் கொன்று தின்றோரைக் கும்பியிற் பாகப்பட்ட பொருளைப் போல் வருத்தும் இடம்’ என்பது விளக்கம். ‘நீ இன்று இவர்களின் மனத்தை எப்படிக் கொல்கிறாயோ, அப்படியே நாளை வருத்தப்படுவாய்’ என்பது குறிப்பு.

யாப்பு

எண்சீர் விருத்தம் என்று பாரதி குறித்திருக்கும் கட்டளைக் கலிப்பா. நேரசையில் தொடங்கும் அரையடிக்குப் பத்தெழுத்தும், நிரையசையில் தொடங்கும் அரையடிக்குப் பதினோர் எழுத்தும் கொண்டது.

பாடல் சொல்வது

அண்ணே! செத்துப் போகும் வயதாகியாயிற்று நமக்கெல்லாம். இந்த வயதில் போய் தம்பியின் பிள்ளைகள் பெருமுயற்சியால் சேர்த்துள்ள பொருளை அநியாயமான விதத்தில் கவருவதற்குப்

பேராசை கொள்ளுவாயா நீ? அவர்கள் உன்னைத் தம்முடைய சொந்தத் தகப்பனாகவே அல்லவா நம்பி உன்னை அடைந்திருக் கிறார்கள்? உன்னையே தலைவன் என்று கொண்டவர்கள் அல்லரா அவர்கள்? ஒன்றும் வேண்டாம். நீ மட்டும் மனம் வைத்தாய் என்று அவர்கள் அறிந்தால், உடனே தங்களுடைய பொருள் எல்லா வற்றையும் தானமாகவே கொடுத்துவிடக் கூடியவர்கள் அல்லரா அவர்கள்! இருந்தும் இப்படி நயவஞ்சகமான முறைகளை மேற்கொள்வது ஏன்? அண்ணே! இது மிகமிகக் கொடிய செயல். இந்தப் பாவம் நம்மைச் சும்மா விடாது. கும்பிமா நரகத்தில் ஆழ்த்தும்.

வியாஸ பாரதத்தில் சம இடம்

உம்முடைய புத்திரனாகிய யுதிஷ்டிரனுடன் நேரும் இந்தக் கலகத்தைப் பற்றி நீர் நினையாமலே ஒப்புக் கொண்டிருக்கிறீர். பிரதீப வம்சத்தவரும் சந்தனு வம்சத்தவருமான அரசர்களே! இந்தக் கௌரவர்களின் சபையில் இந்த நீதி வாக்கியத்தைக் கேளுங்கள். புத்தியில்லாதவனை அனுசரிப்பதனால் ஜ்வலிக்கின்ற கொடிய தீயில் விழாதீர்கள். சொக்கட்டான் காய்களின் மயக்கத்தினால் மூடப்பட்ட பாண்டு புத்திரனாகிய தர்மராஜாவும் விருகோதரனும் சவ்யசாசியும் நகுல சகதேவர்களும் கோபத்தை அடக்கமாற் போவாராயின், அந்தப் பெருங்கலகத்தில் உங்களுக்குத் தீவு போல் இருப்பவன் யாவன்? மகராஜாவே! இந்த த்யூதமாடுவதற்கு முன்னமே மனத்தில் விரும்பக்கூடிய தனங்கள் எல்லாவற்றிற்கும் நீர் இருப்பிடமாயிருக்கிறீர். அதிகத் தனமுள்ள பாண்டவர்களை ஜயித்தால் அந்தத் தனம் உமக்கு என்ன ஆகும்? இப்போது, பாண்டவர்களைப் பொருளாக அடையும். (ஸபா பர்வம், எண்பத்தாறாவது அத்தியாயம், த்யூத பர்வம் தொடர்ச்சி.)

'நம்பி நின்னை அடைந்தவர் அன்றோ, நாதன் என்று உனைக் கொண்டவர் அன்றோ' என்பதில் உள்ள கருத்து, பிறிதோரிடத்தில் விதுரர் (சூதாட்ட சபையில்) பேசுவதன் சாரம்.

'பாண்டவர்களுடைய பொருளைக் கொள்ளாதே. மாறாக, பாண்டவர்களையே பொருளாகக் கொள்' என்று வியாஸ பாரதம் பேசுகிறது. 'பாண்டவர்கள், உன் புதல்வர்கள்' என்ற கருத்தும் வலியுறுத்தப்படுகிறது. 'தம்பிமக்கள் பொருள் வெஃகுவாயோ' என்ற பாரதியின் வாக்கும் இதையே பேசுகிறது.

•

குருகு லத்தலை வன்சபைக் கண்ணே
  கொற்ற மிக்க துரோணன் கிருபன்
பெருகு சீர்த்தியக் கங்கையின் மைந்தன்
  பேதை நானு மதிப்பிழந் தேகத்
திருகு நெஞ்சச் சகுனி ஒருவன்
  செப்பு மந்திரம் செல்லுதல் நன்றே!
அருகு வைக்கத் தகுதியுள் ளானோ?
  அவனை வெற்பிடைப் போக்குதி அண்ணே! (203)

சொற் பொருள்

வாடுதல்: மெலிதல்

சீர்த்தி: மிகு புகழ். பாடல் எண் 196ல் விளக்கினோம்.

திருகு நெஞ்சம்: கோணலான சிந்தை.

வெற்பு: மலை. சகுனி காந்தார நாட்டிலிருந்து வந்தவன். காந்தாரம், தற்போதைய ஆப்கானிஸ்தானத்தில் உள்ளது. மலைகள் நிறைந்த நாடு.

'வெற்பிடைப் போக்குதி.' காந்தார மலை நாட்டிலிருந்து வந்தவனாதலால், சகுனியை மீட்டும் அவனது மலை நாட்டுக்கு அனுப்பிவிடுக என்று சொல்லியது. (பாரதியின் குறிப்பு)

யாப்பு

எண்சீர் விருத்தம் என்று பாரதி குறித்திருக்கும் கட்டளைக் கலிப்பா. நேரசையில் தொடங்கும் அரையடிக்குப் பத்தெழுத்தும், நிரையசையில் தொடங்கும் அரையடிக்குப் பதினோர் எழுத்தும் கொண்டது.

பாடல் சொல்வது

குரு (Kuru) குலத்தின் தலைவனான உன் சபையில், இங்கே ஆளுமை நிறைந்த துரோணன், கிருபன், புகழ் மிக்க கங்கை மைந்தனான பீஷ்மன், இவர்களோடு சேர்ந்து நான் ஒருத்தன் இருக்கிறேன் பார், முட்டாள், என்னையும் சேர்த்து, எல்லோரும் மதிப்பில்லாமல் போய்விட்டோம். இத்தனைப் பேர் சொல்கிறோமே, எங்கள் சொல் உன் காதுகளில் ஏறுகிறதோ? போயும் போயும் இந்தக் கோணல் புத்திக்காரன் சொல்லும் ஆலோசனை அல்லவா செவிசாய்க்கப்

படுகிறது. அண்ணே, அவன் பக்கத்திலேனும் வைக்கத் தகுதியுள்ளவனா அண்ணே? முதலில் அவனை அவன் மலை நாட்டுக்கு அனுப்பி வை. வந்த இடத்துக்குத் திரும்பிப் போகட்டும் அவன். இங்கே என்ன வேலை அவனுக்கு?*

வியாஸ பாரதத்தில் சம இடம்

மலை நாட்டரசனான சகுனி சூதிலுள்ள சூதை அறிந்திருக்கிறான். சகுனி எங்கிருந்து வந்தானோ அங்கே போகட்டும். (ஸபா பர்வம், எண்பத்தாறாவது அத்தியாயம், த்யூத பர்வம் தொடர்ச்சி.)

ஆக, இந்தப் பாடலிலுள்ள நான்காம் அடி மட்டுமே வியாச மூலத்திலிருந்து வந்திருக்கிறது. 'இங்கே பீஷ்மர், துரோணர், நான் எல்லோரும் பேசும் பேச்சு எடுபடவில்லை. எங்களுக்கு அருகில் கூட வைத்துப் பார்க்க முடியாதவனாகிய சகுனியின் பேச்சு எடுபடுவது பொருத்தமாகத்தான் இருக்கிறது' என்ற பொருளுள்ள மற்ற மூன்று அடிகளும் மூலத்தில் உள்ளனவே. ஆனால், பல இடங்களில் சிதறிக் கிடக்கும் கருத்தை இங்கே ஒன்று திரட்டி சேர்த்திருக்கிறான் பாரதி.

●

நெறியி ழந்தபின் வாழ்வதில் இன்பம்
    நேரு மென்று நினைத்திடல் வேண்டா.
பொறியி ழந்த சகுனியின் சூதால்
    புண்ணி யர்தமை மாற்றல ராக்கிச்
சிறியர் பாதகர் என்றுல கெல்லாம்
    சீயென் றேச உகந்தர சாளும்
வறிய வாழ்வை விரும்பிட லாமோ?
    வாழி சூதை நிறுத்துதி' என்றான். (204)

சொற் பொருள்

மாற்றலர்:   *பகைவர்*

யாப்பு

எண்சீர் விருத்தம் என்று பாரதி குறித்திருக்கும் கட்டளைக் கலிப்பா. நேரசையில் தொடங்கும் அரையடிக்குப் பத்தெழுத்தும், நிரையசையில் தொடங்கும் அரையடிக்குப் பதினோர் எழுத்தும் கொண்டது.

பாடல் சொல்வது

‘வாழ்வதற்கான தூய்மையான நெறியை இழந்து, அல்ல வழியில் சூதாடிச் சம்பாதிப்பதால் பிற்காலத்தில் இன்பம் நேரும்; இன்பமாக வாழ்ந்துவிடலாம் என்று எண்ணிவிட வேண்டாம். இந்தப் புத்திகெட்ட சகுனி ஆடுகின்ற சூதாட்டத்தால் நல்லவர்களை எல்லாம் பகைத்துகொண்டு, நம்மையெல்லாம் (அந்தக் காரணத்துக்காக) சின்னப் புத்திக்காரர்கள், பாதகம் செய்பவர்கள் என்று உலகம் எல்லாம் ‘சீ சீ சீ’ என்று ஏசுமாறு ஆளுவதும் ஓர் அரசாகுமா? செல்வம் நிறைந்திருந்தால் போதுமா? அது என்ன செல்வாக்கான வாழ்வா? உண்மையில் பார்க்கப் போனால் அதுவன்றோ வறுமை! அந்த வாழ்க்கையன்றோ வறிய வாழ்க்கை. போதும். நீ வாழ்க. நம் குலம் வாழட்டும். இத்தோடு சூதை நிறுத்து வாய் அண்ணா!’ என்று விதுரன் சொன்னான்.

இந்தக் கட்டத்தில் சூதாட்டத்தை நிறுத்தச் சொல்லி விதுரர் பேசுவது ஒரு முழு ஸர்க்க நீளத்துக்கு இருக்கிறது. அதிலிருந்து சிலசில கருத்துகளை பாரதி கவிதையாக்கியிருக்கிறான்.

●

இரண்டாவது சூதாட்டச் சருக்கம் முற்றிற்று.
முதற் பாகம் முற்றிற்று.

பாஞ்சாலி சபதத்தின் முதற் பாகத்தைக் காட்டிலும் எளிய நடையை உடையது இரண்டாம் பாகம். பாரதியின் கவிதை நடை எப்படிக் காலச் செலவில் மெல்ல மெல்ல எளிமையடைந்து கொண்டே வந்தது என்பதற்கு சான்று, பாஞ்சாலி சபதத்தின் இரண்டாம் பாகம். பாரதியின் கவிதை நடையை வைத்தே அது தோராயமாக எப்போது எழுதப்பட்டிருக்கும் என்பதை ஊகித்துவிட முடியும். 1904 முதல் 1913-14 வரை, இடைக் காலம் (1915-18) 1919 முதல் அவர் காலமான வரை என்று தோராயமாக நடையை வைத்தே சொல்லிவிடலாம்.

பாஞ்சாலி சபதத்தின் முதற் பாகம் எழுதப்பட்டு அச்சேறியது 1912ல். இரண்டாம் பாகம் எழுதப்பட்டது 1919ல். பாரதி காலமான பிறகே இரண்டாம் பாகம் அச்சேறியது. முதற் பாகத்தைக் காட்டிலும் எளிதானது என்றாலும், பல இடங்களில் பயன்படுத்தப்பட்டுள்ள சொற்கள், இன்றைய தலைமுறையின் எல்லைக்குச் சற்றே அப்பாற்பட்டவைதாம்.

இரண்டாம் பாகம்

பராசக்தி வணக்கம்

ஆங்கொரு கல்லை வாயிலில் படியென்
றமைத்தனன் சிற்பி,மற் றொன்றை
ஓங்கிய பெருமைக் கடவுளின் வடிவென்
றுயர்த்தினான், உலகினோர் தாய்நீ;
யாங்கணே, எவரை, எவ்விதம் சமைத்தற்
கெண்ணமோ, அவ்விதம் சமைப்பாய்.
ஈங்குனைச் சரணென் றெய்தினேன்; என்னை
இருங்கலைப் புலவனாக் குதியே. (1)

சொற் பொருள்

யாங்கணே (யாங்கண்) எந்த இடத்தில்.

இருங்கலை - பெரிய, பரந்துபட்ட, பல்வேறுபட்ட கலை

யாப்பு

எழுசீர் விருத்தம்.

பாடல் சொல்வது

ஒரு கல்லை வாயிற் படி என்று அமைத்த சிற்பி, இன்னொரு கல்லை வணக்கத்துக்கு உரிய கடவுளின் வடிவமாகச் செய்தான். அம்மா! உலகுக்கு எல்லாம் தாய் அல்லவா நீ! எந்தக் கல்லுக்கு எந்த இடம் என்று தீர்மானித்த சிற்பியைப் போல், எந்த இடத்தில் யாரை எப்படி நிலை நிறுத்த வேண்டும் என்று நினைக்கிறாயோ அப்படியே செய்வாய். உன்னைச் சரண் புகுந்தேன். என்னைப் பல்வேறு கலைகளில் தேர்ந்தவனாகச் செய்வாய்.

முதற் பாகத்தில் இல்லாத பராசக்தி வணக்கம் இந்தப் பாகத்தில் வந்திருப்பதைப் பார்க்கலாம்.

•

ஸரஸ்வதி வணக்கம்

இடையின்றி அணுக்களெல்லாம் சுழலுமென
இயல்நூலார் இசைத்தல் கேட்டோம்
இடையின்றிக் கதிர்களெல்லாம் சுழலுமென
வான்நூலார் இயம்பு கின்றார்
இடையின்றித் தொழில்புரிதல் உலகினிடைப்
பொருட்கெல்லாம் இயற்கை யாயின்
இடையின்றிக் கலைமகளே உனதருளில்
எனதுள்ளம் இயங்கொ ணாதோ. (2)

சொற் பொருள்

இயல்நூல் - Physics. பௌதீகம் என்றே பாரதிக்குப் பின்னால் பலகாலம் அறியப்பட்ட - தற்போது பெயர் மாற்றப்பட்ட - சொல்லைப் படைத்த முன்னோடியும் பாரதியே.

இடையின்றிக் கலைமகளே... 'இடையே இல்லாத கலைமகளே' என்று சொல்வதைப் போல் தோன்றினாலும் 'கலைமகளே, உனதருளில் எனதுள்ளம் இடையின்றி இயங்கொண்ணாதோ' என்று அன்வயப்படுத்திக் கொள்ள வேண்டும். 'இடை இல்லாத' என்பதற்கும், 'இடைவிடாமல்' என்பதற்கும் சிலேடை போலக் காட்சி அளித்தாலும், அந்தச் சிலேடைப் பொருள் கொள்ளப்பட்டால், வலிந்து கொள்ளப்பட வேண்டும். இங்கே இருப்பது ஒரே பொருள்தான்.

யாப்பு

அறுசீர் விருத்தம்

பாடல் சொல்வது

அணுக்கள் எல்லாம் இடைவிடாமல் சுழல்கின்றன என்று இயல்நூல் வல்லுனர்கள் சொல்கிறார்கள். ஒளி உமிழும் விண்மீன்கள் முதலானவை இடைவிடாமல் சுழல்கின்றன என்று வான நூல் வல்லுனர்கள் சொல்கிறார்கள். இவ்வாறு இடை விடாமல் ஏதோ ஒரு தொழிலில் ஈடுபட்டவாறே இருப்பது உலகத்தில் உள்ள பொருளுக்கு எல்லாம் இயற்கை என்றால், அம்மா கலைவாணி, உன் அருளால் என் உள்ளம் இடைவிடாமல் இயங்குவது என்ன முடியாத காரியமா?

●

மூன்றாவது அடிமைச் சருக்கம்
சூதாட்டத்தின் தொடர்ச்சி

விதுரன் சொல்லியதற்கு துரியோதனன் மறுமொழி சொல்லுதல்

அறிவு சான்ற விதுரன்சொல் கேட்டான்
    அழலு நெஞ்சின் அரவை உயர்த்தான்
நெறியு ரைத்திடு மேலவர் வாய்ச்சொல்
    நீச ரானவர் கொள்ளுவ துண்டோ?
பொறிப றக்க விழிக ளிரண்டும்
    புருவ மாங்கு துடிக்கச் சினத்தின்
வெறித லைக்க மதிமழுங் கிப்போய்
    வேந்த னிஃது விளம்புத லுற்றான். (3)

சொற் பொருள்

சான்ற - அமைந்த.

அரவு - பாம்பு

நான்காவது அடியில் ‘வெறி தலைக்க’ என்பதில் உள்ள ‘தலைக்க’ என்ற வடிவம் பலரைத் திகைப்பில் ஆழ்த்தியிருக்கிறது. ‘தலைக்க’ என்றால் என்ன பொருள் என்று பலர் கேட்டதுண்டு. தஞ்சையின் தமிழ்ப் பல்கலைக் கழகம் வெளியிட்டுள்ள பதிப்பில் ‘வெறி தழைக்க’ என்றிருத்தல் கூடுமோ’ என்று பதிப்பாசிரியரின் அடிக்குறிப்பு காணப்படுகிறது. ஏனெனில் இப்படிப்பட்ட ஒரு வடிவம் இதற்கு முன்னால் உள்ள இலக்கியங்களில் காணப்படவில்லை. ஆகவே அச்சுப் பிழையாக இருக்க வேண்டும் என்ற கருத்தில் இவ்வாறு ஓர் அடிக்குறிப்பை இட்டிருக்கிறார் பதிப்பாசிரியர். ஆனால் சீனி விசுவநாதன் தொகுத்த காலவரிசையில் பாரதி பாடல்களில் இந்த இடத்தில் ‘தலைக்க’ என்ற பாடமே காணப்படுகிறது.

‘சினத்தின் வெறியானது, தலைக்க’ என்று கொண்டால், பொருள் மிகவும் எளிதானதாகப்படுகிறது. வெறி தலைக்கு ஏற. தலைக்க. தலையை அடைய.

யாப்பு

எண்சீர் விருத்தம்.

பாடல் சொல்வது

பாம்புக் கொடியையும் கொதிக்கின்ற நெஞ்சையும் உடையவனான துரியோதனன், அறிவு நிறைந்த விதுரனுடைய சொற்களைக் கேட்டான். நல்ல நெறியை உரைக்கின்ற மேன்மக்களின் சொற்களை, குணக் கேடு உள்ளவர்கள் கொள்வார்களோ? இரண்டு விழிகளிலும் தீப்பொறி பறக்கவும், புருவங்கள் கோபத்தால் நெறிபட்டுத் துடிக்கவும், கோப வெறி தலைக்கு ஏறவும், புத்தி கெட்டுப் போய் அவன் சொல்லத் தொடங்கினான்.

இந்த மெய்ப்பாடுகளை மூலத்தில் காண முடியவில்லை. ஆனால், துரியோதனன் பேச்சில் பறக்கும் அனல், மூலத்தில் இன்னமும் சற்றுக் கூடுதலாக வெளிப்படுகிறது. துரியோதனன் விதுரரைக் குறித்துப் பயன்படுத்தியுள்ள பல அவச்சொற்களை பாரதி விட்டு விட்டான். 'பெரும்பாவி' என்று விதுரரை நாக்கூசாமல் அழைக்கும் துரியோதனன் இந்த இடத்தில் அவரைக் காட்டமாகத் தாக்குவதில் ஒரு சிலவற்றை மட்டும் பாரதி பயன்படுத்திக் கொண்டிருக்கிறான்.

●

வேறு

'நன்றி கெட்ட விதுரா, - சிறிதும்
நாண மற்ற விதுரா
தின்ற உப்பி னுக்கே - நாசம்
தேடு கின்ற விதுரா,
அன்று தொட்டுநீயும் - எங்கள்
அழிவு நாடு கின்றாய்
மன்றில் உன்னை வைத்தான் - எந்தை
மதியை யென்னு ரைப்பேன்! (4)

யாப்பு

நான்கடி அறுசீர்ச் சிந்து.

பாடல் சொல்வது

நன்றி உணர்ச்சியோ வெட்கமோ கொஞ்சமும் இல்லாத விதுரா! யாருடைய உணவை உண்டு வாழ்கிறாயோ, அவர்களுக்கு நாசம்

வந்து சேர்வதற்கானவற்றைச் செய்கின்ற விதுரா! ஆரம்ப முதலே நீ எங்களுடைய அழிவைத் தேடிக்கொண்டிருக்கிறாய். உன்னைப் போய் அரசவையில் கொண்டு வந்து வைத்தான் பார், எங்கள் அப்பன், அவனுடைய புத்தியைப் பற்றி என்ன சொல்ல!

வியாஸ பாரதத்தில் சம இடம்

பாடல் 8-ல் மொத்தமாகத் தருகிறேன். விதுரனை மிகக் கடுமையான சொற்றகளால் பேசுகிறான் துரியோதனன். 'க்ஷட்டா!' என்று விதுரரைப் பெயரிட்டு அழைக்கிறான். க்ஷட்டன் என்பது விதுரருடைய இன்னொரு பெயர் என்று அறிகிறோம். பாரதத்தில் விதுரரைப் பலரும் இவ்வாறு அழைக்கக் காணலாம். மிகச் சிறந்த அக்ஷ்ஞர், விதுர நீதி என்ற நூலைப் படைத்தவர், நாட்டின் முதலமைச்சர், எல்லாவற்றைக் காட்டிலும் சொந்த சிற்றப்பனான விதுரரை துரியோதனன் எப்படியெல்லாம் அவமதிக்கிறான் என்பதைக் காண்போம். மூலத்தில் இடம்பெறும் அவனுடைய மிகக் கடுமையான வார்த்தையை பாரதி எவ்வளவு நாசூக்காகக் கையாளுகிறான் என்பதையும் காண்போம்.

வியாஸ பாரதத்தில் சம இடம்

இந்தக் குறிப்பிட்ட வரிகளை மட்டும் ஒப்பீட்டளவில் தருகிறேன்.

'...அவனவன் நாவே அவனவன் உள்ளத்திலிருப்பதை வெளியிடுகிறது. உமது மனம் விரோதமாயிருப்பதை நாங்கள் அறிந்திருக்கிறோம். அரவத்தை மடியில் வைத்தது போலிருக்கிறீர். பூனை போல வளர்ப்பவனையே கெடுக்கிறீர். சுவாமித் துரோகம் செய்யும் உம்மை மிக்க பாவியென்று யாரும் சொல்வதில்லை. விதுரரே! அதனால்தான் நீர் பாவத்திற்கு அஞ்சவில்லையோ...' (ஸபா பர்வம், த்யூத பர்வம் தொடர்ச்சி, எண்பத்தேழாம் அத்தியாயம்.)

●

ஐவ ருக்கு நெஞ்சும் - எங்கள்
அரம னைக்கு வயிறும்
தெய்வ மன்று னக்கே - விதுரா,
செய்து விட்ட தேயோ?
மெய்வ குப்ப வன்போல் - பொதுவாம்
விதியு ணர்ந்த வன்போல்

ஐவர் பக்கம் நின்றே - எங்கள்
அழிவு தேடு கின்றாய். (5)

யாப்பு

நான்கடி அறுசீர்ச் சிந்து.

பாடல் சொல்வது

விதுரா! உன்னுடைய மனத்தைப் பாண்டவர்களுக்காகப் படைத்த கடவுள், வயிற்றை மட்டும் எங்கள் அரண்மனைக்காகப் படைத்து விட்டது போலிருக்கிறது. ஏதோ நீதான் மெய் என்றால் என்ன என்று வகுத்துரைப்பவன் போலவும், நடக்க இருப்பது என்ன என்ற விதியை உணர்ந்தவன் போலவும் பேசுகிறாய். உன் பேச்செல்லாம் பாண்டவரகளின் நலத்தையும் எங்களுடைய அழிவையுமே நாடுகிறது.

வியாஸ பாரதத்தில் சம இடம்

பாடல் எண் 8-ல் காண்க.

●

மன்னர் சூழ்ந்த ஸபையில் - எங்கள்
மாற்ற லார்க ளோடு
முன்னர் நாங்கள் பணையம் - வைத்தே
முறையில் வெல்லு கின்றோம்.
என்ன குற்றம் கண்டாய்? - தருமம்
யார்க்கு ரைக்க வந்தாய்?
கன்னம் வைக்கி றோமோ? - பல்லைக்
காட்டி ஏய்க்கி றோமோ? (6)

சொற் பொருள்

கன்னம் வைத்தல்: சுவரில் துளையிடும் செயலுக்குக் கன்னம் வைத்தல் என்று பெயர். சுவரைத் துளைத்து வீடு புகுந்து கொள்ளையடிப்பது. அவ்வாறு கன்னம் வைக்கப் பயன்படுத்தும் கருவிக்குக் கன்னக் கோல் என்பது பெயர்.

யாப்பு

நான்கடி அறுசீர்ச் சிந்து.

பாடல் சொல்வது

நாங்கள் ஒன்றும் யாரும் இல்லாத இடத்தில் இவர்களை ஏமாற்ற வில்லையேஸ இதோ பார், எத்தனை மன்னர்கள் சூழ்ந்திருக் கிறார்கள், பார்த்துக் கொண்டிருக்கிறார்கள்! இப்படிப்பட்ட பெரிய மன்னர்கள் எல்லோரும் நிறைந்திருக்கின்ற சபையில், எங்களுடைய எதிரிகளோடு நாங்களும் பணையம் வைத்து முறையாக ஆடி, முறையாக அல்லவா வெல்லுகிறோம்! வீட்டுச் சுவரைத் துளைத்து உள்ளே புகுந்து கொள்ளை அடிக்கிறோமா, இல்லாவிட்டால் பல்லிளித்து நல்லவர் போல் நடித்து ஏமாற்றுகிறோமா?

வியாஸ பாரதத்தில் சம இடம்

பாடல் எண் 8 காண்க.

●

பொய்யு ரைத்து வாழ்வார் - இதழில்
புகழு ரைத்து வாழ்வார்
வைய மீதி லுள்ளார் - அவர்தம்
வழியில் வந்த துண்டோ?
செய்யொ ணாத செய்வார் - தம்மைச்
சீரு றுத்த நாடி,
ஐய நீயெ ழுந்தால் - அறிஞர்
அவல மெய்தி டாரோ? (7)

யாப்பு

நான்கடி அறுசீர்ச் சிந்து.

பாடல் சொல்வது

இதோ பார், பொய் பேசி வாழ்பவர்கள், நெஞ்சில் வஞ்சம் வைத்து வாயில் புகழ்மொழிகள் சொல்லி வாழ்பவர்கள் உலகத்தில் உண்டு. அவர்கள் வழியில் வந்தவர்கள் இல்லை நாங்கள். (நீ அப்படிப்பட்ட வழியில் வந்தவன். தாசிக்குப் பிறந்தவன் நீ. உங்கள் வழியே அப்படிப்பட்ட வழி என்பது பொருள்.) சரி. நாங்கள்தாம் செய்யக் கூடாத காரியங்களைச் செய்கிறோம். அப்படிப்பட்ட எங்களைத் திருத்துவது யார்? நீயா? ஹோஹோ! எங்களைத் திருத்த நீ எழுந்தால் அறிஞர்களெல்லாரும் வருத்தப்பட மாட்டார்களா?

வியாஸ பாரதத்தில் சம இடம்

பாடல் எண் 8ல் காண்க.

●

அன்பி லாத பெண்ணுக் - கிதமே
ஆயி ரங்கள் செய்தும்
முன்பி னெண்ணு வாளோ? - தருணம்
மூண்ட போது கழிவாள்.
வன்பு ரைத்தல் வேண்டா - எங்கள்
வலிபொ றுத்தல் வேண்டா
இன்ப மெங்க ணுண்டோ, - அங்கே
ஏகி' டென்று ரைத்தான். (8)

சொற் பொருள்

வன்பு - கடுமை.

யாப்பு

நான்கடி அறுசீர்ச் சிந்து.

பாடல் சொல்வது

மனத்தில் அன்பிலாத பெண்ணுக்கு என்ன செய்து என்ன பயன்? செய்ததை எல்லாம் எண்ணிப் பார்ப்பாளோ? அவளுக்கு வேண்டியது நடக்கும் வரை இருப்பாள். நடக்காத பொழுது தானே விலகிப் போவாள். இதோ பார், கடுமையான சொற்களை எங்களைப் பார்த்துச் சொல்ல வேண்டாம். உனக்கு எங்கே இன்பம் கிட்டுமோ அங்கே நீ தாராளமாகச் செல்லலாம்.

'வேசி மகனே!' என்று சொல்லாமல் சொல்கின்ற வகை இது.

வியாஸ பாரதத்தில் சம இடம்

(மேலே தரப்பட்டுள்ள துரியோதனன் உரையாக, பாரதி பாடல்களில் இடம்பெற்றுள்ள கருத்துகளுக்கு நெருக்கமான பகுதிகள் மட்டும் தரப்படுகின்றன. பாரதி இவற்றில் சொல்லாமல் விட்டவை அனேகம்.)

'துரியோதனன், 'விதுரரே! நீர் எப்போதும் திருதிராஷ்டிரன் புத்திரர் களை இகழ்ந்து பிறர் புகழையே புகழ்கிறீர். விதுரரே! உமக்கு

யாரிடத்தில் அன்பிருக்கிறதென்பது எங்களுக்குத் தெரியும். எங்களைச் சிறுவர்களைப் போலவே எப்போதும் தாழ்வாகப் பேசுகிறீர். அப்படிப்பட்ட மனிதன் வேறிடத்தில் விருப்பமுள்ளவனேன்று அறியத் தக்கவன்.; அதற்குத் தக்கபடிதான் இகழச்சியையும் புகழ்ச்சியையும் செய்கிறான். நாவே அவனவன் உள்ளத்திலிருப்பதை வெளியிடுகிறது. உமது மனம் விரோதமாயிருப்பதை நாங்கள் அறிந்திருக்கிறோம். (பாடல் 5: ஐவருக்கு நெஞ்சும் எங்கள் அரண்மனைக்கு வயிறும்...)... விதுரரே பகைவர்களை ஜயித்துப் பெரிய லாபத்தைப் பெற்றிருக்கிறோம். இனி, எங்களைப் பார்த்துக் கடுஞ்சொற்களைச் சொல்லாதீர். (பாடல் 6: மன்னர் சூழ்ந்த சபையில், எங்கள் மாற்றலர்களோடே, முன்னர் நாங்கள் பணையம் வைத்தே முறையில் வெல்லுகின்றோம். என்ன குற்றம் கண்டாய்?)... எனக்கு எது நன்மையென்று உம்மை நான் கேட்கவில்லை. (பாடல் 6, கடைசி அடி: தர்மம் யார்க்குரைகக்க வந்தாய்?)

பாடல் ஏழில் உள்ள கருத்து, வியாச மூலத்தில் துரியோதனன் பேச்சில் உள்ளதன் திரட்சி; தொகுப்பு.

இனி எட்டாம் பாடலுக்கான வியாச மூலப் பகுதி:

'விதுரரே! எதிரிகளின் பக்கத்திற் சேர்ந்து பகைப்பவனாகிய வேண்டாத மனிதனைச் சமீபத்தில் வைத்துக் கொள்ளாமலிருப்பது முக்கியம். விதுரரே! ஆதலால் உமக்கு எங்கே விருப்பமிருக்கிறதோ அங்கே போகலாம். கெட்ட நடத்தையுள்ள ஸ்த்ரீயானவள் மிகவும் நல்ல வார்த்தை சொல்லப்பட்டாலும் விட்டேவிடுவாள்' என்று சொன்னான்.'

மேற்படி மேற்கோள்கள் எல்லாமும் ஸபா பர்வம் எண்பத்தேழாவது அத்தியாயம், த்யூத பர்வம் (தொடர்ச்சி)யிலிருந்து எடுக்கப்பட்டவை. இதில் 'கெட்ட நடத்தையுள்ள ஸ்த்ரீயானவள்...' என்பது 'அன்பிலாத பெண்ணுக்கு இதமே' என்ற பாரதி பாடலாகியிருக்கிறது.

குறிப்பாகக் கடைசி வரிகளைக் கவனிக்கவும்.

பெரும்பாலும் சொல்லுக்குச் சொல் மொழிபெயர்ப்பாக நடந்துகொண்டிருந்த முதற்பகுதியிலிருந்து இரண்டாம் பகுதி பெரிதும் வேறுபடுவதைக் காணலாம். இங்கே கருத்து மட்டுமே இடம் பெறுகிறது. அதுவும் பாரதியின் கையில் வேறு வடிவம் எடுக்கிறது. ஆனாலும் அடிநாதமாக மூலமே நிற்கிறது.

●

வேறு

நன்றாகும் நெறியறியா மன்ன னங்கு
    நான்குதிசை அரசர்சபை நடுவே தன்னைக்
கொன்றாலும் ஒப்பாகா வடுச்சொல் கூறிக்
    குமைவதனில் அணுவளவும் குழப்பம் எய்தான்;
'சென்றாலும் இருந்தாலும் இனியென் னேடா?
    செய்கைநெறி யறியாத சிறியாய் நின்னைப்
பொன்றாத வழிசெய்ய முயன்று பார்த்தேன்;
    பொல்லாத விதியென்னைப் புறங்கண் டானால்! (9)

சொற் பொருள்

நன்றாகும் நெறியறியா என்பதை, நன்று ஆகும் நெறி, அறியா என்று பிரித்துக் கொள்ளவும். பொன்றாத வழி: அழிவில்லாத, அழிவைத் தடுப்பதாகிய வழி.

யாப்பு

எண்சீர்க் கழிநெடிலடி ஆசிரிய விருத்தம்.

பாடல் சொல்வது

நல்வழி எது என்பதை அறியாத மன்னவனாகிய துரியோதனன், எல்லா திசைகளிலிருந்தும் வந்து அந்த அவையில் கூடியிருந்த மன்னர்களுக்கு எதிரில், தன் உயிரைப் பறிப்பதை விடவும் கேவலமான சொற்களைப் பேசித் தன்னை அவமதித்து, அவன் குமைந்து கொண்டிருக்கும்போது கூட, விதுரனுக்கு அது பற்றி யாதொரு மனக் கலக்கமோ குழப்பமோ எழவில்லை. (மாறாக, தன்னை அவ்வாறு அவமானப்படுத்திய துரியோதனனைப் பார்த்து, 'இனி இருந்தால் என்ன, செத்தால் என்ன? நல்வழியையோ, நற்செய்கையையோ அறியாத சிறுமைக் குணம் படைத்தவனே! என்னால் முடிந்தவரையில் உனக்கு நல்லுரை சொல்லி, நீ அழிவுறாமல் இருப்பதற்கான வழியில் உன்னைச் செலுத்த முயன்று பார்த்தேன். ஆனால் என் முயற்சியில் என்ன பயன்! விதி என்னைத் தோற்கடித்து விட்டதே! (நீ என் பேச்சைக் கேட்காமல் போவதும் விதி வசத்தால் அன்றோ!)

வியாஸ பாரதத்தில் சம இடம்

இந்தப் பாடல், விதுரருடைய பாத்திரப் படைப்பை வெளிப் படுத்தும் விதமாக பாரதி செய்திருப்பது. மூலத்தில் - இங்கே பாரதி குறுக்கிட்டுப் பேசுவதைப் போல் - வியாசர் பேசவில்லை.

●

கடுஞ்சொற்கள் பொறுக்காத மென்மைக் காதும்
 கருங்கல்லில் விடம்தோய்ந்த நெஞ்சும் கொண்டோர்
படுஞ்செய்தி தோன்றுமுன்னே படுவர் கண்டாய்
 பால்போலும் தேன்போலும் இனிய சொல்லோர்
இடும்பைக்கு வழிசொல்வார்; நன்மை காண்பார்
 இளகுமொழி கூறாரென் றினைத்தே தானும்-
நெடும்பச்சை மரம்போலே வளர்ந்து விட்டாய்
 நினக்கெவரும் கூறியவர் இல்லை கொல்லோ? (10)

சொற் பொருள்

படும் செய்தி - அழியப் போகிறான் என்று தெரிவிக்கும் செய்தி.

யாப்பு

எண்சீர்க் கழிநெடிலடி ஆசிரிய விருத்தம்.

பாடல் சொல்வது

‘அப்பா! உன் காதோ கடுமையான சொற்களைப் பொறுத்துக் கொள்ளாத அளவுக்கு மென்மையாக இருக்கிறது. மனமோ என்றால், விஷத்தில் தோய்த்தெடுத்த கருங்கல்லைப் போல் இருக்கிறது. இப்படிப்பட்ட தன்மை உடையவர்கள், ‘இவனுக்கு அழிவுதான் நேரும்’ என்று மற்றவர்கள் உணர்ந்து எடுத்துச் சொல்வதற்கு முன்னாலேயே அழிந்து போவார்கள். (நான் கடுஞ்சொல் பேசுவதாக என்னிடம் சினக்கிறாய். ஆனால்) பாலைப் போன்றும் தேனைப் போன்றும் இனிக்க இனிக்கப் பேசுகின்ற வர்கள், உனக்குத் துன்பம் விளைவிப்பதற்கான வழிக்கே ஆலோசனை சொல்கிறார்கள். நன்மையை நாடுபவர்கள், வெளிப் படையாகப் பேசுவதால், அவர்கள் பேசும் மொழி இளகியதாக இருக்காது. நெடுநெடுவென வளர்ந்த மரத்தைப் போல, உருவத்தால் மட்டும் செழித்து வளர்ந்திருக்கிறாய் (அறிவில்தான் வளர்ச்சியைக் காணோம்). இதையெல்லாம் இதற்கு முன்னால் உனக்கு யாருமே எடுத்துச் சொன்னதில்லையா?

வியாஸ பாரதத்தில் சம இடம்

விதுரர், 'இவ்வளவினாலேயே ஒரு மனிதனை எவர்கள் விடுகிறார்களோ, அவர்களின் நட்பு முடிவுள்ளது. மகராஜனே! சொல்லு. அவர்களுடைய உள்ளங்கள் கலங்கியே யிருக்கின்றன. அவர்கள் இன்சொல்லைக் கொடுத்து உலக்கைகளால் இடிக்கிறார்கள். மிகக் குறைந்த புத்தியுள்ள ராஜபுத்திரனே! நீ உன்னைச் சிறுவனல்லாதவனாகவும் என்னைச் சிறுவனாகவும் நினைக்கிறாய். எவன் ஒரு மனிதனைச் சினேகத்தில் வைத்துக்கொண்டு, பிறகு அவனையே தூஷிக்கிறானோ, அவன்தான் சிறுவன். (ஸபா பர்வம், த்யூத பர்வம் தொடர்ச்சி, எண்பத்தேழாவது அத்தியாயம்.)

இந்தப் பகுதியை திருதிராஷ்டிரனை நோக்கிச் சொல்வதாக, பழையவுரை குறிப்பிடுவதாய், இப்பகுதியின் அடிக்குறிப்பு தெரிவிக்கிறது. ஆங்கில மொழிபெயர்ப்பும் பழைய உரையின்படியே திருதிராஷ்டிரனை விளித்துச் சொல்கிறது. (தமிழ் மொழி பெயர்ப்பு, துரியோதனைத்தான் விளிக்கிறது என்று சொல்லத் தேவையில்லை.)

இந்தப் பாடலின் பொருளைப் பொருத்தமட்டில், மேற்கோள் பகுதியில் 'இன்சொல்லைக் கொடுத்து உலக்கைகளால் இடிக்கிறார்கள்' என்பதுடன் பாடலின் பொருள் முடிந்துவிடுகிறது. ஆனால், 'மிகக் குறைந்த புத்தியுள்ள ராஜனே' என்பது 'நெடும்பச்சை மரம்போலே வளர்ந்துவிட்டாய்' என்ற பகுதிக்குத் தேவைப்படு வதாலும்; அப்படித் தொடங்கும் வாக்கியம் மிகுதிக் கருத்துக்கு எழுவாயாக இருப்பதனாலும் இத்துடன் சேர்த்திருக்கிறேன்.

●

நலங்கூறி இடித்துரைப்பார் மொழிகள் கேளா
  நரபதி, நின் அவைக்களத்தே அமைச்ச ராக
வலங்கொண்ட மன்னரொடு பார்ப்பார் தம்மை
  வைத்திருத்தல் சிறிதேனும் தகாது கண்டாய்
சிலங்கைப்பொன் கச்சணிந்த வேசை மாதர்
  சிறுமைக்கே தலைகொடுத்த தொண்டர்; மற்றும்
குலங்கெட்ட புலைநீசர், முடவர், பித்தர்
  கோமகனே, நினக்குரிய அமைச்சர் கண்டாய்! (11)

சொற் பொருள்

சிலங்கைப் பொன்: சலங்கை. சிலங்கை என்பது மலையாள வடிவம்.

யாப்பு

எண்சீர்க் கழிநெடிலடி ஆசிரிய விருத்தம்.

பாடல் சொல்வது

உன் நன்மையை நாடி இடித்துரைப்பவர்களுடைய சொற்களுக்குச் செவி சாய்க்காத மன்னனே! உன் அவைக்களத்தில், பலம் நிறைந்த மன்னர்களையும் பார்ப்பனர்களையும் அமைச்சராக வைத்திருப்பது கொஞ்சம்கூடப் பொருந்தாது. கால்களில் சதங்கையும், மார்பில் கச்சையும் தரித்த வேசை மாதர், சிறுமையிலேயே தன் புத்தியைச் செலுத்தும் (உனக்கேற்றபடி பேசி, உனக்குத்) தொண்டர்களாய் இருப்பவர்கள், நற்குலத்தில் உதிக்காத புலைநீசர்களும் அங்கஹீனர்களும் பைத்தியக்காரர்களும்தான் உனக்கு அமைச்சராய் விளங்கப் பொருத்தமானவர்கள்.

வியாஸ பாரதத்தில் சம இடம்

சிறு பெண்ணுக்கு அறுபது வயதுக் கிழவன் எப்படியோ அப்படியே பரதசிரேஷ்டனான உனக்கு, நல்லதைச் சொல்லுகிறவன் வேண்டியிரான். அரசனே! ஆதலால், உன் மனத்திற் கினியதையே நீ விரும்புவையாயின், மாதர், பித்தர், முடவர் முதலியவர்களிடத்தில் நன்மையும் தீமையுமான எல்லாக் காரியங்களையும் பற்றிக் கேட்கக் கடவாய். (ஸபா பர்வம், த்யூத பர்வம் தொடர்ச்சி, எண்பத்தேழாவது அத்தியாயம்.)

●

சென்றாலும் நின்றாலும் இனியென் னேடா?
 செப்புவன நினக்கெனநான் செப்பி னேனோ?
மன்றார நிறைந்திருக்கு மன்னர், பார்ப்பார்,
 மதியில்லா மூத்தோனும் அறியச் சொன்னேன்.
இன்றோடு முடிகுவதோ? வருவ தெல்லாம்
 யானறிவேன்; வீட்டுமனும் அறிவான் கண்டாய்.
வென்றானுள் ளாசையெலாம் யோகி யாகி
 வீட்டுமனும் ஒன்றுரையா திருக்கின் றானே. (12)

யாப்பு

எண்சீர்க் கழிநெடிலடி ஆசிரிய விருத்தம்.

பாடல் சொல்வது

இனிமேல் நீ வீழ்ந்தாலென்ன வாழ்ந்தாலென்ன! ஆனால் ஒன்று. நான் சொன்னதையெல்லாம் ஏதோ உன்னை மட்டுமே கருத்தில் கொண்டு சொன்னதாக எண்ணிவிடாதே. இதோ இந்த மன்றம் முழுவதையும் நிறைத்திருக்கிறார்களே, அந்த மன்னர்களுக்கும் பார்ப்பனர்களுக்கும், அவர்களோடு, புத்திகெட்டுப் போனவனான என் அண்ணனுக்கும் சேர்த்துக் காதில் விழட்டும் என்றுதான் இவற்றை இந்தச் சபையில் சொன்னேன். ஏதோ இன்றோடு எல்லாமும் முடிந்துவிடும் என்று எண்ணிவிடாதே. இனி வரப் போவதையெல்லாம் நான் அறிவேன். நான் மட்டுமோ? வீட்டுமனும் அவ்வாறே அறிவான் என்பதைத் தெரிந்துகொள். வீட்டுமன், மனத்தில் ஏற்படும் ஆசைகள் அனைத்தையும் வென்றவனான படியினாலே, யோகியைப் போல் ஒன்றும் பேசாமல் மௌனமாக இருக்கிறான்.

வியாஸ பாரதத்தில் சம இடம்

இந்தப் பகுதி மூலத்தில் கிடைக்கவில்லை.

●

விதிவழிநன் குணர்ந்திடினும் பேதை யேன்யான்
வெள்ளைமன முடைமையினால் மகனே நின்றன்
சதிவழியைத் தடுத்துரைகள் சொல்லப் போந்தேன்.
சரி,சரியிங் கேதுரைத்தும் பயனொன் றில்லை.
மதிவழியே செல்லுகென விதுரன் கூறி
வாய்மூடித் தலைகுனிந்தே இருக்கை கொண்டான்.
பதிவுறுவோம் புவியிலெனக் கலிம கிழ்ந்தான்,
பாரதப்போர் வருமென்று தேவ ரார்த்தார். (13)

யாப்பு

எண்சீர்க் கழிநெடிலடி ஆசிரிய விருத்தம்.

பாடல் சொல்வது

விதிவசத்தால் என்னென்னவெல்லாம் நடக்கப் போகிறது என்பதை நான் சொல்கிறேன். (வீட்டுமன், அறிந்தும் சொல்லவில்லை.

அவன்தான் யோகியாகக் காட்சியளிக்கிறானே! ஆனால் நானோ) என் மடத்தனத்தாலும், வெள்ளை மனமுடைமையினாலும், உன்னுடைய சதிகளையெல்லாம் தடுப்பதற்காக என்னால் இயன்ற வரையில் பேசிப் பார்த்தேன். சரி சரி. இங்கே என்ன உரைத்தாலும் ஒரு பயனும் விளையப் போவதில்லை. உன் துர்புத்திக்கு என்ன தோன்றுகிறதோ, அந்த வழியிலேயே சென்றுகொள் என்று சொன்ன விதுரர், அதற்குப் பிறகு மௌனமாக, தலை கவிழ்ந்தபடி தன் ஆசனத்தில் அமர்ந்தார். உலகத்தில் நாம் நிலைகொள்ளப் போகிறோம் என்று கலிபுருஷனுக்கு மகிழ்ச்சி உண்டாயிற்று. பாரதப் போர் வரப்போகிறது (தீமை அழியப் போகிறது) என்று தேவர்கள் ஆரவாரமிட்டனர்.

வியாஸ பாரதத்தில் சம இடம்

இதுவும் மூலத்தில் கிடைக்கவில்லை. பாரதியின் சேர்க்கை என்பது தெளிவாகத் தெரிகிறது. இரண்டாம் பகுதியில் பாரதியின் கூடுதல் சேர்க்கைகள், முதற் பகுதியைக் காட்டிலும் அதிகமாகத் தென்படுகின்றன.

●

சூது மீட்டுந் தொடங்குதல்

வேறு

காயு ருட்ட லானார் - சூதுக்
    களிதொ டங்க லானார்.
மாய முள்ள சகுனி - பின்னும்
    வார்த்தை சொல்லு கின்றான்
நீய ழித்த தெல்லாம் - பின்னும்
    நின்னி டத்து மீளும்.
ஓய்வ டைந்தி டாதே! - தருமா
    ஊக்க மெய்து கென்றான். (14)

சொற் பொருள்

சூதுக் களி: சூதாட்டம்

யாப்பு

நான்கடி அறுசீர்ச் சிந்து.

பாடல் சொல்வது

(விதுரர் ஓய்ந்துபோய் அமர்ந்த பிறகு, சகுனியும் தர்மபுத்திரனும் மறுபடியும் பகடைக்) காயை உருட்டவும், சூதாட்டத்தை ஆடத் தொடங்கினார்கள். வஞ்சகமான சிந்தனையுள்ள சகுனி, தர்மனைப் பார்த்து (அவனைத் தூண்டிவிடும் விதமாக) 'ஏராளமாக இழந்து விட்டோம் என்று எண்ண வேண்டாம், தர்மா! சூதில் நீ அழித்தது எல்லாவற்றையும் அடுத்த ஆட்டத்தில் நீ மீட்டுக் கொண்டு விடலாம். (இந்த ஆட்டமில்லாவிட்டால், அடுத்த ஆட்டத்தில் நீ வெல்லத்தானே போகிறாய்!) எனவே தளர்ச்சி அடையாதே. ஊக்கம் கொள் என்று சொன்னான்.

வியாஸ பாரதத்தில் சம இடம்

சகுனி, 'யுதிஷ்டிரா! பாண்டவர்களுடைய மிகுதியான தனங்களைத் தோற்றாய். குந்தி புத்திரனே! தோற்காத திரவியம் உனக்கு ஏதாவது இருக்குமானால் சொல்' என்று கேட்டான்.

வியாஸ பாரதத்தில், 'நீ ஏராளமாக இழந்திருக்கிறாய். இனியும் தோற்காத செல்வமென்று உன்னிடத்தில் ஏதேனும் இருந்தால் சொல்' என்று மட்டும் கூறி, 'அட, உன் கையில் இருப்பது இவ்வளவுதானா! இதுக்கு மேல ஒண்ணுமில்லையா' என்று சீண்டிவிடுகிறான். இந்தப் பேச்சை சற்றே மாற்றி, 'தோத்துட்ட. தோத்துட்டா என்ன! அடுத்த ஆட்டத்துல நீதானே ஜெயிக்கப் போற.. விட்டது எல்லாத்தையும் பிடிச்சிடலாம். அதுக்குள்ள தளர்ச்சியடைஞ்சு போய் சூதாடறத விட்டுடாதே' என்று நைச்சியமாகப் பேச வைத்திருப்பது பாரதியின் கைவண்ணம். சகுனி என்ற குணசித்திரமும் அவனுக்கே உரித்தான நயவஞ்சகமான பேச்சும் செய்கையும் உள்ளே விஷத்தை வைத்துக் கொண்டு சொல்லில் தேனைத் தடவிக் கொண்டு அந்த விஷத்தைப் பாய்ச்சும் செயலும் இந்த இடத்திலிருந்து விரிவடையத் தொடங்குகிறது. சகுனியின் பாத்திரப் படைப்பு இப்போது தொடங்கியிருக்கிறது.

●

கோயிற் பூசை செய்வோர் - சிலையைக்
　　கொண்டு விற்றல் போலும்,
வாயிற் காத்து நிற்போன் - வீட்டை
　　வைத்தி ழத்தல் போலும்,
ஆயி ரங்க ளான - நீதி

அவையு ணர்ந்த தருமன்
தேயம் வைத்தி ழந்தான் - சிச்சீ!
சிறியர் செய்கை செய்தான். (15)

யாப்பு

நான்கடி அறுசீர்ச் சிந்து.

பாடல் சொல்வது

கோவிலிலே பூசை செய்யும் அர்ச்சகர், வழிபடுவதற்கு உரியவர் திருவுருவை எடுத்துக் கொண்டுபோய் விற்றுவிடுவது போலவும்; வாயிலைக் காத்து நிற்க வேண்டிய சேவகன், வீட்டையே அடமானத்தில் (அல்லது சூதாட்டத்தில்) வைத்து, அதை இழந்ததைப் போலவும், பல்லாயிரக் கணக்கான நீதிகளை உணர்ந்தவனான தருமபுத்திரன் கூட, தேசத்தை வைத்து இழந்தான். சிச்சீ! சிறியோர்களின் செயலைச் செய்தான்.

அர்ச்சகருக்கு வழிபட மட்டும்தான் உரிமை; கடமை. அவருக்கு சிலையின் மேல் சொந்தம் கொண்டாட என்று எதுவும் இல்லை. வீட்டைக் காவல் காத்து நிற்க வேண்டிய சேவகன், வீட்டின் உரிமையாளன் அல்லன். அர்ச்சகர் விக்கிரகத்தை விற்பதைப் போலவும், வாயிற் காவலன் தனக்கு உரிமையில்லாத வீட்டை வைத்து இழப்பதைப் போலவும், தர்மபுத்திரன் தேசத்தை வைத்து இழந்தான். ஆயிரமாயிரம் நீதி நூல்களைப் படித்து உணர்ந்த வனாயினும் அரசன் என்பவனிடம் நாட்டைப் பாதுகாக்கும் பொறுப்புதான் இருக்கிறதே தவிர, நாடு, அரசனுடைய உடைமை அன்று என்பதை உணரத் தவறிவிட்டானே! சிச்சீ! இது சிறியோர் செய்யும் செயலல்லவா!

இந்த 'சிச்சீ' என்ற பிரயோகமும் வியாஸ பாரதத்தில் இருக்கிறது. ஆனால், அது திரௌபதியைப் பணையம் கூறும் சமயத்தில் அவையில் எழுந்த அவக்குறிப்பு என்றே வியாஸ பாரதம் பேசுகிறது. அந்த இடத்தை இங்கே தருகிறேன்:

'...பாஞ்சால ராஜன் குமாரியுமான திரௌபதியைப் பந்தயம் வைத்து ஆடுகிறேன்; ஐயோ!' என்று சொன்னார். சிறந்த புத்தியுள்ள தர்மராஜரால் இந்தச் சொல் சொல்லப்பட்டபோது, சபையோரான பெரியோர்களிடமிருந்து 'சீ! சீ!' என்ற சொற்கள் வெளிப்பட்டன.' (ஸபா பர்வம், த்யூத பர்வம் தொடர்ச்சி, எண்பத்தெட்டாவது அத்தியாயம்.)

நூலுக்கே பாஞ்சாலி சபதம் என்று பெயர். யாரை மையமாக வைத்து நூல் செய்யப்பட்டதோ அவளை வைத்து ஆடும்போது சபையில் எழுந்த 'சிச்சீ' என்ற அவச்சொல்லை பாரதி, சூது மறுபடியும் தொடங்கப்பட்டு, முதல் பந்தயமாக தர்மபுத்திரன் நாட்டை வைத்து இழந்த சமயத்திலேயே பயன்படுத்திவிட்டான். நாடு என்றவுடன் அவனுக்குள்ளே எப்படிப்பட்ட அறச்சீற்றம் பிறக்கிறது என்பதை இது காட்டுகிறது.

இதன் தொடர்ச்சியாகத்தான் இதற்கடுத்த இரண்டு பாடல்களிலும் கவிக்கூற்றாக கோபம் கிளர்ந்தெழுந்து வெடிக்கிறது. ஒரு சம்பவம் நடந்து கொண்டிருக்கையில், கவிஞன் குறுக்கிட்டு தன் கருத்தை இடையில் சொல்லவது என்பதொரு உத்தி. இதை வியாசர் வெகுசில இடங்களிலேயே கையாள்கிறார். பொதுவாகப் பெரும் பான்மையான இடங்களில், வெளிப்படும் கருத்து முழுதும் கதாபாத்திரங்கள் மூலமாகவே வெளிப்படும். வியாசருடைய கருத்தாக வெளிப்படாது.

ஆனால், கம்பன் மிகப்பல இடங்களில் இந்த உத்தியைக் கையாண்டி ருக்கிறான். கம்பனுக்கு ஆட்பட்டுக் கிடந்த பாரதியும் கம்பனுடைய பாணியைப் பின்பற்றியிருக்கிறான் என்பதில் என்ன ஐயம்!

●

நாட்டு மாந்த ரெல்லாம் - தம்போல்
நரர்க ளென்று கருதார்
ஆட்டு மந்தை யாமென் – றுலகை
அரச ரெண்ணி விட்டார்.
காட்டு முண்மை நூல்கள் – பலதாங்
காட்டி னார்க ளேனும்
நாட்டு ராஜ நீதி – மனிதர்
நன்கு செய்ய வில்லை. (16)

யாப்பு

நான்கடி அறுசீர்ச் சிந்து.

பாடல் சொல்வது

நாட்டிலுள்ள மக்களெல்லாம் தம்மைப் போன்ற மக்களே, தர்களே, என்று கருதாமல், உலகம் முழுவதையும் வெறும் ஆட்டுக் கூட்டம்

என்று அரசர்கள் எண்ணிவிட்டார்கள். உண்மை என்பதான மெய்ப் பொருளைச் சுட்டிக் காட்டக்கூடிய பல நூல்களை (எவ்வளவோ பெரியோர்களும், அறிஞர்களும்) செய்திருந்த போதிலும், மனிதர் களில் ஒருவருமே நாட்டைப் பரிபாலிப்பதற்கான விதிமுறைகளைக் கூறும் ராஜநீதியைத் தக்க விதத்தில் செய்து தரவில்லை.

என்ன நினைத்தார்கள் இந்த மன்னர்கள்? இந்த உலகமென்ன ஆட்டு மந்தையா? அப்படித்தானே இவர்கள் நடந்து கொள்கிறார்கள்! அது ஒரு புறமிருக்க, அறநூல்கள் பலவற்றைச் செய்திருப்பவர்கள் யாரானாலும், அவர்கள் ராஜநீதியை நன்றாகப் பழுதில்லாமல் செய்து தரவில்லை. இடுக்குகளில் நுழைந்து தப்பிக்கும் வண்ணமாக, சந்துகள் கொண்டதாகவே அமைத்திருக்கிறார்கள்.

மன்னர், உலகை ஆட்டு மந்தை என்றெண்ணிவிட்டார்கள் என்று சொல்லும்போது, நாட்டு ராஜ நீதி, மனிதர் நன்கு செய்யவில்லை என்று பிரித்துக் காட்டியிருப்பது சிந்திக்கத் தக்கது. நீதியை மன்னர்கள் செய்திருந்தாலும் சரி, மற்ற யார் செய்திருந்தாலும் சரி, அது சரியாகச் செய்யப்படவில்லை.

●

ஓரஞ் செய்தி டாமே - தருமத்
துறுதி கொன்றி டாமே
சோரஞ் செய்தி டாமே - பிறரைத்
துயரில் வீழ்த்தி டாமே
ஊரை யாளும் முறைமை – உலகில்
ஒருபு றத்து மில்லை
ஸார மற்ற வார்த்தை! - மேலே
சரிதை சொல்லு கின்றோம். (17)

யாப்பு

நான்கடி அறுசீர்ச் சிந்து.

சொற் பொருள்

ஓரம் - ஒரு பக்கத்தை, நியாய அநியாங்களைப் பாராமல் சார்ந்திருத்தல்; ஒருவர் பக்கதில் நிற்பதனால் ஓரம். ஆகவே பொய்சாட்சி சொல்வதற்கும் ஓரம் என்று பெயர்.

வேதாளம் சேருமே வெள்ளெருக்குப் பூக்குமே
பாதாள மூலி படருமே - மூதேவி

சென்றிருந்து வாழ்வளே சேடன் குடிபுகுமே
மன்றோரம் சொன்னார் மனை.

என்று, நீதிமன்றத்தில் பொய்சாட்சி சொல்பவனுக்கு என்னென்ன கேடுகளெல்லாம் விளையும் என ஔவை பட்டியிலிடுகிறார். மக்கள் ஓரம் செய்தால் அது பொய்சாட்சி சொல்வதாகும். மன்னன் ஓரம் செய்தால் அது பட்சபாதம் அல்லது நீதி தவறுதல் ஆகும்.

சோரம் - திருட்டுத்தனம்.

பாடல் சொல்வது

நீதி வழங்குகையிலோ அல்லது தனக்குள்ள உரிமைகளைச் செலுத்திக் கொள்வதிலோ, ஓரம் செய்வதாகிய பட்சபாதத்தை மேற் கொள்ளாமலும்; தருமநெறியிலிருந்து சற்றும் வழுவாமலும், திருட்டுத்தனம் இல்லாமலும், மற்றவர்களை (நல்லவர்களைத்) துயரத்தில் வீழ்த்திடாமலும் உரை ஆளுகின்ற நெறி வழுவா முறைமை, உலகத்தின் எந்த மூலையிலும் இல்லை. நான் இங்கே இவ்வாறு பேசி என்ன பயன்! நான் பேசுவதில் சாரம் ஏதுமே இல்லாமல் தொனிக்கிறது. அது ஒருபக்கம் இருக்கட்டும். இப்போது சரிதையைத் தொடர்ந்து சொல்கிறேன்.

•

சகுனி சோல்வது

வேறு

செல்வமுற் றிழந்துவிட்டாய் - தருமா
    தேசமுங் குடிகளும் சேர்த்திழந்தாய்
பல்வளம் நிறைபுவிக்கே - தருமன்
    பார்த்திவ னென்பதினிப் பழங்கதைகாண்!
சொல்வதொர் பொருள்கேளாய் - இன்னும்
    சூழ்ந்தொரு பணையம்வைத் தாடுதியேல்
வெல்வதற் கிடமுண்டாம். - ஆங்கவ்
    வெற்றியி லனைத்தையும் மீட்டிடலாம். (18)

சொற் பொருள்

சூழ்ந்து - நன்கு ஆலோசித்து.

யாப்பு

நாலடி ஐஞ்சீர்ச் சிந்து.

பாடல் சொல்வது

தர்மபுத்திரா! உன்னிடமிருந்த எல்லாச் செல்வங்களையும் இழந்து விட்டாய். போதாக் குறைக்கு, தேசத்தையும் அதில் குடியிருக்கும் மக்களையும் ஆட்டத்தில் வைத்து இழந்துவிட்டாய். பலவிதமான வளங்கள் நிறைந்த பூமிக்கு, தர்மபுத்திரன் அரசன் என்று சொல்லிக் கொண்டிருந்தார்கள். இப்போது அது 'பொய்யாய்க் கனவாய்ப் பழங்கதையாய்ப்' போய்விட்டது. இப்போது நான் ஒன்று சொல்கிறேன் கேள். (எல்லாவற்றையும் இழந்துவிட்டோம் என்ற கவலை உனக்கு வேண்டியதில்லை.) சூதாட்டத்தை நிறுத்த வேண்டியதில்லை (ஏனெனில் நீ ஜெயிக்க வேண்டியது இன்னும் ஏராளமாக பாக்கியிருக்கிறது.) நன்கு ஆலோசித்து எதைப் பணையமாக வைக்கலாம் என்று முடிவடுத்து இன்னும் ஒருமுறை பணையம் வைத்து ஆடினாய் என்றால் அப்போது வெற்றி பெறும் வாய்ப்பிருக்கிறது. அந்த வெற்றியில் (நீ இதுவரையில் இழந்துள்ள அனைத்தும் ஒரே ஆட்டத்தில்) உன்னிடம் திரும்பி வந்து சேரும். இழந்ததனைத்தையும் நீ மீட்பாய்.

சகுனியின் நயவஞ்சகமான பேச்சு தொடங்கியிருக்கிறது. இதுவும் இதற்கடுத்த பாடலும் மூலத்தில் இல்லாதவை. பாரதி சேர்த்திருப் பவை. காரணத்தை அடுத்த பாடலில் காண்போம்.

●

எல்லா மிழந்தபின்னர் - நின்றன்
  இளைஞரு நீருமற் றெதிற்பிழைப்பீர்?
பொல்லா விளையாட்டில் - பிச்சை
  புகநினை விடுவதை விரும்புகிலோம்
வல்லார் நினதிளைஞர் - சூதில்
  வைத்திடத் தகுந்தவர் பணையமென்றே.
சொல்லால் உளம் வருந்தேல் - வைத்துத்
  தோற்றதை மீட்டென்று சகுனிசொன்னான். (19)

யாப்பு

நாலடி ஐஞ்சீர்ச் சிந்து.

இப்படி ஆட்டத்தில் எல்லாவற்றையும் இழந்துவிட்ட பிறகு நீயும் உன் தம்பிமாரும் எதை வைத்துக் கொண்டு பிழைப்பு நடத்துவீர்கள்? போல்லாத இந்தச் சூது விளையாட்டில் நீ பிச்சை எடுத்து உண்ணும் நிலைமை வந்துவிடக்கூடாது; அதை நாங்கள் விரும்பவும் இல்லை; அனுமதிக்கவும் மாட்டோம். உன் தம்பிமார்கள் அசகாய சூரர்கள். சூதில் பணையமாக வைக்கத் தகுந்தவர்கள். 'தம்பியைச் சூதாட்டத்தில் வைக்கச் சொல்கிறானே' என்று என் பேச்சால் தயவு செய்து நீ உள்ளம் வருந்த வேண்டாம். (உன்னுடைய நன்மைக்காகச் சொல்கிறேன். இவர்களை வைத்து ஆடினால் உனக்குத்தானே நன்மை! நீதானே ஜெயிக்கப் போகிறாய்!) எனவே உன் தம்பிகளை ஆட்டத்தில் வைத்து ஆடி, தோற்றதை எல்லாம் மீட்டுக்கொள்' என்று சகுனி சொன்னான்.

மேற்படி இரண்டு பாடல்களும் பாரதி சேர்த்திருப்பவை. வியாச மூலத்தில் நாட்டை வைத்து இழக்கும் போது, 'நாடிழக்கவில்லை, தருமா நாட்டை வைத்திடென்றான்' என்று சகுனி கேட்டு தர்மன் நாட்டை வைக்கவில்லை. அதுபோன்றே, தம்பிமாரை தானே வைக்கிறானே அல்லாது சகுனி சொல்லி வைக்கவில்லை.

இதுவரையில் வைத்திருக்கும் ஒவ்வொரு பந்தயத்திலும், 'இந்தப் பொருள் எனக்குச் சொந்தம். இதை ஆட்டத்தில் வைக்கிறேன்' என்று தர்மபுத்திரன் சொன்னதன் பிறகே அடுத்த சூதாட்டம் தொடங்குவதைப் பார்த்திருக்கிறோம். இதை பாரதியும் தவறாமல் குறிப்பிட்டிருக்கிறான்.

இனி, சூதாட்ட விதிமுறைகள் என்று அறியப்படுபனவற்றுள் இவையும் அடங்கும். முன்பே குறித்திருந்தாலும், தெளிவுக்காக இங்கே விரிவாகச் சொல்லப்படுகிறது:

1) சூது நடந்தால், அது அந்தஸ்த்தில் சமமான இருவருக்கு இடையே மட்டும் நடக்க முடியும். மன்னனுக்கும் மன்னனுக்கும் (பேரரசன், சிற்றரசனாக இருந்தாலும், மன்னன் என்றால் போதும்) சூது நடக்கலாம். அப்படியே மற்ற மற்றோரிடத்தும் சம அந்தஸ்து உள்ளவர்களிடம் மட்டும்தான் சூதாட முடியும்.

2) சூதிலே என்ன பொருளை வைக்கப் போகிறேன் என்று தீர்மானித்துச் சொல்ல வேண்டியது, சூதில் பணையமாக ஒன்றை வைப்பவனின் கையில் உள்ள முடிவு. 'நீ இன்ன பொருளை வைத்து ஆடு' என்று பணையம் வைப்பவனிடம், சூதாடி சொல்ல முடியாது.

இது வரையில் நடைபெற்ற சூதில், தர்மபுத்திரனும், தன் ஆட்டத்தைச் சகுனி மூலமாக ஆடிய துரியோதனனும் சம அந்தஸ்து உடையவர்கள்தாம் என்றாலும், இங்கேயும் துரியோதனன் கட்சி பலவீனமாக இருக்கிறது. ஏனெனில், தர்மபுத்திரன் பட்டாபிஷேகம் செய்விக்கப்பட்ட மன்னன்; துரியோதனனுக்கு இன்னமும் இளவரசுப் பட்டம் கூடக் கட்டப்படவில்லை. திருதிராஷ்டிரனோ, பாண்டு காட்டுக்குப் போய்விட்டதாலும் அரசுப் பொறுப்பை விதுரர் ஏற்க மறுத்ததாலும் வெறும் நிழல்-அரசனாக, பட்டம் சூட்டப் படாமல், பதவி வகித்த அரசனாக விளங்கியவன். விதுரரிடம் பாண்டு ஒப்படைத்த அரசை அவர் வாங்கிக் கொள்ளாததால், விதுரரே, தன் அண்ணனை ஆட்சிப் பீடத்தில் அமர்த்தி, 'இனி நீ எடுக்கும் முடிவை நான் செயல்படுத்துவேன். உனக்கு செய்ய வேண்டிய செயலைப் பற்றியதான ஆலோசனையை மட்டும் கூறுவேன். ஆனால் முடிவெடுப்பது உன் உரிமை. நீ எடுக்கும் எந்த முடிவுக்கும் நான் கட்டுப்படுவேன்' என்ற தாச பாவத்துக்குத் தன்னை ஆட்படுத்திக் கொண்டுவிட்டதால், இப்போது விதுரர் நினைத்தாலும் அவரால் (திருதிராஷ்டிரனுக்குச் சூதில் திருட்டுத் தனமான விருப்பம் இருப்பதால் - இதற்கான சான்றுகள் பாரதியில் இல்லை; வியாசரில் இருக்கிறது) அண்ணனுடைய ஆணை இல்லாமல் சூதாட்டத்தை நிறுத்த முடியவில்லை.

பாரதியின் வாக்குப்படி, நாடு தொடங்கி தம்பியர் அனைவரும் ஆட்டத்தில் வைக்கப்பட்டது, சகுனி, 'நீ இன்ன பொருளை வைத்தாடு' என்ற சூதாட்ட நெறிமுறைக்கே அடங்காத தப்பாட்டம். ஆனால், இந்த இடங்களிலெல்லாம் தர்மபுத்திரர், நாட்டை (பாரதியில் உள்ளதைப்போல்) மொத்தமாக வைக்காமல், பகுதிபகுதியாக வைத்ததும் தம்பியரை வைத்ததும் தன்னை வைத்து இழந்ததும் தானாக எடுத்த முடிவென்றே வியாசர் சொல்கிறார். வியாஸ பாரதத்தில் அப்படி 'இன்ன பொருளை வை' என்று குறிப்பிட்டு, சகுனி, பாஞ்சாலியைத்தான் கேட்கிறான். அந்தச் சமயத்தில் தருமன் அடிமையாகி விட்டான். ஆண்டானுக்கும் அடிமைக்கும் இடையில் சூதாட்டம் நடைபெற முடியாது; அப்படியே நடைபெற்றாலும் பணயம் வைத்து ஆட முடியாது என்ற சூதாட்ட நெறிமுறைக்கப் புறம்பானதாக இது போகிறது.

வியாச மூலத்தின்படி, திரௌபதியை வைத்தது மட்டும்தான் சூதாட்டச் சட்டங்களின் படியே செல்லுபடியாகாது. பாரதி, நாடு, தம்பியர், (தான் ஒழித்த) திரௌபதி என்று எல்லோரையும் சகுனியின் சொல்லால்தான் ஆட்டத்தில் வைக்கிறான். ஆனால்

வில்லி பாரதப்படி, ‘உன்னையும் குறித்து வன்புரைத்த தம்பிமாரினம் தன்னையும் குறித்து இசைத்து தருக, வந்து பொருக’ என்று யுதிஷ்டிரன் உள்ளிட்ட ஐவரையுமே பந்தயப் பொருளாகக் கேட்டது சகுனியின் சொல்லாகக் காட்டப்படுகிறது.

●

வேறு

கருண னுஞ்சிரித்தான் - ஸபையோர்
　　கண்ணி னீருதிர்த் தார்
இருணி றைந்தநெஞ்சன் - களவே
　　இன்ப மென்று கொண்டான்,
அரவு யர்த்தவேந்தன் - உவகை
　　ஆர்த்தெ ழுந்து சொல்வான்
பரவு நாட்டையெல்லாம் - எதிரே
　　பணையமாக வைப்போம். (20)

பதம் பிரித்து

கண்ணினீர்: கண்ணின் நீர்

சொற் பொருள்

பரவு நாட்டை - துதித்தல், போற்றுதல் என்பதொரு பொருள். பரந்திருத்தல் என்பதொரு பொருள். இங்கே பரந்திருத்தல் என்று கொள்ளவேண்டும்.

யாப்பு

நாலடி ஐஞ்சீர்ச் சிந்து.

பாடல் சொல்வது

சகுனி அவ்வாறு சொல்லவும் அதைக் கேட்டுக் கொண்டிருந்த கர்ணன், அளவிலாத உவகை மேலெழவும் இகழ்ச்சிக் குறிப்பு மேலுறச் சிரித்தான். சபையனிர், கண்ணெதிரில் நடந்து கொண்டிருப்பது அநியாயயம் என்று தெரிந்திருந்த பின்னாலும், சகுனியின் மொழியையோ, அதைக் கேட்டுக் கொண்ட துரியோதனன் செய்யப் போகின்ற செயலையோ தடுப்பதற்கு சக்தியற்றவர்களாகக் கண்களிலிலிருந்து நீரைப் பெருக்கியபடி இருந்தார்கள். அரவுயர்த்த கொடியோன், பாம்பைத் தன் கொடியிலே சின்னமாக வைத்துள்ள

துரியோதனன், தன் மனத்திலே பெரிய மகிழ்ச்சி பொங்கவும், உவகையுடன் கூடப்பெற்று, ஆர்ப்பரித்து எழுந்து, பின்வருமாறு சொல்லத் தொடங்கினான். புகழும் செல்வமும் வாய்ந்த நாடு முழுவதையும் இந்த ஆட்டத்தில் பணையமாக வைக்கிறோம். இந்த ஆட்டத்தில் மட்டும் தரும புத்திரன் வேன்றுவிட்டால், இதற்கு முன்னால் மாமன் இவர்களிடமிருந்து சூதில் பறித்த அத்தனைப் பொருட்களையும் திரும்பத் தருவோம். (அடிமைப்பட்ட தம்பி மாரையும் விடுவிப்போம் என்பது குறிப்பு) என்று சொன்னான்.

வியாஸ பாரதத்தில் சம இடம்

இது மூலத்தில் இல்லை.

●

தம்பி மாரைவைத்தே - ஆடித்
    தருமன் வென்று விட்டால்,
முன்பு மாமன்வென்ற - பொருளை
    முழுது மீண்ட ளிப்போம்
நம்பி வேலைசெய்வாய் - தருமா,
    நாடி ழந்த பின்னால்
அம்பி னொத்தவிழியாள் - உங்கள்
    ஐவ ருக்கு முரியாள் - (21)

யாப்பு

நாலடி ஐஞ்சீர்ச் சிந்து.

பாடல் சொல்வது

(நாங்கள் எதிர்ப்பணையமாக, இதுவரையில் சகுனி வென்றதனைத் தையும் வைக்கிறோம். தர்மபுத்திரன் மட்டும் தன்னுடைய தம்பிகளை ஆட்டத்தில் வைத்து வேற்றி பெற்றுவிட்டால், இதற்கு முன்னால் மாமா ஜெயித்த பொருள் அனைத்தையும் திருப்பித் தருவோம். தர்மா! நம்பிக்கை அற்றவனுக்கு உலகம் ஒரு மயானவெளி. ஆகவே, இப்போது 'நாம் வெல்வோம் என்ற நம்பிக்கையின் அடிப்படையில் வேலை செய்வோம். அப்படிச் செய்யாமல் உங்கள் இல்லத்துக்குத் திரும்பி விட்டால், அம்பைப் போன்ற கூரிய விழிகளை உடையவள், உங்கள் ஐவருக்கும் சொந்தமானவள், அவள் உங்களை இகழ்ந்து பேசமாட்டாளா? அந்த மாட்டுக்காரப் பையன் உங்களுடன் இனிமேல் பேசுவானா?

நீ மன்னனாக இருக்கும் வரையில்தான் மனைவியும் சரி; நண்பர்களும் சரி, நட்பாக இருப்பார்கள். அந்தச் செல்வமும் பதவியும் உன் கையைவிட்டுப் போனால் உன்னை மதிப்பதற்கு ஒருவரும் இருக்க மாட்டார்கள். எனவே, தோற்றதை மறுபடியும் ஜயிப்பதற்காகவாவது ஆட்டத்தைத் தொடர்ந்து நடத்து என்றான் துரியோதனன்.

வியாஸ பாரதத்தில் சம இடம்

மூலத்தில் இல்லாத பகுதி.

●

அவளி கழ்ந்திடாளோ? - அந்த
ஆயன் பேசு வானோ? -
கவலை தீர்த்துவைப்போம் - மேலே
களிந டக்கு கென்றான்.
இவள வானபின்னும் - இளைஞர்
ஏதும் வார்த்தை சொல்லார்,
துவளு நெஞ்சினாராய் - வதனந்
தொங்க வீற்றி ருந்தார். (22)

யாப்பு

நாலடி ஐஞ்சீர்ச் சிந்து.

பாடல் சொல்வது

தேசத்தையெல்லாம் இழந்து ‘வெறுங்கையே மீண்டுப் புக்கால்’ உன்னை மதிப்பதற்கு யாரும் இருக்க மாட்டார்கள். அவ்வளவு ஏன், அம்பைப் போன்ற கூரிய விழிகளைப் படைத்த பேரழகி, உங்கள் ஐவருக்கும் கூட்டாக மனைவியாயிருப்பவள் ஒருத்தி இருக்கிறாளே, அவள் இகழந்து பேச மாட்டாளா? அதுதான் போகட்டும். கோகுலத்தில் மாடு மேய்த்துக் கொண்டிருந்தானே அந்த மாட்டுக்காரப் பையன் (ஆயன்) உங்களுடைய செல்வம் பறிபோனதன் பிறகு உங்களிம் பேசுவானா? எல்லாக் கவலை களையும் நாங்கள் தீர்த்து வைக்கிறோம். சூது மேலும் தொடரட்டும் என்றான். இவ்வளவு தூரம் பலவிதமான இழப்புகள் ஏற்பட்டிருந்த போதிலும் (அந்த நாடுகளும் செல்வங்களும் சேர்வதற்குக்க காரணமாக இருந்த தம்பிமார்கள் நால்வரும்) அண்ணனை எதிர்த்தோ கண்டித்தோ ஒரு வார்த்தையும் பேசவில்லை. அவர் களுடைய மனம் துவண்டு போனது. வதனத்தைத் தொங்கவிட்டுக்

கொண்டு, எதிரிலுள்ள சபையைப் பார்ப்பதற்கும் துணிவில்லாதவர் களாக, கவிழ்ந்த தலையோடு அமர்ந்திருந்தார்கள்.

வியாஸ பாரதத்தில் சம இடம்

மூலத்தில் இல்லாத பகுதி.

●

வீமன் மூச்சுவிட்டான் - முழையில்
வெய்ய நாகம் போலே
காம னொத்தபார்த்தன் - வதனக்
களையி ழந்து விட்டான்.
நேம மிக்கநகுலன் - ஐயோ!
நினைவ யர்ந்து விட்டான்
ஊமை போலிருந்தான் - பின்னோன்
உண்மை முற்றுணர்ந் தான். (23)

சொற் பொருள்

முழை:	குகை, புற்று, நாசி துவாரம்.
நேமம்:	நியமம் - நேமந் தவறலு முண்டுகாண் (முதற் பகுதி, பாடல் 136)

யாப்பு

நாலடி ஐஞ்சீர்ச் சிந்து.

பாடல் சொல்வது

புற்றுக்குள் இருக்கும் நாகத்தைப் போலே, வீமன் விட்ட வொரு மூச்சும் நீண்டதாகவும், கோபச் சீறலாக வெளிப்பட்டுக் கொண்டிருந்தது. அழகில் மன்மதனை ஒத்த அர்ச்சுனன், தன் முகத்தினுடைய பிரகாசத்தை இழந்துவிட்டான். ஒழுக்க நிந்தயமங் களில் தவறாதவனான நகுலன் மூர்ச்சையடைந்து விட்டான். சர்வ சாஸ்திர பண்டிதனும் உண்மைப் பொருளின் தன்மையை நன்கு உணர்த்வனான சகதேவன், ஊமை போல, பேசுவதற்கு ஏதும் வார்த்தையின்றி வெறுமனே அமர்ந்திருந்தான்.

அண்ணன், தங்களைப் பணையமாக வைக்கப் போகிறான்; மோது போரிலே வெல்ல முடியாதவர்களாகிய தாங்கள், இந்தச் சூது போரில் கட்டாயம் அடிமையாகத்தான் போகப் போகிறோம்

என்பதை உணர்ந்த தம்பிமார் அனைவரும் அண்ணனுக்குக் கட்டுப் பட்டவர்களாகையினாலே, ஒரு வினாடிப் போதில், இப்போதே கூட, அண்ணனின் உத்தரவிருக்குமானால் யுத்தத்தில் இறங்கி எதிரிகளை அடக்க வல்லவர்களேனும், அண்ணனுடைய சொல்லுக்கும் செயலுக்கும் கட்டுப்பட்டவர்களாக, எந்தச் செயலையும் செய்ய முடியாதவர்களாக இருந்தனர்.

வியாஸ பாரதத்தில் சம இடம்

மூலத்தில் இல்லாத பகுதி.

●

கங்கை மைந்தனங்கே - நெஞ்சம்
கனலு றத்து டித்தான்.
பொங்கு வெஞ்சினத்தால் - அரசர்
புகையு யிர்த்தி ருந்தார்
அங்க நொந்துவிட்டான் - விதுரன்
அவல மெய்தி விட்டான்
சிங்க மைந்தைநாய்கள் - கொல்லும்
செய்தி காண லுற்றே. (24)

சொற் பொருள்

அங்கம் நொந்துவிட்டான் என்பது, ஏதோ ஒன்று அல்லது இரண்டு அங்கங்களை மட்டுமே குறிக்காது என்பதானாலே, விதுரர் அங்க நொந்து விட்டான் என்னும் போது, அவர் அடைந்த மனவேதனை, அவர் உடலைத் தளர்ச்சியடையச் செய்தது என்று பொருள் கொள்ள வேண்டும்.

யாப்பு

நாலடி ஐஞ்சீர்ச் சிந்து.

பாடல் சொல்வது

கங்கையின் மைந்தனாகிய பீஷ்மன், அங்கே நடக்கின்ற அநியாயத்தைக் கண்டு மனம் கொதித்துத் துடிதுடித்துக் கொண்டிருந் தான். அவனுடைய பேச்சும் இந்தச் சமயத்தில் (திருதிராஷ்டிரனிடம்) எடுபடாது என்பதை அவன் அறிந்தே இருந்தான். அங்கே கூடியிருந்த அரசர்களுக்கெல்லாம், இப்போது நடந்து கொண்டிருப்

பதையும் இனி நடக்கப் போவதையும் எண்ணி, கோபம் பெருகியது. அந்தக் கோபம் மிகுத்துப் போய் அவர்களுடைய மூச்சுக் காற்றே புகையாக வெளிப்பட்டது. ஐந்து சிங்கங்களை (பாண்டவர்களை) நாய்கள் (துரியோதனாதியர்கள்) கொல்லும் இந்தச் செயலைக் கண்ட விதுரன், தன் தன் உடலும் மனமும் ஒன்று போலச் சோர்ந்துபோய்க் கிடந்தான்.

வியாஸ பாரதத்தில் சம இடம்

மூலத்திலில்லாதது.

●

ஸஹதேவனைப் பந்தயம் கூறுதல்

வேறு

எப்பொ முதும்பிர மத்திலே - சிந்தை
    ஏற்றி உலகமொ ராடல்போல் - எண்ணித்
தப்பின்றி இன்பங்கள் துய்த்திடும் - வகை
    தானுணர்ந் தான்ஸஹ தேவனாம் - எங்கும்
ஒப்பில் புலவனை ஆட்டத்தில் - வைத்தல்
    உன்னித் தருமன் பணையமென் - றங்கு
செப்பினன் காயையு ருட்டினார் - அங்கு
    தீய சகுனி கெலித்திட்டான். (25)

யாப்பு

நாலடி அறுசீர்ச் சிந்து.

பாடல் சொல்வது

தன்னுடைய சிந்தனையை சதா சர்வ காலமும் பிரமத்துடனேயே ஐக்கியப்படுத்திக் கொண்டிருக்கிறவனும், இந்த உலகம் என்பது ஒரு நாடகம் என்றெண்ணி, துய்க்கும் இன்பங்களைத் தவறற்ற வகைகளில் துய்ப்பதற்கான வழியை அறிந்தவனும்; எந்தத் துறையிலும் தனக்கு நிகரான புலமை உடையவர்கள் இல்லை என்று சொல்லும்படியாக அனைத்து வகையான வேத, சாத்திர, புராணங்களைக் கற்றவனும், மஹா பண்டிதனும் தங்கள் இளவலு

மான சஹதேவனை ஆட்டத்தில் பணையமாக வைக்கலாம் என்று நினைத்து, சூதாட்டக் களத்தில் அவ்வாறு சொன்னான். காயை உருட்டியதும் அந்தத் தீய சகுனி ஜெயித்துவிட்டான்.

வியாஸ பாரதத்தில் சம இடம்

'இந்தச் சகதேவன் தர்மங்களை உபதேசிப்பவன். இவ்வுலகத்தில் பண்டிதனென்று பெயர்பெற்றவன் என் அன்பனாகிய இந்த ராஜகுமாரன் பந்தயத்துக்குத் தகாதவனானாலும் இவனை, வேண்டாதவனைப் போலப் பந்தயம் வைத்தாடுகிறேன்' என்று சொன்னார். தன்னுள் நிச்சயமுள்ள சகுனி, இதைக் கேட்டு, மோசத்தைக் கடைப்பிடித்து 'ஜயித்தாயிற்று' என்றே யுதிஷ்டிரருக்குச் சொல்லி...' (ஸபா பர்வம், த்யூத பர்வம் தொடர்ச்சி, எண்பத்தெட்டாவது அத்தியாயம்.)

●

நகுலனை இழத்தல்

சகுனி சொல்வது

நகுலனை வைத்தும் இழந்திட்டான் - அங்கு
நள்ளிருட் கண்ணொரு சிற்றொளி - வந்து
புகுவது போலவன் புந்தியில் - 'என்ன
புன்மைசெய் தோம்?'என எண்ணினான் - அவ்வெண்ண
மிகுவதன் முன்பு சகுனியும் - 'ஐய,
வேறொரு தாயிற் பிறந்தவர் - வைக்கத்
தகுவரென் றிந்தச் சிறுவரை - வைத்துத்
தாயத்தி லேஇழந் திட்டனை. (26)

யாப்பு

நாலடி அறுசீர்ச் சிந்து.

பாடல் சொல்வது

ஆட்டத்தில் நகுலனையும் வைத்து தர்மபுத்திரன் இழந்துவிட்டான். நல்ல இருட்டு வேளையிலே, நள்ளிரவிலே, ஒரு வெளிச்சம் திடீரென்று தோன்றியதைப் போல 'எப்படிப்பட்ட சிறுமையான செயலைச் செய்துவிட்டோம்' என்று எண்ணலானான். அவனுள்

அப்படிப்பட்ட எண்ணம் வலுப்பதற்கு முன்னாலேயே (அவன் மனவோட்டத்தை அறிந்தவனாகிய) சகுனி குறுக்கிட்டு, 'ஐயா! இவர்கள் மாத்ரி புத்திரர்கள். நீங்கள் குந்தி புத்திரர்கள். வேறு ஒரு தாயிடம் பிறந்தவர்கள் என்பதால் இந்தச் சிறுவர்களை தாயத்திலே பணையமாக வைத்து இழந்தாய் போலும்' என்று குத்தலாகப் பேசத் தொடங்கினான்.

வியாஸ பாரதத்தில் சம இடம்

யுதிஷ்டிரர், 'கருத்தவனும், இளம் வயதிலிருப்பவனும் சிவந்த கண்களும் சிம்மம் போன்ற தோள்களும் நீண்ட கைகளு முள்ளவனுமாகிய நகுலனொருவனே எனக்குப் பந்தயம். இவன் எனது தனமென்றறி' என்று சொன்னார். சகுனி, 'ராஜனே! யுதிஷ்டிரனே! உனக்கு அன்பனும் ராஜகுமாரனுமான நகுலன் எங்கள் வசமாய் விட்டான். இன்னும் யாரை வைத்து ஆடுகிறாய்?' என்று சொல்லி அந்தக் காய்களை மறுபடியும் ஆடினான். 'ஜயித்தாயிற்று' என்றே யுதிஷ்டிரருக்குச் சொன்னான். (ஸபா பர்வம், த்யூத பர்வம் தொடர்ச்சி, எண்பத்தெட்டாவது அத்தியாயம்.)

மூலத்தில், (நகுல சகதேவர்களில்) பணையமாக முதலில் வைக்கப் படுபவன் நகுலனே. ஐவரில் இளையவன் என்பதால், இளையவனி லிருந்து தொடங்கி, அவனுக்கு உடனடியாக வயதில் பெரியவன் என்ற வரிசை முறை அங்கே கையாளப்பட்டுள்ளது. பாரதி, சகதேவனில் பணையத்தைத் தொடங்குகிறான். எனவே, 'வேறொரு தாயிடைப் பிறந்தவர்; வைக்கத் தகுவர்' என்றெல்லாம் சகுனி பேசுவது, சகதேவனை இழக்கும் போது தொடங்குகிறது. பாரதியிலோ, நகுலனை இழக்கையில் சகுனியின் அந்தப் பேச்சு தொடங்குகிறது.

எப்படியாயினும் இவை குளகச் செய்யுள்களாக இருப்பதால், சகுனியின் பேச்சை அடுத்த பாடலுடன் சேர்த்துத் தருகிறேன்.

திண்ணிய வீமனும் பார்த்தனும் - குந்தி
    தேவியின் மக்க ளுனையொத்தே - நின்னிற்
கண்ணிய மிக்கவர் என்றவர் - தமைக்
    காட்டுதற் கஞ்சினை போலும்நீ!' - என்று
புண்ணிய மிக்க தருமனை - அந்தப்
    புல்லன் வினவிய போதினில் - தர்மன்
துண்ணென வெஞ்சின மெய்தியே - அட,
    சூதில் அரசிழந் தேகினும், (27)

யாப்பு

நாலடி அறுசீர்ச் சிந்து.

பாடல் சொல்வது

பலம் பொருந்திய பீமனும் பார்த்தனும், உன்னைப் போலவே குந்திதேவியின் மக்கள். (நகுல சகதேவர்கள் மாத்ரியின் மக்கள்.) அவர்கள் உன்னைக் காட்டிலும் கௌரவம் மிக்கவர்கள் என்று அவர்களைச் சூதில் பந்தயமாக வைப்பதற்கு உனக்கு அச்சமாக இருக்கிறது போலும் என்று, புண்ணியனான தருமனை நோக்கி, புல்லனான சகுனி உரைத்ததைக் கேட்டதும், தர்மபுத்திரனுக்கு கோபம் தலைக்கேறியது. சகுனியைப் பார்த்து சொல்லத் தொடங்குகிறான்.

நகுல சகதேவர்கள் வேறொரு தாய்க்குப் பிறந்தவர்கள் என்பதால் அவர்களை வெகு எளிதாகப் பந்தயத்தில் வைத்தாய். இப்போது ஏதோ தயக்கம் காட்டுகிறாய். ('என்ன புன்மை செய்தோம் என்றெண்ணினான்' என்று தருமனின் மனத்துக்குள் நிகழும் எண்ண ஓட்டத்தைச் சகுனி படித்துவிட்டான்.) 'உன்னைப் போலவே, உன் தாய்க்குப் பிறந்தவர்கள் என்றால் அவர்கள் உனக்கு மதிப்பு மிக்கவர்கள் போலும். அதனால்தான் அவர்களை ஆட்டத்தில் வைக்கத் தயங்குகிறாயோ?' என்று தருமபுத்திரனின் செய்கைக்கு உள்நோக்கம் கற்பிக்க முற்பட்டான் சகுனி. 'ஆட்டத்தை நிறுத்திக் கொள்ளலாமா' என்று கருதத் தொடங்கியிருந்த தருமனுக்கு இப்போது இது மானப் பிரச்சினை மட்டுமல்லாமல், சகோதரர் களுக்குள் பிரிவினையை ஏற்படுத்தும் பிரச்சினையாகவும் ஆகிவிட்டது. ஆகவே அவனுக்குக் கோபம் பிறந்தது. சகுனியைப் பார்த்துப் பேசத் தொடங்குகிறான்.

●

தர்மன் சொல்வது பார்த்தனை இழத்தல்

எங்களில் ஒற்றுமை தீர்ந்திடோம்; - ஐவர்
    எண்ணத்தில்; ஆவியில் ஒன்றுகாண் - இவர்
பங்க முற்றேபிரி வெய்துவார் - என்று
    பாதகச் சிந்தனை கொள்கிறாய் - அட,
சிங்க மறவர் தமக்குள்ளே - வில்லுத்

தேர்ச்சியி லேநிக ரற்றவன், - எண்ணில்
இங்குப் புவித்தல மேழையும் - விலை
யீடெனக் கொள்ளத் தகாதவன், (28)

யாப்பு

நாலடி அறுசீர்ச் சிந்து.

பாடல் சொல்வது

'அடேய்! சூதில் அரசை இழந்து நிற்கவேண்டி வந்தாலும், எங்களுக்குள்ளே ஒற்றுமையை என்றும் கைவிடோம். நாங்கள் ஐவரும் எண்ணத்தாலும் உயிராலும் ஒருவர்தான் என்பதைப் புரிந்துகொள். அவர்கள் வேறொரு தாய்க்குப் பிறந்தவர்கள், ஆகவே பணையம் வைத்தாய்; இவர்கள் உன்னுடைய தாய்க்குப் பிறந்தவர்கள் என்பதால் தயங்குகிறாய் என்றெல்லாம் எண்ணி நீ பாதகமான சிந்தனை கொண்டு எங்களுக்குள் பிரிவு ஏற்படுத்த நினைக்கிறாய். இப்போது சொல்கிறேன் கேள். சிங்கத்தை ஒத்த வீரர்களுக்குள்ளே, வில் வித்தையில் நிகரற்றவனும், நினைத்துப் பார்த்தால், இங்கே, ஏழு உலகங்களையும் விலையாகக் கொடுத்தாலும் ஈடாகாதவனானுமான...

(குளகச் செய்யுள். அடுத்த பாடலில் பொருள் தொடர்கிறது.)

வியாஸ பாரதத்தில் சம இடம்

'ஓ! ராஜனே! மாத்ரி புத்திரர்கள் உனக்கு அன்பர்கள். இவர்கள் என்னால் ஜயிக்கப்பட்டனர். பீமசேனனும் தனஞ்சயனும் உனக்கு மேற்பட்டவரென்று நான் நினைக்கிறேன்' என்று சொன்னான். யுதிஷ்டிரர், 'மூடா! எங்களுடைய நீதியை நீ பார்க்கவில்லை. நீ பாபம் செய்கிறாய். ஒத்த மனமுள்ள எங்களுக்குள் மித்திரபேதஞ் செய்யக் கருதுகிறாயன்றோ' என்று சொன்னார். (ஸபா பர்வம், த்யூத பர்வம் தொடர்ச்சி, எண்பத்தெட்டாவது அத்தியாயம்.)

மூலத்தின்படி, தம்பியரை வைத்து ஆடுவது தருமனாக எடுத்த முடிவு. தம்பியரை வைத்தாடி வெல்லலாம் என்று தருமனிடத்தில் சகுனி சொல்வது, பாஞ்சாலி சபதத்தில் சொல்லப்பட்டுள்ளது. எனவே, நகுல சகதேவர்களை தருமன் வைத்தது சகுனியால் தூண்டப்பட்டதன்று. பீமனையும் அர்ச்சுனனையும் ஆட்டத்தில் வைத்தது, சகுனி பேத உணர்ச்சி இருப்பது போல தருமனைச் சீண்டியதால் நடந்த ஒன்று. இது மூலத்தில் இருக்கிறது.

என்ன பொருளைப் பந்தயத்தில் வைப்பது என்பது வைப்பவனுடைய முடிவாக இருக்க வேண்டும்; ‘இன்ன பொருளை வைத்து ஆடு’ என்று கேட்க முடியாது என்ற விதி பாஞ்சாலி சபதத்தின்படி தருமனைத் தம்பியரை வைத்தாடும்படி தூண்டும் போதே மீறப்படுகிறது. ஆனால், தம்பியரையும் தன்னையும் தருமன் வைத்தாடியது, மூலத்தின்படி அவனுடைய சொந்த முடிவு. மூலத்தின்படியே கூட, அர்ச்சுனனையும் வீமனையும் வைத்ததுகூட, தூண்டிவிடப்பட்ட முடிவு. ஆனால், யாரையெல்லாம் பணையம் வைத்தானோ, அவர்கள் ‘என்னை நீ வைத்து ஆட முடியாது’ என்று சொல்லாத வரையில் ஆட்டம் செல்லுபடியாகும். பாஞ்சாலி விஷயத்தில் என்ன நடந்தது என்பதைப் பார்க்கப் போகிறோம்.

வியாச மூலத்தில் பார்த்தனைப் பணையங்கூறும் தமிழ் மொழி பெயர்ப்புப் பகுதி, அடுத்த பாடலுடன்.

●

‘கண்ணனுக் காருயிர்த் தோழனாம் - எங்கள்
கண்ணிலும் சால இனியவன், - அவன்
வண்ணமும் திண்மையும் சோதியும் - பெற்று
வானத் தமரரைப் போன்றவன், - அவன்
எண்ணரு நற்குணஞ் சான்றவன் - புகழ்
ஏறும் விஜயன் பணையங்காண்! - பொய்யில்
பண்ணிய காயை உருட்டுவாய்’ - என்று
பார்த்திவன் விம்மி உரைத்திட்டான். (29)

யாப்பு

நாலடி அறுசீர்ச் சிந்து.

பாடல் சொல்வது

(அந்த அர்ச்சுனன்,) கண்ணனுக்கு ஆருயிர்த் தோழன். எங்களுக்கு எங்கள் கண்களைக் காட்டிலும் இனியவன்; மேலானவன். உடல் வண்ணத்தாலும் உறுதியாலும் தேஜசாலும் அவன் வானத்தின் தேவர்களுக்கு ஒப்பானவன். ஏராளமான நற்குணங்களைத் தன்னிடத்திலே கொண்டிருப்பவன். புகழ் ஏறிக்கொண்டே இருக்கின்ற விஜயனைப் பணையமாக வைக்கிறேன். பொய்யில் பண்ணிய காயை இப்போது நீ உருட்டிக் கொள்ளலாம் என்று விம்மலுடன் தர்மபுத்திரர் சொன்னார்.

புகழ்ஏறும் விஜயன் என்பது, ஒவ்வொரு நாளும் புகழில் விருத்தியாகிக்கொண்டே இருப்பவன் என்று பொருள்படுகிறது. மூலத்தில் அர்ச்சுனனைப் பணையம் வைக்கிறேன் என்று இருந்த போதிலும், அர்ச்சுனனுடைய வேறு பெயரான விஜயன் (வெற்றி உள்ளவன்) என்ற பெயரை இந்த இடத்தில் பாரதி தேர்ந்தெடுத்துப் பயன்படுத்தியிருப்பது dramatic irony. யார் வெல்ல முடியாதவனோ, அவன் இந்தச் சமயத்தில் வெல்லப்பட இருக்கிறான். தோற்கப் போகிறோம் என்பதை உறுதியாகத் தெரிந்து கொண்டிருக்கும் தர்மபுத்திரன், 'பொய்யில் பண்ணிய காயை உருட்டுவாய்' என்று விம்மலுடன் உரைப்பதைப் பார்க்கும்போது, நகுல சகதேவர்களை இழந்தபிறகு, இனி, தங்களிடம் நிலவும் வேற்றுமையின்மையையும் அன்பையும் மெப்ப்பிப்பதற்காக ஏற்பட்டுள்ள நிர்பந்தத்தால், தோற்கப் போகிறோம் என்று தெரிந்தே அர்ச்சுனனை ஆட்டத்தில் வைத்திருக்கிறான் தர்மன்.

வியாஸ பாரதத்தில் சம இடம்

'யுதிஷ்டிரர், 'சகுனியே! யுத்தத்தில் கப்பல் போல எங்களைக் கரைசேர்ப்பவனும் பகைவரை ஜயிப்பவனும் பராக்கிரமசாலியும், உலகத்தில் ஒப்பற்ற வீரனும் ராஜகுமாரனுமாகிய அர்ஜுனன் பந்தயத்துக்குத் தகாதவனாயினும் அவனை வைத்து ஆடுகிறேன் என்று சொன்னார். தன்னுள் நிச்சயமுள்ள சகுனி, இதைக் கேட்டு மோசத்தைக் கடைப்பிடித்து, 'ஜயித்தாயிற்று' என்றே யுதிஷ்டிரருக்குச் சொல்லி...' (ஸபா பர்வம், த்யூத பர்வம் தொடர்ச்சி, எண்பத்தெட்டாவது அத்தியாயம்.)

●

மாயத்தை யேஉரு வாக்கிய - அந்த
மாமனு நெஞ்சில் மகிழ்வுற்றே - கெட்ட
தாயத்தைக் கையினிற் பற்றினான். - பின்பு
சாற்றி விருத்தமங் கொன்றையே - கையில்
தாய முருட்டி விழுத்தினான்; - அவன்
சாற்றியதே வந்து வீழ்ந்ததால். - வெறும்
ஈயத்தைப் பொன்னென்று காட்டுவார் - மன்னர்
இப்புவி மீதுள ராமன்றோ? (30)

சொற் பொருள்

விருத்தம்: *இந்தச் சொல்லுக்கு மயக்க வழு என்ற பொருளும் இருப்பதை சென்னைப் பல்கலைக் கழகப் பேரகராதி சுட்டுகிறது.*

யாப்பு

நாலடி அறுசீர்ச் சிந்து.

பாடல் சொல்வது

மாயத்தை உருவாக்கியவனான அந்த மாமன், விஜயனைப் பணையத்தில் வைத்ததும், நெஞ்சம் மகிழ்ந்துபோய், கையில் தாயத்தைப் பற்றினான். பற்றிய தாயத்தை உருட்டி, ஓர் எண்ணைச் சொல்லியபடியே விழுத்தினான். அவன் சொன்ன விருத்தமே வந்து விழுந்தது. ஈயத்தைக்கூடப் பொன் என்று காட்டும் மன்னர்கள் இந்த உலகத்தில் உண்டன்றோ.

மற்றவர்களெல்லாம் மாயத்தைக் கற்றவர்கள்; சகுனியோ மாயத்தையே உருவாக்கியவன். அவன் கையில் பற்றியதோ 'கெட்ட தாயம்' என்று கவியால் குறிப்பிட்டுச் சொல்லப்படுகிறது. அவன் சாற்றியதே வந்து விழுந்தது. எவ்வாறு? விருத்தத்தால் - மயக்கப் போலியால். அவன் சாற்றியதே வந்து விழுந்திருப்பதைப் போன்ற மயக்கமுண்டாயிற்று என்பது குறிப்பு. இந்தக் குறிப்புக்கு வலுச் சேர்ப்பதற்காகத்தான் அங்கே ஒரு mixed metaphor வைத்தான். ஈயத்தை வெள்ளி என்று காட்டி ஏமாற்ற முடியும்; பித்தளையைத்தான் தங்கம் என்று காட்டி ஏமாற்ற முடியும். ஆனால் இவனோ, ஈயத்தையே பொன் என்று காட்டி ஏமாற்றும் அளவுக்குத் திறமை படைத்தவன் என்பது 'விருத்தம் அங்கொன்றினை, கையில் தாயமுருட்டி விழுத்தினான்' என்ற அடியில் சொல்லப்படும் கருத்துக்கு மேலும் செறிவூட்டும் கூற்று.

வியாசரும், விடாமல் ஒவ்வோரிடத்திலும் தவறாமல் 'மோசமான முறையைக் கையாண்டு' சகுனி வெற்றிபெற்றான் என்று குறிப்பிட்டுக்கொண்டே வருவதைப் பார்க்கலாம்.

வியாஸ பாரதத்தில் சம இடம்

அடுத்த பாடலுடன் பார்க்கலாம்.

●

வீமனை இழத்தல்

கொக்கரித் தார்த்து முழங்கியே - களி
　　கூடிச் சகுனியுஞ் சொல்லுவான் - 'எட்டுத்
திக்கனைத் தும்வென்ற பார்த்தனை - வென்று

தீர்த்தனம்; வீமனைக் கூ'றென்றான் - தர்மன்
தக்கது செய்தல் மறந்தனன், - உளஞ்
சார்ந்திடு வெஞ்சின வெள்ளத்தில் - எங்கும்
அக்கரை யிக்கரை காண்கிலன், - அறத்
தண்ண லிதனை யுரைக்கின்றான்:- (31)

யாப்பு

நாலடி அறுசீர்ச் சிந்து.

பாடல் சொல்வது

(அர்ச்சுனனை ஆட்டத்தில் வென்றவுடன்) சகுனி களிப்புடன் எழுந்து நின்று ஆரவாரஞ் செய்து, ஆட்டத்தின் போதை தலைக்கேறிச் (களி கூடி) சொல்கிறான்: 'எட்டு திக்குகளையும் வென்றவனான பார்த்தனை (பகடையின் ஒரே வீச்சிலே) வென்று தீர்த்துவிட்டேன். இப்போது வீமனைப் பணையம் தா' என்று கேட்டான். தர்மபுத்திரனுடைய மனத்திலோ சினம் பொங்கிக் கொண்டிருக்கிறது. ஆகவே, அக்கரை-இக்கரை காணாத சின மிகுதியால் அவன் செய்யத்தக்கது இது; தகாதது இது என்பதை மறந்தான். அறத்தின் தலைவனான அவன் இவ்வண்ணமாகச் சொல்லலுற்றான்.

சகுனியின் கொக்கரிப்பையும், அவன் பேசுகின்ற நையாண்டி வாக்கியங்களையும் கவனிக்கவும். 'உன் தம்பி அதி பராக்கிரமசாலி தான். அவன் திசை திசையாகப் படையெடுத்துச் சென்று ஏராளமான போர்களைப் புரிந்த பிறகுதான், பல நாடுகளை வென்றான். நான் இருந்த இடத்தில் இருந்தபடி, பாய்ச்சிகையின் ஒரு வீச்சிலேயே அவனை வென்று முடித்துவிட்டேன். 'வென்று தீர்த்தனன்' என்ற பிரயோகத்தின் தொனிப் பொருள் சிந்திக்கத் தக்கது. 'இப்போது பீமனை ஆட்டத்தில் வை' என்று சொன்னான்.

ஆட்ட விதிமுறைகளின்படி, சூது, சமமானவர்களுக்கு இடையில் மட்டுமே நடக்க முடியும்; ஆண்டானுக்கும் அடிமைக்கும் இடையில் நடக்க முடியாது; நடந்தாலும் பணையம் வைத்து ஆட முடியாது. அதாவது, இப்படிப்பட்ட சூழலில், ஆண்டானை அடிமை வெல்வானாகில் அது பெரும் மானக் கேடு என்பதனால் இந்த நடைமுறை பின்பற்றப்பட்டது. தர்மபுத்திரன், இதுவரையில் அடிமையாகவில்லை. எனவே ஆட்டத்தில் உள்ள இருவரும் சம அந்தஸ்த்து உள்ளவர்களாகக் கருதப்பட வேண்டும். சகுனி, தன்னுடைய பொருளைப் பந்தயத்தில் வைக்கவில்லை; அவன் சார்பில் துரியோதனன் வைத்துக் கொண்டிருக்கிறான். இங்கேயே

சூதாட்ட விதிமுறைகள் இங்கே அடிப்படையிலேயே மீறப்பட்டுக் கொண்டிருக்கின்றன.

இதற்குமேல், ஆட்டத்தில் பந்தயம் வைக்கும் போது, ஒவ்வொரு முறையும் எந்தப் பொருளை வைப்பது என்பதைத் தீர்மானிக்க வேண்டியவன் பந்தயம் வைப்பவனே தவிர, எதிர் ஆட்டக் காரனல்லன். நாட்டை இழப்பதற்கு முன்வரையில், ஒவ்வொரு முறையும் தர்மபுத்திரன் 'இது என் பொருள். இதை நான் ஆட்டத்தில் வைக்கிறேன்' என்று வெளிப்படையாகச் சொல்லிவிட்டே பந்தயத்தில் பொருட்களை வைக்கிறான். நாடு தொடங்கி, ஒவ்வொன்றாக சகுனி, நைச்சியமாக, சொல்லாமல் சொல்லியும் சுற்றி வளைத்து ஆசை காட்டியும் ஆட்டத்தில் வென்று வந்தான். வியாசரும் ஒவ்வோரிடத்திலும் தவறாமல், 'மோசமான வழிகளைக் கையாண்டு' சகுனி வென்றான் என்பதைக் குறித்துக் கொண்டே வருகிறார்.

தம்பியரை வைத்து ஆடி, நாட்டை மீட்டுக் கொள்ளலாம் என்று ஆசை வார்த்தை காட்டி, நகுல சகதேவர்களை இழக்க வைத்தான். 'வேறொரு தாயின் பிள்ளைகள் என்பதால் அவர்களை வைத்தாய்' என்று தர்மபுத்திரனுடைய உள்ளுணர்வுகளோடு விளையாடி அர்ச்சுனனைத் தந்திரமாக ஆட்டத்தில் வைக்குமாறு செய்தான். இப்போதோ அர்ச்சுனனை வென்றாகி விட்டது. 'எட்டுத் திக்கனைத்தும் வென்ற பார்த்தனை, வென்று தீர்த்தனம்; வீமனைக் கூ'றென்றான்' என்று, நைச்சியமாகவோ தந்திரமாகவோ இல்லாமல் நேரடியாகவே யாரைப் பணையம் வைப்பது என்பதைக் கேட்டுப் பெறுகிறான் சகுனி.

சூதாட்ட வழக்கங்களின்படியே இவ்வாறு, 'இன்ன பொருளை அல்லது நபரைப் பந்தயம் வை' என்று சொல்லுவது முறையில்லை. 'குவளைப் பணந்தாள் குண்டுநீர் நாடா, இவளைப் பணையந்தா இன்று' என்று நளனிடம் சூதாடிய புஷ்கரன் கேட்கும்போது, 'இனிச் சூதொழிந்தேன்' என்று நளன் ஆட்டத்தை நிறுத்திவிட்டுச் செல்கிறான்.

தர்மபுத்திரனுக்கோ, 'பெரியவர்கள் எது சொன்னாலும் மீற மாட்டேன்' என்று (வியாசர், 'பதின்மூன்றாண்டுகளில் உன் பொருட்டால் குலம் அழியப் போகிறது' எனச் சொல்லும்போது) செய்த சத்தியம், இப்போது சங்கிலியாகக் கட்டி இறுக்குகிறது. விதுரர்தான் வாய் ஓயாமல் சூதாட்டத்தை நிறுத்தச் சொல்லி வேண்டுகிறாரே அல்லாது, பீஷ்மர், துரோணர் உள்ளிட்ட

ஒருவரும் வாய் திறவாமல் இருக்கின்றனர். திருதிராஷ்டிரனோ, பாண்டவர்களைக் கருவறுக்க இப்படியேனும் ஒரு சந்தர்ப்பம் கிடைத்ததே என்று (வெளிவேஷம் போட்டது வேறு; உள் மனத்தின் தூண்டுதல் வேறு என்று இரு துருவங்களால் அலைபட்டவன் திருதிராஷ்டிரன்) 'ஆட்டத்தை நிறுத்துங்கள்' என்று சொல்லவே மாட்டேனென்கிறான். அவனுடைய அழைப்பின் பேரில்தான் தர்மனும் அவன் சகோதரர்களும் இப்போது ஜயந்தம் என்ற இடத்தில் கட்டப்பட்ட அரங்குக்கு வந்து சூதாடிக் கொண்டிருக் கிறார்கள். இந்த ஆட்டத்துக்கு திருதிராஷ்டிரனின் மௌன சம்மதமும் இருக்கிறது.

எனவேதான், 'தர்மன் தக்கது செய்தல் மறந்தனன். உளம் சார்ந்திடும் வெஞ்சின வெள்ளத்தில் எங்கும் அக்கரை இக்கரை காண்கிலன்' என்று கவி குறிக்கிறான். பின்னால் பாஞ்சாலியை ஆட்டத்தில் வைக்கும் போது, பாரதி சொல்லாமல் விட்டுவிட்ட, ஆனால் வியாசர் மிகத் தெளிவாகக் குறித்திருக்கிற திருதிராஷ்டிரனின் எதிர்வினை ஒன்றைப் பார்ப்போம். அவனுடைய உள்ளத்துக்கு அந்தக் குறிப்பிட்ட இடம் மிக முக்கியமான சாவி. 'திருதிராஷ்டிரனை நல்லவனாகச் சித்திரித்திருக்கிறேன்' என்று முன்னுரையில் குறித்திருக்கும் பாரதி, அதற்கேற்ப, இந்தக் குறிப்பிட்ட சொற்களை திருதிராஷ்டிரனுடைய வாயிலிருந்து நீக்கி, அவனுடைய பாத்திரப் படைப்பை மாற்றி அமைத்திருக்கிறான்.

இதுவரையில் செய்ததுபோல் இல்லாமல், பீமனைப் பந்தயம் வை என்று நேரடியாகவே சகுனி கேட்பதைச் சுட்டுவதை விளக்குவதற்காக இதைச் சொன்னோம். இந்தக் குறிப்பிட்ட மொழி, வியாஸ பாரதத்தில் அப்படியே இருக்கிறது. அதையும் கீழே காணவும்:

வியாஸ பாரதத்தில் சம இடம்

'...ராஜனே! பாண்டவனே! பாண்டவர்களுள் சிறந்த வில்லாளியாகிய இந்த ஸவ்யஸாசியையும் நான் ஜயித்துவிட்டேன். இனி உனக்கு அன்பனான பீமனை வைத்தாடு. ஆட்டத்திற்குப் பந்தயமாக ஒருவன்தான் மிச்சமிருக்கிறான்' என்றும் சொன்னான். (ஸபா பர்வம், த்யூத பர்வம் தொடர்ச்சி, எண்பத்தெட்டாவது அத்தியாயம்.)

'பீமன் ஒருவன்தான் ஆட்டத்தில் வைக்க மிச்சமிருக்கிறான்' என்று இப்போது சகுனி சொல்வது மெய்யானால், தர்மன் தன்னையே பணையமாக வைத்தாடிய பிறகு, திரௌபதியை ஆட்டத்தில் வைக்கச் சொல்லிக் கேட்டது சூதாட்ட முறைப்படியே தவறு. இதைத்தான் பின்னால் எழப்போகும் விவாதங்களில் பார்க்கப் போகிறோம். பாஞ்சாலியின் பாத்திரத்தை பாரதி எப்படி

உருவாக்குகிறான்; அதற்காக விதுரருடைய வாய்மொழியிலிருந்து எந்த முக்கியமான சொற்களை விடுகிறான் என்பதையெல்லாம் அந்தந்த இடங்களில் விவரமாகக் காண்போம்.

●

'ஐவர் தமக்கோர் தலைவனை, - எங்கள்
ஆட்சிக்கு வேர்வலி யஃதினை, - ஒரு
தெய்வமுன் னேநின் றெதிர்ப்பினும் - நின்று
சீறி யடிக்கும் திறலனை, - நெடுங்
கைவளர் யானை பலவற்றின் - வலி
காட்டும் பெரும்புகழ் வீமனை - உங்கள்
பொய்வளர் சூதினில் வைத்திட்டேன் - வென்று
போ! சூவென் றுரைத்தனன் பொங்கியே. (32)

யாப்பு

நாலடி அறுசீர்ச் சிந்து.

பாடல் சொல்வது

எங்கள் ஐந்துபேருக்கும் தலைவனும், எங்களுடைய அரசாட்சிக்கு வேரைப் போல பலம் தருபவனும், (எங்களை) எதிர்ப்பது ஒரு தெய்வமாகவே இருந்தாலும் அதனையும் நின்று எதிர்த்து, சீறி, அடிப்பவனும், நீண்ட துதிக்கைகளையுடைய (ஆயிரம்) யானைகளின் பலமுடையவனும் பெரும் புகழையுடையவனுமான வீமனை, பொய்யே வளர்வதான உங்கள் சூதில் பந்தயப் பொருளாக வைத்தேன். வென்றுபோ என்று கோபத்துடன் கூறினான்.

தோற்பது நிச்சயம் என்று தெரிந்தே வைக்கிறான் என்பதால், 'வென்று போ' என்று கோபத்துடன் சொல்கிறான்.

வியாஸ பாரதத்தில் சம இடம்

யுதிஷ்டிரர், 'அரசனே! எங்களுக்குத் தலைவனும் யுத்தத்தில் எங்களை நடத்துகிறவனும், இந்திரனைப்போல, அசுரர்களுக்கு ஒப்பற்ற சத்ருவும் குறுக்கான பார்வையும் வளைந்த புருவங்களும் சிம்மம்போன்ற தோள்களும் உள்ளவனானவனும் எப்போதும் அவமதிப்பைப் பொறாதவனும் மகாத்மாவும் தேகவன்மையில் தனக்கொப்பற்றவனும் ராஜகுமாரனுமான அந்த பீமஸேனன் பந்தயத்துக்குத் தகாதவன் ஆயினும் அவனை வைத்தாடுகிறேன்'

என்று சொன்னார். (ஸபா பர்வம், த்யூத பர்வம் தொடர்ச்சி, எண்பத் தெட்டாவது அத்தியாயம்.)

●

போரினில் யானை விழக்கண்ட - பல
    பூதங்கள் நாய்நரி காகங்கள் - புலை
ஓரி கழுகென் றிவையெலாம் - தம
    துள்ளம் களிகொண்டு விம்மல்போல் - மிகச்
சீரிய வீமனைச் சூதினில் - அந்தத்
    தீயர் விழுத்திடக் காணலும் - நின்று
மார்பிலும் தோளிலும் கொட்டினார்; - களி
    மண்டிக் குதித்தெழுந் தாடுவார். (33)

சொற் பொருள்

ஓரி: *கிழட்டு ஆண் நரி.*

விம்மல்: *பூரித்தல்*

தீயர் விழுந்திடக் காணலும் என்றுதான் சீனி விசுவநாதனுடைய பதிப்பிலும் இருக்கிறது. செய்வினை, செயப்பாட்டுவினை மாற்றத்தால் பொருள் மாறுவதால் விழுத்திடக் காணலும் என்ற பாடமே கொள்ளப்படுகிறது.

யாப்பு

நாலடி அறுசீர்ச் சிந்து.

பாடல் சொல்வது

போர்க்களத்தில் யானை சாய்ந்து விழுவதைக் காணும் பூதங்கள், நாய், நரி, காகங்கள், கிழட்டு ஆண் நரிகள், கழுகு முதலானவை யெல்லாம் தங்கள் உள்ளத்தில் மகிழ்ச்சியேறிப் பூரிப்பதைப் போல, சீர்மையுள்ளவனான வீமனை அந்தத் தீயோர் விழுத்துவதைக் கண்டதும் (சபையோர், சபையில் ஒரு பகுதியினர்) மார்பிலும் தோளிலும் கொட்டிக் கொண்டு மகிழ்ச்சி வெறியேறி குதித்தெழுந்து ஆடத் தொடங்கினார்கள்.

வியாஸ பாரதத்தில் சம இடம்

இந்தப் பகுதி மூலத்திலில்லை

●

தருமன் தன்னைத் தானே பணையம் வைத்திழத்தல்

மன்னவர் தம்மை மறந்துபோய் - வெறி
வாய்ந்த திருடரை ஒத்தனர். - அங்கு
சின்னச் சகுனி சிரிப்புடன் - இன்னும்
'செப்புக பந்தயம் வே'றென்றான் - இவன்
தன்னை மறந்தவ னாதலால் - தன்னைத்
தான்பண யம்மென வைத்தனன் - பின்பு
முன்னைக் கதையன்றி வேறுண்டோ? - அந்த
மோசச் சகுனி கெலித்தனன். (34)

யாப்பு

நாலடி அறுசீர்ச் சிந்து.

பாடல் சொல்வது

(பீமன் ஆட்டத்தில் தோற்கப்பட்ட உடனேயே) சபையிலிருந்த மன்னர்கள் தங்கள் வசமிழந்து, வெறிபிடித்த திருடர்களைப் போலானார்கள். சிறியனவே சிந்திப்பவனான சகுனி, 'அவ்வளவு தானா, இன்னும் வைத்து ஆட எதுவுமில்லையா' என்ற பொருளில் 'இன்னும் பந்தயம் சொல்' என்றான். தருமபுத்திரனோ, தன்னையே மறந்த நிலையை எட்டியிருந்தபடியால், தன்னைத்தானே பணையம் என்று வைத்தான். அப்படி வைத்தபிறகு, கதையோ, முன்னர் நடந்ததைப் போலத்தான் நடந்தது. (வேறு என்ன) அந்த மோசக்கார சகுனி ஜயித்தான்.

வியாஸ பாரதத்தில் சம இடம்

'குந்தி புத்திரனே! அதிக திரவியங்களையும் சகோதரர்களையும் யானைகளையும் குதிரைகளையும் தோற்றாய். தோலாத திரவியம் ஏதாவது உனக்கு இருக்குமானால் சொல்லு' என்று கேட்டான். யுதிஷ்டிரர், 'என் சகோதரர்கள் எல்லோரிலும் நான் சிறந்தவன்; அவர்களுக்கு அன்பன். நான் ஜயிக்கப்பட்டு என்னை நிர்பந்தப் படுத்தினால் நானே ஊழியஞ்செய்வேன்' என்று சொன்னார். தன்னுள் நிச்சயமுள்ள சகுனி, இதைக்கேட்டு, மோசத்தைக் கடைப்பிடித்து 'ஜயித்தாயிற்று' என்றே யுதிஷ்டிரருக்குச் சொல்லி, 'அரசனே! உன்னை நீ தோற்றது மிகப் பாவமானது. மற்ற தனமிருக்கும்போது, தன்னைத் தோற்பது பாவம்' என்றும் சொன்னான். (ஸபா பர்வம், த்யூத பர்வம் தொடர்ச்சி, எண்பத்தெட்டாவது அத்தியாயம்.) (பாஞ்சாலி இருக்கும்

போது உன்னை நீயே ஏன் வைத்துக் கொண்டாய் என்பது தொனிப் பொருள்.)

●

துரியோதனன் சொல்வது

பொங்கி யெழுந்து சுயோதனன் - அங்குப்
    பூதல மன்னர்க்குச் சொல்லுவான்: – 'ஒளி
மங்கி யழிந்தனர் பாண்டவர் - புவி
    மண்டலம் நம்ம தினிக்கண்டீர் - இவர்
சங்கை யிலாத நிதியெலாம் - நம்மைச்
    சார்ந்தது; வாழ்த்துதிர் மன்னர்காள்! - இதை
எங்கும் பறையறை வாயடா – தம்பி'
    என்றது கேட்டுச் சகுனிதான்: (35)

சொற் பொருள்

சங்கை: *சந்தேகம் என்பது ஒருபொருள்; கணக்கு, அளவு என்பது இன்னொரு பொருள்.*

சாத்திரங் கள்பல தேடினேன் - அங்கு
சங்கையில் லாதன சங்கையாம்

- கண்ணன் என் சற்குரு

கணக்கற்றவை ஐயத்துக்குரியவை என்று பொருள்.

யாப்பு

நாலடி அறுசீர்ச் சிந்து.

பாடல் சொல்வது

(தருமனை வென்றதும்) துரியோதனன் துள்ளியெழுந்து, அங்கே சபையில் வீற்றிருந்த மற்ற மன்னர்களைப் பார்த்து, 'பாண்டவர்கள் தங்களுடைய ஒளியில் மங்கி அழிந்தார்கள். இந்த பூமண்டலத்து ஆட்சி இனி துரியோதனாதியருடையது. இந்தப் பாண்டவர் களுடைய கணக்கற்ற செல்வமெல்லாம் எங்களைச் சார்ந்தது. மன்னர்களே! வாழ்த்துங்கள். தம்பி துச்சாதனா! இந்தச் செய்தியைப் போய் எங்கெங்கும் பறையறைந்து அறிவித்துவிட்டு வா' என்றான்.

பாடலில், 'புவிமண்டலம் நம்மது இனிக் கண்டீர்' என்றும் 'நிதியெலாம் நம்மையடைந்தது' என்றும் அங்கே கூடியிருந்த மன்னர்கள் எல்லோரையும் தங்களுடன் சேர்த்துக் கொள்வது ஒரு நயம்.

வியாஸ பாரதத்தில் சம இடம்

இது மூலத்திலில்லை.

●

சகுனி சொல்வது

'புண்ணிடைக் கோல்கொண்டு குத்துதல் - நின்னைப்
போன்றவர் செய்யத் தகுவதோ? - இரு
கண்ணி லினியவ ராமென்றே - இந்தக்
காளையர் தம்மைஇங் குந்தைதான் - நெஞ்சில்
எண்ணி யிருப்ப தறிகுவாய்! - இவர்
யார்?நின்றன் சோதர ரல்லரோ? - களி
நண்ணித் தொடங்கிய சூதன்றோ? - இவர்
நாணுறச் செய்வது நேர்மையோ? (36)

யாப்பு

நாலடி அறுசீர்ச் சிந்து.

பாடல் சொல்வது

'துரியோதனா! அவர்களோ ஏற்கெனவே புண்பட்டிருக்கிறார்கள். புண்ணிலே கோலைவிட்டுக் குத்தலமா? அதுவும் உன்னைப் போன்றோர் செய்யும் காரியமா இது? இவர்களைத் தன் கண்ணைக் காட்டிலும் இனியவர் என்று உன் தந்தை தன் நெஞ்சில் எண்ணி யிருக்கிறார் என்பது உனக்குத் தெரியுமல்லவா? அதுவே இல்லாமல், இவர்கள் யார்? (உனக்கு விரோதிகளா என்ன!) உன் சகோதரர்கள் அல்லரா! ஏதோ மகிழ்ச்சியாகப் பொழுதுபோக்க வேண்டும் என்று நினைத்தல்லவா சூதாடத் தொடங்கினோம்? இவர்களை இப்படி வெட்கப்படச் செய்வது அழகா?' என்று சகுனி சொல்கிறான்.

திருதிராட்டிரன், பாண்டவர்களைத் தன் கண்ணிலும் இனியவர்கள் என்று கருதுகிறான் என்பதில் 'கண்ணற்றவனுக்கு கண்ணின் அருமை என்ன தெரியும்' என்ற பொருள் மறைந்திருக்கிறது.

வியாஸ பாரதத்தில் சம இடம்

இது மூலத்திலில்லை.

இன்னும் பணையம்வைத் தாடுவோம்; - வெற்றி
இன்னு மிவர்பெற லாகுங்காண்.
பொன்னும் குடிகளும் தேசமும் - பெற்றுப்
பொற்பொடு போதற் கிடமுண்டாம்; - ஒளி
மின்னும் அமுதமும் போன்றவள், - இவர்
மேவிடும் தேவியை வைத்திட்டால் - (அவள்
துன்னும் அதிட்ட முடையவள்) - இவர்
தோற்ற தனைத்தையும் மீட்டலாம்' (37)

சொற்பொருள்

பொற்பு: *அழகு*

துன்னுதல்: *மிகுதல்*

யாப்பு

நாலடி அறுசீர்ச் சிந்து.

பாடல் சொல்வது

(துரியோதனா! அதற்குள் இப்படி மகிழ்ச்சியடைந்தால் எப்படி! ஆட்டந்தான் இன்னமும் முடியவில்லையே) இதற்கப்புறமாகவும் பணையம் வைத்து ஆடலாம். இவர்கள் வெல்வதற்கு இன்னும் வாய்ப்பிருக்கிறது. மின்னலையும் அமுதத்தையும் நிகர்த்தவளும் இவர்களுக்குச் சொந்தமானவளுமான தேவியை - பாஞ்சாலியை- ஆட்டத்தில் வைத்தால், அவளுக்கோ அதிர்ஷ்டம் அதிகம் - அவளை ஆட்டத்தில் வைத்தால், இவர்கள் தோற்றது அனைத்தையும் மீட்டுவிடலாம்.

துரியோதனனுக்குச் சொல்வது போல, தருமனுக்குச் சொல்கிறான் சகுனி. பந்தயப் பொருள் எவ்வளவு உயர்வானது என்று சொல்ல வேண்டியது பந்தயம் வைப்பவனுடைய வேலை. அந்த வேலையையும் சகுனியே செய்து துரியோதனனுக்கு உற்சாக மூட்டுகிறான். மூலத்தில், தருமனிடத்தில் நேரடியாகவே சொல்கிறான். துரியோதனனிடம் சொல்வதுபோலப் பேசுவது பாரதி செய்திருக்கும் நயம்.

வியாஸ பாரதத்தில் சம இடம்

(பிறகு) சகுனி, 'வேந்தனே! நீ தோலாத பந்தயம் ஒன்றிருக்கிறது; அதாவது உன்னுடைய மனைவி; பாஞ்சாலராஜன் புத்திரியான கிருஷ்ணையைப் பந்தயத்தில் வை; அவளால் மறுபடியும் உன்னை மீட்டுக்கொள்' என்று சொன்னான். (ஸபா பர்வம், த்யூத பர்வம் தொடர்ச்சி, எண்பத்தெட்டாவது அத்தியாயம்.)

என்றந்த மாமன் உரைப்பவே - வளர்
　　இன்ப மனத்தி லுடையனாய் - 'மிக
நன்று,நன்' றென்று சுயோதனன் - சிறு
　　நாயொன்று தேன்கல சத்தினை - எண்ணித்
துன்று முவகையில் வெற்றுநா - வினைத்
　　தோய்த்துச் சுவைத்து மகிழ்தல்போல் - அவன்
ஒன்றுரை யாம லிருந்திட்டான் - அழி
　　வுற்ற துலகத் தறமெலாம். (38)

சொற் பொருள்

துன்றும் - பொருந்தும்

யாப்பு

நாலடி அறுசீர்ச் சிந்து.

பாடல் சொல்வது

இவ்வாறு அந்த சகுனி மாமன் சொல்லவும், மனத்தில் இன்பம் வளர்ந்தவனாய், சிறுமை கொண்டதாகிய ஒரு நாய், தேன்கலசம் கிடைக்கப் போகிறது என்றெண்ணி, அந்த எண்ணாத்தால் மனத்தில் பொருந்துகிற, பெருகுகிற ஆவலால், வெறும் நாவைச் சப்புக் கொட்டிக் கொள்வதுபோல எதுவும் பேசாமல் இருந்தான். உலகத்தில் எல்லா அறமும் அழிவடைந்தது.

வியாஸ பாரதத்தில் சம இடம்

இது மூலத்திலில்லாதது.

மூன்றாவது அடிமைச் சருக்கம் முற்றும்.

●

நான்காவது
துகிலுரிதற் சருக்கம்

திரௌபதியை இழத்தல்

பாவியர் சபைதனிலே, - புகழ்ப்
    பாஞ்சால நாட்டினர் தவப்பயனை
ஆவியி லினியவளை - உயிர்த்
    தணிசுமந் துலவிடு செய்யமுதை
ஓவியம் நிகர்த்தவளை - அரு
    ளொளியினை கற்பனைக் குயிரதனைத்
தேவியை நிலத்திருவை - எங்குந்
    தேடினும் கிடைப்பரும் திரவியத்தை (39)

சொற்பொருள்

உயிர்த்தல்: *மூச்சுவிடுதல். உயிர்கொண்டு விளங்குதல்.*

யாப்பு

நாலடி ஐஞ்சீர்ச் சிந்து.

பாடல் சொல்வது

பாவியர்களான கௌரவர்களுடைய சபையில், புகழ் மிகுந்த பாஞ்சால நாட்டவர்களுடைய தவத்தின் பயனானவளும்; உயிருக்கு இனிமையானவளும்; ஆபரணங்களை அணிந்து உயிர்பெற்றெழுந்து உலவுவதாகிய செவ்விய அமுதம் போன்றவளை, பாஞ்சாலியான தேவியை, பூமியிலே திருமகள் போன்றவளும், எங்கே தேடினாலும் கிடைக்காத செல்வத்தைப் போன்றவளும், ஓவியத்தைப் போன்றவளும், அருள் ஒளியே தன் வடிவமாக விளங்குபவளும், (படைப்பாற்றல் கொண்ட எவருக்கும்) கற்பனைக்கு உயிராக இருப்பவளும்...

உயிரை மீட்டுத் தருவதான அமுதமே உயிர்கொண்டு திரிவதுபோல என்ற நயம் உணரத்தக்கது.

பாடல் இன்னும் முடியவில்லை. அடுத்த பாடலில் பொருள் முடிவதால் இது குளகச் செய்யுள்.

●

படிமிசை யிசையுறவே - நடை
    பயின்றிடுந் தெய்வீக மலர்க்கொடியைக்
கடிகமழ் மின்னுருவை - ஒரு
    கமனியக் கனவினைக் காதலினை
வடிவுறு பேரழகை, - இன்ப
    வளத்தினைச் சூதினில் பணையமென்றே
கொடியவர் அவைக்களத்தில் - அறக்
    கோமகன் வைத்திடல் குறித்துவிட்டான் (40)

சொற்பொருள்

படி: பூமி

இசை: புகழ்

கமனியம் - கண்டார் விரும்பும்

கடி: நறுமணம்

யாப்பு

நாலடி ஐஞ்சீர்ச் சிந்து.

பாடல் சொல்வது

இந்த பூமியிலே புகழ்விளையும்படி உலவுகின்ற தெய்வத் தன்மை வாய்ந்த மலர்க்கொடியைப் போன்றவளும், நறுமணம் கமழும் மின்னலைப்போல உருவம் கொண்டவளும், கண்டார் விரும் பத்தக்க கனவைப் போன்றவளும், காதலே வடிவெடுத்தது போன்ற வளும், பேரழகே வடிவெடுத்து வந்ததைப் போன்றவளும், எல்லா இன்பங்களுக்கும் நிலைக்களனாக இருப்பவளுமான பாஞ்சாலியை,

அந்தப் பாதகர்களுடைய சபையிலே, சூதிலே பணையம் என்று வைக்க தர்மத்தின் தலைவனான யுதிஷ்டிரன் முடிவெடுத்தான்.

வியாஸ பாரதத்தில் சம இடம்

இப்படிக் கவிக்கூற்றாக இல்லாமல், பந்தயத்தில் வைக்கும்போது தர்மபுத்திரன் சொல்வதாகவே வருகிறது.

‘சுபல புத்திரனே! அரசனே! குறுமையும் நெடுமையுமல்லாலும் இளைத்திராமலும், அதிகச் சிவப்பில்லாமல் இருப்பவளும், கறுத்தும் சுருண்டுமிருக்கும் கூந்தலையுள்ளவளும், சரத் காலத்திய தாமரையிதழ் போன்ற கண்களையுடையவளும், சரத் காலத்துத் தாமரைபோன்ற மணமுள்ளவளும், சரத் காலத்துத் தாமரை மலரணிந்தவளும், அழகிலும் தயையிலும் ஒளியிலும் நல்லொழுக்கத்திலும் லக்ஷ்மிக்கு ஒப்பானவளும், புருஷர்கள் விரும்பத்தக்கவளும், எல்லா நற்குணங்களும் நிரம்பினவளும், அனுகூலமானவளும், இன்சொல்லே சொல்லுகின்றவளும், அறம் பொருள் இன்பமென்னும் மூன்று புருஷார்த்தங்களும் சித்திப்பதற்குக் காரணமாக மனிதன் நினைக்கத் தக்கவளும், பின் தூங்கி முன்னெழுந்திருப்பவளும், ஆடுமாடு மேய்ப்பவர்கள் முதல் எல்லாருடைய வேலைகளும் ஆனதையும் ஆகாததையும் முற்றிலும் அறிகின்றவளும், வேர்வை அரும்பும்போது மதுத் துளிகளுள்ள தாமரை மலர் போலவும் மல்லிகை மலர் போலவும் விளங்கும் முகமுள்ளவளும், நுண்ணிடையும் நீண்ட கூந்தலும் சிவந்த வாயுமுள்ளவளும், தேகத்தில் ரோமங்கள் குறைந்தவளும், இன்னும் இவ்வகையான அநேகஞ் சிறப்புக்களுள்ள அழகான அங்கங்களுடையவளும், பாஞ்சால ராஜன் குமாரியுமான திரௌபதியை பந்தயம் வைத்து ஆடுகிறேன். (ஸபா பர்வம், த்யூத பர்வம் தொடர்ச்சி, எண்பத்தெட்டாவது அத்தியாயம்.)

பந்தயமாக வைப்பது எதுவானாலும் அதன் சிறப்பைச் சொல்லி விட்டுப் பந்தயத்தில் வைக்கும் இயல்பைப் பின்பற்றி யுதிஷ்டிரன் இங்கே திரௌபதியை வர்ணிக்கிறான். இப்படியே ஒவ்வொரு தம்பியையும் வர்ணித்திருக்கிறான். தம்பியரை பணையம் வைத்த போதெல்லாம் அந்த வர்ணனையை யுதிஷ்டிரன் வாய்மொழியாகவே வைத்திருக்கும் பாரதி, இந்த இடத்தில் அவனை விலக்கி விட்டு, தான் அந்த வர்ணனையைச் செய்திருப்பது காட்சிக்கு மெருகேற்றுகிறது.

●

வேறு

வேள்விப் பொருளினையே - புலைநாயின்முன்
    மென்றிட வைப்பவர்போல்,
நீள்விட்டப் பொன்மாளிகை - கட்டிப்பேயினை
    நேர்ந்துகுடி யேற்றல்போல்

ஆள்விற்றுப் பொன்வாங்கியே - செய்தபூணையோர்
ஆந்தைக்குப் பூட்டுதல்போல்
கேள்விக் கொருவரில்லை - உயிர்த்தேவியைக்
கீழ்மக்கட் காளாக்கினான். (41)

யாப்பு

நாலடி நான்கு சீர்ச் சிந்து.

பாடல் சொல்வது

யாகத்துக்கு உரிய புனிதமான பொருளை, சிறுமை நிறைந்த ஒரு நாயின் முன்னால் தின்பதற்காக வைப்பவர்களைப் போலவும்; பெரிய, நீளமான விட்டங்களை உடைய பொன் மாளிகையைக் கட்டிவிட்டு, அதில் பேய்களை வேண்டிவேண்டிக் குடியேற்று வதைப் போலவும்; தனக்கு உரிய ஆட்களை விற்று, அந்தப் பணத்துக்குப் பொன் வாங்கி, அந்தப் பொன்னால் செய்த ஆபரணத்தை ஓர் ஆந்தைக்கு அணிவிப்பது போலவும், தன் தேவியை அயோக்கிர்களுக்கு அடிமையாக்கினான். இதைத் தட்டிக் கேட்க ஆளில்லை.

வியாஸ பாரதத்தில் சம இடம்

இது மூலத்தில் இல்லை. ஆனால் நாச்சியார் திருமொழியை அனுபவித்துப் படித்து, மொழிபெயர்த்த பாரதிக்கு இந்தக் கருத்து பின்வரும் நாச்சியார் திருமொழியிலிருந்து தோன்றியிருக்கும் என்பதில் ஐயமில்லை.

வானிடை வாழுமவ் வானவர்க்கு மறையவர் வேள்வியில்
வகுத்தஅவி,
கானிடைத் திரிவதோர் நரிபுகுந்து கடப்பதும் மோப்பதும்
செய்வதொப்ப,
ஊனிடை யாழிசங் குத்தமர்க்கென்று உன்னித் தெழுந்தவென்
தடமுலைகள்,
மானிட வர்க்கென்று பேச்சுப்படில் வாழகில் லேன்கண்டாய்
மன்மதனே.

●

செருப்புக்குத் தோல்வேண்டியே - இங்குக்கொல்வாரோ
செல்வக் குழந்தையினை

விருப்புற்ற சூதினுக்கே - ஒத்தபந்தயம்
மெய்த்தவப் பாஞ்சாலியோ?
ஒருப்பட்டுப் போனவுடன் - கெட்டமாமனும்
உன்னியத் தாயங் கொண்டே
இருப்பகடை போடென்றான் -பொய்மைக்காய்களும்
இருப்பகடை போட்டவே. (42)

சொற்பொருள்

ஒருப்படுதல்: *உடன்படுதல்.*

உன்னி: *எண்ணி.*

இருபகடை என்பது எதுகைக்காக வலித்தல் விகாரமாகி இருப்ப கடை என்றானது.

யாப்பு

நாலடி நான்கு சீர்ச் சிந்து.

பாடல் சொல்வது

செருப்புக்குத் தோல்வேண்டும் என்பதற்காக, யாராவது பெற்றெடுத்து அருமையாக வளர்க்கும் குழந்தையை கொல்வார்களா? (இங்கே அப்படித்தானே செய்கிறான்!) விருப்பத்தால் நடைபெறும் சூதுக்கு ஏற்ற பந்தயம் உண்மையான தவத்தின் வடிவைக் கொண்டவளான பாஞ்சாலியா? சம்மதம் கிடைத்ததும், தீமையே வடிவெடுத்த மாமனான சகுனி சிந்தித்தவாறு தாயக் கட்டைகளைக் கையில் எடுத்து, 'பகடை இரண்டு விழட்டும்' என்று போட்டான். பொய்மை நிறைந்தனவான அந்தப் பகடைக் காய்களும் பகடை இரண்டைப் போட்டன.

வியாஸ பாரதத்தில் சம இடம்

இந்தச் சந்தர்ப்பத்தில்தான் சிச்சீ என்ற தூற்றல் சபையில் எழுகிறது. இதை அடிமைச் சருக்கம் 15ம் பாடலின் விளக்கத்தில் பார்த்தோம். சபையில் அனைவரும் ஒன்றும் செய்ய இயலாத நிலையில் பதைத்துக் கொண்டிருக்கும்போது இங்கேதான் திருதிராஷ்டிரன் தன் மனக்கோணலை வெளிப்படுத்துகிறான்:

'சிறந்த புத்தியுள்ள தர்மராஜரால் இந்தச் சொல் சொல்லப்பட்ட போது, சபையோரான பெரியோர்களிடமிருந்து 'சீ! சீ!' என்ற சொற்கள் வெளிப்பட்டன. ஜனமேஜய ராஜாவே! அந்தச் சபையே

கலங்கிற்று. அரசர்களும் பீஷ்மர், துரோணர், கிருபர் முதலியோர்க்கும் கண்ணீரும் வியர்வையும் உண்டாயின. விதுரர் தலையைப் பிடித்துக் கொண்டும், சர்ப்பம் போலப் பெருமூச்சு எறிந்துகொண்டும் உட்கார்ந்திருந்தார்...... திருதிராஷ்டிரன் மட்டும் மிக்க சந்தோஷத்துடன், 'ஜயித்தாயிற்றா? ஜயித்தாயிற்றா' என்று பலமுறை கேட்டான். எண்ணத்தை மறைக்கவில்லை.' (ஸபா பர்வம், த்யூத பர்வம் தொடர்ச்சி, எண்பத்தெட்டாவது அத்தியாயம்.)

மூலத்தை அப்படியே அடியொற்றும் பாரதி, இந்த இடத்தை விட்டுவிட்டான்.

●

திரௌபதி சூதில் வசமானது பற்றிக் கௌரவர் கொண்ட மகிழ்ச்சி

திக்குக் குலுங்கிடவே - எழுந்தாடுமாம்
    தீயவர் கூட்டமெல்லாம்.
தக்குத்தக் கென்றேஅவர் - குதித்தாடுவார்
    தம்மிரு தோள்கொட்டுவார்.
'ஒக்கும் தருமனுக்கே இஃ' தென்பரோ!
    ஓ!வென் றிரைந்திடுவார்.
கக்கக்கென் றேநகைப்பார் - 'துரியோதனா,
    கட்டிக்கொள் எம்மை'யென்பார் (43)

யாப்பு

நாலடி நான்கு சீர்ச் சிந்து.

பாடல் சொல்வது

தீயவர்களான கௌரவக் கூட்டமும், அவர்களை ஆதரித்த மற்ற மன்னவர்களுடைய கூட்டமும், திசைகளெல்லாம் அதிரும்படியாக எழுந்து கூத்தாடினர். 'தக்குத் தக்கு' என்று ஓசையெழும்படியாக அவர்கள் ஆடினார்கள், தோள்களில் கொட்டிக் கொண்டார்கள். 'தருமனுக்கு இது வேண்டியதுதான்' என்று சொன்னபடியே ஹோஹோ என்று பெருத்த கூச்சலுடன் கக்கக்கக் என (கெக்ககெக்கே என) சிரிப்பார்கள். துரியோதனா, வா, எங்களைத் தழுவிக்கொள் என்று கூச்சலிடுவார்கைள்.

வியாஸ பாரதத்தில் சம இடம்

இது மூலத்தில் இல்லாதது.

●

மாமனைத் தூக்காயென்பார்; - அந்த
  மாமன்மேல் மாலைபல வீசுவார்.
சேமத் திரவியங்கள் - பலநாடுகள்
  சேர்ந்ததில் ஒன்றுமில்லை;
காமத் திரவியமாம் - இந்தப்பெண்ணையும்
  கைவச மாகச்செய்தான்;
மாமனோர் தெய்வமென்பார். - 'துரியோதனன்
  வாழ்க'வென் றார்த்திடுவார். (44)

சொற்பொருள்

சேமம்: பாதுகாப்பு

யாப்பு

நாலடி நான்கு சீர்ச் சிந்து.

பாடல் சொல்வது

மாமனைத் தோளில் தூக்கு என்பார்கள். அந்தச் சகுனியின்மேல் பலமாலைகளை வீசுவார்கள். பாதுகாப்புப் பெட்டகத்தில் இருந்த செல்வங்களையும் பல நாடுகளையும் தர்மனிடமிருந்து அபகரித்தது ஒரு விஷயமே இல்லை. காமச் செல்வமான இந்தப் பெண்ணையும் நம் வசமாக்கிவிட்ட மாமன் ஓர் தெய்வம் என்பார்கள். 'துரியோதனன் வாழ்க' என்று கோஷம் போடுவார்கள்.

பாரதியின் நாடகப் பாங்கின் அழகு வெளிப்படும் இடம். மாலையைப் போடுவார்கள். இங்கே வீசுகிறார்கள். ஏன்? 'மாமனைத் தூக்காய் என்பார்'. மாமனைத் தோளிலே பலர் சேர்ந்து தூக்கியிருக்கிறார்கள். அவன் இப்போது உயரத்தில் இருக்கிறான். மாலையை வீசத்தானே முடியும்!

வியாஸ பாரதத்தில் சம இடம்

இது மூலத்தில் இல்லாதது.

●

துரியோதனன் சொல்வது

நின்று துரியோதனன் - அந்தமாமனை
நெஞ்சொடு சேரக்கட்டி,
‘என்துயர் தீர்த்தாயடா, - உயிர்மாமனே,
ஏளனந் தீர்த்துவிட்டாய்.
அன்று நகைத்தாளடா! - உயிர்மாமனே,
அவளைஎன் னாளாக்கினாய்.
என்று மறவேனடா! - உயிர்மாமனே,
என்னகைம் மாறுசெய்வேன்! (45)

யாப்பு

நாலடி நான்கு சீர்ச் சிந்து.

பாடல் சொல்வது

துரியோதனன் எழுந்து நின்று, (தோள்மேல் தூக்கியிருந்தவர்கள் இறக்கிவிட்ட) அந்த மாமனை நெஞ்சோடு ஆரத் தழுவிக் கொண்டு, ‘மாமா! என் துயரத்தைத் தீர்த்தாயடா! எல்லா ஏளனங்களையும் தீர்த்துவிட்டாய். அன்று என்னைப் பார்த்து சிரித்தாளடா! அப்படிச் சிரித்தவளை என் அடிமையாக்கினாய். இதை என்னால் மறக்க முடியாதடா மாமனே! இதற்காக நான் உனக்கு என்ன கைம்மாறு செய்ய முடியும்!

இந்தப் பாஞ்சாலியின் சிரிப்பு விஷயத்தில் முதற்பாகம் பாடல் 52ல் ‘ஏந்திழையாளும் எனைச்சிரித்தாள் இதை எண்ணுவாய்’ என்பதற்குக் கொடுக்கப்பட்டுள்ள விளக்கக் குறிப்பைப் பார்க்கவும்.

வியாஸ பாரதத்தில் சம இடம்

இது மூலத்தில் இல்லை.

●

‘ஆசை தணித்தாயடா, - உயிர்மாமனே,
ஆவியைக் காத்தாயடா.
பூசை புரிவோமடா, - உயிர்மாமனே,
பொங்கல் உனக்கிடுவோம்.
நாச மடைந்ததடா - நெடுநாட்பகை
நாமினி வாழ்ந்தோமடா!
பேசவுந் தோன்றுதில்லை, - உயிர்மாமனே,

பேரின்பங் கூட்டிவிட்டாய்.' (46)

யாப்பு

நாலடி நான்கு சீர்ச் சிந்து.

பாடல் சொல்வது

மாமனே! என் ஆசை எல்லாவற்றையும் தீர்த்துவிட்டாய். என் உயிரையே காப்பாற்றிவிட்டாய். நம்முடைய நீண்டகாலப் பகை நாசமடைந்துவிட்டது. நமக்கு இனிமேல் வாழ்வு நல்வாழ்வுதான். மாமா! உன்னை உட்காரச் செய்து பூஜை செய்வோம், பொங்கலிட்டுக் கும்பிடுவோம். மாமா... என்னால் பேசவே முடியவில்லை. அத்தனைப் பேரின்பம் என்னுள் பொங்குகிறது. அத்தனையும் நீ செய்தது.

வியாஸ பாரதத்தில் சம இடம்

இது மூலத்தில் இல்லை.

●

என்று பலசொல்லுவான், - துரியோதனன்
எண்ணி யெண்ணிக்குதிப்பான்.
குன்று குதிப்பதுபோல் - துரியோதனன்
கொட்டிக் குதித்தாடுவான்.
மன்று குழப்பமுற்றே - அவர்யாவரும்
வகை,தொகை யொன்றுமின்றி
அன்று புரிந்ததெல்லாம் - என்றன்பாட்டிலே
ஆக்கல் எளிதாகுமோ? (47)

யாப்பு

நாலடி நான்கு சீர்ச் சிந்து.

பாடல் சொல்வது

இவ்வாறு பலவற்றையும் துரியோதனன் சொல்லிக் கொண்டு, நடந்ததையெல்லாம் நினைத்தபடி துள்ளித் துள்ளிக் குதித்து ஆடுவான். கைகொட்டிக் கொண்டு கூத்தாடுவான். சபையே கலங்கு படியாக அவர்கள் எல்லோரும் ஒரு வகைதொகையில்லாமல்

அன்றைக்குச் செய்ததையெல்லாம் என் பாட்டிலே எழுதுவது என்பது எளிதானதா?

வியாஸ பாரதத்தில் சம இடம்

இது மூலத்தில் இல்லை.

திரௌபதியைத் துரியோதனன் மன்றுக்கு அழைது வரச் சொல்லியது பற்றி ஜகத்தில் உண்டான அதர்மக் குழப்பம்

விதுரரை நோக்கி துரியோதனன் 'திரௌபதியை சபைக்கு அழைத்துவா' என்று உத்தரவிடும்வரையில், இந்தப் பகுதி முழுவதுமே கவிஞனின் கற்பனை. மூலத்தில் இல்லாதது.

●

வேறு

தருமம் அழிவெய்தச் சத்தியமும் பொய்யாகப்
பெருமைத் தவங்கள் பெயர்கெட்டு மண்ணாக, (48)

வானத்துத் தேவர் வயிற்றிலே தீப்பாய,
மோன முனிவர் முறைகெட்டுத் தாமயங்க, (49)

வேதம் பொருளின்றி வெற்றுரையே யாகிவிட,
நாதம் குலைந்து நடுமையின்றிப் பாழாக, (50)

கந்தருவர் எல்லோரும் களையிழக்கச் சித்தர்முதல்
அந்தரத்து வாழ்வோர் அனைவோரும் பித்துறவே (51)

நான்முகனார் நாவடைக்க, நாமகட்குப் புத்திகெட
வான்முகிலைப் போன்றதொரு வண்ணத் திருமாலும் (52)

அறிதுயில்போய் மற்றாங்கே ஆழ்ந்ததுயில் எய்திவிடச்
செறிதருநற் சீரழகு செல்வமெலாம் தானாகும் (53)

சீதேவி தன்வதனம் செம்மைபோய்க் காரடைய,
மாதேவன் யோகம் மதிமயக்க மாகிவிட (54)

யாப்பு

இரண்டிரண்டடிகளாக நடக்கும் கண்ணிகள். ஒவ்வொரு நான்கு சீருக்குள்ளும் வெண்டளை தவறாது. அடிகளுக்கிடையில் வெண்டளை பிறழ்கிறது. பாரதி கையாண்டுள்ள புதுவகையான மரபுப்பா.

பாடலுக்கு இதுவரையிலான பொருள்

(64ம் கண்ணியில் தொடங்கி துரியோதனன் விதுரனுக்கு உத்தரவிடப் போகிறான். அந்த உத்தரவால் உலகத்தில் உண்டான பல அதர்மக் குழப்பங்களைச் சொல்கிறான் பாரதி.)

தருமம் அழிவடைந்தது; எது சத்தியமோ அது பொய்யாகப் போயிற்று; பெருமையுடையதான தவங்கள் எல்லாம் பெயர் குலைந்து மண்ணாயின; வானலோகத்து தேவர்களுடைய அடிவயிற்றிலெல்லாம் தீ, பற்றிக் கொண்டது; மௌன நிலையில் மூழ்கியிருப்பவர்களான முனிவர்களெல்லாம் வரம்பு மீறிப்போய் அறிவில் மயக்கமெய்தினார்கள்; வேதம் என்பதே பொருளற்றுப் போய் வெற்றுச் சொற்களாகிவிட்டது; நாதமோ, சீர்கெட்டு நடுவான தாளக்கட்டிலிருந்து தவறிப் பாழாயிற்று; (நாதம் நாதம் நாதம், நாதத்தேயோர் நலிவுண்டாயின் சேதம் சேதம் சேதம்— குயில்பாட்டு.) கந்தர்வர்கள் எல்லோரும் களையிழந்து போனார்கள்; சித்தர்கள் தொடங்கி வானமண்டலத்தில் வாழும் அனைவருக்கும் பைத்தியம் பிடித்தது; நான்முகனான பிரமனுக்கு பேச்சு அடைத்துவிட்டது; அந்தப் பேச்சின் தலைவியான பேச்சி, கலைமகள், புத்திகெட்டுப் போனாள்; நீலமேகத்தைப் போன்ற திருமால் கொண்டது அறிதுயில் இல்லாமல், நல்ல ஆழ்ந்த (கும்பகர்ண!) துயிலாகிவிட்டது; செறிவான செல்வங்களும் சிறப்பான அழகுகளும் எல்லாமே தன் வடிவமாகி இருக்கும் திருமகளுடைய வதனத்தின் செம்மை நீங்கிப்போய் அவள் கறுத்த முகமுடையவள் ஆனாள். பரமசிவன் கொண்டிருக்கும் யோக நிலையோ வெறும் அறிவுக் கலக்கமாகப் போய்விட்டது.

(இப்படி ஒவ்வொரும் அவரவர் தன்மையிலிருந்து மாறினார்கள் என்று சடசடசடவெனச் சொல்லிக் கொண்டு வரும் பாரதி, பராசக்திக்கு என்ன ஆயிற்று என்று சொல்லும்போது, வாலை என்றான்; உமாதேவி என்றான்; மாகாளி என்றான். மூன்று நாமங்களைச் சொன்னதுமே மிகநீண்ட வாழ்த்தைத் தொடங்கி விட்டான். 'இவளை நான் என்ன சொல்லப் போகிறேன்' என்று கவிஞன் மிகவும் தயங்குவது தெளிவாகவே தெரிகிறது. இத்தனைக்கும், 'கற்பனையும் வர்ணனையும் காட்டிக் கதை வளர்க்கும் விற்பனர்தம் செய்கை விதமுந் தெரிகிலன்யான்' என்று குயில்பாட்டில் சொல்பவன் இவன்தான். இங்கே கதைவளர்ப் பதற்காக இதைச் செய்யவில்லை. காளிக்கு, பராசக்திக்கு என்ன குறையைச் சொல்வேன் என்று தயங்கும் மனோபாவம் தெரிகிறது.)

•

வாலை, உமாதேவி, மாகாளி, வீறுடையாள்
மூலமா சக்தி,யொரு மூவிலைவேல் கையேற்றாள் (55)

மாயை தொலைக்கும் மஹாமாயை தானாவாள்
பேயைக் கொலையைப் பிணக்குவையைக் கண்டுவப்பாள் (56)

சிங்கத்தி லேறிச் சிரிப்பால் உலகழிப்பாள்*
சிங்கத்தி லேறிச் சிரித்தெவையும் காத்திடுவாள், (57)

நோவும் கொலையும் நுவலொணாப் பீடைகளும்
சாவும் சலிப்புமெனத் தான்பல் கணமுடையாள்; (58)

கடாஎருமை ஏறும் கருநிறத்துக் காலனார்
இடாதுபணி செய்ய இலங்கு மஹாராணி, (59)

மங்களம் செல்வம் வளர்வாழ்நாள் நற்கீர்த்தி
துங்கமுறு கல்வியெனச் சூழும் பலகணத்தாள், (60)

ஆக்கம்தா னாவாள், அழிவு நிலையாவாள்
போக்கு வரவெய்தும் புதுமையெலாம் தானாவாள்; (61)

மாறிமா றிப்பின்னும் மாறிமா றிப்பின்னும்
மாறிமா றிப்போம் வழக்கமே தானாவாள், (62)

ஆதிபரா சக்தி அவள்நெஞ்சம் வன்மையுற,
சோதிக் கதிர்விடுக்கும் சூரியனாம் தெய்வத்தின் (63)

முகத்தே இருள்பட –

யாப்பு

இரண்டிரண்டடிகளாக நடக்கும் கண்ணிகள். ஒவ்வொரு நான்கு சீருக்குள்ளும் வெண்டளை தவறாது. அடிகளுக்கிடையில் வெண்டளை பிறழ்கிறது. பாரதி கையாண்டுள்ள புதுவகையான மரபுப்பா.

பாடலுக்கு இதுவரையிலான பொருள்

'சிங்கத்திலேறி' எனத்தொடங்கும்

வாலை: பாலை என்றும் பாலாதிரிபுரசுந்தரி என்றும் அறியப்படும் சிறுமிவடிவானவள்; உமை; மஹாகாளி; (வீறு: ஆற்றல்) ஆற்றல்

** குறியிட்ட அடியில் ஏறத்தாழ எல்லாப் பதிப்புகளிலும் ஓரடி விட்டுப் போயிருக்கிறது. விடுபட்டுப் போன அடியைக் கண்டுபிடித்துத் தந்த சீனி. விசுவநாதனுக்கு மற்ற பாரதி அன்பர்கள் கடன்பட்டிருக்கிறோம்.)*

உள்ளவள்; எல்லாவற்றுக்கும் மூலமஹா சக்தியாக விளங்குபவள்; கையில் திரிசூலத்தைத் தாங்கிவள்; பேய், கொலை பிணக்குவியல் போன்றவற்றில் மகிழ்ச்சியடையும் (காளி); சிம்ம வாகனத்தில் ஏறி, தன் சிரிப்பால் உலகை சம்ஹரிப்பவள்; (அதே) சிம்ம வாகனத்தில் ஏறியமர்ந்தபடி தன் புன்னகையால் எல்லாவற்றையும் காப்பவள்; பலவிதமான நோய்கள், கொலை, சொல்ல முடியாத கஷ்டங்கள் என்று (சிவகணங்களைப் போல்) அவளுக்குப் பற்பல கணங்கள் உண்டு; எருமைக் கடாவில் ஏறும் கரிய நிறமுள்ள யமன், (இவள்) ஏவுவதற்கு முன்னாலேயே குற்றேவல் செய்வதான மஹாராணி; மங்களத்தையும் செல்வத்தையும் நீண்ட ஆயுளையும் நல்ல புகழையும், (துங்கம்:உயர்வு) உயர்வான கல்வியையும், (சிவகணங் களைப் போல்) தன்னுடைய கணங்களாகக் கொண்டவள். ஆக்கம் எனப்படும் படைப்பும் அவளே, அழிவு எனப்படும் ஸம்ஹார சக்தியும் அவளே; காலத்தால் போயும் வந்தும் நிகழும் எல்லாப் புதுமைகளும் அவளே; (மாறாதது மாற்றமொன்றே என்பதற் கிணங்க) இந்த உலகில் எதுவெல்லாம் அடியோடு மாறிப் போகிறதோ அப்படிப்பட்ட எல்லா வழக்கங்களுமே அவள்தான்; அவள் ஆதிபராசக்தி. அவளுடைய மனமானது, (திரௌபதியை சபைக்கு அழைத்துவரச் சொன்ன சமயத்தில்) கடினம் ஆனது. (மற்ற தேவர்களை எப்படி வர்ணித்தான் என்று பார்க்கும்போது, பராசக்தியின் மனம் கடினமானது என்ற பாரதியின் வர்ணனை மென்மையானது என்றுதான் சொல்லவேண்டும்!)

●

துரியோதனன் விதுரனை நோக்கி உரைப்பது

– மூடப் புலைமையினோன்,
அகத்தே இருளுடையான், ஆரியரின் வேறானோன் (64)

துரியோ தனனும் சுறுக்கெனவே தான்திரும்பி
அரியோன் விதுரன் அவனுக் குரைசெய்வான். (65)

செல்வாய், விதுரா, நீசிந்தித் திருப்பதேன்?
வில்வாள் நுதலினாள், மிக்க எழிலுடையாள் (66)

முன்னேபாஞ் சாலர் முடிவேந்தன் ஆவிமகள்,
இன்னேநாம் சூதில் எடுத்த விலைமகள்பால் (67)

சென்று விளைவெல்லாம் செவ்வனே தானுணர்த்தி,
‘மன்றிடை உள்ளான்நின் மைத்துனன்நின் ஓர்தலைவன் (68)

நின்னை அழைக்கிறான் நீள்மனையில் ஏவலுக்கே’
என்ன உரைத்தவளை இங்குக்கொணர்வாய் என்றான். (69)

சொற்பொருள்

வாள்: ஒளி

யாப்பு

இரண்டிரண்டடிகளாக நடக்கும் கண்ணிகள். ஒவ்வொரு நான்கு சீருக்குள்ளும் வெண்டளை தவறாது. அடிகளுக்கிடையில் வெண்டளை பிறழ்கிறது. பாரதி கையாண்டுள்ள புதுவகையான மரபுப்பா.

பாடலுக்கு இதுவரையிலான பொருள்

மூடனும், இழிந்த சிந்தையுடையவனும் மனத்தில் இருளுடையவனுமான துரியோதனன் சட்டென்று திரும்பி, மேன்மையுடையவனான விதுரனைப் பார்த்துச் சொல்லத் தொடங்கினான்: 'விதுரா, எதற்காக யோசித்துக் கொண்டு நிற்கிறாய்? போ. இப்போதே போ. வில்லைப் போன்ற புருவமும், ஒளிபடைத்த நெற்றியுமுள்ளவள்; இதற்கு முன்னால் பாஞ்சால மன்னனுக்கு உயிரை நிகர்த்த மகள்; இதோ இந்த வினாடிமுதல், நாம் சூதில் எடுத்த விலைமகள். அப்படிப்பட்ட பாஞ்சாலியிடம் போ. நடந்ததையெல்லாம் முறைப்படி எடுத்துச் சொல். 'இங்கே பார்... இதுவரையில் உனக்கு ஐந்து தலைவர்கள் இருந்தார்கள், இனி ஒரே ஒரு தலைவன்தான். அவன் வேறுயாருமில்லை, உன் மைத்துனன்தான். சபையிலே இருக்கிறான். அங்கே அரண்மனையின் அடிமைத் தொழில் செய்வதற்காக உன்னை அழைக்கிறான்' என்று சொல்லி இங்கே அவளை அழைத்து வா' என்றான்.

எந்த வேலைக்கு யாரை அனுப்புவது! ஒருபுறம் சிற்றப்பா, இன்னொருபுறம் நிதியமைச்சர். விதுரரைக் கூசச் செய்வதில் வல்லவன் துரியோதனன்.

வியாஸ பாரதத்தில் சம இடம்

துரியோதனன், 'விதுரரே வாரும், பாண்டவர்களால் கௌரவிக்கப் பெற்ற அன்புள்ள மனைவியாகிய திரௌபதியை அழைத்து வாரும். வீட்டை விளக்க வேண்டும்; சீக்கிரம் வரட்டும். அந்தக் கெட்ட நடையுள்ளவள், வீட்டில் தாஸிகளுடன் * சேர்ந்திருக்கட்டும். (ஸபா பர்வம், த்யூத பர்வம் தொடர்ச்சி, எண்பத்தொன்பதாவது அத்தியாயம்.)

●

* வேலைக்காரிகள் என்று பொருள்.

விதுரன் சொல்வது

துரியோ தனன்இச் சுடுசொற்கள் கூறிடவும்,
பெரியோன் விதுரன் பெரிதும் சினங்கொண்டு (70)

மூட மகனே, மொழியொணா வார்த்தையினைக்
கேடு வரல்அறியாய், கீழ்மையினால் சொல்லிவிட்டாய். (71)

புள்ளிச் சிறுமான் புலியைப்போய்ப் பாய்வதுபோல்
பிள்ளைத் தவளை பெரும்பாம்பை மோதுதல்போல் (72)

ஐவர் சினத்தின் அழலை வளர்க்கின்றாய்,
தெய்வத் தவத்தியைச் சீர்குலையப் பேசுகிறாய். (73)

நின்னுடைய நன்மைக்கிந் நீதியெலாம் சொல்லுகிறேன்
என்னுடைய சொல்வே றெவர்பொருட்டும் இல்லையடா! (74)

பாண்டவர்தாம் நாளைப் பழியிதனைத் தீர்த்திடுவார்
மாண்டு தரைமேல் மகனே கிடப்பாய்நீ. (75)

தன்னழிவு நாடும் தறுகண்மை என்னேடா?
முன்னமொரு வேனன் முடிந்த கதை கேட்டிலையோ? (76)

நல்லோர் தமதுள்ளம் நையச் செயல்செய்தான்
பொல்லாத வேனன்; புழுவைப்போல் மாய்ந்திட்டான். (77)

நெஞ்சஞ் சுடஉரைத்தல் நேர்மையெனக் கொண்டாயோ?
மஞ்சனே அச்சொல் மருமத்தே பாய்வதன்றோ? (78)

கெட்டார்தம் வாயில் எளிதே கிளைத்துவிடும்;
பட்டார்தம் நெஞ்சில் பலநாள் அகலாது. (79)

வெந்நரகு சேர்த்துவிடும்; வித்தை தடுத்துவிடும்;
மன்னவனே; நொந்தார் மனஞ்சுடவே சொல்லுஞ்சொல் (80)

சொற்பொருள்

தறுகண்மை: **பெருவீரம். குரூரம் என்று பொருளிருந்தாலும் இங்கே பொருந்தாது.**

பேராண்மை என்ப தறுகண்ஒன் றுற்றக்கால்
ஊராண்மை மற்றதன் எஃகு. - குறள்.

மஞ்சன்: **மைந்தன்**

மருமம்: **நெஞ்சம்**

யாப்பு

இரண்டிரண்டடிகளாக நடக்கும் கண்ணிகள். ஒவ்வொரு நான்கு சீருக்குள்ளும் வெண்டளை தவறாது. அடிகளுக்கிடையில் வெண்டளை பிறழ்கிறது. பாரதி கையாண்டுள்ள புதுவகையான மரபுப்பா.

பாடலுக்கு இதுவரையிலான பொருள்

இந்தக் கொடிய சொற்களை துரியோதனன் பேசவும், பெரியவரான விதுரர் மிகவும் கோபமடைந்து சொல்லலானார்: ‘ஏனடா அறிவுகெட்ட மகனே! (தன்னையே துரியோதனன் இவ்வளவு சுடுசொல் சொன்னபிறகும் அவனை மகனென்றுதான் அழைக்கிறார் - அறிவுகெட்டவனாயினும்.) சொல்லக்கூடாத வார்த்தைகளை, உனக்கு வரவிருக்கும் கேட்டை அறியாமல் உன் கீழ்மை குணத்தால் சொல்லிவிட்டாய். சிறிய புள்ளிமான், புலியின்மேல் பாய்வதைப் போல, சிறு தவளை, பெரிய பாம்போடு போரிடுவது போல, (புள்ளிச் சிறுமானும், பிள்ளைத் தவளையுமான நீ) பாண்டவர் களுடைய கோபாக்கினியைப் பெரிதாக்குகிறாய்; தவமும் தெய்வத் தன்மையும் உடைய பாஞ்சாலியை தகாத வார்த்தைகளால் பேசுகிறாய். இது இப்படியே போகாது. நாளைக்கு யுத்தம் ஏற்படும்; பாண்டவர்கள் இந்தப் பழியைத் தீர்த்துக் கொள்வார்கள்; மகனே! நீ தரையிலே இறந்து கிடப்பாயடா! தன்மரணத்தைத் தானே தேடிக் கொள்ளும் இந்தப் பெருவீரம் எதற்கடா! முன்னொரு காலத்தில் வேனன் என்பவன் மரணமடைந்த கதையை நீ கேட்டதில்லையோ? அந்த வேனன், நல்லவர்கள் உள்ளம் நைந்துபோகும்படியான செயல்களைச் செய்ததனால், புழுவைப் போல இறந்தான்.

மனம் கொதிப்படையுமாறு பேசுவது நல்லதன்மை என்று நினைத்து விட்டாயே! மகனே! அந்தச் சொல் நெஞ்சுக்குள் சென்று தாக்கு மல்லவோ! கேட்டை அடைந்தவர்களுடைய வாயிலிருந்து மிக எளிதில் புறப்படுவதான இப்படிப்பட்ட சொற்கள், யாரை நோக்கிப் பேசப்படுகின்றனவோ, யார் இவற்றைப் படுகிறார்களோ, அவர் களுடை மனத்தில் நீண்ட காலத்துக்கு ஆறாத புண்ணாக இருக்கும்.

மூலத்தில் விதுரருடைய பேச்சில் இந்த இடத்திலில்லாத வேனன் கதையை பாரதி சொல்லியிருக்கிறான். பாரதத்தில் ஒரு மூலையில் யுத்தமெல்லாம் முடிந்தபிறகு, அம்புப் படுக்கையில் கிடக்கும் பீஷ்மர் யுதிஷ்டிரனுக்குப் பல அறங்களைச் சொல்லி வருகையில் இந்த வேனன் கதை வருகிறது. கிஸாரி மோகன் கங்கூலியின் மொழி பெயர்ப்பில் இங்கே உள்ளது:

Mrityu, O king, had a daughter born of his mind, named Sunita and celebrated over the three worlds. She was married to Ativala and gave birth to a son named Vena. Vena, a slave of wrath and malice, became unrighteous in his conduct towards all creatures. The Rishis, those utterers of Brahma, slew him with Kusa blades (as their weapon) inspired with mantras. Uttering mantras the while, those Rishis pierced the right thigh of Vena.

மொத்தக் கதையுமே இவ்வளவுதான். இவ்வளவு நீளமான பாரதத்தில், அதிகம் படிக்கப்படாத ஏதோ ஒரு மூலையில், நான்கே வரி நீளத்துக்குள்ள ஒரு கதையை எப்படி இவ்வளவு துல்லியமாகப் படித்திருக்கிறான், நினைவு வைத்திருந்திருக்கிறான் என்று ஆச்சரியமாக இருக்கிறது. ஏதோ ஒரு பாடபேதத்தில் இந்தக் கதை இந்த இடத்தில் இடம்பெற்றிருக்கலாம் என்று ஓர் ஊகம் உண்டு. அப்படியில்லை, இதை சாந்தி பர்வத்திலிருந்துதான் எடுத்திருக் கிறான் என்பதற்கான குறிப்பும் இருக்கிறது. 7.8.1909 தேதியிட்ட இந்தியா பத்திரிகையில் (பாஞ்சாலி சபதம் இயற்றுவதற்குப் பல வருடங்களுக்கு முன்னமேயே), 'ஸ்ரீ கிருஷ்ணனும் கொடுங்கோல் அரசும்' என்ற தலைப்பில் ஒரு கட்டுரை. இதில் கொடுங் கோலாட்சியைப் பற்றிச் சொல்லிக் கொண்டு வரும்போது, பின்வரு மாறு சொல்கிறான்:

'ஒரு காலத்தில் வேனன் என்னும் ஓர அரசன் அடாத அக்கிரமங்கள் செய்து கொடுங்கோலரசு புரிந்து வந்தான். இதைச் சகிக்க முடியாத முனிவர்கள் அவனைச் சபித்தார்கள். அவன் இறந்துவிட்டான்.

பிறகு அவன் சரீரத்திலிருந்து தங்கள் தபோமஹிமையால் அந்த ரிஷிகள் 'பிரசேதஸுக்கள் என்ற பத்துப் பிள்ளைகளை உண்டாக்கி உலகாள ஏற்படுத்தினர். ஸ்ரீ மஹாபாரதத்தில் ஸ்ரீ பீஷ்மர், ராஜ தர்மானுசாஸனத்தில் என்ன சொல்கிறார்? அரசன் நீதி நிலை தவறிக் கொடுங்கோல் செலுத்தினால் பிரஜைகள் அவனைப் பைத்தியம் பிடித்த நாயைக் கல்லாலடித்துக் கொல்வதுபோல் கொன்று விடலாம். இது பாபமன்று' என்று சொல்லுகிறார்.'

(கால வரிசைப்படுத்தப்பட்ட பாரதி படைப்புகள்
தொகுதி 5, பக்கம் 241-215.)

ராஜ தர்மானுசாஸன பர்வம், சாந்தி பர்வத்தில்தான் வருகிறது. 'முனிவர்கள் சபித்தனர்' என்று முதலில் சொன்னாலும், அந்தக் கல்லால் அடித்துக் கொல்வதுதான் வேனனை அந்தணர்கள் தர்ப்பைக் கட்டால் அடித்துக் கொன்றது. இதுதான் 'பொல்லாத

வேனன் புழுவைப்போல் மாய்ந்திட்ட' கதை. பாரதத்தை பாரதி எவ்வளவு ஆழமாகப் படித்திருக்கிறான் என்பதற்கு இது இன்னுமொரு சான்று.

வியாஸ பாரதத்தில் சம இடம்

விதுரர், 'மூடனே! உன்னைப் போன்றவன் பேசத்தகாததை நீ பேசினாய்; கயிற்றினால் சுருக்கிடப்பட்டும் அதை அறியாமலிருக் கிறாய்? படுகுழியில் தொங்குகிறாய்; அதை நீ அறியவில்லை. நீ மானாக இருந்து புலிகளை அளவுக்குமீறி கோபிக்கச் செய்கிறாய். மிக மந்தமான புத்தியுள்ளவனே! கொடிய விஷமுள்ள சர்ப்பங்கள் நிறைந்த கோபத்தோடு உன் தலையில் இருக்கின்றன. அவற்றை இன்னும் கோபிக்கச் செய்யாதே. (ஸபா பர்வம், த்யூத பர்வம் தொடர்ச்சி, எண்பத்தொன்பதாவது அத்தியாயம்.)

இப்படி மான், புலி உவமைகள் உட்பட அடியொற்றியிருக்கும் பாரதி, விதுரர் பேச்சில் உள்ள ஒரு முக்கியமான குறிப்பை விட்டிருக்கிறான். இதுதான் அது:

'கிருஷ்ணையானவள் தாஸித்தனத்தை அடையத் தகாதவள். தர்மபுத்திரன் தனக்குச் சுதந்திரமில்லாத காலத்தில் அவளைப் பந்தயத்தில் வைத்திருக்கிறான் என்பது என் அபிப்பிராயம்.'

இதைத் தவறவிட வாய்ப்பே இல்லை. மேற்படி மான்-புலி உவமைக்கு ஐந்தாறு வரிகள் தள்ளித்தான் இந்தக் குறிப்பு இருக்கிறது. இங்கே விதுரர் வாய்மொழியாக இது வராமல் அமுக்கினால்தான், பின்னால் பாஞ்சாலி, 'வல்ல சகுனிக்கு மாண் பிழந்த நாயகர்தாம் என்னைமுன்னேகூறி இழந்தாரா? தம்மையே முன்னம் வைத்து முடித்தென்னைத் தோற்றாரா' என்று கேட்கப் போகும் இதே கேள்வியை முதலில் கேட்டவள் பாஞ்சாலியே என்ற பெருமை அவளைச் சேரும். அடிமையோடு ஆண்டான் சூதாட முடியாது, நீ என்னை ஆட்டத்தில் வைத்தது ஒரு தவறு என்றால், ஆட்டத்தில் வைக்கச் சொல்லிக் கேட்டது இன்னும் பெரிய தவறு என்று அவளை மடக்கச் செய்யும்போது, தான் கண்ட புதுமைப் பெண்ணின் அடையாளமாகப் பாஞ்சாலியைப் பிரதிநிதித்துவப் படுத்துவதற்கான முன்னேற்பாடு என்றுதான் தோன்றுகிறது. ஆனால் இந்த விதி, விதுரரைப் போலவே பாஞ்சாலிக்கும் தெரிந்துதான் இருந்தது. விதுரர் கேட்டது சபையில், பாஞ்சாலி கேட்டது அரண் மனையில். இரண்டும் தனித்தனி நிகழ்வுகள். பாரதியின் வாக்குப்படி

வாசகனுக்கு இரண்டில் முந்துவது பாஞ்சாலியின் வார்த்தையே.

●

சொல்லிவிட்டேன்; பின்னொருகால் சொல்லேன். கவுரவர்காள்!
புல்லியர்கட் கின்பம் புவித்தலத்தில் வாராது. (81)

பேராசை கொண்டு பிழைச்செயல்கள் செய்கின்றீர்!
வாராத வன்கொடுமை மாவிபத்து வந்துவிடும். (82)

பாண்டவர்தம் பாதம் பணிந்தவர்பால் கொண்டதெலாம்
மீண்டவர்க் கோஈந்து விட்டு, விநயமுடன் (83)

'ஆண்டவரே! யாங்கள் அறியாமை யாற்செய்த
நீண்ட பழியிதனை நீர்பொறுப்பீர்' என்றுரைத்து, (84)

மற்றவரைத் தங்கள் வளநகர்க்கே செல்லவிடீர்.
குற்றம் தவிர்க்கும் நெறியிதனைக் கொள்ளீரேல். (85)

மாபா ரதப்போர் வரும்,நீர் அழிந்திடுவீர்,
பூபாலரே' என்றப் புண்ணியனும் கூறினான். (86)

யாப்பு

இரண்டிரண்டடிகளாக நடக்கும் கண்ணிகள். ஒவ்வொரு நான்கு சீருக்குள்ளும் வெண்டளை தவறாது. அடிகளுக்கிடையில் வெண்டளை பிறழ்கிறது. பாரதி கையாண்டுள்ள புதுவகையான மரபுப்பா.

பாடலுக்கு இதுவரையிலான பொருள்

கௌரவர்களே! உங்களுக்கான எச்சரிக்கையை இப்போதே சொல்லி விட்டேன். இனியொருமுறை இதைச் சொல்லமாட்டேன். அற்பர் களுக்கு இந்த பூமியில் இன்பம், மகிழ்ச்சி என்றும் வராது. உங்கள் பேராசையால் தவறான செயல்களைச் செய்கிறீர்கள். (இந்தச் செயல்களின் விளைவாக) வரக்கூடாத, பெருங்கொடுமையான பெரிய விபத்து வந்தே தீரப் போகிறது. (இதைத் தடுக்கவேண்டு மானால்) பாண்டவர்கள் பாதத்தில் விழுந்து வணங்கி, 'தெய்வத் தன்மை கொண்டவர்களே! அறியாமையால் நாங்கள் செய்த இந்தப் பெரும்பிழையைப் பொறுத்தருள வேண்டும்' என்று சொல்லி,

அவர்களை அவர்களுடைய வளம்வாய்ந்த நகரத்துக்குப் போக விடுங்கள். உங்களுடைய குற்றங்களுக்கான விளைவுகளை யெல்லாம் தடுக்கும் வழி இதுவே. இதை நீங்கள் கடைப்பிடிக்கா விட்டால், மஹாபாரதப் போர் வரத்தான் போகிறது. மன்னர்களே! நீங்கள் அந்தப் போரில் அழியத்தான் போகிறீர்கள் என்று அந்தப் புண்ணிய மூர்த்தியான விதுரன் சொன்னான்.

வியாஸ பாரதத்தில் சம இடம்

'...மிகக் கொடிய நரக வாயிலான இந்தப் பாவத்தைத் திருதராஷ்ட ரருடைய புத்திரன் அறியவில்லை. துச்சாசஸனன் முதலான கௌரவர்கள் அநேகர்கள் சூதாட்டத்தின் ஜயத்தில் துரியோதனை அனுசரிக்கின்றனர். சுரைக்காய்கள் அமிழ்கின்றன. கற்கள் மிதக்கின்றன. கப்பல்கள் அடிக்கடி வழிதப்பிப் போகின்றன. மூட ராஜாவான துரியோதனன் நான் சொல்லும் ஹிதங்களைக் கேட்கிற தில்லை. கௌரவர்களுக்கு முடிவு இதோ வரப்போகின்றது; நிச்சயம்! எல்லாரையும் கொண்டுபோகும் கிக் கொடிய நாசம் வரும்...' (ஸபா பர்வம், த்யூத பர்வம் தொடர்ச்சி, எண்பத்தொன்பதாவது அத்தியாயம்.)

●

சொல்லிதனைக் கேட்டுத் துரியோதன மூடன்
வல்லிடிபோல்: 'சீச்சி! மடையா! கெடுக நீ! (87)

எப்போதும் எம்மைச் சபித்தல் இயல்புனக்கே,
இப்போதுன் சொல்லை எவரும் செவிக்கொளார் (88)

யாரடா, தேர்ப்பாகன்! நீபோய்க் கணமிரண்டில்
'பாரதர்க்கு வேந்தன் பணித்தான்' எனக்கூறிப் (89)

பாண்டவர்தம் தேவிதனைப் பார்வேந்தர் மன்றினிலே
ஈண்டழைத்து வா'வென் றியம்பினான். ஆங்கேதேர்ப் (90)

பாகன் விரைந்துபோய்ப் பாஞ்சாலி வாழ்மனையில்
சோகம் ததும்பித் துடித்த குரலுடனே (91)

'அம்மனே போற்றி! அறங்காப்பாய், தாள்போற்றி!
வெம்மை உடைய விதியால் யுதிட்டிரனார் (92)

மாமன் சகுனியொடு மாயச்சூ தாடியதில்
பூமி இழந்து பொருளிழந்து தம்பியரைத் (93)

தோற்றுத் தமது சுதந்திரமும் வைத்திழந்தார்.
சாற்றும் பணையமெனத் தாயே உனைவைத்தார் (94)

சொல்லவுமே நாவு துணியவில்லை! தோற்றிட்டார்.
எல்லாரும் கூடி இருக்கும் ஸபைதனிலே, (95)

நின்னை அழைத்துவர நேமித்தான் எம்மரசன்'
என்ன உரைத்திடலும் -

யாப்பு

இரண்டிரண்டடிகளாக நடக்கும் கண்ணிகள். ஒவ்வொரு நான்கு சீருக்குள்ளும் வெண்டளை தவறாது. அடிகளுக்கிடையில் வெண்டளை பிறழ்கிறது. பாரதி கையாண்டுள்ள புதுவகையான மரபுப்பா.

பாடலுக்கு இதுவரையிலான பொருள்

விதுரன் இவ்வாறு சொன்ன சொற்களைக் கேட்ட மூடனான துரியோதனன் இடிபோன்ற குரலில், 'சீச்சீ! அறிவுகெட்டவனே! உனக்கு அழிவு வரட்டும்! எப்போதும் எங்களைத் தவறாகப் பேசுவதும் சபிப்பதும் உனக்கு இயல்பாகிப் போனது. இப்போது உன் பேச்சைக் கேட்கும் நிலையில் யாரும் இல்லை.' (என்று சொல்லிவிட்டு, திரும்பிப் பார்த்து, அங்கே இருந்தவனான பிராதிகாமி என்ற தேர்ப்பாகனைப் பார்த்து,) 'யாராடா அங்கே! தேர்ப்பாகனா! இங்கிருந்து போய் இரண்டே நிமிஷத்தில் பாரத நாட்டவருக்கு அரசன் சொன்னான் என்று சொல்லி, பாண்டவர் களுடைய அந்த மனைவியை, மன்னர்கள் நிறைந்திருக்கும் இந்தச் சபைக்கு இங்கே அழைத்து வா' என்று உத்தரவிட்டான்.

அந்தத் தேர்ப்பாகன் விரைவாகச் சென்று பாஞ்சாலி இருக்கின்ற அரண்மனையை அடைந்து, பணிவாக வணங்கி, 'அம்மா உனக்கு வணக்கம்! தர்மத்தைக் காப்பவளே, உன் பாதத்தில் விழுந்து வணங்குகிறேன்! கொடுமையான விதிவசத்தாலே தருமபுத்திரர் சகுனி மாமனோடு புரட்டுத்தனமான சூதில் ஈடுபட்டார். அந்தச் சூதில், பூமி, பொருள் எல்லாவற்றையும் இழந்து, தம்பியரையும் இழந்து, தன்னைத் தானே வைத்தாடி இழந்து அடிமைப்பட்டார். அதன் பிறகு உன்னையும் பந்தயமாக வைத்தார். அம்மா! இதைச் சொல்ல என் நாவு துணியவில்லை. தோற்றுவிட்டார். எல்லோரும் கூடியிருக்கின்ற சபைக்கு உன்னை அழைத்துவரச் சொல்லி என்னை எங்களுடைய அரசன் நியமித்திருக்கிறான்' என்று சொன்னதும்,

வியாஸ பாரதத்தில் சம இடம்

மதத்தினால் தன்னை மறந்த துரியோதனன் விதுரரை, 'சீ!' என்று சொல்லிப் பிராதிகாமியென்னும் வேலைக்காரனைப் பாரத்தான். சபையில் சிறந்த பெரியர் நடுவில், ஓ! பிராதிகாமியே! நீ

திரௌபதியை அழைத்து வா. உனக்குப் பாண்டவர்களிடத்தில் பயமில்லையே. இந்த விதுரர் தாம் பயந்து விரோதமாகப் பேசுகிறார். அவர் எப்போதும் நம்முடைய பெருக்கத்தில் விருப்பமில்லாதவர்தாமே' என்று அவனுக்குக் கட்டளையிட்டான்.

(சிம்மம் இருக்கும் குகைக்குள் நாய் எவ்வளவு அச்சத்துடன் நுழையுமோ அவ்வளவு அச்சத்துடன் பாஞ்சாலி இருந்த அரண் மனைக்குள் நுழைந்த தேர்ப்பாகன், பாஞ்சாலியைப் பார்த்து...) 'திரௌபதியே! யுதிஷ்டிரர் சூதென்னும் கள் மயக்கத்தினால் மயங்கியிருக்கிறார். துரியோதனன் உன்னை ஜயித்துவிட்டான். ஆதலால் நீ திருதிராஷ்டிரன் வீட்டுக்குப் போ, யாக்ஞஸேனியே! வேலை செய்வதற்காக உன்னை அழைக்க வந்திருக்கிறேன்' என்று சொன்னான். (ஸபா பர்வம், த்யூத பர்வம் தொடர்ச்சி, எண்பத் தொன்பதாவது அத்தியாயம்.)

●

- 'யார்சொன்ன வார்த்தையடா! (96)

சூதர் ஸபைதனிலே தொல்சீர் மறக்குலத்து
மாதர் வருதல் மரபோடா? யார்பணியால் (97)

என்னை அழைக்கின்றாய்?' என்றாள். அதற்கவனும்
'மன்னன் சுயோதனன்தன் வார்த்தையினால்' என்றிட்டான் (98)

'நல்லது;நீ சென்று நடந்தகதை கேட்டுவா.
வல்ல சகுனிக்கு மாண்பிழந்த நாயகர்தாம் (99)

என்னைமுன் னேகூறி இழந்தாரா? தம்மையே
முன்னம் இழந்து முடித்தென்னைத் தோற்றாரா? (100)

சென்று ஸபையில்இச் செய்தி தெரிந்துவா'
என்றவளுங் கூறி இவன்போ கியபின்னர்த் (101)

தன்னந் தனியே தவிக்கு மனத்தாளாய்,
வன்னங் குலைந்து மலர்விழிகள் நீர்சொரிய, (102)

உள்ளத்தை அச்சம் உலைவுறுத்தப் பேய்கண்ட
பிள்ளையென வீற்றிருந்தாள். பின்னந்தத் தேர்ப்பாகன் (103)

மன்னன் ஸபைசென்று' வாள்வேந்தே! ஆங்கந்தப்
பொன்னரசி தாள்பணிந்து 'போதருவீர்' என்றிட்டேன். (104)

'என்னை முதல்வைத் திழந்தபின்பு தன்னைஎன்
மன்னர் இழந்தாரா? மாறித் தமைத்தோற்ற (105)

பின்னர்எனைத் தோற்றாரா?' என்றேனும் பேரவையை
மின்னற் கொடியார் வினவிவரத் தாம் பணித்தார்.(106)

வந்துவிட்டேன்' என்றுரைத்தான். மாண்புயர்ந்த பாண்டவர்தாம்
நொந்துபோய் ஒன்றும் நுவலாதிருந்துவிட்டார். (107)

மற்றும் சபைதனிலே வந்திருந்த மன்னரெலாம்
முற்றும் உரையிழந்து மூங்கையர்போல் வீற்றிருந்தார். (108)

சொற்பொருள்

சூதர்:	*சூதாடுபவர்கள்*
போதருதல்:	*உடன்வருதல்*
மூங்கையர்:	*ஊமை*

யாப்பு

இரண்டிரண்டடிகளாக நடக்கும் கண்ணிகள். ஒவ்வொரு நான்கு சீருக்குள்ளும் வெண்டளை தவறாது. அடிகளுக்கிடையில் வெண்டளை பிறழ்கிறது. பாரதி கையாண்டுள்ள புதுவகையான மரபுப்பா.

பாடலுக்கு இதுவரையிலான பொருள்

(பாகன் அவ்வாறு அழைத்ததும் பாஞ்சாலி) 'யாரடா இப்படிச் சொன்னார்கள்? சூதாடுபவர்கள் இருக்கின்ற சபைக்கு, தொன்மை யான சிறப்புடைய மறக்குலத்து மகளிர் வருவது மரபாகுமா? (என்னை அழைத்துவரச் சொல்லி நியமித்திருக்கிறான் என்று சொன்னாயே, அந்த மன்னன் யார்?) யாருடைய உத்தரவால் என்னை அழைக்கிறாய்' என்று கேட்டாள். தேர்ப்பாகன், 'மன்னன் துரியோதனனுடைய ஆணையால்' என்று பதில் சொன்னான். 'இருக்கட்டும். நீ போய் என்ன நடந்தது என்பதைச் சரியாகக் கேட்டுவா. சூதிலே வல்லவனான சகுனிக்குத் தன் மரியாதையை இழந்தவரான என் கணவர், சூதிலே யாரை முதலில் பந்தயமாக வைத்தார்? என்னை வைத்திழந்து அதன்பிறகு தன்னை வைத்திழந்தாரா, அல்லது தன்னை முதலில் வைத்து இழந்த பின்னர் என்னைத் தோற்றாரா? உங்களுடைய பெருஞ்சபையிடத்தில் இப்படிக் கேட்டேன் என்று சொல்' என்று சொல்லி, அந்தத் தேர்ப்பாகனும் போனதன்பின்பு, அந்த அரண்மனையில் தன்னந் தனியாய் மனம் தவிதவிக்க (என்ன பதில் வரப்போகிறதோ என்ற) அச்சம் மனத்தைக் கலங்கச் செய்ய, அழகு குலைய, மலர்போன்ற விழிகளிலிருந்து நீர்பெருக, பேயால் பீடிக்கப்பட்ட சின்னஞ்சிறு பிள்ளையைப்போல் அமர்ந்திருந்தாள்.

அங்கிருந்து புறப்பட்ட தேர்ப்பாகன், துரியோதனன் சபைக்குச் சென்று, 'ஒளிபொருந்திய அரசனே! நான் அங்கே போனேன். போய் அந்தப் பொன்னரசி (திருமகளின்) பாதத்தைப் பணிந்து, என்னோடு வருமாறு சொன்னேன். 'என் கணவர் முதலில் என்னை வைத்துத் தோற்ற பிறகு தன்னைத் தோற்றாரா, அல்லது தன்னைத் தோற்ற பிறகு என்னைத் தோற்றாரா' என்று உங்கள் பேரவையைக் கேட்டு வரும்படி மின்னல் கொடியைப் போன்ற தேவி உத்தரவிட்டார். ஆகவே திரும்பி வந்துவிட்டேன்' என்று சொன்னான். (இந்தக் கேள்வியின் பொருள் புரிந்தவர்களான) பாண்டவர்கள் மனம் நொந்துபோய், எதுவும் பேசாமல் இருந்தார்கள். (இந்தக் கேள்வியின் பொருள் உறைக்கத் தொடங்கியதும்) அந்தச் சபையில் வந்திருந்த அரசரகளெல்லோரும் (வெறிபிடித்த திருடர்களைப் போல கூத்தாடிய அதே அரசர்களெல்லோரும்) வாயடைத்துப்போய், ஊமைகளைப்போல் அமர்ந்திருந்தார்கள்.

வியாஸ பாரதத்தில் சம இடம்

'பிராதிகாமியே! ஏன் இப்படிப் பேசுகிறாய்? எந்த ராஜபுத்திரன் மனைவியை வைத்தாடுவான்? ராஜாவானவர் சூதென்னும் மயக்கத்தினால் மயங்கி மூடரானாரா? அவருக்குப் பந்தயம் மற்றொன்றுமில்லையா?' என்று சொன்னாள். பிராதிகாமி, 'வேறு பொருள் ஒன்றுமில்லாத போதுதான் பாண்டவரான அஜாதசத்ரு உன்னை வைத்து ஆடினார். ஓ! ராஜகுமாரியே! அந்த ராஜாவினால் முதலில் சகோதர்களும் பிறகு தாமேயும் பந்தயம் வைக்கப்பட்ட பிறகு நீ பந்தயம் வைக்கப்பட்டாய்' என்றான். திரௌபதி, 'ஸூதபுத்திரனே! செல்; நீ அந்தச் சூதாடினவரிடம் சென்று, 'நீர் முதலில் உம்மைத் தோற்றீரா, அல்லது என்னைத் தோற்றீரா' என்று சபையில் கேள். ஸூதபுத்திரனே! இதைத் தெரிந்துகொண்டு வா. பிறகு என்னை அழைத்துப் போகலாம். ராஜாவின் கருத்துத் தெரிந்தபிறகு நான் துக்கத்துடன் போவேன்' என்றாள். (ஸபா பர்வம், த்யூத பர்வம் தொடர்ச்சி, எண்பத்தொன்பதாவது அத்தியாயம்.)

●

துரியோதனன் சொல்வது

வேறு

உள்ளந் துடித்துச் சுயோதனன் - சினம்
ஓங்கி வெறிகொண்டு சொல்லுவான்: – 'அட

பிள்ளைக் கதைகள் விரிக்கிறாய் - என்றன்
      பெற்றி அறிந்திலை போலும்நீ! - அந்தக்
கள்ளக் கரிய விழியினாள் - அவள்
      கல்லிகள் கொண்டிங்கு வந்தனை! - அவள்
கிள்ளை மொழியின் நலத்தையே - இங்கு
      கேட்க விரும்புமென் உள்ளமே. (109)

சொற்பொருள்

கல்லிகள்: *வயதுக்கு மீறிய பேச்சு, அதிகப்பிரசங்கித்தனம்.*

கிள்ளை: *கிளி*

யாப்பு

நாலடி அறுசீர்ச் சிந்து.

பாடல் சொல்வது

(தேர்பபாகன் இவ்வாறு சொல்லக் கேட்ட) துரியோதன் உள்ளம் துடிதுடித்து, கோபம் அதிகரித்து வெறியேறிச் சொல்கிறான்: 'என்னடா சின்னப்பிள்ளைக் கதைகளை வந்து சொல்கிறாய்? நான் யார், என் பெருமை என்ன என்பதெல்லாம் உனக்குத் தெரியாது போலிருக்கிறது. அந்தக் கரிய கள்ளத்தனம் நிறைந்த விழியாளுடைய வரம்பு மீறின பேச்சை எடுத்துக்கொண்டு இங்கே வந்திருக்கிறாய்! அவளுடைய கிளிபோன்ற பேச்சழகை இந்த சபையிலே வைத்துக் கேட்கவேண்டுமென்று என் உள்ளம் விரும்புகிறது.

வியாஸ பாரதத்தில் சம இடம்

அடுத்த பாடலுடன் சேர்த்துப் பார்க்கலாம்.

●

வேண்டிய கேள்விகள் கேட்கலாம் - சொல்ல
      வேண்டிய வார்த்தைகள் சொல்லலாம், - மன்னர்
நீண்ட பெருஞ்சபை தன்னிலே - அவள்
      நேரிடவே வந்த பின்புதான்! - சிறு
கூண்டிற் பறவையு மல்லளே! - ஐவர்
      கூட்டு மனைவிக்கு நாணமேன்? - சின
மூண்டு கடுஞ்செயல் செய்யுமுன் - அந்த
      மொய்குழ லாளைஇங் கிட்டுவா. (110)

சொற்பொருள்

மொய்குழல்: *அடர்த்தியான கூந்தல்*

யாப்பு

நாலடி அறுசீர்ச் சிந்து.

பாடல் சொல்வது

அவளுக்கு என்னென்ன வேண்டுமோ அத்தனைக் கேள்விகளையும் கேட்கட்டும், அவளுக்கு என்னென்ன சொல்லத் தோன்றுகிறதோ, அத்தனையையும் சொல்லட்டும். ஆனால் ஒன்று. கேட்பதும் சொல்வதும், மன்னர்கள் நிறைந்திருக்கும் இந்தப் பெரிய சபையிலே நேரடியாக வந்தபிறகு கேட்கவோ சொல்லவோ செய்யட்டும். இதற்கென்ன வெட்கம் வேண்டிக் கிடக்கிறது! அவளென்ன கூட்டில் அடைக்கப்பட்ட பறவையா! ஐந்துபேர்களுக்குக் கூட்டு மனைவியாய் இருப்பவளுக்கு வெட்கம் ஏன் வருகிறது? எனக்குக் கோபம் மூண்டு, கொடிய தண்டனைகளை அளிப்பதற்கு முன்னால் அடர்த்தியான கூந்தலுடைய அந்த அழகியை இங்கே அழைத்து வா.

வியாஸ பாரதத்தில் சம இடம்

துரியோதனன், 'பாஞ்சாலி இங்கு வந்தே இந்தக் கேள்வியைக் கேட்கட்டும். அவள் சொல்லுகிறதையும் இவன் சொல்லு கிறதையும் இங்குள்ளவர் அனைவரும் கேட்கட்டும்' என்று சொன்னான். (ஸபா பர்வம், த்யூத பர்வம் தொடர்ச்சி, எண்பத் தொன்பதாவது அத்தியாயம்.)

●

'மன்னன் அழைத்தனன்' என்றுநீ - சொல்ல
மாறி அவளொன்று சொல்வதோ? - உன்னைச்
சின்ன முறச்செய்கு வேனடா - கணஞ்
சென்ற வளைக்கொணர் வாய்' என்றான் - அவன்
சொன்ன மொழியினைப் பாகன்போய் - அந்தத்
தோகைமுன் கூறி வணங்கினான் - அவள்
இன்னல் விளைந்திவை கூறுவாள் – 'தம்பி,
என்றனை வீணில் அழைப்பதேன்? (111)

சொற்பொருள்

சின்னம்: *சிறுசிறு துண்டுகளாக்குவது.*

யாப்பு

நாலடி அறுசீர்ச் சிந்து.

பாடல் சொல்வது

'என்னடா! அரசன் அழைக்கிறான் என்று நீ சொல்கிறாய். (அதைக் கேட்டதும் உடனே எழுந்துவராமல் நீசொன்ன வார்த்தைக்கு) மாறாக அவள் ஒன்று சொல்வதா? உன்னை சின்னபின்னமாக்குவேன். ஒரு வினாடியில் சென்று அவளை இங்கே அழைத்துவா' என்று துரியோதனன் சொன்னான். அவன் சொன்ன வார்த்தைகளைப் பாகன் அந்த மயில்போன்ற பாஞ்சாலியிடம் சென்று சொல்லி வணங்கினான். அவள் துன்பமுற்றுச் சொல்லனானாள். 'தம்பி, வீணாக என்னை ஏன் அழைக்கிறாய்?'

பாரதி கண்ட புதுமைப்பெண், 'தேர்ந்த கல்வி ஞானம் எய்திய' புதுமைப்பெண் இதோ வடிவெடுக்கத் தொடங்குகிறாள்.

வியாஸ பாரதத்தில் சம இடம்

அடுத்தடுத்த பாடல்களோடு காண்போம்.

•

திரௌபதி சொல்வது

நாயகர் தாம்தம்மைத் தோற்றபின் - என்னை
　　நல்கும் உரிமை அவர்க்கில்லை - புலைத்
தாயத்தி லேவிலைப் பட்டபின் - என்ன
　　சாத்திரத்தால் எனைத் தோற்றிட்டார்? - அவர்
தாயத்தி லேவிலைப் பட்டவர்; - புவி
　　தாங்கும் துருபதன் கன்னிநான், - நிலை
சாயப் புலைத்தொண்டு சார்ந்திட்டால் - பின்பு
　　தார முடைமை அவர்க்குண்டோ? (112)

சொற்பொருள்

நிலைசாய: 　　*தன் நிலை அழிந்து போக*

புலைத்தொண்டு சார்ந்திட்டால்: அடிமையாகப் போன பிறகு.

யாப்பு

நாலடி அறுசீர்ச் சிந்து.

பாடல் சொல்வது

என் கணவர்கள் தம்மையே அடிமைப்படுத்திக் கொண்டபிறகு, என்னை (சூதாட்டப் பொருளாகக்) கொடுக்கின்ற உரிமை அவர்களுக்குக் கிடையாது. அற்பமான சூதாட்டத்திலே அவர்கள் அடிமையானதன் பிறகு, எந்த சாத்திரத்தின் அடிப்படையில் என்னை ஆட்டத்தில் வைத்துத் தோற்றார்கள்? அவர்கள் சூதாட்டத்திலே அடிமைகளான பிறகு, என்னை வைக்க முடியாது. அவர்கள் அடிமையானவர்கள். நானோ அரசனான துருபதனுடைய மகள். தன்நிலையிலிருந்து சரிந்து அடிமைகளான பிறகு, (அடிமைக்கு உடைமை என்பது இல்லை ஆகையாலே) மனைவியை அவர்கள் உடைமையாகக் கருத முடியாது.

நிமிர்ந்த நன்னடை நேர்கொண்ட பார்வை நிலத்தில் யார்க்கும் அஞ்சாத நெறிகளும் திமிர்ந்த ஞான செருக்கும் இருப்பதால் செம்மை மாதர் திறம்புவதில்லையாம்

என்பதில் நிலத்தில் யார்க்கும் அஞ்சாத நெறிகள், திமிர்ந்த ஞானச் செருக்கு எல்லாம் வெளிப்படத் தொடங்குகின்றன.

வியாஸ பாரதத்தில் சம இடம்

அடுத்தடுத்த பாடல்களோடு காண்போம்.

●

கௌரவ வேந்தர் ஸபைதன்னில் - அறங்
 கண்டவர் யாவரும் இல்லையோ? - மன்னர்
சௌரியம் வீழ்ந்திடு முன்னரே - அங்கு
 சாத்திரம் செத்துக் கிடக்குமோ? - புகழ்
ஒவ்வுற வாய்ந்த குருக்களும் - கல்வி
 ஓங்கிய மன்னரும் சூதிலே - செல்வம்
வவ்வுறத் தாம்கண் டிருந்தனர் – (என்றன்)
 மானம் அழிவதும் காண்பரோ? (113)

சொற்பொருள்

சௌரியம்: வீரம்.

வவ்வுறல்: அபகரிக்கப் படுதல்.

யாப்பு

நாலடி அறுசீர்ச் சிந்து.

பாடல் சொல்வது

கௌரவ மன்னர்களுடைய சபையிலே தர்மத்தை அறிந்தவர்கள் எல்லோரும் இல்லையோ (எங்கே போனார்கள்)? அரசர்களுடைய வீரம், royalty விழுவதற்கு முன்னாலேயே அந்த கௌரவர் சபையிலே சாத்திரம் செத்து விழுந்து கிடக்குமோ? புகழ்பெற்ற குருமார்களும் கல்வி நிறைந்தவர்களாகிய மன்னர்களும், சூதில் செல்வத்தை அபகரிப்பதைப் பார்த்துக் கொண்டிருந்தார்கள். என் மானம் அழிவதையும் பார்த்துக் கொண்டிருக்கப் போகிறார்களா?

வியாஸ பாரதத்தில் சம இடம்

திரௌபதி, 'பிரம்மதேவர் இவ்வாறு கட்டளையிட்டிருக்கிறார் என்பது நிச்சயம், சீதமும் உஷ்ணமுமாகிய இரண்டு உணர்ச்சிகளும் கிழவனையும் சிறியவனையும் தொடுகின்றன. உலகத்தில் தர்மம் ஒன்றே முக்கியமாகச் சொல்லப்பட்டிருக்கிறது. அதை நாம் காப்பாற்றினால், அது நமக்கு நன்மையைச் செய்யும். அந்தத் தர்மம் கௌரவர்களை விட்டுப் போகாமலிருக்க வேண்டும். என்னுடைய இந்தத் தர்மமுள்ள கேள்வியைச் சபையோரிடம் சென்று கேள். தர்மத்தில் எண்ணமுள்ளவர்களும் மிகச் சிறந்தவர்களுமான அந்தச் சபையோர்கள் எதை நிச்சயமா எனக்குச் சொல்லுகிறார்களோ அதைச் செய்வேன்' என்று சொன்னாள். அவர்கள் துரியோ தனனுடைய அந்தப் பிடிவாதத்தை அறிந்துகொண்டு தலைகுனிந்த வர்களாகி, யாதொன்றும் பேசாமல் இருந்தார்கள்.' (ஸபா பர்வம், த்யூத பர்வம் தொடர்ச்சி, எண்பத்தொன்பதாவது அத்தியாயம்.)

●

'இன்பமும் துன்பமும் பூமியின் - மிசை
யாருக்கும் வருவது கண்டனம்; - எனில்
மன்பதை காக்கும் அரசர்தாம் - அற
மாட்சியைக் கொன்று களிப்பரோ? - அதை
அன்பும் தவமும் சிறந்துளார் - தலை
அந்தணர் கண்டு களிப்பரோ? - அவர்
முன்பென் வினாவினை மீட்டும்போய்ச் - சொல்லி
முற்றும் தெளிவுறக் கேட்டுவா.' (114)

சொற்பொருள்

மன்பதை: *மக்கள், சமூகம்*

யாப்பு

நாலடி அறுசீர்ச் சிந்து.

பாடல் சொல்வது

உலகத்தில் யாராயினும் அவர்களுக்கு இன்பமும் வரும், துன்பமும் நேரும் என்பதைப் பார்த்திருக்கிறோம். அப்படியானால், மக்களைக் காக்கும் அரசர்கள் தர்மத்தின் தர்மத்தின் மேன்மையைக் கொன்று அதில் மகிழ்வார்களா? அவர்கள் அப்படிக் கொன்று மகிழ்வதை, அன்பும் தவமும் நிறைந்துள்ளவரும், மேன்மையுடையவர்களுமான பெரியவர்கள் கண்டு மகிழ்வார்களா? அவர்களுக்கு முன்னால் மறுபடியும் போய் என்னுடைய கேள்வியைச் சொல்லி, அவர்கள் என்ன சொல்கிறார்கள் என்பதை முழுமையாகத், தெளிவாகக் கேட்டுவா (என்றாள்).

வியாஸ பாரதத்தில் சம இடம்

113ம் பாடலில் கொடுக்கப்பட்டுள்ள அதே மேற்கோள் சற்று விரிவாக்கப்பட்டிருக்கிறது.

●

என்றந்தப் பாண்டவர் தேவியும் - சொல்ல
  என்செய்வன் ஏழையப் பாகனே? – 'என்னைக்
கொன்றுவிட் டாலும் பெரிதில்லை - இவள்
  கூறும் வினாவிற் கவர்விடை - தரின்
அன்றி இவளை மறுமுறை - வந்து
  அழைத்திட நானங் கிசைந்திடேன்' - என
நன்று மனத்திடைக் கொண்டவன் - சபை
  நண்ணி நிகழ்ந்தது கூறினான். (115)

யாப்பு

நாலடி அறுசீர்ச் சிந்து.

பாடல் சொல்வது

அந்தப் பாண்டவர் தேவி இவ்வாறு சொல்லவும், அசக்தனான அந்தப் பாகன் எதுவும் செய்ய முடியாமல், 'என்னை அவர்கள்

கொல்லவேண்டுமானாலும் செய்யட்டும். இவள் கேட்கும் கேள்விக்கு அவர்கள் பதில் சொல்லாவிட்டால், இவளைச் சபைக்கு அழைத்துச் செல்வதற்காக இங்கே இன்னொருமுறை வருவதற்கு அங்கே நான் சம்மதிக்க மாட்டேன்' என்று மனத்தில் நன்றாக, ஆழ நினைத்து, சபையை அடைந்து, நடந்ததைத் தெரிவித்தான்.

வியாஸ பாரதத்தில் சம இடம்

இப்பகுதி மூலத்தில் இல்லை

●

'மாத விடாயி லிருக்கிறாள் - அந்த
    மாதர' சென்பதும் கூறினான் - கெட்ட
பாதகன் நெஞ்ச மிளகிடான் - நின்ற
    பாண்டவர் தம்முக நோக்கினான் - அவர்
பேதுற்று நிற்பது கண்டனன் - மற்றும்
    பேரவை தன்னில் ஒருவரும் - இவன்
தீதுற்ற சிந்தை தடுக்கவே - உள்ளத்
    திண்மை இலாதங் கிருந்தனர். (116)

சொற்பொருள்

பேதுற்று: பேது உற்று: அறிவு கலங்கி

யாப்பு

நாலடி அறுசீர்ச் சிந்து.

பாடல் சொல்வது

மாதர்களுக்கு அரசியான அந்தப் பாஞ்சாலி தற்போது வீட்டு விலக்காகி இருக்கிறாள் என்பதையும் தேர்ப்பாகன் சொன்னான். இதைக் கேட்டும் கெட்டவனும் பாதகனுமான துரியோதனன் உள்ளம் இளகவில்லை. அங்கே நின்றிருந்த பாண்டவர்களைப் பார்த்தான். அவர்கள் அறிவில் கலக்கமெய்தி நிற்பதைக் கண்டான். அந்தப் பெரிய சபையிலே ஒருவரும் இந்த துரியோதனனுடைய தீமையான எண்ணத்தைத் தடுக்க மனத்துணிவு இல்லாமல் அங்கே இருந்தார்கள்.

வியாஸ பாரதத்தில் சம இடம்

பாஞ்சாலி வீட்டு விலக்காக இருப்பதை தர்மபுத்திரன் அறிந்து அவளுக்குச் செய்தி சொல்லியனுப்புகிறான் என்று மட்டுமே

மூலத்தில் இருக்கிறது. (இந்தப் பாடலில் இருப்பதைப்போல்) இந்தச் செய்தியைத் தேர்ப்பாகன் சபைக்குச் சொல்வதாக இல்லை. இந்தப் பாடலின் நான்காம் அடியான 'இவன் தீதுற்ற சிந்தை தடுக்கவே உள்ளத் திண்மையில்லாது அங்கிருந்தனர்'என்பது 113ம் பாடலுக்கான மேற்கோள் பகுதியிலிருக்கிறது.

●

பாகனை மீட்டும் சினத்துடன் - அவன்
பார்த்திடி போலுரை செய்கின்றான்: - 'பின்னும்
ஏகி நமதுளம் கூறடா! - அவள்
ஏழு கணத்தில் வரச்செய்வாய்! - உன்னைச்
சாக மிதித்திடு வேனடா!' - என்று
தார்மன்னன் சொல்லிடப் பாகனும் - மன்னன்
வேகந் தனைப்பொருள் செய்திடான் - அங்கு
வீற்றிருந்தோர் தமை நோக்கியே, (117)

யாப்பு

நாலடி அறுசீர்ச் சிந்து. பொருள் இங்கே முற்றுப் பெறாமல் அடுத்த பாடலுக்குத் தொடர்வதால் இது குளகச் செய்யுள்.

பாடல் சொல்வது

துரியோதனன் தேர்ப்பாகனைக் கோபத்துடன் மறுபடியும் பார்த்து இடிபோன்ற குரலிலே சொல்லலானான்: 'மறுபடியும் போய் என் எண்ணத்தை அவளுக்குச் சொல். இன்னும் ஏழு நிமிடங்களில் அவள் இங்கே வந்தாக வேண்டும். அது உன் பொறுப்பு. (நீ அப்படிச் செய்யா விட்டால்) நான் உன்னை மிதித்தே கொன்றுபோடுவன்' என்றான். தேர்ப்பாகனோ, துரியோதனனுடைய வேகத்தையும் கோபத்தையும் சற்றும் பொருட்படுத்தாமல், அங்கே கூடியிருந்த சபையோரைப் பார்த்து...

வியாஸ பாரதத்தில் சம இடம்

அடுத்த பாடலுக்கான மேற்கோளுடன் காண்க.

●

'சீறும் அரசனுக் கேழையேன் - பிழை
செய்த துண்டோ? அங்குத் தேவியார் - தமை

நூறு தரம்சென் றழைப்பினும் - அவர்
நுங்களைக் கேட்கத் திருப்புவார் - அவர்
ஆறுதல் கொள்ள ஒருமொழி - சொல்லில்
அக்கண மேசென் றழைக்கின்றேன். -மன்னன்
கூறும் பணிசெய வல்லன்யான் - அந்தக்
கோதை வராவிடில் என்செய்வேன்? (118)

யாப்பு

நாலடி அறுசீர்ச் சிந்து.

பாடல் சொல்வது

'இப்படி என்னிடம் கோபித்துக் கொள்ளும் அரசனுக்கு, எளியேனாகிய நான் என்ன பிழைசெய்தேன்? அங்கே தேவியாரை நூறுமுறை சென்று அழைத்தாலும் (அவருடைய கேள்விக்கு நீங்கள் பதில் சொல்லாதவரையில், ஒவ்வொரு முறையும்) அவர் உங்களை பதில் கேட்டு வருமாறு என்னைத் திருப்பி அனுப்புவார். அவர் ஆறுதலடையுமாறு ஒரேஒரு வார்த்தை பதிலாகச் சொன்னால், அந்த வினாடியே போய் அவரை அழைக்கிறேன். நான் என்ன செய்ய முடியும்? என்னால் மன்னன் இட்ட கட்டளைப்படி நடக்கத்தான் முடியும். தேவியார் வரமறுத்தால் நான் என்னதான் செய்வேன்?

வியாஸ பாரதத்தில் சம இடம்

*பிறகு ராஜாவான துரியோதனன் அவர்கள் (பாண்டவர்கள்) முகத்தைக் கண்டு மகிழ்ந்து, 'பிராதிகாமியே! அவளை இங்கேயே அழைத்து வா. அவள் முன்னிலையிலேயே கௌரவர்கள் மறுமொழி சொல்லுவார்கள்' * என்று சொன்னான். அதன் பிறகு,*

---

* *இந்தப் பகுதி 110ம் பாடலில்*

வேண்டிய கேள்விகள் கேட்கலாம் - சொல்ல
வேண்டிய வார்த்தைகள் சொல்லலாம்; - மன்னர்
நீண்ட பெருஞ்சபை தன்னிலே - அவள்
நேரிடவே வந்த பின்புதான்!

என்று (அந்தப் பாடலுக்கான மேற்கோள் பகுதியுடன் சேர்ந்து) துரியோதனன் வாய்மொழியாக வருகிறது.

துரியோதனன் கட்டளையில் அகப்பட்டவனும் திரௌபதியின் கோபத்திற்குப் பயந்தவனுமாகிய பிராதிகாமி என்னும் ஸூதன், வெட்கத்தைவிட்டு, சபையோரை நோக்கித் திரும்பி, 'திரௌபதிக்கு நான் என்ன சொல்வது?' என்று திரும்பவும் கேட்டான். (ஸபா பர்வம், த்யூத பர்வம் தொடர்ச்சி, எண்பத் தொன்பதாவது அத்தியாயம்.)

●

துரியோதனன் சொல்வது

பாகனு ரைத்தது கேட்டனன் - பெரும்
  பாம்புக் கொடியவன் சொல்கின்றான்: - 'அவள்
பாகன் அழைத்திட வருகிலள். - இந்தப்
  பையலும் வீமனை அஞ்சியே - பல
வாகத் திகைப்புற்று நின்றனன் - இவன்
  அச்சத்தைப் பின்பு குறைக்கிறேன். - தம்பீ!
போகக் கடவை இப்போதங்கே - இங்கப்
  பொற்றொடி யோடும் வருகநீ!' (119)

சொற்பொருள்

பொற்றொடி: *பொன் தொடி: பொன்னாலான வளையலை அணிந்தவள்.*

யாப்பு

நாலடி அறுசீர்ச் சிந்து.

பாடல் சொல்வது

பாகன் சொன்னதை, பாம்புக் கொடியை உடையவனான துரியோதனன் கேட்டான். அருகிலிருந்த தம்பி துச்சாதனனைப் பார்த்தான். 'அவள் பாகன் அழைத்தெல்லாம் வருபவளல்லள். இந்தப் பயலுக்கும் பீமனை நினைத்து உடல் நடுங்குகிறது. பீமனிடத்திலா அச்சம்? அந்த அச்சத்தை அப்புறமாக கவனித்துக் கொள்கிறேன். துச்சாதனா, நீ அங்கே இப்போது போகக் கடவாய். வரும்போது அந்தப் பெண்ணோடுதான் நீ வரவேண்டும்.

வியாஸ பாரதத்தில் சம இடம்

அப்போது துரியோதனன், 'துச்சாசஸனா! புத்தியில்லாத இந்த என் ஸூத புத்திரன் விருகோதரனுக்கு நடுங்குகிறான். நீயே

நேரில்போய்த் திரௌபதியைப் பிடித்துக்கொண்டு வா. சுதந்திரம் தப்பின பகைவர்கள் உன்னை என்ன செய்வார்கள்?' என்று சொன்னான். (ஸபா பர்வம், த்யூத பர்வம் தொடர்ச்சி, எண்பத்தொன்பதாவது அத்தியாயம்.)

துகிலுரிதல் சருக்கம் முற்றிற்று

•

ஐந்தாவது சபதச் சருக்கம்

துச்சாதனன் திரௌபதியை ஸபைக்குக் கோணர்தல்

இவ்வுரை கேட்டதுச் சாதனன் - அண்ணன்
    இச்சையை மெச்சி எழுந்தனன் - இவன்
செவ்வி சிறிது புகலுவோம்: - இவன்
    தீமையில் அண்ணனை வென்றவன்; - கல்வி
எவ்வள வேனும் இலாதவன்; - கள்ளும்
    ஈரக்* கறியும் விரும்புவோன் - பிற
தெவ்வர் இவன்தனை அஞ்சுவார்; - தன்னைச்
    சேர்ந்தவர் பேயென்று ஓதுங்குவார். (120)

சொற்பொருள்

செவ்வி: தன்மை, பெருமை.

தெவ்வர்: பகைவர்

யாப்பு

நாலடி அறுசீர்ச் சிந்து.

---

* *(ஈரல் கறி என்ற தேசிக விநாயகம் பிள்ளையின் பாடம் 'ஈரலைத் தின்ன விரும்புபவன்' என்ற பொருளைத் தந்தாலும், பச்சை மாமிசம் என்ற பொருள் நன்றாகப் பொருந்துகிறது.)*

பாடல் சொல்வது

துரியோதனன் இவ்வாறு சொல்லக் கேட்ட துச்சாதனன், அண்ணனுடைய ஆசையை (துராசையை) மனத்திலே மெச்சிக் கொண்டு எழுந்தான். இவனுடைய பெருமையைக் கொஞ்சம் சொல்கிறோம். இவனுக்குத் துளியளவும் கல்வி கிடையாது. கள்ளை விரும்புவான். பச்சையான மாமிசத்தை விரும்பித் தின்பான். மற்ற பகைவர்கள் இவனைக் கண்டாலே அஞ்சுவார்கள். அவனைச் சேர்ந்த உறவினர்களோ 'ஐயோ பேய்' என்று ஒதுங்கிப் போவார்கள்.

வியாஸ பாரதத்தில் சம இடம்

துச்சாதனன் பாத்திரத்தை மஹாபாரதம் படைத்துள்ள வழியிலேயே சுருக்கமாக பாரதி தந்திருக்கும் வருணனை இது. மூலத்தில் இந்த இடத்தில் இப்படியொரு வருணனை இல்லை.

●

புத்தி விவேக மில்லாதவன்; - புலி
    போல உடல்வலி கொண்டவன்; - கரை
தத்தி வழியும் செருக்கினால் - கள்ளின்
    சார்பின்றி யேவெறி சான்றவன்; - அவ
சக்தி வழி பற்றி நிற்பவன்; - சிவ
    சக்தி நெறியுண ராதவன்; - இன்பம்
நத்தி மறங்கள் இழைப்பவன்; - என்றும்
    நல்லவர் கேண்மை விலக்கினோன். (121)

சொற்பொருள்

புத்தி: அறிவு

விவேகம்: பகுத்து உணரும் ஆற்றல்.

கரை தத்தி: அளவுக்கு மீறி

நத்தி: விரும்பி.

'நத்தி நமக்கினிய பொருள் கொணர்ந்தே, நம்மருள் வேண்டுவதும் மேற்கரையிலே'

(வெள்ளிப்பனி மலையின் மீதுலாவுவோம்)

மறங்கள்: கொடிய செயல்கள் (இங்கே வீரம் என்ற பொருளில்லை.)

யாப்பு

நாலடி அறுசீர்ச் சிந்து.

பாடல் சொல்வது

இவனுக்கு புத்தியோ விவேகமோ இல்லை. உடல் வலிமையோ, புலியைப் போல உண்டு. வரம்புகடந்து பொங்கி வழியும் கர்வத்தால், மதுவருந்தாமலேயே போதையில் இருப்பவன். தீய சக்திகளின் வழியிலேயே செல்பவன்; சிவசக்தியின் நெறியை உணராதவன். இன்பங்களை விரும்பி, கொடிய செயல்களைச் செய்பவன்.

வியாஸ பாரதத்தில் சம இடம்

துச்சாதனன் பாத்திரத்தை மஹாபாரதம் படைத்துள்ள வழியிலேயே சுருக்கமாக பாரதி தந்திருக்கும் வருணனை இது. மூலத்தில் இந்த இடத்தில் இப்படியொரு வருணனை இல்லை.

●

அண்ணன் ஒருவனை அன்றியே - புவி
அத்தனைக் கும்தலை யாயினோம் - என்னும்
எண்ணம் தனதிடைக் கொண்டவன்; - அண்ணன்
ஏதுசொன் னாலு மறுத்திடான்; - அருட்
கண்ணழி வெய்திய பாதகன். - 'அந்தக்
காரிகை தன்னை அழைத்துவா' - என்றவ்
அண்ண னுரைத்திடல் கேட்டனன்; - நல்ல
தாம்என் றுறுமி எழுந்தனன். (122)

யாப்பு

நாலடி அறுசீர்ச் சிந்து.

பாடல் சொல்வது

அண்ணன் ஒருவன் நீங்கலாக இந்த உலகம் முழுவதற்கும் தானே தலைவன் என்ற எண்ணத்தைக் கொண்டவன். அந்த அண்ணன் என்ன சொன்னாலும் அதை மறுக்க மாட்டான். இந்தப் பாதகனிடத்திலே கருணைப் பார்வை என்றொன்று அழிந்தே போய்விட்டது. 'அந்தப் பெண்ணை அழைத்துவா' என்று அண்ணன் சொன்னதுமே, 'நல்லது' என்று உறுமிக் கொண்டு எழுந்தான்.

வியாஸ பாரதத்தில் சம இடம்

துச்சாதனன் பாத்திரத்தை மஹாபாரதம் படைத்துள்ள வழியிலேயே சுருக்கமாக பாரதி தந்திருக்கும் வருணனை இது. மூலத்தில் இந்த இடத்தில் இப்படியொரு வருணனை இல்லை. 'அண்ணன் உரைத்தது கேட்டனன், நல்லதாம் என்று உறுமி எழுந்தனன்' என்ற கடைசியடி மட்டுமே மூலத்தில் சொல்லப்படுவது.

•

பாண்டவர் தேவி இருந்ததோர் - மணிப்
பைங்கதிர் மாளிகை சார்ந்தனன் - அங்கு
நீண்ட துயரில் குலைந்துபோய் - நின்ற
நேரிழை மாதினைக் கண்டனன். - அவள்
தீண்டலை எண்ணி ஒதுங்கினாள். – 'அடி,
செல்வதெங்கே' என்றிரைந்திட்டான் - இவன்
ஆண்டகை யற்ற புலையன்என் - றவள்
அச்சமிலாதெதிர் நோக்கியே - (123)

சொற்பொருள்

தீண்டல்: மாதவிலக்கு (திருநெல்வேலி வட்டார வழக்கு). பலபதிப்புகளில் தூண்டல் என்றிருப்பது தவறான பாடம்.

நேரிழை: செவ்விய ஆபரணம்.

ஆண்டகை: ஆண்தன்மை (இந்தக் கீழ்மை ஆண்மையில் ஒருநாளும் சேராது. பெண்ணை மதிக்கத் தெரிந்தவனே உண்மையான ஆண்.)

யாப்பு

நாலடி அறுசீர்ச் சிந்து.

பாடல் சொல்வது

பாஞ்சாலி இருந்த ஒளி நிறைந்த அரண்மனையை அடைந்தான். அங்கே பெரும் துயரத்தில் குலைந்துபோய் நின்றவண்ணமிருந்த பெண்ணைக் கண்டான். இவனைக் கண்டதும் அவள், மாதவிலக்கை எண்ணி விலகிப் போக முயன்றாள். (அவள் தன்னைக் கண்டு அஞ்சித்தான் போக முயல்கிறாள் என நினைத்து) 'எங்கேயடி போகிறாய்' என்று துச்சாதனன் இரைச்சலிட்டான்.

'இந்தக் கீழ்மகன் ஆண்தன்மையற்றவன் (இவனிடத்தில் அச்சங் கொள்ளத் தேவையில்லையென்று) அவள் தைரிமாக அவனைக் கண்ணுக்குள் பார்த்து,

வியாஸ பாரதத்தில் சம இடம்

காந்தாரி முதலானோர் இருக்கும் அந்தப்புரத்துக்கு செல்ல முயன்றாள், அங்கேயும் பாய்ந்து கூந்தலைப் பிடித்திழுத்தான் என்பது மூலம். அதற்குப் பிறகுதான் பாஞ்சாலி வெடித்துச் சீறுகிறாள். இந்த நகாசு பாரதி செய்திருப்பது.

பாதகம் செய்பவரைக் கண்டால் – நீ – பயங்கொள்ள
லாகாது பாப்பா
மோதி மிதித்துவிடு பாப்பா – அவர் – முகத்தில்
உமிழ்ந்துவிடு பாப்பா

என்று பாப்பாவுக்குச் சொன்ன அறிவுரை இங்கே உருவம் கொள்கிறதல்லவா.

●

திரௌபதிக்கும் துச்சாதனனுக்கும் ஸம்வாதம்

'தேவர் புவிமிசைப் பாண்டவர் - அவர்
தேவி துருபதன் கன்னிநான் - இதை
யாவரும் இற்றை வரையினும் – தம்பி,
என்முன் மறந்தவர் இல்லைகாண், - தம்பி,
காவல் இழந்த மதிகொண்டாய்! - இங்கு
கட்டுத் தவறி மொழிகிறாய் - தம்பி,
நீவந்த செய்தி விரைவிலே - சொல்லி
நீங்குக' என்றனள் பெண்கொடி. (124)

யாப்பு

நாலடி அறுசீர்ச் சிந்து.

பாடல் சொல்வது

(துச்சாதனைப் பார்த்துப் பாஞ்சாலி சொன்னாள்) ஏ தம்பி! பாண்டவர்கள் இந்த பூமியில் தேவர்களுக்குச் சமமானவர்கள். நான் அவர்களுடைய மனைவி, துருபத மஹராஜனுக்கு மகள். என் முன்னிலையில் இருக்கும்போது இந்த உண்மைகளை இன்று

வரையில் யாரும் மறந்ததலில்லை. (நீயானால் வரம்பு மீறுகிறாய்.) உன் மனமோ காவல் இல்லாமல் வேலியைக் கடந்து ஓடுகிறது. நீ பேசும் பேச்சோ அளவைத் தாண்டிப் போகிறது. நீ சொல்ல வந்த செய்தியைச் சொல்லிவிடு உடனடியாக இங்கிருந்து போ என்று பெண்கொடியான பாஞ்சாலி சொன்னாள்.

வியாஸ பாரதத்தில் சம இடம்

இந்த இடத்தில் துச்சாதனன் பாஞ்சாலியைக் கூந்தல் பற்றி இழுக்கத் தொடங்கிவிட்டான். இந்தச் சொற்கள் இங்கில்லையானாலும் சற்றுத் தள்ளி வீரியமுடன் வருகின்றன.

●

'பாண்டவர் தேவியு மல்லைநீ; - புகழ்ப்
பாஞ்சாலத் தான்மக ளல்லைநீ; - புவி
ஆண்டருள் வேந்தர் தலைவனாம் - எங்கள்
அண்ணனுக் கேஅடி மைச்சிநீ - மன்னர்
நீண்ட ஸபைதனிற் சூதிலே - எங்கள்
நேசச் சகுனியொ டாடியங்(கு) - உன்னைத்
தூண்டும் பணைய மெனவைத்தான்; - இன்று
தோற்று விட்டான்தரு மேந்திரன். (125)

யாப்பு

நாலடி அறுசீர்ச் சிந்து.

பாடல் சொல்வது

ஓஹோ! அப்படியா! நீ இப்போது பாண்டவருடைய மனைவியும் அல்லள், புகழ்வாய்ந்த பாஞ்சாலனுடைய மகளுமல்லள். இந்த உலகத்தை ஆண்டு அருள்பவனும், மன்னர் மன்னனுமான எங்கள் அண்ணனுக்கு மட்டுமே நீ அடிமைச்சி. (உனக்குத் தெரியாதா?) மன்னர்கள் கூடியுள்ள பெருஞ்சபையிலே, எங்கள் நேசத்துக்குரிய சகுனியோடு சூதாடின உன் கணவனான தர்மேந்திரன், (வெல்லும் ஆசையால்) தூண்டப்பட்டு உன்னைப் பணையமாக வைத்தான். தோற்றுவிட்டான்.

வியாஸ பாரதத்தில் சம இடம்

நாடகத்தன்மைக்காக பாரதி சேர்த்திருக்கும் பகுதி. அங்கே மூலத்தில் துச்சாதனன் கூந்தல் தொட்டு இழுத்துக் கொண்டிருக்கிறான்.

●

‘ஆடி விலைப்பட்ட தாதிநீ; - உன்னை
ஆள்பவன் அண்ணன் சுயோதனன், - மன்னர்
கூடி இருக்கும் சபையிலே - உன்னைக்
கூட்டி வருகென்று மன்னவன் - சொல்ல
ஓடி வந்தேன் இதுசெய்திகாண், - இனி
ஒன்றுஞ் சொலாதென்னோ டேகுவாய், - அந்தப்
பேடி மகன்ஒரு பாகன்பால் - சொன்ன
பேச்சுக்கள் வேண்டிலன் கேட்கவே.’ (126)

சொற்பொருள்

பேடி: ஆண்மையற்றவன்

யாப்பு: நாலடி அறுசீர்ச் சிந்து.

பாடல் சொல்வது

இதோபார்! நீ இப்போது ஆட்டத்தில் விலைக்கு வந்துவிட்ட தாதி. (உனக்குத் தெரியாதோ என்னவோ) எங்கள் அண்ணான துரியோதனன்தான் இப்போது உன்னை ஆள்பவன். மன்னர்கள் நிறைந்திருக்கும் சபையிலே உன்னை அழைத்துக் கொண்டு வரச்சொல்லி அந்த அண்ணன் சொன்னதும் உடனே ஓடிவந்தேன். இது நான் சொல்ல வந்த செய்தி. இதற்குமேல் என்னோடு எதுவும் பேசாதே. பேசாமல் என்னோடு வா. அந்த ஆண்மையற்றவனான தேர்ப்பாகனிடத்தில் பேசிய பேச்சுகளை என்னிடத்தில் பேசாதே. நான் அதைக் கேட்க விரும்பவில்லை.

வியாஸ பாரதத்தில் சம இடம்

நாடகத்தன்மைக்காக பாரதி சேர்த்திருக்கும் பகுதி. அங்கே மூலத்தில் துச்சாதனன் கூந்தல் தொட்டு இழுத்துக் கொண்டிருக்கிறான்.

●

வேறு

துச்சா தனனிதனைச் சொல்லினான். பாஞ்சாலி:
‘அச்சா,கேள். மாதவிலக் காதலால் ஓராடை (127)
தன்னி லிருக்கின்றேன். தார்வேந்தர் பொற்சபைமுன்
என்னை அழைத்தல் இயல்பில்லை. அன்றியுமே (128)
சோதரர்தம் தேவிதனைச் சூதில் வசமாக்கி

ஆதரவு நீக்கி அருமை குலைத்திடுதல் (129)
மன்னர் குலத்து மரபோகாண்? - அண்ணன்பால்
என்நிலைமை கூறிடுவாய் ஏகுகநீ' என்றிட்டாள். (130)
கக்கக்க வென்று கனைத்தே பெருமூடன்
பக்கத்தில் வந்தேயப் பாஞ்சாலி கூந்தலினைக் (131)
கையினாற் பற்றிக் கரகரெனத் தானிழுத்தான்
ஐயகோ என்றே அலறி உணர்வற்றுப் (132)
பாண்டவர்தம் தேவியவள் பாதியுயிர் கொண்டுவர
நீண்ட கருங்குழலை நீசன் கரம்பற்றி (133)
முன்னிழுத்துச் சென்றான். வழிநெடுக மொய்த்தவராய்,
என்ன கொடுமை யிதுவென்று பார்த்திருந்தார். (134)
ஊரவர்தம் கீழ்மை உரைக்கும் தரமாமோ?
வீரமிலா நாய்கள் விலங்கா மிளவரசன் (135)
தன்னை மிதித்துத் தராதலத்தில் போக்கியே
பொன்னைஅவள் அந்தப் புரத்தினிலே சேர்க்காமல் (136)
நெட்டை மரங்களென நின்று புலம்பினார்.
பெட்டைப் புலம்பல் பிறர்க்குத் துணையாமோ? (137)

சொற்பொருள்

அச்சன்: *ஐயன், அப்பன்*

தராதலம்: *மண்தரை*

பெட்டை: *கோழை*

யாப்பு

இரண்டிரண்டடிகளாக நடக்கும் கண்ணிகள். ஒவ்வொரு நான்கு சீருக்குள்ளும் வெண்டளை தவறாது. அடிகளுக்கிடையில் வெண்டளை பிறழ்கிறது. பாரதி கையாண்டுள்ள புதுவகையான மரபுப்பா.

பாடலுக்கு இதுவரையிலான பொருள்

துச்சாதனன் இவ்வாறு கூறினான். பாஞ்சாலி, 'அப்பா, நான் சொல்வதைக் கேள். எனக்கு இப்போது மாதவிலக்கு. ஆகையாலே ஓராடையில் இருக்கிறேன். (இந்த நிலையில்) மன்னர்கள் சூழ்ந்த சபைக்குள்ளே என்னை அழைப்பது நியாயமில்லை. அது இருக்கட்டும். சகோதரர்களுடைய மனைவியைச் சூதில் அடிமை யாக்கி, அவளை ஆதரவற்றவளாக்கி, அவளுடைய மேன்மையைச் சிதைப்பது அரச வம்சத்துக்கு அழகாகுமா? என்னுடைய

நிலைமையைப் பற்றி உன்னுடைய அண்ணனுக்கு எடுத்துச் சொல், போ' என்றாள். (கயமை நிறைந்த சிரிப்பாய்) கக்கக்கக் என்று சிரித்தப் பெரிய மூடனான துச்சாதனன், பாஞ்சாலியின் கூந்தலைக் கையால் பற்றி அவளைக் கரகரவென்று இழுப்பதானான். 'ஐயோ' என்று கதறி, உணர்விழந்து, பாஞ்சாலி, (பாதி உயிர் போனவளாய்) பாதி உயிரோடு மயக்கமுற்றவளாக (துச்சாதனன் கூந்தலைப் பற்றி இழுக்கும்போது) அவனைத் தொடர்ந்து வர, துச்சாதனன் அவள் கூந்தலைப் பற்றியபடி இழுத்தவண்ணமாக முன்னால் சென்றான். வழி முழுவதும் கூட்டம் கூட்டமாகத் திரண்ட மக்கள் எல்லோரும் 'இது என்ன கொடுமை' என்று சொன்னபடி பார்த்துக் கொண்டிருந்தார். ஊர்மக்களுடைய கீழ்மை விவரித்துச் சொல்லும் தரமற்றதாக இருந்தது. அவர்கள் வீரமற்ற, கோழைத்தனமான நாய்களாக (சுருண்டுகொண்டார்களே ஒழிய) மிருகத்தனமான துச்சாதனனை உதைத்து, மண்தரையில் தள்ளி மிதித்து, பொன்போன்ற பாஞ்சாலியை அவளுடைய அந்தப்புரத்தில் கொண்டு சேர்க்காமல் நீண்டு உயர்ந்த மரங்களைப்போல் (செயலற்றவர்களாக) புலம்பிய வண்ணம் நின்றார்கள். கோழைத்தனமான புலம்பல் யருக்குத்தான் துணைவரும்? அந்தப் புலம்பலால் என்ன லாபம்?

வியாஸ பாரதத்தில் சம இடம்

ராஜசூயமென்னும் மகாயாகத்தின் அவபிருத ஸ்நான காலத்தில் மந்திரங்களால் பரிசுத்தமான ஜலத்தை அபிஷேகம் செய்யப்பெற்ற திரௌபதியின் கூந்தல்கள் திருதராஷ்டிரன் மகனால் பாண்டவர் களின் பராக்கிரமத்தை அவமதித்துப் பலாத்காரமாகத் தொடப் பட்டன. அந்தத் துச்சாஸனன் மிக நீண்ட கூந்தலையுடைய அந்தத் திரௌபதியை, நாதர்கள் உள்ளவளாய் இருந்தும் அநாதையைப் போல இழுத்துச் சபையினருகில் கொண்டு வந்து வாழைமரத்தைக் காற்று அலைப்பது போல அலங்கோலமாக இழுத்தான். அவள் இழுக்கப்படும்போது கொடிபோன்ற உடம்பு குன்றி, 'புத்தியில்லாதவனே! அயோக்கியனே! நான் ரஜஸ்வலையாய் இருக்கிறேன். எனக்கு ஒற்றை வஸ்திரமே உள்ளது. என்னைச் சபைக்குக் கொண்டுபோகத் தகாது' என்று மெல்லச் சொன்னாள். துச்சாஸனன், அப்போது திரௌபதியைக் கறுத்த கூந்தல்களில் பலாத்காரமாகப் பிடித்துக் கொண்டு, கிருஷ்ணனையும் ஜிஷ்ணுவையும் ஹரியையும் நரனையும்* தன்னைக் காப்பதற்காக*

** ஹரி, கிருஷ்ணன் என்பது கண்ணனையும், ஜிஷ்ணு, நரன் என்பது அர்ச்சுனனையும் குறிக்கும்.*

யாஜ்ஞஸேனி கூவுகிறாள். யஜ்ஞஸேனன் மகளே! ரஜஸ்வலை யாகத்தான் இரு; ஒற்றை வஸ்திரத்தோடிரு; அல்லது வஸ்திர மில்லாமலேயிரு. ஆட்டத்தில் ஜயிக்கப்பட்டுப் போனாய்; தாசியாகச்* செய்யப்பட்டாய். உன் தகுதிப்படி தாசிகளிற் சேர்ந்திருக்க வேண்டும்' என்று சொன்னான். (ஸபா பர்வம், த்யூத பர்வம் தொடர்ச்சி, எண்பத்தொன்பதாவது அத்தியாயம்.)

பேசுவது துச்சாததனே ஆனாலும், அவன் பேசுவதில் மிகவும் கீழ்த்தரமான சொற்களை பாரதி விட்டிருப்பதைக் காணலாம்.

பேரழகு கொண்ட பெருந்தவத்து நாயகியைச்
சீரழியக் கூந்தல் சிதையக் கவர்ந்துபோய்க் (138)
கேடுற்ற மன்னரறங் கெட்ட சபைதனிலே
கூடுதலும் அங்கேபோய்க் கோவென் றலறினாள். (139)

•

ஸபையில் திரௌபதி நீதி கேட்டழுதல்

விம்மி அழுதாள், - 'விதியோ, கணவரே
அம்மி மிதித்தே அருந்ததியைக் காட்டியெனை (140)
வேதச் சுடர்த்தீமுன் வேண்டி மணஞ்செய்து
பாதகர்முன் இந்நாள் பரிசழிதல் காண்பீரோ?' (141)
என்றாள். விஜயனுடன் ஏறுதிறல் வீமனுமே
குன்றா மணித்தோள் குறிப்புடனே நோக்கினார். (142)
தருமனுமற் றாங்கே தலைகுனிந்து நின்றிட்டான்.
பொருமியவள் பின்னும் புலம்புவாள். - 'வான்சபையில் (143)
கேள்வி பலவுடையோர் கேடிலா நல்லிசையோர்
வேள்வி தவங்கள் மிகப்புரிந்த வேதியர்கள் (144)
மேலோ ரிருக்கின்றார். வெஞ்சினமேன் கொள்கிலரோ?
வேலோர் எனையுடைய வேந்தர் பிணிப்புண்டார். (145)
இங்கிவர்மேல் குற்றம் இயம்ப வழியில்லை.
மங்கியதோர் புன்மதியாய்! மன்னர் சபைதனிலே (146)
என்னைப் பிடித்திழுத்தே ஏச்சுக்கள் சொல்லுகிறாய்.

---

* வீட்டுவேலைகளைச் செய்யும் பெண் என்று பொருள்.

நின்னை எவரும் ‘நிறுத்தடா’ என்பதிலர். (147)
என்செய்கேன்!’ என்றே இரைந்தழுதாள். பாண்டவரை
மின்செய் கதிர்விழியால் வெந்நோக்கு நோக்கினாள். (148)
மற்றவர்தா முன்போல் வாயிழந்து சீர்குன்றிப்
பற்றைகள்போல் நிற்பதனைப் பார்த்து, வெறிகொண்டு, (149)
‘தாதியடி தாதி!’எனத் துச்சாதனன் அவளைத்
தீதுரைகள் கூறினான். கர்ணன் சிரித்திட்டான். (150)
சகுனி புகழ்ந்தான். சபையினோர்? ... வீற்றிருந்தார்!
தகுதியுயர் வீட்டுமனும் சொல்லுகிறான்: ‘தையலே, (151)

சொற்பொருள்

வான்சபை: *பெரிய சபை*

கேடில் நல்லிசையோர்: கேடற்ற நல்ல புகழை உடையவர்கள்

பற்றை: *துரும்பு*

யாப்பு

இரண்டிரண்டடிகளாக நடக்கும் கண்ணிகள். ஒவ்வொரு நான்கு சீருக்குள்ளும் வெண்டளை தவறாது. அடிகளுக்கிடையில் வெண்டளை பிறழ்கிறது. பாரதி கையாண்டுள்ள புதுவகையான மரபுப்பா.

பாடலுக்கு இதுவரையிலான பொருள்

பேரழகு கொண்டவளும், (துருபதனுடைய) பெரிய தவத்தால் பிறந்தவளுமான அந்த அரசியை, அவளுடைய உயர்வு குலையும்படியும், கூந்தல் கலைந்து அலங்கோலமாகும்படியும் பற்றி இழுத்துக்கொண்டு, கேடு அடைந்த மன்னர்கள் கூடி, அறம் கெட்டதான சபைக்குள்ளே வந்ததும், அங்கே ‘கோ’ என்று கதறினாள். விம்மி அழுதாள். பாண்டவர்களைப் பார்த்து, ‘நாயகரே! இது என்ன என் விதியா! அம்மி மிதித்து, அருந்ததியைக் காட்டி, வேத கோஷங்கள் முழங்க, அக்கினி வளர்த்து, அதன் முன்னிலையில் என்னை மிக விரும்பிக் கைப்பிடித்ததெல்லாம், இந்தப் பாதகர்களுக்கு முன்னால் நான் என் நிலைகெட்டுக் குலைவதை உங்கள் கண்ணால் பார்த்திருப்பதற்காகத்தானா?’ என்று கேட்டாள். பீமனும் அர்ச்சுனனும் எப்போதும் குன்றாத, தோல்வியுறாத தங்கள் தோள்களைக் குறிப்புடன் பார்த்தார்கள் (‘இப்போதே எல்லோரையும் எதிர்த்துச் சீறி த்வம்சம் செய்துவிடவா’ என்பது குறிப்பு). தருமபுத்திரனோ, தலைகவிழ்ந்து நின்றான்.

பொருமிய பாஞ்சாலி மேலும் புலம்புகிறாள்: 'நீண்ட சபையிலே கல்வியில் சிறந்தவர்கள், குற்றமற்ற நல்ல புகழையுடையவர்கள், வேள்வி, தவம் என்று நிறைய செய்த வேதியர்கள், மேலவர்கள் எல்லோரும் இருக்கிறார்கள். இவர்களில் ஒருவருக்குக்கூட (என் நிலையைப் பார்த்துக்) கோபம் வரவில்லையே, அது ஏன்? என்னை மனைவியாக உடைய வேலேந்திய என் கணவர்கள், அடிமைப்பட்டுப் போனதாலே அவர்கள் மேல் குற்றம் சொல்ல வழியில்லாமல் போய் விட்டது. (அவர்கள்தாம் அடிமைகள், ஏதும் செய்யாமலிருக்கிறார்கள் என்றால், மற்றவர்கள் என்ன செய்கிறீர்கள்?) ஒளி மங்கிய அற்பபுத்தியுடையவனே! துச்சாதனா! மன்னர் சபையிலே (இத்தனை மன்னர்களுடைய கண்ணுக்கு முன்னாலே) என்னை இப்படி அலங்கோலமாகப் பிடித்து இழுத்து, கண்டபடி ஏசுகிறாய். ஒருத்தர்கூட உன்னை 'நிறுத்து' என்று அதட்டவில்லையே! என்ன செய்வேன்' என்று கூக்குரலிட்டு அழுதாள். பாண்டவர்களை, மின்னலைப்போன்று ஒளிவிடும் தன் கண்களால் கூர்மையாகப் பார்த்தாள். அவர்களோ, முன்பைப் போலவே வாயடைத்து, தங்கள் தன்மை கெட்டு, அற்பத் துரும்புகளைப் போல நிற்பதைப் பார்த்ததும், துச்சாதனனுக்கு வெறி தலைக்கேறியது. 'தாதியடி தாதி' என்று அவளைத் தீய சொற்களால் பழித்தான். கர்ணன் சிரித்தான். சகுனி புகழ்ந்து பேசினான். சபையோர் வீற்றிருந்தார். பொம்மைகள் போல, அலங்காரப் பொருட்களாக, செயலற்றுச் சும்மா இருந்தது இருந்த படியே வீற்று இருந்தார்.

மூலத்தில் இது அத்தனையும் இருப்பதைப் பார்க்கவும்.

வியாஸ பாரதத்தில் சம இடம்

இந்தச் சபையோர் அனைவரும் சாஸ்திரங்களை ஓதி ஒழுக்கத் தோடிருப்பவர்கள். எல்லாரும் இந்திரனுக்கு ஒப்பானவர்கள். இவர்களெல்லாரும் எனக்குக் குருவைப் போன்றவர்களும், குருக்களுமாக இருப்பவர்கள். அவர்களின்முன் நான் இவ்வாறு நிற்கமுடியவில்லை; கொடுஞ்செய்கைக்காரா! கெட்ட நடையுள்ளவனே! என்னை வஸ்திரம் போகும்படிச் செய்யாதே! இந்திராதி தேவர்கள் உனக்குத் துணையாக வந்தாலும் ராஜபுத்திரர் களான பாண்டவர்கள் உன்னைப் பொறுக்க மாட்டார்கள். மகாத் மாவான தர்மபுத்திரர் தர்மத்தை விடாதவர். தர்மமானது யாவர்க்கும் தெரியாது; தெரிந்தவர் மட்டுமே அறியக்கூடியது. என் கணவர் விஷயத்தில் குணங்களை அல்லாமல் அணுவளவு குற்றத்தையும் வாக்கினால் சொல்லவும் கருதேன். ரஜஸ்வலையான என்னைக் கௌரவ வீரர்களின் நடுவில் நீ இழுப்பது மிகவும் கெட்ட செய்கை. இந்தச் சபையில் ஒருவனும் உன்னை இகழவில்லை. ('நின்னை

எவரும் நிறுத்தடா என்பதிலர்') உன் எண்ணத்தையே இவர்கள் அங்கீகரித்திருக்கின்றனர் என்பது திண்ணம்... என்றாள்.

அந்தத் திரௌபதி அவ்வாறு அழுதுகொண்டே கிளம்பி, கோபமுற்ற தன் கணவர்களைக் கடைக்கண்ணால் பார்த்து, முன்னமே கோபத்தினால் எரிக்கப்பட்ட தேகமுள்ள அவர்களை அந்தப் பார்வையினால் தூண்டிவிட்டாள். வெட்கத்தோடும் கோபத் தோடும் பார்த்த திரௌபதியின் பார்வையினால் அவர்களுக்குண்டான துயரம், ராஜ்யமும் தனமும் சிறந்த ரத்னங்களும் கவரப்பட்ட தனாலும் உண்டாகவில்லை.

துச்சாஸனன், அசக்தர்களான தன் கணவர்களை நோக்கும் திரௌபதியைக் கண்டு, வேகமாக அலைத்து, மூர்ச்சித்தவள் போன்ற அவளைப் பார்த்து, இரைந்து சிரித்துத் தாசி என்று அழைத்தான். கர்ணனும் மிக மகிழ்ந்து இரைந்து சிரித்து, துச்சாஸனன் சொன்னதைச் சிலாகித்தான். அவ்வாறே காந்தார தேசத்து அரசனாகிய சகுனியும் துச்சாஸனனைப் புகழ்ந்தான். அவ்விருவரையும் துரியோதனனையும் தவிர அந்தச் சபையிலிருந்த மற்றவர்களுக்கு, சபையில் திரௌபதி இழுக்கப்படுவதைக் காண்பது மிக்க துயரமாயிருந்தது. (ஸபா பர்வம், த்யூத பர்வம் தொடர்ச்சி, எண்பத்தொன்பதாவது அத்தியாயம்.)

இது அப்படியே கவிதையாயிருக்கிறது. அதில்தான் என்ன வேகம்!

●

வீட்டுமாசார்யன் சொல்வது

தகுதியுயர் வீட்டுமனும் சொல்லுகிறான்: 'தையலே, (151)
சூதாடி நின்னை யுதிட்டிரனே தோற்றுவிட்டான்,
வாதாடி நீயவன்றன் செய்கை மறுக்கின்றாய். (152)
சூதிலே வல்லான் சகுனி; தொழில்வலியால்
மாதரசே, நின்னுடைய மன்னவனை வீழ்த்திவிட்டான் (153)
மற்றிதனில் உன்னைஒரு பந்தயமா வைத்ததே
குற்றமென்று சொல்லுகிறாய்! கோமகளே, பண்டையுக (154)
வேத முனிவர் விதிப்படிநீ, சொல்லுவது
நீதமெனக் கூடும்; நெடுங்காலச் செய்தியது! (155)
ஆணொடுபெண் முற்றும் நிகரெனவே அந்நாளில்
பேணிவந்தார். பின்னாளில் இஃது பெயர்ந்துபோய், (156)

இப்பொழுதை நூல்களினை எண்ணுங்கால், ஆடவருக்கு
ஒப்பில்லை மாதர். ஒருவன்தன் தாரத்தை (157)
விற்றிடலாம்; தானமென வேற்றுவர்க்குத் தந்திடலாம்.
முற்றும் விலங்கு முறைமையன்றி வேறில்லை (158)
தன்னை அடிமையென விற்றபின் னுந்தருமன்
நின்னை அடிமையெனக் கொள்வதற்கு நீதியுண்டு. (159)
செல்லு நெறியறியார் செய்கையிங்குப் பார்த்திடிலோ
கல்லு நடுங்கும் விலங்குகளும் கண்புதைக்கும். (160)
செய்கை அநீதிஎன்று தேர்ந்தாலும் சாத்திரந்தான்
வைகும் நெறியும் வழக்கமுநீ கேட்பதனால் (161)
ஆங்கவையும் நின்சார்பில் ஆகா வகையுரைத்தேன்.
தீங்கு தடுக்கும் திறமிலேன்!' என்றந்த (162)
மேலோன் தலைகவிழ்ந்தான். மெல்லியளும் சொல்லுகிறாள்:

சொற்பொருள்

நீதம்: *தகுதி, நீதி. (தொடக்கத்தில் ஹஸ்தினாபுர வருணனையாக வரும் எட்டாம் பாடலைப் பார்க்கவும்.)*

வைகும் நெறி: *செல்வதான வழி.*

யாப்பு

இரண்டிரண்டடிகளாக நடக்கும் கண்ணிகள். ஒவ்வொரு நான்கு சீருக்குள்ளும் வெண்டளை தவறாது. அடிகளுக்கிடையில் வெண்டளை பிறழ்கிறது. பாரதி கையாண்டுள்ள புதுவகையான மரபுப்பா.

பாடலுக்கு இதுவரையிலான பொருள்

தகுதியில் உயர்ந்தவனான வீட்டுமன் சொல்லத் தொடங்கினான். (இங்கே வீட்டுமனும் என்று சேர்த்திருக்கும் உம்மை, 'et tu Brut?' என்று ஸீஸர் கேட்ட நீயுமா என்பதை நினைவுறுத்துகிறது.)

பெண்ணே! (எல்லா தர்மங்களும் தெரிந்தவனான) யுதிஷ்டிரனே உன்னைச் சூதாடித் தோற்றுவிட்டான். நீயோ அவனுடைய செயலை மறுத்து வாதாடுகிறாய். சகுனி சூதில் வென்றான் என்றால், அது அவனுடைய தொழில் வன்மை. ஆடத் தெரிந்தவன் வென்றான், ஆடத் தெரியாத உன் கணவன் தோற்றான். இப்படி நடந்திருக்கும் போது, இதிலே உன்னைப் பந்தயமாக வைத்ததே குற்றம் என்று சொல்கின்றாய் அரசியே! பழங்காலத்து வேதமுனிவர்கள் வகுத்த

விதிகளின்படிப் பார்த்தால் நீ சொல்வது ஒருவேளை நியாமுள்ளதா கலாம். அந்தக் காலத்திலெல்லாம் ஆணும் பெண்ணும் சரிசமம் என்று கருதினார்கள். ஆனால் எல்லாம் பழங்கதை. பழைய காலத்து வழக்கம். இப்போது உள்ள சாத்திரங்களின்படிப் பார்த்தால், ஆணுக்குப் பெண் சமமில்லை. ஒருவன் தன் மனைவியை (தன் உடைமைப் பொருளாகக் கருதி) விற்கமுடியும்; தானமாக இன்னொருவக்குக் கொடுத்துவிட முடியும். ஆமாம். எல்லாமே மிருகங்களுக்கு உரியனவைதான். ஒப்புக்கொள்கிறேன்.

தர்மன் தானே அடிமையான பின்னாலும் தருமன், உன்னை அடிமை யாக இன்னொருவருக்குக் கொடுக்க சாத்திரத்தில் இடமிருக்கிறது. நீதி உண்டு. எந்த வழியில் நடக்கிறோம், எங்கே போகிறோம் என்பதே தெரியாமல் நடமாடும் இவர்களுடைய செயல்களைப் பார்த்தால் (ஆமாம், உண்மைதான்) கல்லுக்குக்கூட வெடவெட என்று நடுங்கும்; மிருகங்கள்கூட (வெட்கத்தாலும் துக்கத்தாலும்) கண்களைப் பொத்திக்கொள்ளும்.

(எல்லாம் இருக்கட்டும்.) சாத்திரம் சொல்வதான அந்த நெறி முறையையும், வழக்கத்தையும் (நானாகச் சொல்ல வில்லையம்மா!) ஏதோ நீ கேட்டதனால் சொன்னேன். அவையும் உன் சார்பாக நிற்கவில்லையம்மா. நடப்பது தீயது என்பது எனக்கும் தெரியும். ஆனால் இந்தத் தீங்கைத் தடுக்கும் சக்தி எனக்கில்லை.

வியாஸ பாரதத்தில் சம இடம்

பீஷ்மர், 'பாக்கியமுள்ளவளே! தனக்குத்தான் சுதநதிரமில்லாதவன் அயலானுடைய பொருளைப் பந்தயம் வைக்கமுடியாது என்பதையும், பெண்ணானவள் கணவனுக்கு உட்பட்டவள் என்பதையும் பார்க்கும்போது, தர்மம் அறியக்கூடாமலிருப்ப தனால், நீ கேட்ட இந்தக் கேள்விக்குச் சரியாகப் பகுத்து மறுமொழி சொல்ல என்னால் முடியவில்லை. யுதிஷ்டிரன் செல்வம் நிறைந்த பூமி அனைத்தையும் விட்டாலும் விடுவானேயன்றி, தர்மத்தை விடான். நான் ஜயிக்கப்பட்டேன் என்று அவனே சொன்னான். அதனால் இதில் ஒரு நிச்சயமும் நான் சொல்ல முடியவில்லை. சகுனி சூதாட்டத்தில் மனிதர்களுள் ஒப்பற்றவன். குந்தி புத்திரனாகிய யுதிஷ்டிரன், அவனால் இஷ்டப்படி விடப்பட்டான்*. அந்த

* இஷ்டமிருந்தால் பந்தயம் வைக்கலாம் என்றுதானே சகுனி சொன்னான், அப்படியானால் இஷ்டப்பட்டுதானே தர்மன் பந்தயம் வைத்திருக்கிறான்.

வஞ்சகத்தை யுதிஷ்டிரன் அறியவில்லை. அதனால்உன் இந்தக் கேள்விக்கு நான் மறுமொழி கூறாமல் இருக்கிறேன்' என்றார். (ஸபா பர்வம், த்யூத பர்வம் தொடர்ச்சி, எண்பத்தொன்பதாவது அத்தியாயம்.)

'கிழவருக்கு புத்தி கெட்டுப் போயிருக்கிறது. இவரைக் கொல் என்று எத்தனையோ முறை சொல்லிவிட்டேன். உனக்குதான் தாத்தா பாசம் கண்ணை மறைக்கிறது. உன்னால் முடியாவிட்டால், வில்லையும் அம்பையும் கீழே வை. நாளைமுதல் நான் யுத்தத்தை நடத்துகிறேன்' என்று ஒன்பதாம் நாள் யுத்தத்தின் இரவு ஆலோசனைக் கூட்டத்தில் அர்ச்சுனனைப் பார்த்து கண்ணன் சொன்னது நினைவுக்கு வருகிறது. துஷ்ட சதுஷ்டயா என்று வியாசர் அழைக்கும் துஷ்டர்கள் நால்வர் (துரியோதனன், துச்சாதனன், சகுனி, கர்ணன்) மதியிழந்தார்க ளென்றால், பழுத்த அனுபவசாலியான பீஷ்மர் பேசும் பேச்சென்ன! பந்தயப் பொருளாக வைத்தது சரியென்றே கொண்டாலும், இந்தப் பெண்ணை நட்டநடு சபையிலே ஆடைகுலையும்படியாகக் கூந்தலைப் பற்றி இழுத்துவரச் சொல்லி எந்தச் சூதுச் சட்டம் அனுமதித்தது? இராணுவத் தலைவராக இருந்த இந்தப் பாட்டன் குறுக்கிட்டுத் தடுப்பதற்கான உரிமையும் கடமையும் உள்ளவன் அல்லனா! எனக்குத் தீமை என்று தெரிகிறது. ஆனால் தடுக்க முடிய வில்லை என்று ஒரு நாலாந்தரக் குடிமகன் சொல்லலாம்; பொறுப்பிலும் அதிகாரத்திலும் இருப்பவர் சொல்லலாமா! சொன்னாரே!

•

திரௌபதி சொல்லுவது

'சாலநன்கு கூறினீர் ஐயா, தருமநெறி. (163)
பண்டோர் இராவணனும் ஸீதைதன்னைப் பாதகத்தால்
கொண்டோர் வனத்திடையே வைத்துப்பின் கூட்டமுற (164)
மந்திரிகள் சாத்திரிமார் தம்மை வரவழைத்தே;
செந்திருவைப் பற்றிவந்த செய்தி உரைத்திடுங்கால் (165)
'தக்கதுநீர் செய்தீர். தருமத்துக் கிச்செய்கை
ஒக்கும்'என்று கூறி உகந்தனராம் சாத்திரிமார்! (166)
பேயரசு செய்தால் பிணந்தின்னும் சாத்திரங்கள்.
மாய முணராத மன்னவனைச் சூதாட (167)
வற்புறுத்திக் கேட்டதுதான் வஞ்சனையோ, நேர்மையோ?

முற்படவே சூழ்ந்து முடித்ததொரு செய்கையன்றோ? (168)
மண்டபம்நீர் கட்டியது மாநிலத்தைக் கொள்ளவன்றோ?
பெண்டிர் தமையுடையீர்! பெண்க ளுடன்பிறந்தீர்! (169)
பெண்பாவம் அன்றோ? பெரியவசை கொள்வீரோ?
கண்பார்க்க வேண்டும்!' என்று கையெடுத்துக் கும்பிட்டாள். (170)
அம்புபட்ட மான்போல் அழுது துடிதுடித்தாள்.
வம்பு மலர்க் கூந்தல் மண்மேல் புரண்டுவிழத் (171)
தேவி கரைந்திடுதல் கண்டே சிலமொழிகள்
பாவிதுச் சாதனனும் பாங்கிழந்து கூறினான். (172)

யாப்பு

இரண்டிரண்டடிகளாக நடக்கும் கண்ணிகள். ஒவ்வொரு நான்கு சீருக்குள்ளும் வெண்டளை தவறாது. அடிகளுக்கிடையில் வெண்டளை பிறழ்கிறது. பாரதி கையாண்டுள்ள புதுவகையான மரபுப்பா.

பாடலுக்கு இதுவரையிலான பொருள்

மென்மையான இயல்பைக் கொண்டவளான பாஞ்சாலி வீட்டுமன் உரைக்கு பதில் சொல்லத் தொடங்கினாள்.

'ஐயா! எவ்வளவு அழகாக, நன்றாக தர்மநெறியைச் சொன்னீர்கள்! (உங்களைப் போன்றவர்கள் எந்தக் காலத்திலும் இருந்திருக் கிறார்கள், இப்போதும் இருக்கிறார்கள்.) முன்காலத்தில் சீதையை இராவணன் வஞ்சகமாகக் கொண்டுசென்று, ஒரு வனத்தில் சிறைவைத்து, இப்படிச் செய்ததற்குப் பின்னால், மந்திரிகளையும் சாத்திரிகளையும் கூட்டமாக வரவழைத்து, திருமகளான சீதையைச் சிறையெடுத்து வந்ததைப் பற்றிச் சொல்லி (நான் செய்தது சரிதானே என்று) கேட்டபோது, அவர்கள், 'ஆகாகா.. நல்ல செய்யத்தக்க ஒன்றைத்தான் செய்திருக்கிறீர்கள். நீங்கள் செய்தது தர்மத்துக்கு உட்பட்டதே, ஏற்றதே' என்று சொல்லிக் களித்தார்களாம். (நீங்கள் சொல்வது அப்படித்தான் இருக்கிறது.) ஆட்சிப் பீடத்தில் பேய் வீற்றிருந்து அதிகாரம் செலுத்தினால், சாத்திரங்களெல்லாம் மகிழ்ச்சியோடு பிணங்களைத் தின்னுமையா!

ஏனையா... உங்களை ஒன்று கேட்கிறேன். இப்படியொரு மண்டபத்தைக் கட்டினீர்களே, அப்பொழுதே நாட்டைப் பாண்டவர் களிடமிருந்து கவரவேண்டும் என்ற உள்நோக்கம் உங்களுக்கு இருந்ததா, இல்லையா? உங்களுடைய சூழ்ச்சியை உணராத அரசனான யுதிஷ்டிரனைச் சூதாடும்படி, அவன் மறுக்க மறுக்க, வற்புறுத்தி அழைத்தீர்களே, அது வஞ்சனையா அல்லது

நேர்மையான செயலா?* இப்படி தர்மனைச் சூதாட அழைக்க வேண்டும், அவன் மறுத்தால் வற்புறுத்த வேண்டும் என்பதெல்லாம் நீங்கள் முன்னமேயே ஆலோசித்து எடுத்த முடிவு, செய்த செய்கை யல்லவா? உங்களுக்கும் பெண்கள் பிறந்திருக்கிறார்களையா, உங்களுக்கும் மனைவி, தாயார், மருமக்கள் எல்லோரும் உண்டு. பெண்பாவமில்லையா? பெண்ணை அவமதித்து அதனால் உண்டாகும் பெரிய பழிக்கு ஆளாகப் போகிறீர்களா ஐயா? உண்மை யான நிலவரத்தைக் கண்ணெடுத்துப் பார்க்கவேண்டும் என்று கையெடுத்துக் கும்பிட்டாள்.

வியாஸ பாரதத்தில் சம இடம்

திரௌபதி, ‘சூதில் தேர்ந்தவர்களும் அயோக்கியர்களும் கெடு நினைவுள்ளவர்களும் சூதிலேயே ஊக்கமுள்ளவர்களுமான மோசக் காரர்கள் அதிக ஜாக்கிரதையெடுத்துக் கொள்ளாத ராஜாவைச் சபையில் அழைத்தபிறகு அவர் இஷ்டப்படி விடப்பட்டவராவது எப்படி?** கெட்ட எண்ணத்துடன் மோசத்துக்கே ஆரம்பித்த எல்லாரும் சேர்ந்து, மோசமறியாதவரும் கௌரவர்களுக்கும் பாண்ட வர்களுக்கும் சிரேஷ்டருமான தர்மராஜரை ஜயித்தபிறகுதான் அவர் இந்தப் பந்தயத்தை ஒப்புக்கொண்டார். தங்கள் பெண்களுக்கும் மருமக் களுக்கும் அதிகாரியாயுள்ள இந்தக் கௌரவர்கள் சபையிலிருக் கின்றனர். நீங்களெல்லோரும் இந்த என் கேள்வியை ஆராய்ந்து பார்த்துச் சரியான மறுமொழி கூறுங்கள். பெரியோர்கள் இல்லாதது சபையன்று; தர்மத்தை உரையாதவர் பெரியோர்களுமல்லர்; உண்மை யில்லாதது தர்மமும் அன்று; கபடம் சேர்ந்தது உண்மையுமன்று’ என்று சொன்னாள். (ஸபா பர்வம், த்யூத பர்வம் தொடர்ச்சி, எண்பத் தொன்பதாவது அத்தியாயம்.)

எதிரிலிருப்பது ‘எந்தப் பாட்டனாக இருந்தாலும்’ சற்றும் அயராமல், (நிலத்தில் ஆர்க்கும் அஞ்சாத நெறிகள்) சரியான நீதியை, நியாயத்தை, அவ்வளவு பெரிய சபையில் ஒருவர்கூட எடுத்துச்

* (வஞ்சனைதான் என்பதற்கு மேற்படி 162ம் கண்ணியைத் தொடரும் பகுதியில் காட்டப்பட்டுள்ள பீஷ்மரின் பேச்சிலேயே குறிப்பிருக்கிறது. ‘அந்த வஞ்சகத்தை யுதிஷ்டிரன் அறியவில்லை’ என்று அவர் சொல்வதைப் பார்க்கவும்.)

** பீஷ்மருடைய பேச்சில், ‘இஷ்டமிருந்தால் பந்தயம் வைக்கலாம்’ என்றுதானே சகுனி சொன்னான் என்பதற்கு பதில். ‘இவ்வளவு வற்புறுத்திய பிறகு இஷ்டம் என்ற பேச்சுக்கு எங்கே இடம்’ என்று கேட்கிறாள்.

சொல்லமுடியாமல் வாய் புதைத்துக்கொண்ட, சொன்ன ஒரேயொரு விதுரரையும் மதிக்காத நிலையிலும் பாஞ்சாலி பொட்டில் அறைந்தாற்போல் கேட்கிறாள் என்றால், பாரதி தன் மனத்தில் உருவெடுத்த புதுமைப் பெண்ணாக இவளை அடையாளம் கண்டான் என்பதில் என்ன தடையிருக்க முடியும்?

●

வேறு

ஆடை குலைவுற்று நிற்கிறாள். - அவள்
　　ஆவென் றழுது துடிக்கிறாள். - வெறும்
மாடு நிகர்த்ததுச் சாதனன் - அவள்
　　மைக்குழல் பற்றி இழுக்கிறான். - இந்தப்
பீடையை நோக்கினன் வீமனும்; - கரை
　　மீறிஎழுந்தது வெஞ்சினம். - துயர்
கூடித் தருமனை நோக்கியே - அவன்
　　கூறிய வார்த்தைகள் கேட்டிரோ? (173)

யாப்பு

நாலடி அறுசீர்ச் சிந்து. (கரை பீறியெழுந்தது வெஞ்சினம் என்ற பாடத்தைக் கொள்கிறவர்கள், மோனையைப் பார்த்து அவ்விதம் கொள்கிறார்கள். அது பாரதி பயன்படுத்திய பாடமில்லை.)

பாடல் சொல்வது

திரௌபதி, தன் ஆடை பற்றி இழுக்கப்பட்டு, குலைவடைந்த நிலையில் நிற்கிறாள். அழுது கதறித் துடிக்கிறாள். வெற்று மாட்டை ஒத்தவனான துச்சாதனன் அவளுடைய கருங்கூந்தலைப் பற்றி இழுக்கிறான். சகிக்கமுடியாத இந்தத் துன்பத்தை வீமன் பார்த்தான். அவனுடைய கொடுமையான கோபம் கரையைக் கடந்தது. கோபமும் துயரமும் ஒன்றாகக்கூடிய பீமன், தர்மனைப் பார்த்து சொன்ன வார்த்தைகளைக் கேட்டீர்களா?

வியாஸ பாரதத்தில் சம இடம்

அவ்வாறு சொல்லிப் பரிதாபப்படும்படி அழுதுகொண்டு, அசக்தர் களான தன் கணவர்களை நோக்கும் திரௌபதியைப் பார்த்துத் துச்சாஸனன், கொடியவையும், கேட்பதற்கு இனிமையில்லாத வையும் வெறுக்கத்தக்கவையுமான சொற்களைச் சொன்னான்.

இழுக்கப்பட்டவளும் அவ்வாறு செய்யப்படத் தகாதவளும், ரஜஸ்வலையாயிருப்பவளும், மேலாடை விழுந்து போனவளுமான திரௌபதியையும் தர்மராஜாவையும் கண்டு மிகவும் மனம் நெந்த விருகோதரன் கோபமுற்றான். *(ஸபா பர்வம், த்யூத பர்வம் தொடர்ச்சி, எண்பத்தொன்பதாவது அத்தியாயம்.)*

•

வீமன் சொல்வது

வேறு

சூதர் மனைகளிலே - அண்ணே
    தொண்டு மகளிருண்டு
சூதிற் பணையமென்றே - அங்கொரு
    தொண்டச்சி போவதில்லை. (174)

ஏது கருதிவைத்தாய் - அண்ணே.
    யாரைப் பணையம்வைத்தாய்?
மாதர் குலவிளக்கை, - அன்பே
    வாய்ந்த வடிவழகை, (175)

சொற்பொருள்

சூதர்: சூதாடுபவர்கள்.

ஸூதர்: தேரோட்டி.

தொண்டு மகளிர், தொண்டச்சி: ஏவற் பெண்கள்.

யாப்பு

இரண்டடிக் கண்ணி. *(கண்ணி என்பதே இரண்டடிதான்.)*

பாடல் சொல்வது

சூதாடுபவர்களுடைய விடுதிகளில், அண்ணே, ஏவற்பெண்கள் இருப்பார்கள். அவர்கள் விடுதிகளில் ஏவல்தான் செய்கிறார்களென்றாலும், அவர்களை வைத்து யாரும் ஆடுவதில்லை. என்ன நினைத்து வைத்தாய், அண்ணா, யாரைப் பணையம் வைத்தாய்? இவள் மாதர் குலத்தின் விளக்கு. அன்பே வாய்ந்தவள்; வடிவழகு கொண்டவள்.

வியாஸ பாரதத்தில் சம இடம்

பீமசேனன், 'ஓ! யுதிஷ்டிரரே! சூதாடுகிறவர்களின் வீடுகளில் தாஸிகள் இருக்கின்றனர். அவர்களைக்கூட பந்தயம் வைத்தாடுவதில்லை. அவர்களிடத்திலும் தயை உண்டு. (ஸபா பர்வம், த்யூத பர்வம் தொடர்ச்சி, தொண்ணூறவது அத்தியாயம்.)

●

பூமி யரசரெல்லாம் - கண்டே
   போற்ற விளங்குகிறான் -
சாமி புகழினுக்கே - வெம்போர்ச்
   சண்டனப் பாஞ்சாலன் - (176)

அவன்சு டர்மகளை - அண்ணே
   ஆடி இழந்துவிட்டாய்.
தவறு செய்துவிட்டாய் - அண்ணே
   தருமங் கொன்றுவிட்டாய், (177)

சொற்பொருள்

சோரம்: திருட்டு

யாப்பு

இரண்டடிக் கண்ணி.

பாடல் சொல்வது

(யாரைப் பணையம் வைத்ததாக நினைக்கிறாய்? அவள் யார்?) உலக்திலுள்ள அரசர்களெல்லாம் போற்றும்படியாக விளங்குபவனும் கொடிய போரிலே வல்லவனுமான பாஞ்சாலனின் மகள் அவள். அவனுடைய ஒளிபடைத்த மகளை, அண்ணே, நீ ஆட்டத்தில் இழந்து விட்டாய். நீ செய்தது தவறு. தருமத்தைக் கொன்று விட்டாய்.

வியாஸ பாரதத்தில் சம இடம்

(நீர் வேறு எதைத் தோற்றதைப் பற்றியும், எங்களை வைத்தாடியதையும், உம்மையே ஆடி இழந்ததையும்கூட நான் பெரிதாக எடுத்துக் கொள்ளவில்லை. இவற்றால் எனக்குக் கோபமுண்டாகவில்லை. ஏனெனில் எங்களுடைய எல்லாவற்றிற்கும் நீர்தான்

அதிகாரி.) திரௌபதியைப் பந்தயம் வைத்ததை மாத்திரம் அக்கிரமம் என்று நினைக்கிறேன். இந்த நிலைமைக்குத் தகாத இந்தச் சிறுமி, பாண்டவர்களை அடைந்து, அற்பர்களும் கொடியவர்களும் புத்தியில்லாதவர்களுமான கௌரவர்களால் உம் காரணமாகவன்றோ துன்பப்படுகிறாள்? (ஸபா பர்வம், த்யூத பர்வம் தொடர்ச்சி, தொண்ணூறவது அத்தியாயம்.)

●

அவன்சுடர் மகளை - அண்ணே
ஆடி இழந்து விட்டாய்
தவறு செய்துவிட்டாய் - அண்ணே
தருமங் கொன்று விட்டாய், (177)
சோரத்தில் கொண்டதில்லை - அண்ணே
சூதில் படைத்ததில்லை.
வீரத்தி னால்படைத்தோம் - வெம்போர்
வெற்றி யினால்படைத்தோம். (178)

சக்கர வர்த்தியென்றே - மேலாம்
தன்மை படைத்திருந்தோம்
பொக்கென ஓர்கணத்தே - எல்லாம்
போகத் தொலைத்துவிட்டாய். (179)

நாட்டையெல் லாம்தொலைத்தாய்; - அண்ணே
நாங்கள் பொறுத்திருந்தோம்.
மீட்டும் எமையடிமை - செய்தாய்;
மேலும் பொறுத்திருந்தோம். (180)

யாப்பு

இரண்டடிக் கண்ணி.

பாடல் சொல்வது

அப்படிப்பட்ட பாஞ்சாலனுடைய ஒளிபடைத்த மகளை, அண்ணே, ஆட்டத்தில் வைத்து இழந்தாய். தவறு செய்துவிட்டாய் அண்ணா, தர்மத்தைக் கொன்றுவிட்டாய்.

அண்ணா! நாமெல்லோரும் சக்கரவர்த்தி என்ற மேலான தன்மையைப் படைத்திருந்தோம். இதையெல்லாம் திருட்டாலோ, சூதாலோ பெறவில்லை. வீரத்தாலும் கொடிய போர்களைச் செய்து அந்த வெற்றியாலும் இந்த சக்கரவர்த்தியென்ற நிலையை

அடைந்தோம். (விளக்கை அணைப்பதுபோல) பொக்கென்று ஒரே கணத்திலே அத்தனையையும் சூதாட்டத்தில் தொலைத்துவிட்டாய்.

அண்ணா! நாட்டையெல்லாம் தொலைத்தாய். நாங்கள் எல்லோரும் பொறுத்திருந்தோம். அடுத்ததாக எங்கள் எல்லோரையும் அடிமைகளாக்கினாய். அதற்கும் பொறுத்திருந்தோம்.

வியாஸ பாரதத்தில் சம இடம்

காசிராஜன் முதலான அநேக அரசர்கள் காணிக்கையாகக் கொண்டு வந்து கொடுத்த உயர்ந்த பொருட்கள், ரத்னங்கள், வாகனங்கள், கவசங்கள், ஆயுதங்கள் முதலியவைவம், ராஜ்யமும் உமது சரீரமும் நாங்களும் எதிரிகளால் சூதினால் எடுத்துக் கொள்ளப்பட்டோம். எனக்குக் கோபமுண்டாகவில்லை. ஏனெனில் எங்களுடைய எல்லாவற்றிற்கும் நீர்தாம் அதிகாரி. (ஸபா பர்வம், த்யூத பர்வம் தொடர்ச்சி, தொண்ணூறவது அத்தியாயம்.)

●

துருப தன்மகளைத் - திட்டத்
　　துய்நன் உடன்பிறப்பை,
இருபகடை என்றாய் - ஐயோ!
　　இவர்க்க டிமைஎன்றாய்! (181)

இதுபொ றுப்பதில்லை - தம்பி,
　　எரித ழல்கொண்டுவா.
கதிரை வைத்திழந்தான் - அண்ணன்
　　கையை எரித்திடுவோம். (182)

யாப்பு

இரண்டடிக் கண்ணி

பாடல் சொல்வது

துருபதனுடைய மகளை, திருஷ்டத்யும்னனுடைய சகோதரியை (திட்டத்துய்மன் உடன்பிறப்பு) இருபகடை என்றாய், கொடுமையே! இவருக்கு அடிமை என்று கொடுத்துவிட்டாயே! ஸஹதேவா! தம்பி! இதை என்னால் பொறுத்துக்கொள்ள முடியவில்லையடா! பற்றி எரியும் நெருப்பைக் கொண்டுவா போ! அக்னியைச் சூதாட்டத்தில் வைத்து இழந்தவனான அண்ணனுடைய கைகளை எரித்துப் பொசுக்குவோம்!

திரௌபதியைப் பந்தயம் வைத்ததை மாத்திரம் அக்கிரமம் என்று நினைக்கிறேன். இந்த நிலைமைக்குத் தகாத இந்தச் சிறுமி, பாண்டவர்களை அடைந்து, அற்பர்களும் கொடியவர்களும் புத்தியில்லாதவர்களுமான கௌரவர்களால் உம் காரணமாகவன்றோ துன்பப்படுகிறாள்? இவளுக்காக இந்தக் கோபத்தை உம்மேல் போடுகிறேன். உமது கைகளிரண்டையும் கொளுத்தப் போகிறேன். சகதேவா அக்னியைக் கொண்டுவா என்று சொன்னான். (ஸபா பர்வம், த்யூத பர்வம் தொடர்ச்சி, தொண்ணூறவது அத்தியாயம்.)

●

விஜயன் வீமனுக்குச் சொல்வது

வேறு

எனவீமன் ஸஹதேவன் இடத்தே சொன்னான்.
  இதுகேட்டு வில்விஜயன் எதிர்த்துச் சொல்வான்:
'மனமாரச் சொன்னாயோ, வீமா? என்ன
  வார்த்தைசொன்னாய்? எங்குசொன்னாய்? யாவர் முன்னே?
கனமாரும் துருபதனார் மகளைச் சூதுக்
  களியிலே இழந்திடுதல் குற்றம் என்றாய்;
சினமான தீஅறிவைப் புகைத்த லாலே
  திரிலோக நாயகனைச் சினந்து சொன்னாய். (183)

யாப்பு

காய் காய் மா மா என்றறியப்படும் பிரபலமான எண்சீர் விருத்தம்.

பாடல் சொல்வது

(அண்ணன் கையை எரிப்பதற்காகத் தழலைக் கொண்டுவா என்று) பீமன் சஹதேவனிடத்தில் சொன்னான். இதைக் கேட்டு அர்ச்சுனன் மறித்துச் சொன்னான்: பீமா, நீ சொல்வதை உன் மனமாரத்தான் சொல்கிறாயா? என்ன பேச்சுப் பேசுகிறாய், எங்கே, யார் முன்னாலே? பீடு நிறைந்தவனான துருபதன் மகளை, சூதாட்டத்தில் வைத்து இழந்தது குற்றம் என்றா சொன்னாய்? கோபத் தீ உன் அறிவைக் கொளுத்திப் புகைவதானால், மூன்று உலகங்களுக்கும் அரசனான அண்ணனை இவ்வாறு கோபித்துச் சொன்னாய்.

தருமன் செய்தது தவறு என்று உள்ளத்தில் உணர்ந்தாலும் அர்ச்சுனன் மற்றவர்களுக்கு எதிரில் அண்ணனை விட்டுக்கொடுக்க முடியாது என்பதைக் குறிப்பால் உணர்த்துவதற்காக பீமனைப் பார்த்து இவ்வாறு பேசுகிறான். இதைத்தான், எங்கே, யாருக்கு முன்னால் பேசுகிறோம் என்பது நினைவிருக்கிறதா என்று தொட்டுக் காட்டுகிறான்.

வியாஸ பாரதத்தில் சம இடம்

அதைக்கேட்ட அர்ஜுனன், 'பீமசேனா! இதற்குமுன் நீ இவ்வகை யான பேச்சுக்களைப் பேசுகிறவனல்லன். கொடியவர்களான நமது பகைவர்களால் உனக்குத் தர்மத்திலிருந்த மரியாதைகூட அழிக்கப் பட்டதென்பது நிச்சயம். பகைவர்களின் எண்ணம் நிறைவேறும் படிச் செய்யலாகாது. தர்மமே சிறந்தது. தர்மஷ்டரும் ஜ்யேஷ்டரு மான சகோதரரை மிஞ்சுவது எவனுக்குத் தகும்? பிறரால் அழைக்கப் பட்ட ராஜாவானவர் க்ஷத்திரியனுடைய விரதத்தை நினைத்து அயலான் விருப்பத்தை அனுசரித்து ஆடினார். அது நமக்குப் பெரும் புகழைத் தருவது என்று சொன்னான். (ஸபா பர்வம், த்யூத பர்வம் தொடர்ச்சி, தொண்ணூறவது அத்தியாயம்.)

●

'தருமத்தின் வாழ்வதனைச் சூது கவ்வும்
　　தருமம்மறு படிவெல்லும்' எனுமி யற்கை
மருமத்தை நம்மாலே உலகங் கற்கும்
　　வழிதேடி விதிஇந்தச் செய்கை செய்தான்.
கருமத்தை மேன்மேலும் காண்போம்; இன்று
　　கட்டுண்டோம்; பொறுத்திருப்போம்; காலம் மாறும்
தருமத்தை அப்போது வெல்லக் காண்போம்.
　　தனுஉண்டு காண்டீவம் அதன்பேர்' என்றான். (184)

யாப்பு

காய் காய் மா மா என்றறியப்படும் பிரபலமான எண்சீர் விருத்தம்.

பாடல் சொல்வது

'பீமா! (இப்படி நடப்பதற்கு ஒரு காரணம் இருக்கிறது. அது என்னவென்றால்) தர்மம் தழைத்தோங்கியிருக்கும்போது அதனைச்

சூது கவ்வும். மறுபடியும் தருமமே உலகம் வெல்லும் என்பது இயற்கையின் மர்மமான விதி. இதை நம்மைப் பார்த்து உலகம் கற்றுக் கொள்வதற்காக விதி இப்படியொரு சதியைச் செய்தான். செயல்களை மேலும் மேலும் நடக்க நடக்கக் காண்போம். இன்றைக்குக் கட்டுண்டிருக்கிறோம். பொறுத்திருப்போம். காலம் மாறத்தான் செய்யும். அப்போது தர்மம் வெல்வதைப் பார்க்கத்தான் போகிறோம். என்கையிலே வில் இருக்கிறது அண்ணா! அதன் பெயர் காண்டீபம்!' என்றான்.

வியாஸ பாரதத்தில் சம இடம்

இந்த அழகான பாடல் மூலத்திலில்லாதது.

●

விகர்ணன் சொல்வது

அண்ணனுக்குத் திறல்வீமன் வணங்கி நின்றான்.
அப்போது விகர்ணன்எழுந்(து) அவைமுன் சொல்வான்:
'பெண்ணரசி கேள்விக்குப் பாட்டன் சொன்ன
பேச்சதனை நான்கொள்ளேன். பெண்டிர் தம்மை
எண்ணமதில் விலங்கெனவே கணவ ரெண்ணி
ஏதெனிலும் செய்திடலாம் என்றான் பாட்டன்.
வண்ணமுயர் வேதநெறி மாறிப் பின்னாள்
வழங்குவதிந் நெறியென்றான்; வழுவே சொன்னான். (185)

சொற்பொருள்

திறல்: *வலிமை*

வழு: *தவறு, பிழை*

யாப்பு

எண்சீர் விருத்தம்.

பாடல் சொல்வது

அண்ணனாகிய தர்மபுத்திரனை, வலிமையுள்ளவனான பீமன் வணங்கிவிட்டு நிற்கலான். அந்தச் சமயத்தில் விகர்ணன் எழுந்து சபைக்குச் சொல்லத் தொடங்கினான்: பெண்களுக்கு அரசியான பாஞ்சாலியின் கேள்விக்கு பிதாமகர் சொன்ன பதிலை நான் ஏற்கமுடியாது. பெண்களைத் தங்கள் மனத்தில் மிருகங்களைப்

போல் - ஆடு மாடுகளைப்போல் - அவர்களுடைய கணவன்மார் எண்ணி, எதை வேண்டுமானாலும் செய்யலாம் என்று அவர் சொன்னார். சிறந்து உயர்ந்த வேதத்தின் பாதையானது மாறிப்போய் பிற்காலத்தில் இந்த முறையே வழக்கத்தில் உள்ளது என்றான். பிழையாகச் சொல்கிறான்.

விகர்ணன், துரியோதனனுடைய தம்பியர்களில் ஒருவன். தர்மத்துக்குக் கட்டுப்பட்ட நூற்றுவன். தனக்கு சம்மதமில்லா விட்டாலும் போரில் துரியோதனன் பக்கம் நின்று போர்புரிந்தான். பீமன் ஒரே சமயத்தில் கொன்ற ஏழு கௌரவர்களில் ஒருவன். 'விகர்ணா! உன்னையும் பிதாமகரையும் கொல்ல நேர்ந்த இந்த யுத்தம் உண்மையிலேயே கொடுமையானது' என்று பீமன் அப்போது சொல்கிறான்.

வியாஸ பாரதத்தில் சம இடம்

திருதிராஷ்டிரன் புத்திரனாகிய விகர்ணன், 'ஓ! அரசர்களே! திரௌபதி சொன்ன சொல்லுக்கு மறுமொழி கூறுங்கள். கேள்விக்கு மறுமொழி கூறாவிடின் நமக்கு நரகம் உடனே வரும். கௌரவர்களுக்குள் மிக்க வயது முதிர்ந்தவகளாகிய பீஷ்மரும் திருதிராஷ்டிரனுமாகிய இவ்விருவரும் சேர்ந்திருந்தும் ஒன்றும் சொல்லவில்லை... இந்த விஷயத்தில் நான் எதைச் சரியென்று நினைக்கிறேனோ அதைச் சொல்லப் போகிறேன்...... சூதாட்டமென்னும் விசனத்தில் அகப்பட்டுக் கொண்ட தர்மராஜாவினால் திரௌபதியைப் பந்தயமாக வைத்தது ஒப்புக்கொள்ளப்பட்டது. மேலும் இந்தப் பாண்டவரான தர்மராஜர், தம்மைத் தோற்றபிறகு இவளைப் பந்தயம் வைத்திருக் கிறார். சகுனி, திரௌபதியைப் பந்தயம் வைக்க விரும்பி அவள் பெயரைக் கூறினான். இவற்றையெல்லாம் ஆராய்ந்து பார்க்கையில் இவளை ஜயிக்கப்பட்டதாக நான் நினைக்கவில்லை' என்றான். (ஸபா பர்வம், த்யூத பர்வம் தொடர்ச்சி, தொண்ணூறவது அத்தியாயம்.)

யுதிஷ்டிரன் தன்னைப் தோற்றபிறகு இவளைத் தோற்றான்; இவளைப் பந்தயத்தில் வைக்கச் சொல்லி சகுனி கேட்டான். இரண்டும் முறையற்றவை.

●

'எந்தையர்தம் மனைவியரை விற்ற துண்டோ?'
இதுகாறும் அரசியரைச் சூதில் தோற்ற
விந்தையைநீர் கேட்டதுண்டோ? விலைமா தர்க்கு
விதித்ததையே பிற்கால நீதிக் காரர்

சொந்தமெனச் சாத்திரத்தில் புகுத்து விட்டார்!
சொல்லளவே தானாலும் வழக்கந் தன்னில்
இந்தவிதம் செய்வதில்லை. சூதர் வீட்டில்
ஏவற்பெண் பணையமில்லை என்றும் கேட்டோம். (186)

யாப்பு

எண்சீர் விருத்தம்.

பாடல் சொல்வது

நம்முடைய தந்தையர்கள் அவர்களுடைய மனைவியரை (நம் தாயர்களை) விற்றிருக்கிறார்களா? இதுவரையிலே அரசிகளைச் சூதிலே வைத்து இழந்த வினோதத்தை நீங்கள் கேள்விப்பட்டிருக் கிறீர்களா? இப்படியெல்லாம் விலைமாதர்களை வைத்து ஆடும் பழக்கம் இருந்திருக்கலாம். அதையே பிற்காலத்தில் வந்த சாத்திர வான்கள், சாத்திரங்களில் தங்களுடைய (மனம்போன போக்கில், இடைச்செருகலாக) நுழைத்துவிட்டார்கள். (அப்படியே நுழைத் திருந்தாலும் இதுவெல்லாம் ஏதோ ஒரு) பேச்சளவில் இருந்திருக் கிறதே தவிர யாரும் இப்படிப்பட்டனவற்றை வழக்கத்தில் கைக்கொள்வதில்லை. அவ்வளவு வேண்டாம். சூதர் விடுதி களிலும் பணிப்பெண்களும் பணையத்தில் வைக்கப்படுவதில்லை என்றும் இங்கே சொல்லப்பட்டதைக் கேட்டோம்.

வியாஸ பாரதத்தில் சம இடம்

இது மூலத்திலில்லை.

●

தன்னையிவன் இழந்தடிமை ஆன பின்னர்த்
தாரமெது? வீடேது? தாத னான
பின்னையுமோர் உடைமைஉண்டோ என்று நும்மைப்
பெண்ணரசு கேட்கின்றார் பெண்மை வாயால்.
மன்னர்களே, களிப்பதுதான் சூதென் றாலும்
மனுநீதி துறந்திங்கே வலிய பாவம்
தன்னையிரு விழிபார்க்க வாய்பே சீரோ?
தாத்தனே, நீதியிது தகுமோ?' என்றான். (187)

சொற்பொருள்

தாதன்: *அடிமை*

யாப்பு

எண்சீர் விருத்தம்.

பாடல் சொல்வது

தர்மபுத்திரன் தன்னைத்தானே வைத்தாடி அடிமையான பிறகு, அடிமைக்கு மனைவியோ, வீடோ மற்ற உடைமைகளோ ஏது (அடிமைக்கு உடைமையே இல்லாதபோது அவனால் எதை வைத்து ஆடமுடியும்?) என்று இந்தப் பெண்ணரசி தன் பெண்மை நிறைந்த வாயால் உங்களைப் பார்த்துக் கேட்கின்றார். மன்னர்களே, சூது என்பது ஏதோ மகிழ்ச்சிக்காகப் பொழுதுபோக்குக்காகச் செய்யப் படுவது என்றாலும், இப்படி மனு தர்மத்தைக் கைவிட்டுப் பெரிய பாவச் செயல் ஒன்று நடந்திருக்கிறது. உங்களுடைய கண்ணால் இதைப் பார்த்தபிறகும் வாயைத் திறந்து பேசமாட்டீர்களா? தாத்தா, நீங்கள் நீதியைத்தான் பேசுகிறீர்களா, நீங்கள் பேசுவது தகுதியுடையதுதானா என்று விகர்ணன் கேட்டான்.

வியாஸ பாரதத்தில் சம இடம்

186ம் பாடலுக்கான மேற்கோள் பகுதியி சுருக்கப்பட்ட ஒன்றென்றாலும் அதிலேயே விகர்ணன் மன்னர்களை பதில் சொல்லச் சொல்லி வற்புறுத்துவது இருக்கிறது.

●

இவ்வாறு விகருணனும் உரைத்தல் கேட்டார்,
எழுந்திட்டார் சிலவேந்தர், இரைச்சல் இட்டார்,
'ஒவ்வாது சகுனிசெயும் கொடுமை' என்பார்;
'ஒருநாளும் உலகிதனை மறக்கா' தென்பார்;
'எவ்வாறு புகைந்தாலும் புகைந்து போவீர்;
ஏந்திழையை அவைக்களத்தே இகழ்தல் வேண்டா.
செவ்வானம் படர்ந்தாற்போல் இரத்தம் பாயச்
செருக்களத்தே தீருமடா பழியிஃ' தென்பார். (188)

யாப்பு

எண்சீர் விருத்தம்.

பாடல் சொல்வது

விகர்ணன் இவ்வாறு பேசியதைக் கேட்ட சில மன்னர்கள் எழுந்துநின்று கூச்சல் போட்டார்கள். 'சகுனி செய்கின்ற கொடுமை,

ஒப்புக் கொள்ளக்கூடியதல்ல என்றார்கள். 'இந்த உலகம் இதை ஒருபோதும் மறக்காது' என்றார்கள். 'உங்களுக்குள் எப்படி வேண்டுமானாலும் அடித்துக் கொண்டு எரிந்து போங்கள். அதுபற்றி ஒன்றுமில்லை. இந்தப் பெண்ணை சபைக்கு நடுவில் நிறுத்தி இப்படிப்பட்ட இழி சொற்களைப் பேசவேண்டாம். (இப்போது இப்படிப் பேசியதற்கான பழி) சிவந்த வானத்தைப் போல ரத்தம் பாய்கின்ற போர்க்களத்தில் தீர்க்கப்படும்' என்று சொன்னார்கள்.

வியாஸ பாரதத்தில் சம இடம்

இதைக் கேட்டவுடன் விகர்ணனைப் புகழ்வதும் சகுனியை இகழ்வதுமாயிருந்த சபையோரின் பேரொலி உண்டாயிற்று. (ஸபா பர்வம், த்யூத பர்வம் தொடர்ச்சி, தொண்ணூறவது அத்தியாயம்.)

•

கர்ணன் சொல்வது

வேறு

விகருணன் சொல்லைக் கேட்டு
வில்லிசைக் கருணன் சொல்வான்:
'தகுமடா, சிறியாய்! நின்சொல்;
தாரணி வேந்தர் யாரும்
புகுவது நன்றன் றெண்ணி
வாய்புதைத் திருந்தார். நீதான்
மிகும்உரை சொல்லி விட்டாய்.
விரகிலாய், புலனு மில்லாய் (189)

சொற்பொருள்

இசை: புகழ்.

தாரணி: தரணி என்பதன் நீட்டல் விகாரம். உலகம்.

வாய்புதைந்து: வாய்பொத்தி.

விரகு: அறிவு.

புலன்: ஐம்புலன்.

மிகுஉரை: அதிகப்படியான பேச்சு, அதிகப்பிரசங்கம்.

யாப்பு

அறுசீர் விருத்தம்.

பாடல் சொல்வது

வில் ஆற்றலில் புகழ்பெற்ற கர்ணன், விகர்ணனுடைய பேச்சைக் கேட்டான். 'அறிவற்றவனே! புலன்களிலும் உணர்வற்றவனே! சிறு பயலே! உன்பேச்சு நல்ல பொருத்தமாகத்தான் இருக்கிறது (இகழ்ச்சிக் குறிப்பு. பொருத்தமாக இல்லை என்று பொருள்). இங்கே உள்ள உலகாளும் மன்னர்களெல்லாம், இதிலே குறுக்கிட வேண்டாம் என்று வாயைப் பொத்திக் கொண்டிருக்கிறார்கள். (நீ ஏதோ பெரிய மனிதன் போல இடைநுழைந்து) அதிகப்பிரசங்கம் பண்ணுகிறாய்.

வியாஸ பாரதத்தில் சம இடம்

இந்தச் சபையோர் கிருஷ்ணையினால் கேள்விகள் கேட்கப்பட்டும் யாதொன்றும் சொல்லாமலிருக்கின்றனர். திரௌபதி தர்மத்தினாலேயே ஜயிக்கப்பட்டவளென்று இவர்கள் நினைக்கின்றனர். திருதிராஷ்டிர புத்திரனே! நீ மட்டும் வெறுஞ் சிறுபிள்ளைத் தனத்தினால் வெடித்துப் பேசுகிறாய். சிறுவனாகிய நீ சபை நடுவில் பெரியவன்போலப் பேசுகிறாயன்றோ! (ஸபா பர்வம், த்யூத பர்வம் தொடர்ச்சி, தொண்ணூறவது அத்தியாயம்.)

●

'பெண்ணிவள் தூண்ட லெண்ணிப்
பசுமையால் பிதற்று கின்றாய்.
எண்ணிலா துரைக்க லுற்றாய்;
இவளைநாம் வென்ற தாலே
நண்ணிடும் பாவம் என்றாய்!
நாணிலாய்! பொறையு மில்லாய்;
கண்ணிய நிலைமை ஓராய்;
நீதிநீ காண்ப துண்டோ? (190)

சொற்பொருள்

பசுமை:	*முதிர்சியின்மை, சிறுபிள்ளைத்தனம்.*
எண்இலாது:	*யோசிக்காமல்.*
கண்ணிய:	*கண்ணு-தல்: பொருந்துதல், பொருந்திய.*
ஓராய்:	*உணரமாட்டாய்.*

யாப்பு

அறுசீர் விருத்தம்.

பாடல் சொல்வது

இந்தப் பெண்ணுடைய கேள்வியால் தூண்டப்பட்டு, அறிவு முதிர்ச்சியின்மையால் பிதற்றுகின்றாய். யோசிக்காமல் பேசுகின்றாய். நாம் இவளைச் சூதில் வென்றதால் நமக்குப் பாவம் வரும் என்றாய். வெட்கமோ பொறுமையோ இல்லாதவனே! பொருந்தியுள்ள நிலைமை (என்னவென்று) அறியாத நீ, நீதி, தர்மம் எல்லாவற்றையும் கண்டு சொல்ல வந்துவிட்டாயா?

வியாஸ பாரதத்தில் சம இடம்

துரியோதனனுக்கு இளையவனே! ஜயிக்கப்பட்ட திரௌபதியை ஜயிக்கப்படதாவளென்று சொல்வதனால் நீ தர்மத்தைச் சரியாக அறியவில்லை. உன் புத்தி மிகக் குறைவானது. (ஸபா பர்வம், த்யூத பர்வம் தொடர்ச்சி, தொண்ணூறவது அத்தியாயம்.)

●

'மார்பிலே துணியைத் தாங்கும்
  வழக்கம்கீ ழடியார்க் கில்லை
சீரிய மகளும் அல்லள்,
  ஐவரைக் கலந்த தேவி.
யாரடா பணியாள்? வாராய்,
  பாண்டவர் மார்பில் ஏந்தும்
சீரையும் களைவாய், தையல்
  சேலையும் களைவாய்' என்றான். (191)

சொற்பொருள்

சீரை: ஆடை

யாப்பு

அறுசீர் விருத்தம்

பாடல் சொல்வது

கீழ்மையான அடிமைத் தொழில் மேற்கொண்டவர்கள், மார்பிலே துணியை அணிவது வழக்கமில்லை. இவளோ உத்தமமான பெண்ணும் இல்லை. ஐந்துபேரை மணந்துகொண்டவள். யாரடா

அங்கே பணியாள்! இங்கே வா! பாண்டவர்களுடைய மார்பில் அணிந்திருக்கும் ஆடையையும் அகற்று, இந்தப் பெண்ணுடைய சேலையையும் எடுத்துவிடு என்று கர்ணன் சொன்னான்.

வியாஸ பாரதத்தில் சம இடம்

துச்சாசஸனா! இந்த விகர்ணன் மிகச் சிறியவன்; தெரிந்தவன் போலப் பேசுகிறான். பாண்டவர்களின் வஸ்திரங்களையும் திரௌபதியின் வஸ்திரத்திதையும் கொண்டு வா என்றான். (ஸபா பர்வம், த்யூத பர்வம் தொடர்ச்சி, தொண்ணூறவது அத்தியாயம்.)

●

இவ்வுரை கேட்டார் ஐவர்,
பணிமக்கள் ஏவா முன்னம்
தெவ்வர்கண் டஞ்சு மார்பைத்
திறந்தனர் துணியைப் போட்டார்.
நவ்வியைப் போன்ற கண்ணாள்,
ஞானசுந் தரி,பாஞ் சாலி
எவ்வழி உய்வோ மென்றே
தியங்கினாள்; இணைக்கை கோத்தாள். (192)

சொற்பொருள்

தெவ்வர்: *பகைவர்.*

நவ்வி: *மான்.*

தியங்குதல்: *(மனம்) கலங்குதல்.*

யாப்பு

அறுசீர் விருத்தம்.

பாடல் சொல்வது

கர்ணன் இவ்வாறு சொன்னதைக் கேட்ட பாண்டவர்கள், சேவகர்கள் வந்து சொல்வதற்கு முன்னாலேயே, பகைவர்கள் கண்டு அஞ்சும் தம் மார்புகளைத் திறந்து, ஆடைகளைக் கீழே எறிந்தார்கள். மான் போன்ற விழியை உடையவளும், ஞானசுந்தரியுமான பாஞ்சாலி, 'எந்த வகையில் இனி பிழைப்பது' என்று மனக் கலக்கமுற்று, கைகளைக் கூப்பினாள்.

வியாஸ பாரதத்தில் சம இடம்

ஜனமேஜயரே! அதைக் கேட்டவுடன் பாண்டவர்களனைவரும் தங்கள் மேல்வஸ்திரங்களை எறிந்துவிட்டு, சபையில் உட்கார்ந்தனர். அரசரே! சபையின் நடுவில் திரௌபதியின் வஸ்திரத்தைப் பலாத்கார மாக அவிழ்த்து இழுக்கத் தொடங்கினான். வஸ்திரம் இழுக்கப் படும்போது திரௌபதி மிக்க துயரத்துடன் அழுது, 'முற்காலத்தில் மகாத்மாவான வசிஷ்ட மகரிஷி பெரிய ஆபத்து வரும்போது பகவானான ஹரியை நினைக்கவேண்டும் என்று செல்லியிருப்பது எனக்குத் தெரியும்' என்று மனத்தில் நிச்சயித்து சரணாகத வத்ஸலரான கிருஷ்ணனை நினைத்தாள். (ஸபா பர்வம், த்யூத பர்வம் தொடர்ச்சி, தொண்ணூறவது அத்தியாயம்.)

●

துகிலுரிதல் திரௌபதி கண்ணனுக்குச் செய்யும் ப்ரார்த்தனை

வேறு

துச்சா தனன்எழுந்தே - அன்னை
துகிலினை மன்றிடை உரிதலுற்றான்.
'அச்சோ, தேவர்களே!' - என்று
அலறிஅவ் விதுரனும் தரைசாய்ந்தான்.
பிச்சேறி யவனைப்போல் - அந்தப்
பேயனும் துகிலினை உரிகையிலே,
உட்சோதி யில்கலந்தாள் - அன்னை
உலகத்தை மறந்தாள் ஒருமையுற்றாள். (193)

சொற்பொருள்

பிச்சு: *பித்து*

யாப்பு

நாலடி ஐஞ்சீர்ச் சிந்து.

பாடல் சொல்வது

சபையில் எழுந்த துச்சாதனன், தாய் போன்றவளான பாஞ்சாலியின் ஆடையை, சபைநடுவே களையைத் தொடங்கினான். 'ஐயோ

தெய்வங்களே!' என்று அலறியபடி விதுரர் தரையில் சாய்ந்து விழுந்தார். பேயே வடிவம் கொண்டதைப் போன்ற துச்சாதனன் வெறிகொண்டு அவள் சேலையைக் களையும்போது, தாயான தேவி, அக ஒளியோடு ஒன்றறக் கலந்து, உலகத்தை மறந்து, மன ஒருமைப்பட்டாள்.

வியாஸ பாரதத்தில் சம இடம்

பாடல் 201ல் காணலாம்.

●

ஹரி,ஹரி, ஹரிஎன்றாள்;- கண்ணா
 அபயம் அபயம்உனக் கபயம் என்றாள்.
கரியினுக் கருள்புரிந்தே - அன்று
 கயத்திடை முதலையின் உயிர்மடித்தாய்,
கரியநன் நிறமுடையாய், - அன்று
 காளிங்கன் தலைமிசை நடம்புரிந்தாய்!
பெரியதொர் பொருளாவாய் - கண்ணா,
பேசரும் பழமறைப் பொருளாவாய். (194)

சொற்பொருள்

கரி: *யானை, கஜேந்திரன்*

கயம்: *குளம்*

யாப்பு

நாலடி ஐஞ்சீர்ச் சிந்து.

பாடல் சொல்வது

'ஹரிஹரி ஹரி' என்று துதித்த பாஞ்சாலி, 'கண்ணா, நான் உனக்கு அபயம், அபயம்' என்றாள். 'அன்று கஜேந்திரனுக்கு அருள் செய்து, குளத்தில் முதலையின் உயிரை மடித்தவன் நீ; நல்ல கரிய நிறமுடையவன் நீ; காளிங்கப் பாம்பின் தலையில் நடமிட்டவன் நீ; பெரும்பொருள் நீ; சொல்வதற்கு அரிதான தொன்மையான வேதம் சொல்லும் பொருள் நீ.'

வியாஸ பாரதத்தில் சம இடம்

பாடல் 201ல் காணலாம்.

●

'சக்கர மேந்திநின்றாய் - கண்ணா,
சார்ங்கம்என் றொருவில்லைக் கரத்துடையாய்!
அக்ஷரப் பொருளாவாய் - கண்ணா,
அக்கார அமுதுண்ணும் பசுங்குழந்தாய்!
துக்கங்கள் அழித்திடுவாய் - கண்ணா,
தொண்டர்கண் ணீர்களைத் துடைத்திடுவாய்,
தக்கவர் தமைக்காப்பாய், - அந்தச்
சதுர்முக வேதனைப் படைத்துவிட்டாய். (195)

சொற்பொருள்

அக்ஷரம்: *எழுத்து, பிரணவம்.*

அக்கார அமுது: *அக்கார அடிசில்: சர்க்கரைப் பொங்கல்.*

வேதன்: *பிரமன்*

யாப்பு

நாலடி ஐஞ்சீர்ச் சிந்து.

பாடல் சொல்வது

கண்ணா! சுதர்ஸனச் சக்கரத்தை ஏந்தியவன் நீ; சார்ங்கம் என்ற வில்லைக் கையில் தரித்தவன் நீ; பிரணவப் பொருளானவன் நீ; அக்கார அடிசிலை உண்டு களிக்கும் பச்சைக் குழந்தை நீ; துக்கங்களை அழிப்பவன் நீ; அடியார் கண்ணீரை துடைப்பவன் நீ; காப்பதற்கு உரியவரைக் காப்பவன் நீ; அந்த நான்முக பிரமனைப் படைத்தவன் நீ.

வியாஸ பாரதத்தில் சம இடம்

பாடல் 201ல் காணலாம்.

●

'வானத்துள் வானாவாய்! - தீ,
மண்,நீர், காற்றினில் அவையாவாய்!
மோனத்துள் வீழ்ந்திருப்பார் - தவ
முனிவர்தம் அகத்தினில் ஒளிர்தருவாய்!
கானத்துப் பொய்கையிலே - தனிக்
கமலமென் பூமிசை வீற்றிருப்பாள்,
தானத்து ஶ்ரீதேவி - அவள்
தாளிணை கைக்கொண்டு மகிழ்ந்திருப்பாய்! (196)

சொற்பொருள்

மோனம்: *பேரமைதி நிலை.*

கானம்: *சோலை.*

பொய்கை: *குளம்.*

தானம்: *கொடை*

யாப்பு

நாலடி ஐஞ்சீர்ச் சிந்து.

பாடல் சொல்வது

கண்ணா, வானத்திலே வானமாகவும், தீயிலே தீயாகவும் மண்ணிலே மண்ணாகவும், காற்றிலே காற்றாகவும் அந்தந்த பூதங்களில் அந்தந்த பூதமாய் ஆகின்றவன் நீ; பெருமோனத்தில் ஆழ்ந்திருக்கும் தவ முனிவர்களுடைய மனத்திலே சுடர்விடுபவன் நீ; சோலையில் உள்ள குளத்தில் பூத்திருக்கும் தாமரைப் பூவில் வீற்றிருப்பவளும், வேண்டுவார்க்கு வேண்டுவன வழங்கும் வள்ளல்தன்மை கொண்டவளுமான ஸ்ரீதேவியின் பாதங்களைக் கையில் ஏந்தியபடி மகிழ்ந்திருப்பவன் நீ.

வியாஸ பாரதத்தில் சம இடம்

பாடல் 201ல் காணலாம்.

●

'ஆதியில் ஆதியப்பா! - கண்ணா!
அறிவினைக் கடந்தவிண் ணகப்பொருளே!
சோதிக்குச் சோதியப்பா! - என்றன்
சொல்லினைக் கேட்டருள் செய்திடுவாய்.
மாதிக்கு வெளியினிலே - நடு
வானத்தில் பறந்திடும் கருடன்மிசை
சோதிக்குள் ஊர்ந்திடுவாய் - கண்ணா!
சுடர்ப்பொரு ளே!பேர்அடர்ப் பொருளே! (197)

சொற்பொருள்

மாதிக்கு: *மா திக்கு-பெரிய திசை.*

அடல்: *சக்தி*

யாப்பு

நாலடி ஐஞ்சீர்ச் சிந்து.

பாடல் சொல்வது

கண்ணா! ஆதியில் ஆதியான மூலமுதல்வன் நீ! அறிவுக்கு எட்டாது ஞானாகாசத்தில் நிலைபெற்றிருப்பவன் நீ! ஜோதிக்கு ஜோதியான பரஞ்சோதி நீ; அபயம் கேட்கும் என் சொற்களைக் கேட்டு அருள் செய்யவேண்டுமப்பா! பெரிய திசைவெளிகளில், நடுவானத்தில் பறந்துகொண்டிருக்கும் கருடன்மேல் ஏறி, பெருஞ்சோதிக்குள் ஊர்ந்து செல்பவன் நீ! கண்ணா! ஒளிப் பொருள் நீ! பெருவல்லமை படைத்தவன் நீ!

வியாஸ பாரதத்தில் சம இடம்

பாடல் 201ல் காணலாம்.

●

‘கம்பத்தி லுள்ளானோ? - அடா!
    காட்டுன்றன் கடவுளைத் தூணிடத்தே!
வம்புரை செயுமூடா, - என்று
    மகன்மிசை உறுமியத் தூணுதைத்தான்,
செம்பவிர் குழலுடையான் - அந்தத்
    தீயவல் இரணியன் உடல்பிளந்தாய்!
நம்பிநின் அடிதொழுதேன் - என்னை
    நாணழி யாதிங்கு காத்தருள்வாய். (198)

சொற்பொருள்

கம்பம்: தூண்

செம்பு அவிர் குழல்: *செம்பட்டை ஏறிய தலைமுடி.*

யாப்பு

நாலடி ஐஞ்சீர்ச் சிந்து.

பாடல் சொல்வது

‘என்னடா! நீ சொல்லும் உன் கடவுள் தூணிலே இருக்கிறானா? எங்கே காட்டு பார்ப்போம்’ என்று மகனான பிரகலாதனிடத்திலே

உறுமியபடி அந்தத் தூணை உதைத்த தீயவனும் வலியவனுமான இரணியனுடைய உடலைப் பிளந்தவன் நீ! உன் பாதகமலத்தை நம்பித் தொழுதேன். என்னை மானமழியாமல் காத்தருளப்பா.

வியாஸ பாரதத்தில் சம இடம்

பாடல் 201ல் காணலாம்.

●

'வாக்கினுக் கீசனையும் - நின்றன்
    வாக்கினில் அசைத்திடும் வலிமையினாய்!
ஆக்கினை கரத்துடையாய்! - என்றன்
    அன்புடை எந்தை,என் அருட்கடலே!
நோக்கினில் கதிருடையாய்! - இங்கு
 நூற்றுவர் கொடுமையைத் தவிர்த்தருள்வாய்.
தேக்குநல் வானமுதே! - இங்கு
    சிற்றிடை ஆய்ச்சியில் வெண்ணெய்உண்டாய்! (199)

சொற்பொருள்

வாக்கு (வாக்தேவியான) சரஸ்வதி; வாக்கினுக்கு ஈசன்: வாகீசனான பிரமன்.

ஆக்கினை: *ஆக்ஞா சக்கரம்.*

நோக்கு: *பார்வை, விழி.*

கதிர்: *சூரிய சந்திரர்கள்.*

தேக்கு: *தெவிட்டும்/தெவிட்டாத (முதற்பகுதி பாடல் 56 'நாடுங் குடிகளும் செல்வமும்'-ல் இந்தச் சொல்லின் விளக்கத்தைக் காணவும்.)*

வான்அமுது: *உயர்ந்த அமுது.*

யாப்பு

நாலடி ஐஞ்சீர்ச் சிந்து.

பாடல் சொல்வது

வாக்தேவியின் இறையான பிரமனையும் உன்னுடைய வாக்கால் இயக்க வல்லவன் நீ; ஆக்ஞா சக்கரத்தைக் கையில் தரித்துள்ளவன்

நீ; எனக்கு அன்பு உடைய அப்பனும் என் அருட்கடலும் நீ; சூரியனையும் சந்திரனையும் விழிகளாகக் கொண்டவன் நீ. நூற்றுவர்களான கௌரவர்கள் எனக்குச் செய்யும் கொடுமையிலிருநது என்னைக் காத்தருள வேண்டும். தெவிட்டாத உயர்ந்த அமுதே! இங்கே இடையர்களுடைய சிறு ஆயர்பாடியில் வெண்ணெய் திருடி உண்டவனே!

நீயே பேரானந்த அமுதமாக இருக்கும்போது, உனக்கு உண்ண இங்கே இடைப்பாடியின் திருட்டு வெண்ணெய்தானா கிடைத்தது!

வியாஸ பாரதத்தில் சம இடம்

பாடல் 201ல் காணலாம்.

●

வையகம் காத்திடுவாய் - கண்ணா,
    மணிவண்ணா, என்றன் மனச்சுடரே!
ஐய,நின் பதமலரே - சரண்
    ஹரிஹரி ஹரிஹரி ஹரி!'என்றாள்.
பொய்யர்தம் துயரினைப்போல் - நல்ல
    புண்ணிய வாளர்தம் புகழினைப்போல்,
தையலர் கருணையைப்போல் - கடல்
    சலசலத் தெறிந்திடும் அலைகளைப்போல், (200)

யாப்பு

நாலடி ஐஞ்சீர்ச் சிந்து.

பாடல் சொல்வது

கண்ணா! உலகத்தைக் காப்பவனே! நீலமணி வண்ணனே! என்னுடைய உள்ளத்தில் சுடர்விடுபவனே! ஐயனே! உன் தாமரைப் பாதத்தில் சரணடைந்தேன். ஹரிஹரி ஹரிஹரி ஹரி என்று துதித்தாள். பொய்யர்களுடைய துயரம் (வளர்ந்துகொண்டே இருப்பதைப்) போல், நல்ல புண்ணியம் செய்தவகளுடைய புகழ் (வளர்ந்துகொண்டே இருப்பதைப்) போல், பெண்களுக்கு, கருணையானது (வளர்ந்துகொண்டே இருப்பதைப்) போல், கடல் சலசல என வீசுகின்ற அலைகள் (வளர்ந்துகொண்டே இருப்பதைப்) போல்,

வியாஸ பாரதத்தில் சம இடம்

பாடல் 201ல் காணலாம்.

●

பெண்ணொளி வாழ்த்திடுவார் - அந்தப்
பெருமக்கள் செல்வத்தின் பெருகுதல்போல்
கண்ண பிரான்அருளால் - தம்பி
கழற்றிடக் கழற்றிடத் துணிபுதிதாய்
வண்ணப்பொற் சேலைகளாம் - அவை
வளர்ந்தன, வளர்ந்தன, வளர்ந்தனவே!
எண்ணத்தில் அடங்காவே - அவை
எத்தனை எத்தனை நிறத்தனவோ! (201)

சொற்பொருள்

பெண்ஒளி:	*பெண்மையின் சிறப்பு.*
எண்ணம்:	*எண்ணிக்கை*

யாப்பு

நாலடி ஐஞ்சீர்ச் சிந்து.

பாடல் சொல்வது

பெண்மையின் சிறப்பைப் போற்றும் பெரியோரின் செல்வம் வளர்ந்தபடி இருப்பதைப் போல், கண்ணனுடைய திருவருளால், (துரியோதனனுடைய தம்பியான) துச்சாதனன் கழற்றக் கழற்ற புதிது புதிதாக, அழகு நிறைந்ததும் பொன் சரிகையிட்டதுமான சேலைகள் வளர்ந்துகொண்டே இருந்தன. அவை எண்ணிக்கையில் அடங்காதவை.எத்தனையெத்தனையோ நிறங்களில் வெளிப்பட்டன.

வியாஸ பாரதத்தில் சம இடம்

சங்கம், சக்கரம் கதைகளைக் கையில் எந்தியவரே! துவாரகையி லிருப்பவரே! அச்சுதா! கோவிந்தா! தாமரைக்கண்ணா! சரண மடைந்த என்னைக் காப்பாற்றும்! ஆ! கிருஷ்ணா! துவாரகாவாஸா! யாதவர்களை சந்தோஷப்படுத்துகிறவரே! எங்கிருக்கிறீர்? இந்நிலைமையை அடைந்தவளும் அநாதையுமான என்னை ஏன் கவனியாமல் இருக்கிறீர்? கோவிந்தா! துவாரகாவாசியே! கிருஷ்ணா! கோபி ஜனப்பிரியா! கேசவா! கௌரவர்களால் அவமதிக் கப்படுகிற என்னை நீர் ஏன் அறியவில்லை? ஓ லோகநாதா! ஓ ஸ்ரீபதியே! ஆய்ப்பாடியைக் காப்பவரே! துன்பத்தை அழிப்பவரே! ஜனார்த்தனா! கௌரவர்கள் என்னும் கடலில் மூழ்கின என்னைக் கைதூக்கிவிடும் கிருஷ்ணா! கிருஷ்ணா! மகாயோகியே! உலகத்ததுக்கெல்லாம் அந்தர்யாமியே! உலகத்தைப் படைப்பவரே!

உலகத்தைப் படைப்பவரே! கோவிந்தா! கௌரவர்களின் நடுவில் கஷ்டப்பட்டுச் சரணம் அடைந்த என்னைக் காப்பாற்றும் என்றாள்...

அப்போது திரௌபதியின் வஸ்திரத்தை இழுக்க இழுக்க, கிருஷ்ணனுடைய அனுக்கிரகத்தினால் அதைப் போல இன்னும் அநேக வஸ்திரங்கள் உண்டாயின. ஜனமேஜய ராஜாவே! தர்மத்தைக் காப்பாற்றினதனால் மறுபடியும் பலபல நிறங்களுள்ளவையும் சுத்த வெண்மையுமான அநேக வஸ்திரங்கள் நூற்றுக் கணக்காக உண்டாகிக்கொண்டே இருந்தன.

●

பொன்னிழை பட்டிழையும் - பல
 புதுப்புதுப் புதுப்புதுப் புதுமைகளாய்ச்
சென்னியில் கைகுவித்தாள் - அவள்
 செவ்விய மேனியைச் சார்ந்துநின்றே,
முன்னிய ஹரிநாமம் - தன்னில்
 மூளுநற் பயன்உல கறிந்திடவே
துன்னிய துகிற்கூட்டம் - கண்டு
 தொழும்பத்துச் சாதனன் வீழ்ந்துவிட்டான். (202)

சொற்பொருள்

சென்னி: *தலை.*

செவ்விய: *அழகிய.*

முன்னிய: *சிந்தித்த.*

துன்னிய: *நெருங்கிய, குவிந்த.*

தொழும்பன்: *கயவன்.*

யாப்பு

நாலடி ஐஞ்சீர்ச் சிந்து.

பாடல் சொல்வது

சிரத்தில் பொன் இழைகளாலும் பட்டு இழைகளாலும், பலவிதமான புதுப்புது வகைகளில் சேலைகள், கரம்குவித்து நின்ற பாஞ்சாலி சிந்தித்த ஹரிநாமத்தின் பெரும்பயனை உலகம்

அறிந்துகொள்ளுமாறு அவளுடைய அழகுத் திருமேனியைப பொருந்தின. (உரிய உரிய வளர்ந்து) குவிந்த சேலைக் குவியலைப் பார்த்துத் திகைத்த துச்சாதனன் மயங்கி விழுந்துவிட்டான்.

வியாஸ பாரதத்தில் சம இடம்

பிறகு சபையில் கேட்க 'கலகல' என்னும் சத்தம் உண்டாயிற்று. அந்தச் சபையிலுள்ள அரசர்கள் அனைவரும் உலகத்தில் இல்லாத அந்தப் பெரிய ஆச்சரியத்தைக் கண்டு துச்சாஸனனை இகழ்ந்து திரௌபதியைப் புகழ்ந்தனர். கௌரவர்களைப் பற்றி 'சீ, சீ' என்ற இழிவான சொல்லைச் சொல்லினர். சபைநடுவில் வஸ்திரங்களின் ராசி குவிந்துபோனபோது துச்சாஸனன் களைத்து வெட்கி உட்கார்ந்துவிட்டான். (ஸபா பர்வம், த்யூத பர்வம் தொடர்ச்சி, தொண்ணூறவது அத்தியாயம்.)

●

தேவர்கள் பூச்சொரிந்தார் - ஓம்
    ஜெயஜெய பாரதசக்தி! யென்றே
ஆவலொ டெழுந்துநின்று - முன்னை
    ஆரிய வீட்டுமன் கைதொழுதான்.
சாவடி மறவர்எல்லாம் - 'ஓம்
    சக்தி,சக்தி, சக்தி'என்று கரங்குவித்தார்.
காவலின் நெறிபிழைத்தான் - கொடி
    கடிஅர வுடையவன் தலைகவிழ்ந்தான். (203)

சொற்பொருள்

சாவடி: *சாவு+அடி: மரணம் விளைவிக்கக்கூடிய அடி. (சென்னைப் பல்கலைக் கழகப் பேரகராதி தரும் விளக்கம்.)*

யாப்பு

நாலடி ஐஞ்சீர்ச் சிந்து.

பாடல் சொல்வது

(அப்போது பாஞ்சாலியின்மேல்) தேவர்கள் 'ஓம் ஜெய ஜெய பாரத சக்த' என்று சொன்னவண்ணம் பூமழை பொழிந்தார்கள். ஆவல்

மிக்கவனாக (இதற்கு முன் ‘தீங்கு தடுக்கும் திறமில்லேன்’ என்று சொன்ன) வீரனான பீஷ்மன் கைகூப்பினான். மரணஅடியைத் தர வல்லவர்களான வீரர்களெல்லோரும் ‘ஓம் சக்தி, சக்தி, சக்தி’ என்று சொல்லிக்கொண்டு, கைகூப்பிய வண்ணமாக எழுந்து நின்றார்கள். அரசாட்சியின் முறைமை தவறியவனும் வலிய பாம்புக்கொடியை உடையவனுமான துரியோதனன் தலை கவிழ்ந்துகொண்டான்.

வியாஸ பாரதத்தில் சம இடம்

இந்தக் காட்சிகள் எதுவுமே மூலத்தில் இல்லை.

தேவர்கள், ‘ஓம் ஜெய ஜெய பாரத சக்தி’ என்று துதித்தவண்ணம் பூச்சொரிவது, பாரதி பாஞ்சாலியை பாரத தேசத்தின் சக்தியாகவும், அவன் பார்வையில் பூத்திருந்த புதுமைப்பெண்ணின் முழு வடிவமாகவும் கண்டான் என்பதை உறுதி செய்கின்றன. இன்னும் இறுதியில் பாஞ்சாலி சபதம் செய்யும் கட்டத்தில்தான் அதிர்ச்சியை ஏற்படுத்தப் போகிறான்.

●

வீமன் செய்த சபதம்

வேறு

வீமன் எழுந்துரை செய்வான்: - ‘இங்கு
    விண்ணவர் ஆணை; பராசக்தி யாணை;
தாமரைப் பூவினில் வந்தான் - மறை
    சாற்றிய தேவன் திருக்கழ லாணை;
மாமக ளைக்கொண்ட தேவன் - எங்கள்
    மரபுக்குத் தேவன்கண் ணன்பதத் தாணை;
காமனைக் கண்ணழ லாலே - சுட்டுக்
    காலனை வென்றவன் பொன்னடி மீதில், (204)

யாப்பு

நாலடி எழுசீர்ச் சிந்து.

பாடல் சொல்வது

பீமன் எழுந்து நின்று சபதம் செய்யத் தொடங்கினான். ‘இதோ, இங்கே தேவர்கள் மீதில் ஆணையிடுகிறேன், பராசக்தி மீதில்

ஆணையிடுகிறேன், (திருமாலுடைய கொப்பூழிலிருந்து கிளைத்த) தாமரைப் பூவில் வந்தவனும், வேதங்களைச் சொன்னவனுமான பிரம தேவனுடைய பாதங்களின் மீதில் ஆணையிடுகிறேன், திருமகள் கேள்வனும், எங்கள் குலதெய்வமுமான கண்ணனுடைய பாதத்தின் மீதில் ஆணையிடுகிறேன், மன்மதனை நெற்றிவிழித் தீயால் சுட்டெரித்தவனும், யமனை அடக்கியவ ம்ருத்யுஞ்சயனுடைய பாதத்தின் மீதில்...

வியாஸ பாரதத்தில் சம இடம்

206ம் பாடலுடன் காண்போம்.

●

ஆணையிட் டிஃதுரை செய்வேன்: - இந்த
      ஆண்மையி லாத்துரி யோதனன் தன்னை
பேணும் பெருங்கனல் ஒத்தாள் - எங்கள்
      பெண்டு திரௌபதி யைத்தொடை மீதில்
நாணின்றி வந்திரு என்றான் - இந்த
      நாய்மக னாம்துரி யோதனன் தன்னை
மாணற்ற மன்னர்கண் முன்னே - என்றன்
      வன்மையி னால்யுத்த ரங்கத்தின் கண்ணே, (205)

யாப்பு

நாலடி எழுசீர்ச் சிந்து.

பாடல் சொல்வது

ஆணையிட்டு இந்தச் சபதத்தைச் செய்கிறேன். இதோ இந்த ஆண்மையில்லாத துரியோதனை, பேணி வளர்த்த பெரிய அக்னிக்கு ஒப்பான எங்களுடைய தேவி, திரௌபதியை, வெட்கமில்லாமல், தொடைமேல் வந்து உட்கார் என்ற இந்த நாய்மகன் துரியோதனை, மாண்பற்றவர்களான இந்த மன்னர்களுடைய கண்ணுக்கு முன்னால், என் வலிமையினால், போர்க்களத்திலே,

வியாஸ பாரதத்தில் சம இடம்

206ம் பாடலுடன் காண்போம்.

●

'தொடையைப் பிளந்துயிர் மாய்ப்பேன், - தம்பி
சூரத்துச் சாதனன் தன்னையு மாங்கே
கடைப்பட்ட தோள்களைப் பிய்ப்பேன் - அங்கு
கள்ளென ஊறும்இ ரத்தம் குடிப்பேன்
நடைபெறும் காண்பிர் உலகீர்! - இது
நான்சொல்லும் வார்த்தைஎன் றெண்ணிடல் வேண்டா!
தடையற்ற தெய்வத்தின் வார்த்தை; - இது
சாதனை செய்க, பராசக்தி' என்றான். (206)

யாப்பு

நாலடி எழுசீர்ச் சிந்து.

பாடல் சொல்வது

தொடையைப் பிளந்து கொல்வேன். இவனுடைய தம்பி, (பெண்ணைச் சபையில் அவமதித்த பெரும்) சூரன், துச்சாதனனுடைய கேடுகெட்ட தோள்களைப் பிய்த்து எறிவேன். அங்கே தேனைப் போலப் பெருகுகின்ற ரத்தத்தைக் குடிப்பேன். இது நடக்கத்தான் போகிறது, உலகமே, காண்பாய்! இது நான் சொல்கின்ற வார்த்தை என்று எண்ணவேண்டாம். தடையேதும் இல்லாத தெய்வம் (என்மூலமாகச்) சொல்கிற வார்த்தை! இதை பராசக்தி நிறைவேற்றியருளட்டும்!

வியாஸ பாரதத்தில் சம இடம்

துச்சாதனன் தோளைப் பிய்ப்பதும், துரியோதனனுடைய தொடையைப் பிளப்பதும் தனித்தனியாக இரண்டு சமயங்களில் செய்யப்படுபவை.

துச்சாதனனைப் பற்றிய சபதம்

உலகத்திலுள்ள க்ஷத்திரியர்களைனைவரும் மற்ற மனிதர்கள் இதற்குமுன் சொல்லாததும் இனியும் யாரும் சொல்லப்போகாதது மான இந்த என் சொல்லைக் கேளுங்கள். பூமிக்கு ஈசுவரர்களே! நான் இதைச் சொல்லி, இவ்வாறு செய்யாமற் போவேனாயின், அதாவது - பாவியும் துஷ்டபுத்தி உள்ளவனும் பரதவம்சத்தவரில் இழிவான வனுமாகிய இந்தத் துச்சாஸனுடைய மார்பை யுத்தத்தில் பிளந்து, பலாத்காரமாக இவன் ரத்தத்தைக் குடியாமல் விடுவேனாயின், என் முன்னோர்கள், கூடஸ்தர்கள் சென்ற கதிக்கு நான் செல்லாமற் போகக் கடவேன். (ஸபா பர்வம், த்யூத பர்வம் தொடர்ச்சி, தொண்ணூறவது அத்தியாயம்.)

இதற்கு இரண்டு அத்தியாயங்கள் கழித்து, திரௌபதி சபையில் தொடர்ந்து கதறிக் கொண்டிருக்கும் போது, உட்கார்ந்திருக்கும் துரியோதனன், தன் வேட்டியை விலக்கி, தன் இடது தொடையைக் காட்டி அங்கே வந்து உட்காருமாறு (இடது தொடை மனைவிக்கு உரியது, அவள் அமரவேண்டிய இடம்) அவளுக்கு சைகை காட்ட, பெருங்கோபம் கொண்டு பீமன் இரண்டாவது முறையாக சபதம் செய்கிறான்:

'ஓ துரியோதனா! விருகோதரன் பெரும்போரில் உன்னுடைய இந்தத் தொடையைக் கதையினால் பிளந்துவிடானாயின், அவன் முன்னோர்கள் சென்ற லோகத்திற்குச் செல்லான்' என்று சொன்னான். (ஸபா பர்வம், த்யூத பர்வம் தொடர்ச்சி, தொண்ணூற்று இரண்டாவது அத்தியாயம்.)

இரண்டு சமயங்களில் செய்யப்பட்ட சபதம் ஒரே பாடலாக உருப்பெற்றுள்ளது.

•

அர்ஜுனன் சபதம்

பார்த்தன் எழுந்துரை செய்வான்: - 'இந்தப்
பாதகக் கர்ணனைப் போரில் மடிப்பேன்.
தீர்த்தன் பெரும்புகழ் விஷ்ணு - எங்கள்
சீரிய நண்பன் கண்ணன்கழ லாணை;
கார்த்தடங் கண்ணிஎன் தேவி - அவள்
கண்ணிலும் காண்டிவ வில்லினும் ஆணை!
போர்த்தொழில் விந்தைகள் காண்பாய் - ஹே;
பூதல மே!அந்தப் போதினில்' என்றான். (207)

சொற்பொருள்

தீர்த்தன்: குரு.

கார்த்தடம் கண்ணி: கரிய பெரிய கண்களை உடையவள்.

யாப்பு

நாலடி எழுசீர்ச் சிந்து.

பாடல் சொல்வது

அர்ச்சுனன் எழுந்து தன் சபதத்தைச் செய்யலானான். 'பாதகனான இந்தக் கர்ணனைப் போரிலே கொல்வேன். ஆசார்யனும், பெரும் புகழ் உள்ளவனுமான விஷ்ணுவின் அவதாரமும், எங்களுடைய உத்தமமான நண்பனுமான கண்ணனுடைய திருவடிகளின்மீது ஆணையிட்டுச் சொல்கிறேன். கரிய பெரிய கண்களை உடைய என் தேவியுடைய கண்களின் மேலும் என்னுடைய காண்டீவமாகிய வில்லின் மேலும் ஆணையிடுகிறேன்! ஏ மண்ணுலகே! போர்மூளும் போது, என்னுடைய விந்தையான போர்த்திறமைகள் வெளிப்படு வதை நீ பார்க்கத்தான் போகிறாய்' என்று சொன்னான்.

வியாஸ பாரதத்தில் சம இடம்

இப்போது நமக்கான ஆச்சரியங்கள் தொடங்குகின்றன. கிஸாரி மோஹன் கங்கூலியின் ஆங்கில மொழிபெயர்ப்பில் அர்ச்சுனன் சபதம் செய்யவில்லை. தமிழ் மொழிபெயர்ப்பான கும்பகோணம் பதிப்பில், பீமனுடைய மேற்கண்ட சபதத்துக்குச் சற்றுப் பொறுத்து துரியோதனன் தன்னுடைய தொடையை மீண்டும் மீண்டும் பாஞ்சாலிக்குக் காட்டுகிறான். அப்போது பீமனுக்குக் கடுங்கோபம் ஏற்பட்டு, கர்ணனை அர்ச்சுனனும், இன்னும் பிறரை மற்ற பாண்டவர்களும் கொல்லப் போவதாக ஒரு சபதம் செய்கிறான். பீமன் வாய்மொழியாக வந்திருக்கும் (இதைத் தொடர்ந்து - மூலத்தில் - திரௌபதியின் வாய்மொழியாக வரப்போகின்ற) இந்தச் சபதத்தைத்தான் பாரதி அர்ச்சுனனுடைய சபதமாக மாற்றியிருக்கிறான். ஆங்கில மொழிபெயர்ப்பில் இந்தப் பகுதி இடம்பெறவே இல்லை.

'அப்போது நீண்ட கண்களையுடைய பாபியான துரியோதனன் விதியினால் வந்த அறிவின்மையினால் இழுக்கப்பட்டு விதுரர் சொன்னதை லட்சியஞ் செய்யாமல் சந்தோஷத்துடன் அடிக்கடி திரௌபதிக்குத் தொடையைக் காண்பித்தான். தொடையைக் காண்பிக்கும்போது பலமும் அகங்காரமும் உள்ளவனுமான விருகோதரன் துரியோதனனைப் பார்த்தான். அப்போது பீமசேனன், தனக்குச் செய்த அந்த அவமானத்தை நினைத்துச் சிவந்த கண்களை விழித்துக் கோபத்தை அடக்கி, வெளிப்படையாகப் பின்வருமாறு சொன்னான்:

நான் துரியோதனனைக் கொல்வேன். தனஞ்சயன் கர்ணனைக் கொல்வான். சூதில் தேர்ந்தவனாகிய சகுனியைச் சகதேவன் கொல்வான். இந்தச் சபை நடுவில் மறுபடியும் இந்தப் பெரிய

சொல்லைச் சொல்வேன். நமக்கு யுத்தம் நேரும்போது தேவர்கள் இதைச் சத்தியமாகச் செய்வார்கள் (‘இங்கு விண்ணவராணை’ பீமன் சபதம்). இந்தப் பாபியான துரியோதனனை யுத்தத்தில் கதையினால் கொல்வேன். தரையில் விழுந்த இவன் தலையைக் காலால் மிதிப்பேன். சூரனும் கொடியவனும் துராத்மாவுமான துச்சாஸனனுடைய மார்பைப் பிளந்து சிங்கம்போல ரத்தத்தைக் குடிப்பேன்’ என்று சொன்னான். (ஸபா பர்வம், த்யூத பர்வம் தொடர்ச்சி, தொண்ணூற்று இரண்டாவது அத்தியாயம்.)

இதுவும், அடுத்ததாக பாஞ்சாலி தன் சபதத்தைச் செய்யப் போவதும் தான் பாரதி பயன்படுத்திய மஹாபாரதப் பதிப்பு எது என்பதன் புதிரை விடுவிக்கின்றன. கிஸாரி மோஹன் கங்கூலி தன் மொழி பெயர்ப்புக்கு மூன்று வங்காள வடிவங்களையும், பாம்பே வடிவத்தையும் பயன்படுத்தியதாகச் சொல்லியிருக்கிறார். கும்பகோணம் பதிப்பு தென்னிந்திய வடிவத்தின் (recension) அடிப்படையிலானது. எனவே பாரதி பயன்படுத்தியிருப்பது தென்னிந்திய, வடமொழி ரிஸன்ஷனையே என்பது உறுதியாகிறது.

கிஸாரி மோஹன் கங்கூலியின் ஆங்கில மொழிபெயர்ப்பு

இது ஆங்கில மொழிபெயர்ப்பில் இல்லை.

●

பாஞ்சாலி சபதம்

தேவி திரௌபதி சொல்வாள்: - ‘ஓம்
    தேவி பராசக்தி ஆணை உரைத்தேன்:
பாவிதுச் சாதனன் செந்நீர்; - அந்தப்
    பாழ்த்துரி யோதனன் ஆக்கை இரத்தம்,
மேவி இரண்டும் கலந்து - குழல்
    மீதினிற் பூசி நறுநெய்கு ளித்தே
சீவிக் குழல்முடிப் பேன்,யான் - இது
    செய்யுமுன் னேமுடி யேன்!’என் றுரைத்தாள். (208)

யாப்பு

நாலடி எழுசீர்ச் சிந்து.

பாடல் சொல்வது

தேவி திரௌபதி சொன்னாள்: ‘ஓம். தேவி பராசக்தியின் மேல் ஆணையிட்டுச் சொல்கிறேன். பாவியான இந்த துச்சாதனனுடைய

ரத்ததையும், பாழ்ப்பட்டுப்போன அந்த துரியோதனனுடைய உடலிலிருந்து எடுத்த ரத்தத்தையும் சேர்த்துக் கலந்து என் கூந்தலில் பூசியபிறகு, வாசனைத் தைலங்களைத் தேய்த்துத் தலைமுழுகிய பிறகே என் கூந்தலை முடிப்பேன். இதைச் செய்யுமுன்னர் முடிக்க மாட்டேன். கூந்தலை விரித்துப் போட்டபடி இருப்பேன்' என்றாள்.

வியாஸ பாரதத்தில் சம இடம்

இந்த சபதம் தமிழ் மொழிபெயர்ப்பில் மட்டும் இருக்கிறது. ஆங்கிலத்தில் இல்லை. அது ஒருபுறம் என்றால், தமிழிலும், இப்படி இரண்டு பேருடைய ரத்தத்தையும் கலந்து பூசிக்கொண்டு அதன் பிறகே கூந்தலை முடிப்பேன் என்று இல்லை. இதைப் பாருங்கள்:

திரௌபதி, 'பாவிஷ்டா! நீ தொடைய எனக்குக் காண்பித்து நீயும் பார்த்துக் கொண்டதனால் உனக்கு மரணம் தொடையிலேயே வரப்போகிறது. மிகக் கெடுநினைவுள்ள இந்தக் கர்ணனைப் பிள்ளைகள் பந்துக்கள் சேனைகள் முதலியவர்களோடு தனஞ்சயர் கொல்லப் போகிறார். அற்பத்தனமுள்ளவனும் மோசக்காரனும் பாபத்தில் மனமுள்ளவனுமாகிய சகுனியையும் அவன் சுற்றத் தாரையும் சகதேவர் கோபித்து யுத்தத்தில் கொல்லப் போகிறார்' என்று சொன்னாள். (ஸபா பர்வம், த்யூத பர்வம் தொடர்ச்சி, தொண்ணூற்று இரண்டாவது அத்தியாயம்.)

யார்யார் யார்யாரைக் கொல்லப் போகிறார்கள் என்றிருக்கிறதே தவிர, கூந்தலை விரிப்பது, முடிப்பது பற்றிய பேச்சு எதுவும் தமிழ் மொழிபெயர்ப்பிலும் இல்லை. வனவாசத்துக்குக் கிளம்பும் சமயத்தில் யுதிஷ்டிரர் துணியால் முகத்தை மூடிக்கொண்டும், பீமன் தன்னுடைய கைகளைப் பார்த்தவாறும், அர்ச்சுனன் மணலை வாரி இறைத்தவாறும், சகதேவன் முகத்தில் வர்ணத்தைப் பூசிக்கொண்டும், நகுலன் உடலில் புழுதியைப் பூசிக்கொண்டும் போகிறார்கள். அப்போது பாஞ்சாலி தலைவிரி கோலமாகச் செல்கிறாள். அதுவரையில் தலைவிரி கோலத்தைப் பற்றிய பேச்சே இல்லை.

கூந்தலில் இரண்டு பேருடைய ரத்தத்தையும் பூசிக்கொண்டு அதன் பிறகே தலைமுழுகி நறுமணத் தைலங்களைப் பூசியபின் தலை முடியப் போவதாக வியாஸ பாரதத்தில் எங்கேயும் சொல்லப்பட வில்லை. யுத்த முடிவிலும் இப்படி ஒரு காட்சி இல்லை.

வில்லி பாரதத்தில், பாஞ்சாலி 'புன்தொழிலோன் யானிருக்கக் காட்டியதன் தொடைவழியே புள்வாய் குத்தச் சென்றிடுக ஆருயிர் என்று எவரும் வெருவுறச் சபித்தாள்' என்று பாஞ்சாலி துரியோதனனைச் சபித்ததாகச் சொல்கிறார்.

அடுத்ததாக, பாஞ்சாலி சபதம் செய்கிறாள்:

அரசவையில் எனைஏற்றி அஞ்சாமல் துகில்தீண்டி,
அளகம் தீண்டி
விரைசெய்அளி இனம்படிதார் வேந்தர்எதிர்
தகாதனவே விளம்பு வோரைப்
பொருசமரின் முடிதுணித்துப் புலால்நாறு
வெங்குருதி பொழிய வெற்றி
முரசறையும் பொழுதல்லால் விரித்தகுழல்
இனியெடுத்து முடியேன் என்றாள்.

அரச சபையில் என்னைக் கொண்டுவந்து, அரசர்கட்கு எதிரில் அஞ்சாமல் என் தலைமயிரைப் பிடித்திழுத்தும் எனது ஆடையைத் தொட்டு இழுத்தும் கொடுஞ்சொற்களைக் கூறுகின்ற துரியோதி யனாதியரை இனி வரப்போகும் போரில் தலைகளை அறுத்து இரத்தம் பெருகிக் கொண்டிருக்க வெற்றி முரசம் முழங்குகிற போது, அவிழ்க்கப்பட்டு விரிந்துள்ள என் கூந்தலை முடிப்பேன்; அதற்கு முன்னால் முடியமாட்டேன்' என்று சபதமிட்டாள்.

துரியோதியனாதியரின் இரத்தம் பெருகுமாறு அவர்கள் கொல்லப் பட்டதன்பின்னர் வெற்றி முரசு ஒலிக்கும்போதுதான் என் கூந்தலை முடிவேன் என்று இருக்கிறதே தவிர, அவர்களுடைய குருதியைக் கலந்து தலையில் பூசிய பின்னரே முடிவேன் என்று இல்லை.

ஆனால், பட்ட நாராயணர் இயற்றிய வடமொழி நாடகமான வேணி ஸம்ஹாரம் (கண்ட்ட காவ்யம் எனப்படும் காவியத் துணுக்கு) முடியும்போது, ஆறாம் அங்கத்தில், துரியோதனனைக் கொன்ற பீமன் அரண்மனைக்குத் திரும்பும்போது, பாஞ்சாலியை அழைத்து 'தேவி, நான் துரியோதனனைக் கொன்றுவிட்டு வந்திருக்கிறேன். என் கையில் துச்சாதனனுடைய ரத்தமும் தேங்கியிருக்கிறது. இங்கே வா, உன் கூந்தலில் இந்தக் குருதியைத் தடவுகிறேன்' என்று சொல்லி விட்டு,

Bhima: (Shaking off her hair braid): Lady, let this braid loosened by Dussassana the destructive night to the family of Dhritharashtra, be now tied

என்று சொல்கிறான். 'துச்சாதனனால் நெகிழ்த்தப்பட்ட இந்தக் கூந்தல், திருதராஷ்டிரன் குடும்பத்துக்கு நாசம் வந்த இந்த இரவில் முடியப்படட்டும்' என்று சொல்லி, இருவருடைய குருதியாலும் நனைந்த தன் கையால் பாஞ்சாலி கூந்தலுக்கு ரத்தச் சேறு பூசி, கூந்தலை முடியச் செய்கிறான்.

பாஞ்சாலி சபதத்தில் இப்படியொரு சபதத்தை, வியாஸ பாரதத்தில் இல்லாத, வில்லி பாரதத்திலும் இல்லாத சபதத்தை பாரதி எங்கிருந்து எடுத்தான் என்று விளங்குகிறதல்லவா? பாரதி வேணி ஸம்ஹாரமும் படித்திருக்கிறான் என்று அனுமானிக்க திடமான ஆதாரம் இருக்கிறது.

'ஆணொடுபெண் முற்றும் நிகரெனவே அந்நாளில்
பேணிவந்தார். பின்னாளில் இஃது பெயர்ந்துபோய், *(156)*

இப்பொழுதை நூல்களினை எண்ணுங்கால், ஆடவருக்கு
ஒப்பில்லை மாதர்'

என்று பீஷ்மருடைய பேச்சில் சொல்லப்படுவதைப்போல இடைக் காலத்தில் அடிமைப்பட்டிருந்த பெண்மையின் சக்தியே பாஞ்சாலி. இந்தப் பெண்மையின் சக்தியை ஒரு கூட்டம் இன்னொரு கூட்டத்திடம் அடிமைப்பட விட்டுவிட்டது. இப்படி அடிமைப் பட்ட பெண்மைச் சக்தி, பாரதி கண்ட புதுமைப் பெண்ணாக பாஞ்சாலி வடிவத்தில் வந்து நின்று, கல்வியறிவும், தன் உரிமை களைப் பற்றிய தெளிவான விவரங்களையும், தான் அடிமைப்பட்ட சூழலில் எப்படி அடிமைத்தனம் தன்மேல் திணிக்கப்பட்டது என்பதை மிக நன்றாக அறிந்தவளாய், அப்படித் திணிக்கப்பட்ட அடிமைத்தனத்துக்கு வக்காலத்து வாங்கிய பீஷ்மரைப் போன்றவர்களை எதிர்த்து வாதாடும் துணிச்சல் உடைய சக்தியாய்க் கிளைத்து, அப்படித் தன்னை அடிமைப் படுத்திய சக்திகளை வேரறுத்த பிறகேயே தன் கூந்தலை முடிக்கப் போவதாய் சபதம் செய்யும் பாஞ்சாலி, உண்மையில் பாரத சக்தியாகவும் புதுயுகத்துப் பெண்மையின் வடிவமாகவும் சித்திரிக்கப்பட்டுள்ளாள் என்பது இந்த ஒப்பீட்டு வாசிப்பால் தெளிவாகிறது. பாரதி மூலத்திலிருந்து எதையெல்லாம் விட்டிருக்கிறான், மூலத்திலில்லாத எதை யெல்லாம் சேர்த்திருக்கிறான் என்பதைத் தேடி வாசிப்பவர்கள் தங்கள் ஆய்வுகளைத் தொடர்ந்து புதிய, தெளிவான முடிவுகளை வெளிப்படுத்த இந்த முயற்சி துணையிருக்கும்.

கிஸாரி மோஹன் கங்கூலியின் ஆங்கில மொழிபெயர்ப்பு

இந்தப் பகுதி ஆங்கில மொழிபெயர்ப்பில் இல்லை.

●

ஓமென் றுரைத்தனர் தேவர்; - ஓம்
ஓமென்று சொல்லி உறுமிற்று வானம்;

பூமி அதிர்ச்சிஉண் டாச்சு; - விண்ணைப்
பூழிப் படுத்திய தாம்சுழற் காற்று;
'சாமி தருமன் புவிக்கே' - என்று
ஸாக்ஷி உரைத்தன பூதங்கள் ஐந்தும்,
நாமும் கதையை முடித்தோம்; - இந்த
நானில முற்றுநல் லின்பத்தில் வாழ்க! (209)

சொற்பொருள்

பூழி: *புழுதி*

யாப்பு

நாலடி எழுசீர்ச் சிந்து.

பாடல் சொல்வது

தேவர்கள் ஓம் என்று உரத்துக் கூக்குரலிட்டனர். வானகம் முழுவதும் ஓம் ஓம் என்று ஓங்கார முழக்கம் உறுமலாக எழுந்தது. நிலநடுக்கம் உண்டானது. பெருத்த சுழற்காற்று எழுந்து ஆகாயமண்டலத்தை யெல்லாம் புழுதியால் நிறைத்தது. 'இந்த பூமியின் தலைவன் தர்மபுத்திரனே' என்று பஞ்ச பூதங்களும் சாட்சி உரைத்தன. நாம் கதையை இத்துடன் முடிக்கிறோம். இந்த உலகம் முழுவதும் நல்ல இன்பத்தில் வாழ்க.

வியாஸ பாரதத்தில் சம இடம்

பாஞ்சாலி (மூலத்தின் தமிழ் மொழிபெயர்ப்பில் 208ம் பாடலில் மேற்கோள் காட்டியுள்ளவாறு) இன்னின்னாரை இன்னின்னார் கொல்வார்கள் என்ற சபதத்தைச் செய்தபோது,

'தர்மமான, ஒழுக்கமுள்ள திரௌபதியினால் இந்தச் சொல் செல்லப்பட்ட போது, அந்தச் சபையில் ஆகாயத்திலிருந்து மிகப்பெரிய பூமாரி பொழிந்தது. ஜனமேஜய ராஜாவே! அவர்கள் சொன்னதைக் கேட்டு அந்தச் சபையோர் பேசவில்லை. அர்ஜுனனிடத்தில் உள்ள பயத்தினால் அந்தச் சபையெல்லாம் ஒலியடங்கியிருந்தது. (ஸபா பர்வம், த்யூத பர்வம் தொடர்ச்சி, தொண்ணூற்று இரண்டாவது அத்தியாயம்.)

●

குறிப்புகளுக்காக